D1772421

அப்துல்லா கான்

மும்பையில் வசிக்கும் அப்துல்லா கான் வங்கியாளராக பணி செய்துகொண்டே எழுத்தாளராகவும் திகழ்பவர். நாவல், திரைக்கதை, இலக்கிய விமர்சனங்கள் என்று பல தளங்களில் இயங்கக்கூடியவர். பிஹாரின் மோதிஹாரி என்ற கிராமத்திற்கு அருகில் பிறந்த அப்துல்லா, ஆரம்பக்கட்ட கல்வியை மத்ரஸா பள்ளியில் உருது வழி கற்றார். 1990களில் ஜார்ஜ் ஆர்வெல்லும் மோதிஹாரியில் பிறந்தவர் என்பதை அறிந்தார். இவர் சொந்த ஊருக்கருகில் ஜார்ஜ் ஆர்வெல் பிறந்தார் என்ற இணைப்பே இவரை இலக்கியம் நோக்கி ஈர்த்தது. *ப்ரூக்லின் ரெயில்* (நியூ யார்க்), *வாஸாஃபிரி* (லண்டன்), *தி ஹிந்து* (இந்தியா), *தி டெய்லி ஸ்டார்* (பங்களாதேஷ்), மற்றும் *ஃப்ரைடே டைம்ஸ்* (பாகிஸ்தான்) போன்ற பத்திரிகைகளில் இவர் எழுத்துகள் பிரசுரமாகியுள்ளன. திரைக்கதை ஆசிரியராக இவரது முதல் படமான *விராம்* 2017ஆம் ஆண்டு வெளிவந்தது. பாட்னா ப்ளூஸ் இவரது முதல் முழுநீள நாவல். இவரது முதல் நாவலே ஹிந்தி, உருது, கன்னடம், மராத்தி, மலையாளம், வங்காள மற்றும் தமிழ் என்று பல மொழிகளில் மொழிபெயர்க்கப்பட்டுள்ளன.

விலாசினி

சென்னையில் வசித்து வரும் விலாசினி ஒரு சுயாதீனப் பணியாளர். இவர் மொழிபெயர்ப்பில் மூன்றாவது புத்தகம் இது. மொழிபெயர்ப்பு மட்டுமின்றி, பிரக்ஞை என்ற பதிப்பகம் மூலம் பதினைந்து புத்தகங்களைப் பதிப்பித்தவர் என்ற வகையில் அந்த அனுபவம் தன் எழுத்துக்கும் மொழிபெயர்ப்பிற்கும் உதவக்கூடும் என்று நம்புபவர். திரைக்கதை மற்றும் வசனமும் எழுதி வருகிறார்.

கானல் நீர்

அப்துல்லா கான்

தமிழில்
விலாசினி

எதிர்
வெளியீடு

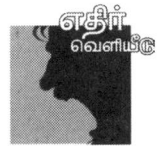

கானல் நீர்
அப்துல்லா கான்
தமிழில்: விலாசினி

முதல் பதிப்பு: ஜனவரி 2020
எதிர் வெளியீடு,
96, நியூ ஸ்கீம் ரோடு, பொள்ளாச்சி – 642 002.
தொலைபேசி: 04259 – 226012, 99425 11302.

விலை: ரூ. 299

Patna Blues
Author: Abdullah Khan

First published in Tamil by Ethir Veliyeedu
First published in the English Language in India by Juggernaut Books
© Abdullah Khan
Translated by: Vilasini

First Edition: January 2020

Published by
Ethir Veliyeedu, 96, New Scheme Road, Pollachi - 2.
email: ethirveliyedu@gmail.com
www.ethirveliyedu.in

Price: ₹ 299

Wrapper Design: Santhosh Narayanan
ISBN : 978-93-87333-75-8
Printed at Jothy Enterprises, Chennai.

All rights reserved. No part of this book may be reprinted or reproduced or utilised in any form or by any electronic, mechanical or other means, now known or hereafter invented, including photocopying and recording, or in any information storage or retrieval system, without permission in writing from the Publisher.

‘என் பாட்டி, மறைந்த அமிருன்னிஸா,
மற்றும் என் அம்மா, மறைந்த ஷஹுதா கடுீன்,
இவர்களிடமிருந்தே நான் என் கதைசொல்லும் கலையைப்
பெற்றேன்’

இந்த உலகில் காதலின் வலியைவிடவும் வேறு வலிகள் உண்டு.

இந்த உலகில் காதலிப்பவருடன் கூடும் இன்பத்தைவிடவும் வேறு இன்பங்கள் உண்டு.

– ஃபயஸ் அஹமத் ஃபயஸ்

கனவு

1

ஆரிஃபை திடீரென்று காற்று தழுவவும் அவனுக்குக் குளிரெடுத்தது. தனது சைக்கிளை அந்த இரண்டு மாடி மஞ்சள் கட்டிடத்தின் முன்பு நிறுத்தியபொழுது குளிருக்கு ஒரு ஜாக்கெட் அணிந்திருக்கலாம் என்று நினைத்தான். அப்பொழுதுதான் காலேஜிலிருந்து வீட்டிற்கு வந்திருந்தான். தன் சைக்கிளை படிக்கட்டுகளின் அருகில் நிறுத்திவிட்டு, அதன் கேரியரிலிருந்து நோட்புக்கை எடுத்துக்கொண்டு மாடிப்படிகளில் தாவி ஏறினான். அதன் கைப்பிடி பல இடங்களில் சேதாரமாகியிருந்தது. அந்த கட்டிடத்தின் கூரையிலிருந்து சிலந்திவலைகள் தொங்கின.

முதல் தளத்தில், ஒரு கதவைத் திறந்துகொண்டு, தன் குடும்ப வீட்டின் பால்கனிக்குள் நுழைந்தான். தன் நோட்புக்கை பழுப்பு நிற மர நாற்காலியில் வைத்தான். நாற்காலிக்கு அருகில் சாம்பல் நிறத்தில் மூவர் அமரக்கூடிய செயற்கைத் தோலாலான மலிவான சோஃபா கிடந்தது. ஆரிஃப் குனிந்து, தன் கருப்புநிற தோல் காலணிகளைக் கழற்றினான். அவற்றைக் கையில் பிடித்தவாறு வேகமாகத் தட்டி, அதில் ஒட்டியிருந்த தூசுகளை அகற்றினான். வாயிலுக்கருகில் ஷூக்களை வைத்துவிட்டு, தூசுக்கள் போக தன் உள்ளங்கைகளை வேகமாகத் தேய்த்துவிட்டுக்கொண்டான். நோட்புக்கை எடுத்துக்கொண்டு தன் படுக்கையறைக்குச் சென்றான். ஆரிஃபிற்கு களைப்பாக இருந்ததால் சிறிது ஓய்வெடுக்க நினைத்தான். ஆனால் தனது அறையில் இரண்டு புதியவர்களைப் பார்த்ததும்

கதவிலிருந்து திரும்பினான். இருபதுகளின் தொடக்கத்தில், ஒட்ட வெட்டப்பட்ட தலைமுடியுடன் பார்ப்பதற்குக் குள்ளமாகவும் வாளிப்பாகவும் இருந்த ஓர் இளைஞன், ஆரிஃபின் கட்டிலில் படுத்து உறங்கிக் கொண்டிருந்தான். தொப்பையும் தாடியும் கொண்ட நடுத்தர வயதுடைய இரண்டாமவன் ஒரு சேரில் அமர்ந்து இந்தியா டுடேவின் சமீபத்திய இதழை ஆழ்ந்து வாசித்துக்கொண்டிருந்தான்.

சமையற்கட்டில் காய்கறி நறுக்கிக்கொண்டிருந்த தன் அம்மாவிடன் ஆரிஃப் சென்றான்.

‘யாரும்மா இவங்க?’

‘அந்த பெரியவரு உங்க அப்பாவோட ஏதோ தூரத்து உறவாம். இங்க பாட்னால அவரோட மகனுக்கு இந்திரா காந்தி ஹாஸ்பிடல்ல மருத்துவம் பாக்க வந்திருக்காரு. நாலஞ்சு நாளைக்கு நம்மகூடத்தான் இருக்கப்போறாங்க,’ அம்மா நறுக்கிய காய்கறிகளை பெரிய பாத்திரத்தில் மாற்றியபடி சொன்னாள்.

‘திரும்பவும் கெஸ்டா? இது என்ன வீடா இல்ல சத்திரமா? ஒரு நாள் விட்டு ஒரு நாள் யாராவது வந்துட்டே இருக்காங்க,’ ஆரிஃப் முடியை இழுத்துக்கொண்டே கூறினான். ‘இருக்குறது மூனு ரூம். அது நம்ம எட்டு பேருக்கே பத்தல.’

‘குரல கம்மி பண்ணுப்பா. அவங்களுக்குக் கேக்கப் போகுது,’ அம்மா நறுக்கிய கத்திரிக்காய், முள்ளங்கி, உருளைக்கிழங்குகளை கழுவியபடி கிசுகிசுத்தாள்.

‘கேட்டா கேக்கட்டும்,’ சொல்லிவிட்டு ஆரிஃப் கிச்சனிலிருந்து வேகமாக வெளியேறி வராந்தாவின் கடைசியில் இருந்த சிறிய அறைக்குச் சென்றான்.

மூன்று சாக்கு மூட்டைகள் நிறைய கோதுமை மற்றும் அரிசிகளைக் கொண்ட அந்த சிறிய சேமிப்பு அறையில் ஒரு புத்தக அலமாரி, நாற்காலி' மற்றும் மேஜை இருந்தன. ஆரிஃப் படிப்பதற்கான மாற்று இடமாக அது இருந்தது. அந்த சாக்குகளிலிருந்து வெளிப்பட்ட பூச்சிக்கொல்லிகளின் நெடி ஆரிஃபின் ஒவ்வாமையைத் தூண்டி அவனுக்குத் தும்பலை வரவழைத்தது. அங்கு ஜன்னல் இல்லாததால் கதவைத்தான் அவன் விரிந்து திறந்து வைக்க வேண்டும். மருந்தின் நெடி தாள முடியாமலிருந்ததால் அவனால் அங்கு நிறைய நேரம் அமர முடியவில்லை.

விருந்தாளிகள் அவ்வீட்டின் தொடர் தொல்லையாக இருந்துவந்தார்கள். பாட்னாவிற்கு வரும் எந்தவொரு உறவினரும் இவர்களுடன் தங்கினார்கள். காசில்லாமல் தங்க இடம் இருக்க, யார் ஆயிரக்கணக்கில் லாட்ஜுக்கு பணம் செலவழிப்பார்கள்? பெரும்பாலும் மருத்துவ சிகிச்சைக்காக வந்தார்கள். பெரிய அளவில் நடக்கும் போலீஸ் கான்ஸ்டபிள்கள் தேர்வுக்காக அல்லது பாட்னா உயர் நீதிமன்றத்தில் நடக்கும் வழக்குகளுக்காகவும் வந்தார்கள். வரும் விருந்தினர்களில் சிலரை அப்பாவும் அம்மாவும் இதுவரை சந்தித்திருக்கக்கூட மாட்டார்கள். ஆனால் வந்தவர்கள் எல்லாம் ஒன்று ஆரிஃபின் மாமாக்களின் சிபாரிசு கடிதத்துடனோ அல்லது அப்பாவின் அலுவலகத்திற்கு தகவல் தெரிவிக்கப்பட்டோ வந்தார்கள்.

அப்பாவிற்கும் இதுபோன்று தொடர் விருந்தாளிகளை ஊக்குவிப்பது பிடிக்கவில்லை. வந்தவர்கள் சென்ற பிறகு கோபத்தில், ‘இவங்க எல்லாம் என் வீட்ட என்ன மடம்னு நினைச்சாங்களா?’ என்று கத்துவார். ஆனால் அவர்கள் இருந்தபொழுது, அவன் அப்பா அவர்களை மிகச் சிறப்பாக உபசரித்ததால் அடுத்தமுறையும் அங்கேயே வருவதற்கு அவர்களை அது ஊக்குவித்தது.

அம்மாவிற்கு எப்பொழுதும் வேலைப்பளு அதிகம். சமயங்களில் அவள் இருபது பேருக்குக்கூட அந்தக் கரி அடுப்பில் சமைத்திருக்கிறாள். மூன்று வருடங்களாக எரிவாயு அடுப்பை வாங்க அப்பா முயன்றுகொண்டிருக்கிறார். சென்ற வருடம் விண்ணப்பித்திருந்தார், ஆனால் இன்னும் அவரது முறை வரவில்லை. கள்ளச் சந்தையில் ஒரேயொரு சிலிண்டரின் விலைகூட மிக அதிகம். ஒவ்வொரு நாள் காலையிலும் அம்மா படுக்கையிலிருந்து அதிகாலையிலேயே எழுந்து அந்தக் கரி அடுப்பைப் பற்ற வைக்க வேண்டும். அந்த அடுப்பு வெளியிடும் கரும் புகையைத் தவிர்க்க, அம்மா செங்கலாலான கரி அடுப்பை மாடிக்குக் கொண்டு சென்று, புதிய கரிகளை இட்டு, அடுப்பை மூட்டிவிட்டு, மூட்டிய அடுப்பை மறுபடியும் சுமந்து சமையற்கட்டிற்கு எடுத்து வருவாள். இதுவரை தன் பிள்ளைகளின் உதவி வேண்டி அவர்களை எழுப்பியதேயில்லை. அவள் பிள்ளைகள் விழித்திருந்தாலும், மூட்டப்பட்ட கனமான அடுப்பைப் பெண் பிள்ளைகள் சுமக்க அவள் அனுமதித்ததில்லை. ‘இப்படிலாம் கனமான பொருள தூக்கறது வீட்டு விலக்கு வரும்போது நல்லதில்ல.’ தன் மகன்கள் ஆரிஃப் மற்றும் ஜாகிருக்கு இதுபோன்று

அவளால் காரணங்களைக் கொடுக்க முடியாததால், என்றாவது சீக்கிரமாக எழுந்திருக்கும்பொழுது இருவரும் அடுப்பைத் தூக்கிவர உதவுவார்கள். கடந்த வருடம் தன் அம்மாவிற்கு ஒவ்வொரு நாளும் அடுப்பைத் தூக்கி உதவ ஆரிஃப் சத்தியம் செய்துகொண்டான். ஆனால் பெரும்பான்மை காலைகளில் அவன் எழுந்திருக்கும் முன் அவன் அம்மா அடுப்பைப் பற்ற வைத்திருப்பாள்.

ஆரிஃப் மற்றும் ஜாகிர் இருவரும் ஒரே அறையைப் பகிர்ந்துகொண்டார்கள். இரண்டாவது அறையில் ஒன்றுக்கொன்று சற்று இடைவெளியில் இடப்பட்ட இரு சிறிய படுக்கைகளில் அவனது அப்பாவும் அம்மாவும் படுத்துறங்கினார்கள். அந்த அறையில் ஒரு ப்ளாஸ்டிக் டேபிளும் நான்கு நாற்காலிகளும்கூட இருந்ததால் பகற்பொழுதுகளில் அது வரவேற்பு அறையாகவும் பயன்பட்டது. பெரிய பால்கனியைக் கொண்ட, இருப்பதிலேயே பெரிய மூன்றாவது அறையில் அவனது பாட்டிக்காக ஒரு மரக்கட்டில் போடப்பட்டிருந்தது. அதில் அவனது மூன்று சகோதரிகளும், ரபியா, நஸ்னீன், ஹுமா, எப்படியோ தங்களைப் பொருத்திக்கொண்டனர். எப்பொழுதெல்லாம் விருந்தினர் வருகிறாரோ, அப்பொழுதெல்லாம் அம்மா நடைபாதையில் பாயை விரித்துப் படுத்துக்கொள்வார். விருந்தினர், அப்பாவுடன் அந்த அறையில் படுத்துக்கொள்வார்.

'அம்மா, நான் இங்க படுத்துக்கறேன். நீங்க எங்க அறைல படுங்க,' எத்தனையோ முறை ஆரிஃபும் ஜாகிரும் சொல்லியும் அவள் சம்மதித்ததில்லை. விருந்தினர்களின் எண்ணிக்கைக் கூடினால் ஆரிஃப், ஜாகிர் இருவருமே தங்கள் அறையை விட்டுக்கொடுக்க வேண்டியதிருக்கும். தன் அம்மா, தரையில் விரிக்கப்பட்ட ஓலைப் பாயில் இரண்டு புடவைகளை மடித்துத் தலையணையாக வைத்துக்கொண்டு படுக்கத் தேவையில்லையென்றால் ஆரிஃப் அவன் அறையை விட்டுக் கொடுக்கத் தயங்கியதில்லைதான். ஆனால் இதனால் அவன் படிப்பிற்குத் தடங்கல் ஏற்படுவதைக்குறித்து அவன் எரிச்சலடைந்தான்.

ஆரிஃப் தன் அறைக்குத் திரும்பினான். அந்த மனிதன் தன் கருப்பு வெள்ளைத் தாடியை தன்னையறியாமல் சொறிந்துகொண்டே ஓர் உருது புத்தகத்தைப் படித்துக்கொண்டிருந்தான். அந்த இளைஞன் இன்னமும் உறங்கிக்கொண்டிருந்தான்.

'அஸலாம் அலைக்கும்,' ஆரிஃப் அவரை வணங்கினான்.

‘வாலைக்கும் அஸலாம் ரஹமத்துல்லாஹே பர்கதாஹு,’ அந்த மனிதன் பதிலுக்கு சொல்லியவாறு தன் இரு கைகளையும் ஆரிஃபை நோக்கி நீட்டினான். ஆரிஃப் தயங்கியவாறு அவற்றைப் பற்றிக்குலுக்கினான்.

‘நீதான் அப்துல் ரஷீதோட ரெண்டாவது பையனா?’ அந்த மனிதன் கனிவாக வினவினான்.

‘இல்ல, நான்தான் பெரியவன்,’ ஆரிஃப் பதிலுரைத்தான்.

‘ஓ! உன் தம்பி ஜாகிர் பாக்குறதுக்கு உன்னவிட பெரிய பையனா தெரியறான். மாஷால்லாஹ்! நல்லா உயரமா, வெள்ளையா அப்படியே அவன பாக்க ஒரு பதான பாக்குறா மாதிரி இருக்கு. அவன் வயசு என்ன?’ அந்த மனிதன் தொடர்ந்து தன் தாடியைச் சொறிந்துகொண்டிருந்தான்.

‘இருபது,’ ஆரிஃப் பதிலளித்தான். ஐந்தடி பத்து அங்குலத்தில் இந்திய சராசரிக்கு ஆரிஃபும் அவன் வயதிற்கு உயரமானவன்தான். ஆனால் ஜாகிர் அவனைவிடவும் உயரமாக இருந்தான்.

‘உனக்கு?’

‘நான் ஜாகிர விட ஒரு வயசு பெரியவன்.’

அந்த மனிதன் ஒரு நொடி நிறுத்திவிட்டு பின்பு தொடர்ந்தான், ‘உன்னோட புனித பேரு என்ன?’ இந்த முறை செயற்கையாக, உருதுவில் கிட்டத்தட்ட பழைய லக்னவி பாணியில் கேட்டான்.

‘ஆரிஃப் கான்,’ முடிவேயில்லாததுபோல் தோன்றிய கேள்விகளால் ஆரிஃப் ஏற்கெனவே களைப்படைந்திருந்தான். இந்த வழக்கங்கள் அவனுக்கு ஏற்கெனவே அறிமுகமானவைதான்.

‘நல்ல பேரு. படிப்புலாம் எப்படி போகுது? நீ பி.ஏ தான பண்ற?’

‘பி.எஸ்.சி கெமிஸ்ட்ரி, ஹானர்ஸ். தேர்ட் இயர்,’ ஆரிஃப் தன் மேஜைமீது எதையோ தேடியவாறே கூறினான்.

‘எந்த காலேஜ்?’

‘ஏ.என். காலேஜ்.’

‘ஜாகிரும் உன் சிஸ்டர்ஸும்?’

'ஜாகிரும் ஏ.என் காலேஜ்லதான் பி.ஏ செகன்ட் இயர் படிக்கிறான். ரபியா ஜே.டி வுமன்ஸ் காலேஜ்ல செகண்ட் இயர் படிக்கிறா. மத்த ரெண்டு பேரும் பிஹார் மிலிடரி போலீஸ் ஹை ஸ்கூல்ல படிக்கிறாங்க.'

'ஆரிஃப் தம்பி,' திடீரென்று வேறு ஒரு குரலில் அழைத்தார் - 'நீ பிஸியா இல்லேனா எங்ககூட வரியா? எனக்கு இந்த சிட்டி ரொம்ப புதுசு. மோதிஹாரியா இருந்திருந்தா எனக்கு பிரச்சன இருந்திருக்காது.'

'சாரி, என்னால வர முடியாது,' ஆரிஃப் கூறினான். 'எனக்கு இன்னும் ரெண்டு வாரத்துல ஃபைனல் எக்ஸாம்ஸ் இருக்கு.' கட்டிலுக்கு நடந்து, அதற்குப் பக்கத்தில் இரும்பு ஹேங்கரில் மாட்டியிருந்த குளிருக்கான ஜாக்கெட்டை எடுத்துக்கொண்டான்.

'நாங்க என்ன டெய்லியா வரோம்?' அந்த மனிதன் சற்றே காயப்பட்டக் குரலில் சொன்னான்.

'சாரி,' ஆரிஃப், தன் டேபிளிலிருந்து மெலிதான புத்தகம் ஒன்று, நீல நிற டைரி மற்றும் பேனாவை எடுத்துக்கொண்டு வெளியேறினான்.

பத்து நிமிடங்கள் கழிந்து, ஆரிஃப் தேசிய பூங்காவின் பச்சைப் புல் பரப்பில் அமர்ந்திருந்தான்; அருகில் நீல டைரியும் *திவான்-இ-மோமின்* புத்தகமும்.

'எக்ஸாமுக்கு படிக்கிறதுக்கு பதிலா, இங்க உக்காந்து கவிதைகள படிச்சிட்டிருக்கேன்,' ஆரிஃப் தனக்குள் முனுமுனுத்துக்கொண்டான். தூரத்து ஊஞ்சலில் விளையாடிக்கொண்டிருந்த சில குழந்தைகளைத் தவிர அந்தப் பூங்கா காலியாக இருந்தது. ரோஜா மற்றும் சாமந்திப்பூக்களாலான மலர்ப்படுக்கை பூங்காவில் குறுக்கும் நெடுக்குமாக ஓடிய கூழாங்கல் நடைபாதையின் பக்கவாட்டிலும், ஜவஹர்லால் நேருவின் மார்பளவு பளிங்குச் சிலையின் நடுவிலும் இருந்தது.

கொஞ்சம் பலமான காற்று வீசி மரம், செடிகொடிகளை அசைக்க, ஆரிஃபிற்கு லேசாகக் குளிரியது. குளிர் ஜாக்கெட்டின் ஜிப்பை மேலே இழுத்துவிட்டுக்கொண்டு, தன் புத்தகத்தை எடுத்தான். பக்கங்களை புரட்டியபடி இருக்க, காலடியோசை அவன் கவனத்தைக் கலைத்தது.

வெள்ளை சால்வை போர்த்தப்பட்டு, மெலிந்திருந்த வயதான ஒரு மனிதரும், உயரமாக மெல்லிய உடல்வாகுடைய

ஒரு பெண்மணியும் அவன் இருந்த திசையில் நடந்து வந்துகொண்டிருந்தார்கள். அவளது நீண்ட கூந்தல் கலைந்திருந்தது. கண்கள் வீக்கமாக, மை அப்பி இருந்தன. அவள் அழுதுகொண்டிருந்திருக்க வேண்டும். ஆரிஃபால் அவளைப் பார்க்காமல் இருக்க முடியவில்லை.

'சுபானல்லாஹ்!' ஆரிஃப் முனுமுனுத்துக்கொண்டே புத்தகத்தைப் படிக்கத் தொடங்க, அருகில் அந்த பெண்மணி அந்த வயதானவரை பெஞ்ச் ஒன்றில் அமர வைத்துக்கொண்டிருந்தாள். டைரியைத் திறந்து அந்தப் பெண்மணி பற்றி உருதுவில் இரண்டு வரி கிறுக்காமல் அவனால் இருக்க முடியவில்லை.

கருங்கூந்தலையுடையவள் கருப்பு உடையில்
பளிங்கு தேகத்தைக் கொண்டிருந்தாள்.
ஒப்பிட்டுப் பார்க்க முடியாத அழகைப் கொண்டவளின்
முகம் முழுநிலவைவிடவும் அதிக அழகைப் பெற்றிருந்தது

'அப்பா, இப்ப எப்படி இருக்கு?' அந்த பெண்மணியின் குரல் கேட்கவும் ஆரிஃப் மீண்டும் அவளைப் பார்த்தான். அந்த வயதானவரிடமிருந்து எந்த பதிலும் இல்லை. அவள் அவரின் தோள்களைப் பிடித்தவாறு, குழப்பத்துடனும் பதட்டத்துடனும் சுற்றும் முற்றும் பார்த்தாள்.

'அப்பா, அப்பா!' அவள் குரல் கீச்சிடத் தொடங்கியது. தன் ஒரு கையால் அவரது நெற்றி மற்றும் கன்னங்களில் தொட்டுப் பார்த்தாள். பின்பு தலையைக் குனிந்து தன் காதை அவர் மார்பில் வைத்துக் கேட்டாள். அவரை வேகமாக உலுக்கினாள்.

தன் டயரி மற்றும் புத்தகங்களை எடுத்துக்கொண்டு ஆரிஃப் அவர்களை நோக்கி வேகமாக நடந்தான்.

'ப்ளீஸ், ஹெல்ப் பண்ணுங்க!' அந்த பெண்மணி தன் கண்ணீரை அடக்கிக்கொண்டு கதறினாள். ஆரிஃப் தன் பொருட்களை பெஞ்சில் கிடத்திவிட்டு, அவரது மணிக்கட்டைத் தூக்கிப் பிடித்து நாடியை சோதித்தான்.

'ப்ளீஸ், ஆம்புலன்ஸ கூப்பிடுங்க!', அவள் தன் புறங்கையால் சிவந்திருந்த மூக்கைத் துடைத்துக்கொண்டே கூறினாள்.

‘பாட்னால ஆம்புலன்ஸ் சீக்கிரம் வரது கஷ்டம். நான் வேணா ஒரு டாக்சிய கூப்பிடறேன்,’ கூறிவிட்டு ஆரிஃப் அருலிருந்த பான் - சிகரெட் பெட்டிக்கடையை நோக்கி ஓடினான். பரட்டை முடியுடன், கைப்பிடி அளவு மீசை வைத்திருந்த பான் கடைக்காரர், வெற்றிலைக் காம்புகளைக் கிள்ளுவதில் மும்முரமாக இருந்தார். சாரதா சின்ஹா ரேடியோ பெட்டியில் பாடிக்கொண்டிருந்தார்... *‘Le le haiye O piya choliya bangal ke ...* (ஓ என் கணவனே... வங்கத்திலிருந்து எனக்கு ஒரு ரவிக்கை வாங்கித்தா...)’

‘லோகல் கால்,’ சொல்லிக்கொண்டே இரண்டு ரூபாய் நாணயத்தை அவரிடம் தந்துவிட்டு, ஆரிஃப் போன் பூத்திற்குள் நுழைந்து டாக்சியை அழைத்தான்.

டாக்சி வர கிட்டதட்ட இருபது நிமிடங்கள் ஆகின. டாக்சி டிரைவர் ஹபிபிடம் - தன் குடும்பத்திற்கு அவ்வப்போது வண்டியோட்டியிருப்பதால் ஆரிஃபிற்கு ஏற்கெனவே அறிமுகமானவன்- கிழவரை வண்டிக்குத் தூக்கிச் செல்ல உதவுமாறு கேட்டான். ‘சரி, ஆரிஃப் பாய்!’ என்று சொல்வதற்கு முன் தன் சுண்டு விரலால் காதைக் குடைந்துகொண்டே அந்த கிழவரையும் ஆரிஃப் பக்கத்தில் இருந்த பெண்ணையும் பதட்டமாகப் பார்த்தான்.

அந்தப் பெண் அவர்களைத் தொடர்ந்தாள். அவர்கள் டாக்சியின் பின் சீட்டில் கிழவரைக் கிடத்த, அவர் தலையைத் தாங்கிப்பிடிக்க தன் கைகளை நீட்டினாள் அவள். தெரியாமல் ஆரிஃபின் மார்பில் அவள் கை உரசியது. ஆரிஃபிற்கு ஒருமாதிரி உடம்பு கூசியது. அந்தப் பெண் காருக்குள் நுழைந்து தன் தந்தையின் தலையை மடியில் கிடத்தியபடி உட்காரும்வரை அவன் அவளை வெறித்துப் பாத்துக்கொண்டிருந்தான்.

‘சீக்கிரம் போங்க!’ அந்தப் பெண் பதட்டமாகக் கூறினாள்.

தன் நினைவிற்குத் திரும்பியவன் அவளை அப்படி வெறித்ததை எண்ணிக் கூச்சமாக உணர்ந்தவாறே டிரைவருக்குப் பக்கத்து சீட்டில் தாவி ஏறிகொண்டான்.

ஹபிபிடம், ‘பாட்னா மெடிகல் காலேஜ், எமர்ஜென்ஸி வார்டுக்கு போங்க!’ என்றான்.

ஹாஸ்பிடல் செல்லும் வழியில், ஆரிஃப் ரியர்-வியூ கண்ணாடியில் கவனித்தான். அந்த வயதான மனிதருக்கு இன்னும் நினைவு திரும்பியிருக்கவில்லை. அவரது நெஞ்சையும்

உள்ளங்கைகளையும் நீவிவிட்டவாறிருந்த அவளின் கண்ணீர் ரோஜா கன்னங்களில் வழிந்தோடியது. *'அல்லாவே, இந்த வயதானவருக்கு உதவி புரி,'* ஆரிஃப் மனதிற்குள் பிரார்த்தித்தான்.

டக் பங்களா சதுக்கத்தின் அருகில் கார் ஒரு குலுங்கு குலுங்கி நின்றது.

எதிரில் சாலை மறிக்கப்பட்டிருந்தது. பிளாஸ்டிக் நாற்காலிகள், சைக்கிள்கள், ஸ்கூட்டர்களைக் கொண்டு தற்காலிகமாக ரோடு அடைக்கப்பட்டிருந்தது. அறுபதிலிருந்து எழுபது இளைஞர்கள், பெரும்பாலும் தரையில் அமர்ந்திருந்தவர்கள், ஹிந்தியில் முழக்கமிட்டுக் கொண்டிருந்தார்கள்.

வி.பி சிங் டவுன் டவுன்

மண்டல் கமிஷனை திரும்பப் பெறு

காகிதம் மற்றும் துணிகளால் ஆன பேனர்கள் அருகிலிருந்த தொலைபேசி, மின் கம்பங்களில் கட்டப்பட்டிருந்தன.

மண்டல் கமிஷனை ஏற்றுக்கொள்ள மாட்டோம்

ரிசர்வேஷன் தேவையில்லை! தகுதிக்குதான் வேலை

ஓட்டுவங்கி அரசியலை நிறுத்து

சாதியடிப்படையில் சமரசம் செய்யாதே

டாக்ஸிக்கு பின்னால் சேர்ந்துவிட்ட வாகனங்களால் டாக்சி சூழப்பட்டு வேறு வழியிலும் செல்ல முடியாமல் போனது. ஆரிஃப் வண்டியிலிருந்து இறங்கி சுற்றிப் பார்த்தான். ஒரு சைக்கிள் ரிக்ஷாவில், பென்சில் மீசையும், வேட்டியுமாயிருந்த நடுத்தர வயதுக்காரர் ஒருவர், அருகே மோட்டார்சைக்கிளில் குள்ளமாக, தடித்திருந்த இளைஞனுடன் இடஒதுக்கீட்டு அரசியலைக் குறித்து விவாதம் செய்துகொண்டிருந்தார்.

'இருபத்தியேழு சதவீதம் பேக்வார்ட் க்ளாசுக்கு போச்சுன்னா, நாம உயர்சாதிக்காரங்க எல்லாம் ரோட்டுல பிச்சதான் எடுக்கனும்,' என்று உணர்ச்சிவசப்பட்டுக் கூறினார்.

அந்தப் பெண் கார் ஜன்னலைக் கீழிறக்கி வெளியில் எட்டிப்பார்த்தாள். எதுவும் சொல்லவில்லையென்றாலும் கலங்கியிருந்த அவள் கண்கள் அவளது தந்தையை எப்படியாவது ஹாஸ்பிடலுக்குக் கொண்டுபோக அவனிடம் இறைஞ்சின.

அவளது கண்ணீரால் பதட்டமடைந்த ஆரிஃப் எப்படியாவது அங்கிருந்த போக வழி தேடினான். 'ஹபிப் பாய், நாம அந்த பசங்க கிட்ட பேசலாம்,' ஆரிஃப் ட்ரைவரிடம் சொன்னான்.

'எந்த பிரயோஜனமும் இல்ல ஆரிஃப் பாய்,' ஹபிப் மீண்டும் தன் காதைக் குடைந்துகொண்டான். தொண்டையைக் கனைத்து, ஜன்னலைக் கீழிறக்கி, தலையை வெளியில்விட்டு காறியுமிழ்ந்துவிட்டு, 'நம்மள விடமாட்டாங்க,' என்று சொன்னான்.

அப்ப அவங்ககிட்ட நான்தான் பேசனும், மனதிற்குள் நினைத்தவாறு ஆரிஃப் அந்தப் பெண்ணைப் பார்த்தான்.

'நானும் வரவா?' அவள் கேட்டாள்.

'அப்பாகூட இருங்க. நான் பேசறேன்,' ஆரிஃப் தன் தாடையைத் தடவியவாறு கூறினான். அவனுக்கு அவர்களை எதிர்கொள்ள தயக்கமாயிருந்தது. இதுபோல உணர்ச்சிவசப்பட்ட சமயங்களில் மாணவர்கள் எப்படி எதிர்வினை புரிவார்கள் என்பதை உணர்ந்திருந்தான். இருக்கும் தைரியத்தை எல்லாம் திரட்டி, இழுத்து ஒரு பெருமூச்சுவிட்டபடி எதிர்ப்புறம் இருந்த கூட்டத்தை நோக்கி நடந்தான்.

'என்ன பிராப்ளம், மிஸ்டர்? ரோடு அடைச்சிருக்குறது தெரியல?' போராட்டக்காரர்களில் நன்கு உயரமாக, தாடியுடன், நெற்றியில் திலகமிட்டிருந்த ஒருவர் எழுந்துகொண்டே கேட்டார்.

'சார்,' ஆரிஃப் இறைஞ்சினான், 'வயசான ஒருத்தருக்கு உடம்பு ரொம்ப முடியல. ப்ளீஸ் எங்கள போக விடுங்க. மெடிகல் ஹெல்ப் டைமுக்கு கிடைக்கலேனா செத்துபோயிடுவாரு சார்.'

'இல்ல, முடியாது. கிளம்பு.'

'ப்ளீஸ் அண்ணா. வாழ்வா சாவானு இருக்கு நிலமை,' ஆரிஃப் மன்றாடினான்.

'லட்சக்கணக்கான இளைஞர்களோட எதிர்காலமே கேள்விக்குறியா இருக்கு. இதுல ஒரு கெழவனபத்தி நாங்க இப்ப கவலப்பட முடியாது,' சாம்பல் நிற சூட் அணிந்த ஒரு பரட்டைத் தலை இளைஞன் கூட்டத்திலிருந்து வெளிவந்துகொண்டே சொன்னான்.

'மரியாதையா போயிடு!' தாடிக்கார இளைஞன் எச்சரித்தான்.

'இல்ல. போக மாட்டேன்.. நீங்க செய்யிறது சட்டப்படி தப்பு,' ஆரிஃப் கோபப்படத் தொடங்கினான்.

திடீரென்று, ஓர் இருபது வயது மதிக்கத்தக்க இளைஞன் கூட்டத்திலிருந்து குதித்து ஆரிஃபை ஒரு குத்துவிட்டு கீழே தள்ளினான்.

'இதோடா மச்சான் நமக்கே சட்டம் கத்துதராரு. ஓத்தா ஓடிப்போயிடு. இல்லேனா துவச்சு தொங்கவிட்றுவேன். ப்ளடி ராஸ்கல்.'

ஆரிஃபிற்கு தான் இந்த கும்பலுடன் தனியாக சண்டையிடமுடியாது என்பது விளங்கியது.

மற்ற போராளிகளும் அவனைச் சூழ்ந்தனர். அதில் ஒருவன் ஹாக்கி குச்சி வைத்திருந்தான். அங்கே திடீரென்று அத்தனை அமைதி.

ஆரிஃப் பயந்தான். அவனுக்கு அடுத்து என்ன செய்வதென்று குழப்பமாக இருந்தது.

'ப்ளீஸ், அவர ஒன்னும் பண்ணாதீங்க,' ஒரு பெண் குரல் சொல்லியது. கருப்பு உடையில் அந்தப் பெண் தன் கைகளைக் கூப்பி இறஞ்சியதைப் பார்த்து ஆரிஃப் ஆச்சரியப்பட்டான்.

அவளின் தலை புடவையின் தலைப்பால் மூடியிருக்க, கண்களில் கண்ணீர் தளும்பியது.

அந்த தாடிக்காரன் உடனிருந்த போராளிகளிடம் 'இவன விடுங்க,' என்றார்.

அங்கிருந்த மாணவர்கள் அவனைக் கோபமாகப் பார்த்தபடி அவன் செல்லலாம் என்பதுபோல் நகர்ந்துகொண்டு வழிவிட்டார்கள். தரையிலிருந்து எழுந்தபடி, அந்தப் பெண்ணை ஆரிஃப் ஆழ்ந்து நோக்கினான். உள்ளங்கையிலிருந்த மணலைத் தட்டியபடி போகத் திரும்ப, ஹபிப் கத்திக்கொண்டே காரை நோக்கி வேகமாக ஓடினான். ஆரிஃபின் இதயம் மூழ்கியது. கருப்பு நிற உடையில் இருந்த அந்தப் பெண் ஓடத் தொடங்கியிருந்தாள். ஆரிஃப் அவளைத் தொடர்ந்தான்.

அந்த வயதானவர் புரியாதவாறு எதையோ முனகிக் கொண்டிருந்தார். ஹபிப் நியூஸ் பேப்பரால் அவருக்கு விசிறிவிட்டான். ஆரிஃப் ஒரு நிம்மதிப் பெருமூச்சு விட்டான். அந்தப் பெண் காரில் ஏறி, அவர் தலையை மீண்டும் தன் மடியில்

கிடத்தி, அவர் நெஞ்சை நீவிவிட்டவாறே ஹனுமான் சாலிசா ஜபிக்கத் தொடங்கினாள்...

ஓ, வாயுப் புத்திரனே, மங்கலமான தோற்றம்கொண்டு தீமைகளை அழிப்பவனே! ஓ, கடவுளரின் தலைவனே! எங்கள் இதயத்தில் ராமன், லட்சுமணன், சீதையுடன் வசிப்பீராக...

சில நொடிகளிலேயே அந்த வயதானவர் அமைதியானார். அவள் தொடர்ந்து ஜபித்தாள். ஆரிஃப் சுற்றிப் பார்த்து வெளியேற வழிதேடினான். ஆனால் வழி கிடைக்கவில்லை.

சில நொடிகளிலேயே ஒரு வெள்ளை அம்பாஸடர் காரும், போராட்டத்தை ஒடுக்கும் இரண்டு போலீஸ் பஸ்களும் ரோட்டின் எதிர்புறம் வந்து நின்றன. முப்பது நாற்பது காவலாளிகள் போராட்டக்காரர்களை நோக்கி நகர்ந்தார்கள். ஹெல்மெட் அணிந்து கையில் லத்தி வைத்திருந்தார்கள். ஓர் உயர் போலீஸ் அதிகாரி காரிலிருந்து இறங்கி நின்று லவுட்ஸ்பீக்கரைக் கையில் பிடித்தபடி, மாணவர்களிடம் சாலையை விட்டு விலகும்படி அறிவித்துக்கொண்டிருந்தார்.

மாணவர்கள் போலீசை நோக்கி கற்களை எடுத்து வீசத்தொடங்கினர். சூழலை உணர்ந்து, ஆரிஃப் காரில் வேகமாக ஏறினான். வாகன நெரிசல்களுக்கிடையில் மாட்டிக்கொண்ட மக்கள் கூட்டத்தின் மீதும் குறி தவறி சில கற்கள் விழுந்தன. மக்கள் பயந்து தங்கள் வாகனங்களை அப்படியே விட்டுவிட்டு பாதுகாப்பிற்காக ஓடத்தொடங்கினர். காரில், டாக்சியில் இருந்தவர்கள் உள்ளே பதுங்கினர்.

போலீஸ்காரர்கள் போராட்டக்காரர்களைக் குறிவைத்தார்கள். மாணவர்கள் சிதறியோடுவதை ஆரிஃப் கவனித்தான். சிலர் சாலையில் தடுக்கிவிழ, போலீஸ்காரர்கள் அவர்களை தர்ம அடி அடித்து வேனிற்கு இழுத்துக்கொண்டு போனார்கள்.

விரைவில், சாலையில் வழி ஏற்பட்டது. ஹபிப், டக் பங்களா சதுக்கத்தின் வழியாக வேகமாக வண்டியை செலுத்தினான்.

அந்த வயதானவரை ஸ்ட்ரெச்சரில் வைத்து உள்ளே கொண்டுபோக, அவனுடன் அப்பெண்ணும் சென்றாள். ஆரிஃப் டாக்சிக்குப் பணம் கொடுக்க வெளியே நின்றான்.

நல்லவேளையாக, அன்று காலையில்தான் அப்பா கொடுத்த பாக்கெட் மணி அவனிடம் இருந்தது.

பி.எம்.சி.எச் எமர்ஜென்ஸி வார்டின் காத்திருப்பு அறையில் நுழையவும், தன் அழுகையைக் கட்டுப்படுத்த தன் வாயில் புடவை நுனியை வைத்து அழுத்தி, காத்திருப்பு இருக்கையில் அமர்ந்திருந்த அந்தப் பெண்ணைப் பார்த்தான்.

'அப்பா எங்க?' பக்கத்தில் இருந்த சேரில் அமர்ந்துகொண்டே ஆரிஃப் அந்தப் பெண்ணிடம் கேட்டான். அந்த இடமே டெட்டால் மற்றும் ஃபினாயில் நெடியால் நிரம்பி வழிந்தது. உயரமாக, ஒல்லியாக இருந்த நடுத்தர வயது மனிதன் ஒருவன் தரையை ஈரத்துணியால் துடைத்துக்கொண்டிருந்தான்.

'அவருக்கு ஏதோ சில டெஸ்ட் எடுக்க கொண்டு போயிருக்காங்க,' மெலிதான குரலில் உரைத்தாள் அப்பெண். 'என்ன இங்க வெயிட் பண்ண சொன்னாங்க.'

அவள் சொல்லி முடிப்பதற்குள், மீசை வைத்து வாளிப்பாக இருந்த ஒருவர் அவளைத் தன்னுடன் ஐ.சி.யுவிற்கு வரச்சொல்லி அழைத்துப்போனார். ஆரிஃபும் அவளுடன் செல்ல எழுந்துகொண்டான்.

'ஒருத்தர்தான் அலவ்ட்,' சுருக்கமாகச் சொன்னார்.

'நான் வர வரைக்கும் நீங்க இங்கயே இருங்க. ப்ளீஸ்,' அப்பெண் ஆரிஃபிடம் கூறினாள்.

'ஓகே.'

ஒரு மணி நேரம் கழித்து அவள் திரும்பி வந்தாள். 'உங்க உதவிக்கு ரொம்ப ரொம்ப நன்றி. எங்க அப்பா உயிர காப்பாத்தியிருக்கீங்க. அவருக்கு ஹார்ட் அட்டாக்காம்,' முகத்தில் நன்றிப் பெருக்குடன் கூறினாள். 'இப்ப அவருக்கு பரவால்ல.'

'உங்களுக்கு உதவ முடிஞ்சதுல எனக்கு சந்தோஷம்தான்,' ஆரிஃப் அவள் முகத்தைப் பார்க்க முடியாமல் வெட்கத்துடன் கூறினான்.

'உங்க பேர் என்ன? எங்க படிக்கிறீங்க?' அவள் அவனை 'நீங்க, வாங்க' என்று மரியாதையுடன் விளித்தாள்.

'எம் பேரு ஆரிஃப் கான். ஏ.என் காலேஜ்ல பி.எஸ்.சி ஹானர்ஸ் படிக்கிறேன்.'

அவனும் அவளிடம் பெயர் கேட்க நினைத்து பின்பு நிதானித்தான். தன்னைவிட வயதில் மூத்த பெண்ணிடம் பெயரைக் கேட்பது மரியாதையாக இருக்காது. 'நீங்க நேரு பார்க் பக்கத்துலதான் இருக்கீங்களா?' ஆரிஃப் தயக்கமாகக் கேட்டான்.

'ஆமா. ஸ்வாகத் நகர்லதான். ஆனா, இன்னும் கொஞ்ச நாள்ல வேற இடத்துக்கு வாடகைக்கு பாத்துட்டுப் போகனும். என் ஹஸ்பண்ட் ஸ்டேட் பேங்க்ல மேனேஜரா இருக்காரு,' அவள் பதிலளித்தாள்.

'நான்...' எதையோ சொல்லத் தொடங்கி அப்படியே நிறுத்தினாள்.

'சொல்லுங்க,' ஆரிஃப் கேட்டான்.

'உங்களுக்கு திரும்ப தொந்தரவு தரதுக்கு மன்னிக்கனும்,' அவள் தயக்கமாகக் கூறினாள்.

'கடைசியா ஒரேயொரு ஹெல்ப் பண்ண முடியுமா? தனபூர்ல இருக்குற என் கசினைப் போயி கொஞ்சம் கூட்டிட்டு வர முடியுமா? அவன் போனுக்கு ட்ரை பண்ணேன். கிடைக்கல. சுமித்ரா அனுப்பினானு சொல்லுங்க.' ஒரு துண்டு காகிதத்தை எடுத்து நீட்டினாள். 'இதான் அவன் அட்ரெஸ்.'

சுமித்ரா! என்னவொரு அழகான பெயர்! ஏதோ மந்திரம்போல் தனக்குள்ளேயே பலமுறை அவள் பெயரை சொல்லிகொண்டான்.

'இதோ இப்பவே போறேன்,' ஆரிஃப் அவள் முகத்தைப் பார்த்து ஆதரவாகச் சொன்னான். தன் தந்தைக்கு ஆபத்தில்லை என்றதும் அவளை அது சாந்தப்படுத்தியிருக்க வேண்டும். அவனைப் பார்த்து மீண்டும் நன்றி சொன்னபொழுது அவளால் சிரிக்கவும் முடிந்தது, உலகின் மிக அழகான குழிகள் அவள் கன்னங்களில் தோன்ற!

'ஆரிஃப், இந்தாங்க. டாக்சிக்கு.' சுமித்ரா தன் கையில் கொஞ்சம் பணத்தை நீட்டினாள்.

'இல்ல... இல்ல! நான் அவருக்கு ஏற்கெனவே கொடுத்திட்டேன்,' ஆரிஃப் சொன்னான்.

'நீங்க ஒரு ஸ்டூடண்ட். ஒரு ஸ்டூடண்டுக்கு எப்பவும் பணம் தேவைப்பட்டுக்கிட்டுதான் இருக்கும்.' அவள் அவனருகில் வந்து, அவன் கைகளில் அந்தப் பணத்தை வைத்து அதை அவன் சட்டைப் பாக்கெட்டிற்குக் கொண்டு சென்றாள். அவள் அவனைத் தொட்ட நொடி, ஆரிஃப் உறைந்தான்.

ஆசீர்வதிக்கப்பட்ட அந்த சில கணங்கள் அவனால் மூச்சுவிட முடியவில்லை.

ஹாஸ்பிடலிலிருந்து வெளியே வரும்பொழுது மூச்சை இழுத்துவிட்டுக்கொண்டான். அந்தப் பெண் அவனைத் தொட்ட நொடிகளை மீண்டும் நினைத்துப் பார்க்க, அவனுக்குப் புல்லரித்தது.

அசோக் ராஜ் பாத் எப்பொழுதும் வாரநாட்களில் இருப்பதுபோல் நிரம்பி வழிந்தது. வாகனங்கள் அவை பாட்டுக்கு மெல்லமாக நகர்ந்துகொண்டிருந்தன. ஆரிஃப், காந்தி மைதானத்திற்குச் செல்ல கருப்பு-மஞ்சள் ஆட்டோ ரிக்ஷாவொன்றை அமர்த்தினான். அங்கிருந்து தனபூருக்கு வேறொரு ஆட்டோவில் செல்ல முடியும்.

இரண்டு மணி நேரங்கள் கழித்து, அவன் அந்த முகவரியை அடைந்தான். அந்த வீடு பூட்டியிருந்தது. பக்கத்து வீட்டுக்காரர்களுக்கு சுமித்ராவின் ஒன்றுவிட்ட சகோதரனைக் குறித்தோ அல்லது அவனது குடும்பம் குறித்தோ ஒன்றும் தெரிந்திருக்கவில்லை. அவன் ஹாஸ்பிடலை திரும்ப வந்தடைந்தபோது இரவு மணி பத்து ஐந்து ஆகியிருந்தது. ஆனால் அங்கு சுமித்ரா இல்லை.

'யாரோ சில உறவுக்காரங்க வந்து, அந்த வயசானவர ப்ரைவேட் ஹாஸ்பிடலுக்குக் கொண்டு போயிட்டாங்க,' ரிசப்ஷனில் இருந்த பெண் தகவல் தந்தாள்.

ஆரிஃப் அவனுக்கு ஏதாவது செய்தி கொடுக்கப்பட்டிருக்கிறதா என்று கேட்டான். அவள் இல்லை என்றாள். காலையிலிருந்து எதுவுமே சாப்பிடாததால் ஆரிஃபிற்குக் களைப்பாக இருந்தது. வீட்டிற்குப் போக நினைத்தவன், ஏன் சுமித்ரா தனக்காக எந்த செய்தியும் கொடுத்துவைக்கவில்லை என்று வியந்தான். இதுவரை அனுபவித்திராத வலி அவனது இதயத்தில் தோன்றியது. அவளை இனி பார்க்கவே முடியாது என்ற உண்மை அவனை சோகமாக்கியது.

அன்று இரவு ஒரு கவிதை எழுதினான். கருப்பு உடையில் ஓர் அழகுக் காரிகை.

2

1992 ஆம் வருடத்தின் ஒரு சனிக்கிழமை காலை, சுமித்ராவுடனான சந்திப்பு முடிந்து இரண்டு வருடங்கள் கழிந்திருக்க, ஆரிஃப் தன் போலீஸ் காலனி வீட்டின் மொட்டைமாடியில் உலாவிக்கொண்டிருந்தான். தூய காற்றை சுவாசிக்க அவனுக்குப் புத்துணர்ச்சியாக இருந்தது. பல வாரங்களாக அவனை வாட்டிய ஜலதோஷம் ஒருவழியாக ஒழிந்திருந்தது. மூக்கின் ஒரு துவாரத்தை ஆட்காட்டி விரலால் அழுத்திப்பிடித்து மூக்கை சிந்தினான். சளி இல்லை. தொண்டையை செருமிப் பார்த்தான். கபம் இல்லை. டாக்டர் கங்குலியின் மருத்துவம் வேலை செய்கிறது.

புத்துணர்ச்சியாக உணர ஆரிஃபிற்கு மற்ற காரணங்களும் இருந்தன.

முதல் கட்ட சிவில் தேர்வுகளின் முடிவு அன்று காலை வெளியாகியிருந்தது. அவன் பெயரும் வெற்றி பெற்ற மாணவர்களின் பெயருடன் இருந்தது. முக்கியத் தேர்விலும், நேர்முகத் தேர்விலும்கூட வெற்றி பெறுவோம் என்ற நம்பிக்கை அவனுக்கிருந்தது.

என்னை ஐ.ஏ.எஸ். ஆஃபீஸராக ஆக்கிப் பார்க்க வேண்டும் என்ற அப்பாவின் கனவு நனவாகப் போகிறது. காம்படிஷன் சக்சஸ் ரிவ்யூ இதழின் அட்டைப்படத்தில் தன் புகைப்படம் தோன்றுவதைக் கற்பனை செய்துபார்த்தான்.

‘ஐ.ஏ.எஸ் டாப்பர் ஆரிஃப் கானுடன் ஓர் உரையாடல்.’ அவன் பெற்றோர்கள் மகிழ்ச்சியடைவர்.

ஐ.ஏ.எஸ் ஆகிவிட்டால் முதலில் தன் அம்மாவிற்கு முழுநேர பணியாள் ஒருவரை நியமிக்க வேண்டும். அம்மா தன் வாழ்நாள் முழுவதையும் குடும்பத்திற்காகவே செலவழித்தவள். பின்பு, பாட்டியின் மெக்கா பயணத்திற்கு ஏற்பாடு செய்ய வேண்டும். அவள் ஹஜ் போகப்போகிறாள் என்று தெரிந்தால் எப்படி வினைபுரிவாள் என்று பார்க்க அவனுக்கு ஆவலாக இருந்தது. பின்பு தன் சகோதரிகளுக்கு நல்ல இடத்தில் திருமண வரன் பார்ப்பான். ஓர் ஐ.ஏ.எஸ் அதிகாரியை மச்சானாகப் பெற யாருக்குதான் விருப்பமிருக்காது. என் மூன்று சகோதரிகளும் எத்தனை இனிமையானவர்கள்! ஒவ்வொருவராக நினைத்துப் பார்த்தான். அவர்களுக்கு வாழ்க்கையில் எல்லாம் சிறந்ததே கிடைக்க வேண்டும்! ஆனாலும், நஸ்னீன்தான் அவர்களில் இன்னும் இனிமையானவள். பிறகு, அவன் தந்தை விருப்ப ஓய்வு பெற அவன் அவரைக் கட்டாயப்படுத்துவான். போதுமென்ற அளவு அவர் உழைத்திருக்கிறார். இனி தன் வாழ்க்கையை அவர் அமைதியாகக் கழிக்கவேண்டும்.

அவன் சகோதரன் ஜாகிர் சினிமாவில் சேர அப்பாவிடம் சம்மதம் வாங்க வேண்டும். அவனுக்குப் பணம் தேவையென்றால் ஆரிஃப் தருவான். ஆனால், முக்கியத் தேர்வில் வெற்றிபெற அவன் இன்னும் கடுமையாகப் படித்தாக வேண்டும். ஒரு நாளைக்குப் பத்து மணி நேரத்திற்குக் குறையாமல்.

அவன் திட்டத்தை நினைத்து திருப்தியாகப் புன்னகைத்துக் கொண்டான். கடைசியாக எப்போது இவ்வளவு புத்துணர்ச்சியுடன் இருந்தான்? நினைவுப்படுத்திப் பார்க்க முயன்று தோற்றான்.

கட்டிடத்தின் பின்புறம் ஓர் அரச மரத்தை இரண்டு பெண்கள் வணங்கிக்கொண்டிருந்தனர்; குங்குமம் போன்ற எதுவோ ஒன்றை மரத்தின் உடற்பகுதியில் தடவிவிட்டு, பானை நிறைய நீரைப் படைத்து, அதன் முன் இரு கைகூப்பி பிரார்த்தித்துக்கொண்டிருந்தனர். குளிர் காலத்தில் சூரிய வெப்பம் தரும் இதத்திற்கு சமமாக, அந்த இரு பெண்கள் செய்வதை கவனித்துக்கொண்டிருந்தான். அவர்கள் முடித்துவிட்டுக் கிளம்பும் நேரம், ஆரிஃப் மாடியிலிருந்து கீழிறங்க எத்தனிக்கையில் இன்னொரு பெண்ணும் அதே மரத்தை நோக்கி வந்தாள். நல்ல நிறத்தில் உயரமாக, கருப்புப் புடவையும், அதே

நிறத்தில் கையில்லாத ரவிக்கையும் அணிந்திருந்தாள். அவளது கருநிறக் கூந்தல் அவள் பின்னால் அடுக்காகத் தொங்கியது. அவள் கையில் இருந்த பிரம்பாலான சிறிய கூடை ஒன்றில் பூஜைக்குத் தேவையான சாமான்கள் இருந்தன. பூஜையை முடித்துவிட்டு அவள் திரும்ப, ஆரிஃப் அவளை அடையாளம் கண்டுகொண்டான். வட்ட முகம், பெரிய கண்கள், வாளிப்பான உதடுகள்.

கடவுளே! சுமித்ரா!

அவள் விலகிச் செல்லும்வரை அவளையே பார்த்துக்கொண்டிருந்தான்.

'தம்பி, சாப்பாடு ரெடியாகிடுச்சு,' அவன் அம்மாவின் குரல் பால்கனியிலிருந்து கேட்டது.

அவன் மாடியிறங்க, அவனைச் சுற்றி எல்லாம் மாறியிருந்தன. அந்த நாள் இன்னும் பிரகாசமானது. வீசும் காற்று கூடுதல் குளிருடனும், சுகத்துடனும் வீசியது.

சிற்றுணவுக்கு செய்த சப்பாத்தியையும் உருளைக்கிழங்கு குருமாவையும் ஏதோ சொர்க்கத்திலிருந்து கிடைத்த உணவைப்போல் மிகவும் விரும்பி உண்டான். அவன் அதை சாப்பிட்டு முடிக்க, அவன் பாட்டி நறுக்கிய மாம்பழத் துண்டுகளைக் கொண்டுவந்தாள். அதன் இனிமையான மணத்திலிருந்தும், பொன்மஞ்சள் நிறத்திலிருந்தும் அது ஜர்தலுவகை என்று அறிந்துகொண்டான். அதன் இனிமையான மணத்தை உள்ளிழுக்க, அவனது முகம் பிரகாசித்தது.

'நம்ம தோட்டத்துலயே விளைஞ்ச மாம்பழம். உங்க பெரியப்பா ஜமல்புராலேருந்து அனுப்பியிருக்காரு,' பாட்டி புன்னகைத்துக்கொண்டே அவனருகில் அமர்ந்தவாறு சொன்னாள்.

'ஜர்தலு மாம்பழ சுவையாட்டம் வேறு மாம்பழம் இந்த உலகத்துலயே கிடையாது,' மாம்பழ இனிப்பு தன் நாக்கின் சுவை அரும்புகளை ஊடுறுவ ஆரிஃப் சொன்னான். கண்களை மூடி, சுமித்ராவை நினைத்துப் பார்த்து அவளுக்கு முத்தமிட்டான். பழுத்த முழு ஜர்தலு மாம்பழ சுவைபோல் அது இருக்கும்.

என்னவொரு நாள்! முதலில் யூ.பி.எஸ்.சி எக்சாம் முடிவு. பின்பு சுமித்ரா, என்று நினைத்தவாறே அவன் அறைக்குச் சென்றான்.

முக்கிய பரீட்சைக்கான புத்தகங்கள் அவன் முன்பு விரிந்து கிடந்தன. ஆனால் அவன் சுமித்ராவைக் குறித்தே நினைத்தான்.

அன்றிரவு சுமித்ராவைக் கனவு கண்டான்.

மறுநாள் காலை ஆரிஃப், மசூதியில் தொழுகைக்குரல் கேட்பதற்கு முன்பே விரைவாக எழுந்துவிட்டான். படுக்கைக்கு அந்தப் பக்கம், ஜாகிர் அலங்கோலமாகப் படுத்துறங்கிக் கொண்டிருந்தான். போலீஸ் காலனிக்குள் இருந்த சிவன் கோவிலில் பஜனைகள் லவுட்ஸ்பீக்கரில் ஒலிக்கத் தொடங்கியிருக்கவில்லை. பாத்திரம் தேய்த்துக்கொண்டிருந்த அம்மாவைத் தவிர அனைவரும் உறங்கிக்கொண்டிருந்தனர். பாத்திரங்கள் ஒன்றோடொன்று சத்தமாக உரையும் சப்தத்தைக் கேட்கமுடிந்தது. பாட்டி, தன் புனித குரானிலிருந்து மெல்லிய குரலில் ஜெபிப்பது வீட்டிற்குள் ஊடுறுவிக் கேட்டது.

ஆரிஃப் மாடிக்குச் செல்லுமுன், சவரம் செய்துவிட்டுக் குளித்தான்.

மாடியின் கைப்பிடிச் சுவரில் சாய்ந்துகொண்டு அடுத்த இரண்டு மணி நேரங்கள் சுமித்ராவிற்காகக் காத்திருந்தான். அவள் அரச மரத்தைத் தொழ வரவில்லை. வேறு யாரும்கூட வரவில்லை. சூரியன் அடிவானத்தில் எழ, மரத்தை சோகமாகப் பார்த்துவிட்டு கீழே சென்றான். மரத்தைச் சுற்றி இருந்த இடம் இன்னுமே வெறிச்சோடித்தான் இருந்தது. காலை ஒன்பது மணியாகியிருந்த போதிலும்.

அடுத்த நான்கு நாட்கள் தவிப்பாகக் கழிந்தன. சுமித்ரா அரச மரத்தடிக்கு வரவில்லை.

நான் ஏன் அவளை எதிர்பார்க்கவேண்டும்? அவள் திருமணமானவள், ஆரிஃப் தன்னை மீண்டும் மீண்டும் நினைவுப்படுத்திக்கொண்டான்.

'அரச மரத்தை சனிக்கிழமைகளில் மட்டும்தான் வழிபடவேண்டும்,' கன்யகுப்ஜா ப்ராமணனான ம்ருத்யுஞ்சய் என்ற நண்பனிடம் அரசமர தொழுகை குறித்து ஆரிஃப் சாதாரணமாக விசாரிக்க, அவன் இவ்வாறு சொன்னான். 'சமஸ்கிருதத்தில் இந்த மரத்திற்கு அஷ்வத்தா என்று பெயர்,' அவன் சொல்லிக்கொண்டே சென்றான். 'பிரம்ம புராணத்தின்படி, அஷ்வத்தா மற்றும் பீப்ளா என்ற இரு ராட்சசர்கள் அப்பாவி மக்களை துன்புறுத்தி வந்தனர். அஷ்வத்தா ஓர் அரசமரம் போலவும், பீப்ளா ஒரு பிராமணனைப்

போலவும் தோற்றத்தை மாற்றிக்கொள்வர். பீப்ளா, மக்களிடம் அரச மரத்தைத் தொடச் சொல்வான், அவர்கள் தொட்டவுடன் அஷ்வத்தா அவர்களைக் கொன்றுவிடுவான். அவர்கள் இருவரையும் சனிக்கிழமையின் கடவுளான சனிபகவான்தான் கொன்றார். அதனால், சனிக்கிழமை அம்மரத்தைத் தொடுவது ஆபத்தில்லை. செல்வங்களின் கடவுளான லட்சுமியும் சனிக்கிழமை அரச மரத்தில் குடியிருப்பதாக ஒரு நம்பிக்கை.'

சுமித்ராவை மீண்டும் பார்க்க நான் சனிக்கிழமை வரைக் காத்திருக்க வேண்டும்.

***

வெள்ளிக்கிழமை அன்று சிவில் சர்வீஸ் முதற்கட்ட தேர்வில் பாஸாகியிருந்த ம்ருத்யுஞ்சயைக் காண ஆரிஃப் சென்றான். அவர்கள் இருவரும் அடிக்கடி சேர்ந்து படித்தனர்.

உயரமாக, ஒல்லியாக ஒரு விளையாட்டு வீரனின் தேகத்தைக் கொண்டிருந்த ஆரிஃபிற்கு அப்படியே எதிராக குள்ளமாகவும், தடியாகவும் இருந்தான் ம்ருத்யுஞ்சய். விநோதமாக ஜாகி ஷ்ராஃபைப்போல் மீசையும் வைத்திருந்தான். ம்ருத்யுஞ்சயின் பத்துக்கு பதினைந்து அடி அறையில், மரக்கட்டில், ஸ்டீல் பீரோ, படிப்பு மேஜை, இரு நாற்காலிகள் என்று புடைசூழ இருவரும் தங்கள் படிப்பு குறித்துத் திட்டமிட்டனர். சுவற்றில் ஒரு பழுப்புநிற புத்தக அலமாரி தொங்கியது.

'அரே ஆரிஃப், ப்ளீஸ் எனக்கு டிசிஷன் மேகிங் தியரில கொஞ்சம் ஹெல்ப் பண்ணு. ஹெர்பெர்ட் சைமனும் செஸ்டர் பர்னாடும் புரிஞ்சுக்க ரொம்ப கஷ்டமா இருக்கு,' ம்ருத்யுஞ்சய் சொல்லிக்கொண்டே தனது மேஜையில் இருந்த அடுக்கப்பட்ட புத்தகங்களிலிருந்து நிர்வாக சிந்தனையாளர்கள் குறித்த புத்தகம் ஒன்றை எடுத்தான்.

'நிச்சயமா.'

ம்ருத்யுஞ்சயின் அம்மா அவனைக் கிச்சனிலிருந்து அழைத்தாள்.

'இதோ இப்போ வரேன்,' சொல்லிக்கொண்டே புத்தகத்தை மேஜையில் போட்டுவிட்டு அவன் கிச்சனுக்கு விரைவாகச் சென்றான்.

ஆரிஃப் எழுந்து ஜன்னலுக்கருகில் சென்றான். பக்கத்து கட்டிடத்தின் மாடியில் ஒரு பெண் துணிகளைக்

காயவைத்துக்கொண்டிருந்தாள். ஆரிஃபால் அவன் கண்களை நம்ப முடியவில்லை. அவள் மிக அருகில் இருந்ததால் பக்கவாட்டில் அவளது மூக்கு நுனிவரை ஆரிஃபால் பார்க்க முடிந்தது. தனது நீளக் கூந்தலை அள்ளி தளர்வாகக் கொண்டை போட்டிருந்தாள். சுமித்ராவை அங்கு பார்த்தது ஆரிஃபிற்கு வியப்பாக இருந்தது. அதுவும் தனது நண்பனின் பக்கத்து வீட்டில்தான் அவள் இருக்கிறாள் என்றறிய அவனுக்கு வியப்பு இன்னும் கூடியது.

சுமித்ரா அவன் தன்னை வெறித்துப் பார்ப்பதைப் பார்த்துவிட்டாள். அவனைப் பார்த்து குழிவிழ ஒரு மந்திரப்புன்னகையை சிந்தினாள். ஆரிஃப் மிகவும் உணர்ச்சிவசப்பட்டிருந்ததால் அவனால் பதிலுக்கு புன்னகைக்ககூட முடியவில்லை. அவள் அதற்குள் மறைந்துவிட்டாள். மிருத்யுஞ்சய் டீ மற்றும் சாட் மசாலா தூவப்பட்ட பகோராக்களுடன் திரும்பி வந்தான்.

சுமித்ராவிடம் சென்று ஒரு ஹலோ சொல்லலாமா? ஆரிஃப் யோசித்தான்.

வேண்டாம், உறுதியாக முடிவெடுத்தான்.

இந்த ஈர்ப்பை நான் என்னவென்று அழைப்பது, இது என்னை எங்கு இட்டுச் செல்லும்? ஆரிஃப் யோசித்தான். அவனது கேள்விக்கு பதில் கிடைத்ததுபோல் குல்சாரின் பாடல் ஒன்று டி.வி அல்லது ரேடியோ ஒலிபரப்பில் காற்றில் மிதந்து வந்தது.

இது ஓர் உணர்வு உன் ஆன்மா உணரும் அது

காதல் காதலாகவே இருக்கட்டும், அதற்கு எந்தப் பெயரும் வேண்டாம்

3

தொடர்ந்து வந்த ஒரு திங்கட்கிழமை காலையில் ஆரிஃப் தனது அறையில் பிபின் சந்த்ராவின் இந்திய சுதந்திரப் போராட்டம் குறித்த ஒரு புத்தகத்தில் மூழ்கியிருக்க, அப்பா அவனது அறைக்குள் போலீஸ் யூனிஃபார்ம் மற்றும் தலைத் தொப்பியுடன் நுழைந்தார். படுக்கையில் அருகில் அமர்ந்தவாறே அவனது முதுகில் மென்மையாகத் தட்டிக்கொடுத்தார்.

'நல்லது தம்பி. மெயின் எக்ஸாமுக்கு நீ இவ்ளோ கஷ்டப்பட்டு படிக்கிறத பாத்தா பெருமையா இருக்கு.' அப்பாவின் முகம் ஒளிர்ந்தது. 'இன்ஷால்லாஹ். நீ முதல் அடெம்ப்ட்லயே எக்ஸாம் க்ளியர் பண்ணிடுவ.'

'இன்ஷால்லாஹ்,' ஆரிஃபும் அப்பாவை வழிமொழிந்தான்.

'சரி, இந்த செக்க எடுத்துட்டுப் போயி எஸ்.பி.ஐ ஜட்ஜ் கோர்ட் ப்ரான்ச்லேருந்து பணம் எடுத்துட்டு வா. ஆஹ்சான் அங்கிளோட பையன் அவர் ட்ரீட்மெண்டுக்கு பணம் அனுப்பியிருக்காரு.'

'சரிங்கப்பா.'

'அந்த ப்ரான்ச் எங்க இருக்குனு தெரியும்ல?'

'தெரியும்பா. காந்தி மைதான் பஸ் ஸ்டேண்டு பக்கத்துல.'

'சரி,' சொல்லிக்கொண்டே கண்ணாடியைக் கழற்றி கண்களை கசக்கிக் கொண்டார்.

அப்பா ரூமை விட்டு வெளியேற, ஆரிஃப் கடிகாரத்தைப் பார்த்தான். பேங்க் திறக்க இன்னும் இரண்டு மணி நேரங்கள் இருந்தன. அவனால் வேகமாக, *தி ரைஸ் ஆஃப் கம்யூனலிஸம் இன் நைண்டீந்த் சென்சுரி இந்தியா* - வை வாசிக்க முடியும். அப்போது அவன் பாட்டி உள்ளே நுழைந்தாள். அவள் வலது கையில் சில்வர் கின்னம் ஒன்று இருந்தது.

'எம் பேரப் புள்ள என்ன பண்றான்?' பாட்டி புன்னகைத்தாள்.

'படிக்கிறேன், பாட்டி.'

'இந்தா உனக்கு பிடிச்ச சட்படா சன்னா,' சொல்லிக்கொண்டே குனிந்து அவனுக்கு முன்னால் அந்தக் கின்னத்தை வைத்தாள்.

ஆரிஃப் மொறுமொறுவென்று மசாலா தூவி வைக்கப்பட்டிருந்த கொண்டைக்கடலைகளைப் பார்த்து மகிழ்ந்தான்.

'ரொம்ப தேங்ஸ் பாட்டி,' எழுந்து அவளைக் கட்டிக்கொண்டான்.

***

ஆரிஃப், காந்தி மைதானை அடைய பதினொன்று பத்து ஆகியிருந்தது. வெளியிலிருந்து பார்த்தாலே வண்ணமயமான சப்பரங்களுக்கடியில் மைதானத்தின் பாதிக்கும் மேல் ஆயிரக்கணக்கான ஆண்களும் பெண்களும் அமர்ந்து, 'ஜெய் ஹிந்த்! ராமன் வாழ்க! வித்யா தேவி ஜிந்தாபாத்!' என்று முழக்கமிட்டுக்கொண்டிருந்தனர்.

ரோட்டில் பாரதீய ஜனதா கட்சியின் ஆதரவாளர்களுக்கிடையில் சைக்கிளை மிதித்து ஆரிஃப் சென்றான். வித்யா தேவி இன்னும் மைதானத்திற்கு வந்திருக்கவில்லை. அந்த இடம் முழுக்க போலீஸ்காரர்கள் நிரம்பி இருந்ததைக் கண்டான். ஒரு டி.எஸ்.பி வாக்கி-டாக்கியில் பேசிக்கொண்டிருந்தார். ஆரிஃபிற்கு பதட்டமாக இருந்தது; ஓர் இஸ்லாமியனாக இந்து பாசிசக் கட்சியைச் சேர்ந்தவர்களுக்கு மத்தியில் அவனால் ஒருபோதும் பாதுகாப்பாக உணர முடிந்ததில்லை.

அவனுக்கு வித்யா தேவியின் குரல் ஒலிப்பெருக்கியில் கேட்டது.

'நாம் பசுவை வழிபடுவதாலேயே அவர்கள் பசுவைக் கொல்கிறார்கள். ஹிந்துக்களை எப்பொழுதும் தூண்டிவிடுவதே அவர்கள் வேலை. இந்திய அணி கிரிக்கெட்டில் பாகிஸ்தானிடம் தோற்றால் என்ன நடக்கிறது என்று கவனித்திருக்கிறீர்களா?

பட்டாசு கொளுத்தி கொண்டாடுவார்கள். இந்தியாவில் இருந்துகொண்டு பாகிஸ்தானிய பாடல்களைப் பாடுவார்கள். இதுபோன்ற துரோகிகளை நம் கட்சி எதிர்த்தால் இந்த காங்கிரஸ்காரர்கள் நம்மை மதவாதிகள் என்று முத்திரை குத்துகிறார்கள். காங்கிரஸ் கட்சி அவர்களிடம் சகிக்க முடியாத அளவிற்கு இறங்கிப்போகிறார்கள். இந்தியா மதச்சார்பற்ற நாடென்றால் ஏன் நமக்கு பொதுவான சட்டங்கள் இல்லை? இந்தியா மதச்சார்பற்ற நாடென்றால் அவர்களுக்கு ஏன் ஹஜ் புனித பயணத்திற்கு மானியம் கிடைக்கிறது? இதெல்லாம் நடப்பதற்கு முக்கிய காரணமே இந்துக்களாகிய நாம் நம் புகழ்பெற்ற பாரம்பரியத்தை மறந்துவிட்டோம். ஆயிரம் வருட அடிமைத்தனம் நம்மை கோழையாக்கிவிட்டது. ஹிந்துக்களாகிய நாம் விழித்தால், துரோகிகளை வைக்க வேண்டிய இடத்தில் வைக்க முடியும்.'

வித்யா தேவி இஸ்லாமியர்களுக்கு எதிரான வெறுப்புப் பேச்சுக்குப் பெயர்பெற்றவர். ஆரிஃபிற்கு முதுகுத்தண்டில் சில்லென்றிருந்தது. சைக்கிளை இன்னும் வேகமாக மிதித்தான்.

'தேவடியா முண்ட!' தனக்குள் முனுமுனுத்தான்.

அங்கிருந்து நேராக வீட்டிற்குச் செல்வதற்கு பதில், வஜி ராமராவின் பப்ளிக் அட்மினிஸ்ட்ரேஷனின் குறிப்புகளின் ஒரு காப்பியை வாங்குவதற்காக ம்ருத்யுஞ்சய் வீட்டிற்குச் சென்றான். அது 450 ரூபாய்க்கு கிடைப்பதற்காக ம்ருத்யுஞ்சய்க்குத்தான் நன்றி சொல்லவேண்டும். அசல் புத்தகத்தின் விலை ரூ. 6200. ம்ருத்யுஞ்சய், ஆரிஃபை வழியனுப்ப வெளியில் வந்தபொழுது அவர்களருகில் ஒரு ப்ரீமியர் பத்மினி கார் வந்து நிற்க அதிலிருந்து, நாற்பதுகளில், கொஞ்சம் உயரமாக, சிறிய மீசை வைத்திருந்த ஒருவர் இறங்கினார்.

'வணக்கம் அங்கிள்,' ம்ருத்யுஞ்சய் வரவேற்றான். 'இது என் ஃப்ரெண்ட் ஆரிஃப்.' பின்பு ஆரிஃபிடம் திரும்பி, 'இது ரமேஷ் அங்கிள். எங்க நெய்பர். ஸ்டேட் பேங்க்ல மேனேஜரா இருக்காரு.'

இதுதான் சுமித்ராவின் கணவராக இருக்க வேண்டும். சுமித்ராவும் அவள் கணவரும் தவிர்த்து இதே இடத்தில் மற்றொரு ஸ்டேட் பேங்க் மேனேஜர் வசிப்பதற்கான சாத்தியங்கள் என்ன?

ஆரிஃப் விரைவாக அவனும் வணக்கம் செலுத்தினான்.

'சிவ பெருமான் ரக்ஷிக்கட்டும்,' ரமேஷ் குமார் சொன்னார்.

ஆரிஃபிற்கு அவரை உடனேயே பிடித்துப்போயிற்று.

'உங்கப்பா வீட்டுல இருக்காரா?' ரமேஷ் ம்ருத்யுஞ்சயிடம் கேட்டார்.

'இல்ல, அங்கிள்.'

'சரி, நான் அப்புறம் வரேன்,' சொல்லிவிட்டு கையசைத்து விடைபெற்றார்.

வீட்டிற்கு வந்த சில மணி நேரங்களில் ஆரிஃப் தன் பாக்கெட்டில் பணம் இல்லை என்பதை உணர்ந்தான். எங்கே எப்படி தொலைத்தான் என்று அவனால் நினைத்துப் பார்க்க முடியவில்லை. பேங்கில் கேஷியரிடமிருந்து பணத்தைப் பெற்றுக்கொண்டு தனது கால்சராயின் இடது பாக்கெட்டில் வைத்தது நினைவிற்கு வந்தது.

அந்தப் பணம் ஆஹ்சான் மாமாவின் சிகிச்சைக்கானது. அந்த வயதான மனிதர் தனது கிராமமான ஜமால்புராவிலிருந்து இத்தனை தொலைவு தனது வயிற்றுப்புண்ணிற்காக சிகிச்சை பெற வந்திருக்கிறார். மருத்துவர்கள் இரண்டு நாட்கள் கழித்து அறுவை சிகிச்சை செய்ய பரிந்துரைத்திருக்கிறார்கள்.

ஆரிஃப் தன் பேண்ட் பாக்கெட், படுக்கையறை, வரவேற்பறை என்று தேடினான். பணம் எங்கும் கிடைக்கவில்லை. பத்தாயிரம் என்பது மிகப்பெரிய தொகை. அவன் அப்பாவின் மாத சம்பளம் அதைவிடக் குறைவு. லஞ்சம் வாங்காத, தன் அப்பாவைப் போன்ற ஒரு நேர்மையான போலீஸ் ஆஃபீசரால் எத்தனை சம்பாதித்துவிட முடியும்? உயிரோடிருப்பதற்கான அளவுதான். மிஸ்டர். வர்மா, அப்பாவின் சக ஊழியர், ஒரு ப்ளாக் தள்ளி வாழ்பவர், பணக்கார வாழ்வு வாழ்கிறார்.

என்னால் பணத்தைக் கண்டுபிடிக்க முடியவில்லையென்றால், எப்படி இவ்வளவு விரைவாக இத்தனை பெரிய தொகையை அப்பாவால் ஏற்பாடு செய்ய முடியும்? ஒருவேளை பணத்தை ம்ருத்யுஞ்சய் வீட்டில் விட்டிருக்கலாம். அல்லாவே! அவன் மனம் பிரார்த்தித்தது.

ம்ருத்யுஞ்சய்க்கு ஆரிஃபை திரும்பவும் பார்க்க ஆச்சரியமாக இருந்தது. 'எதையாவது மறந்துட்டியா?' அவன் கேட்டான்.

'இல்லை டா. நான் பத்தாயிரம் ரூபாய தொலைச்சிட்டேன்,' ஆரிஃப் தொண்டை அடைக்கக் கூறிவிட்டு, நடந்ததை அவனிடம் விளக்கினான்.

ஆரிஃப், அவனது பொறுப்பற்ற நடத்தையால் அவன் அப்பா அவனை திட்டுவாரோ அடிப்பாரோ என்று கவலைப்படவில்லை. கொள்கை ரீதியாகவே அப்பா அவர்களை அடித்ததில்லை. பணம் தொலைந்ததைப் பற்றிக் கேள்விப்பட்டால் அவர் வெளிப்படுத்தும் பயத்தையும் தோல்வியையும் நினைத்தே ஆரிஃப் கலக்கம் கொண்டான்.

‘உங்க அப்பாகிட்ட உடனே சொல்லிடு,’ ம்ருத்யுஞ்சய் கூறினான். ஆரிஃப் கிளம்ப எத்தனைக்கையில் சுமித்ராவின் குரலைக் கேட்டான். பக்கத்து ரூமில் அவள் ம்ருத்யுஞ்சயின் அம்மாவுடன் பேசிக்கொண்டிருந்தாள்.

வீட்டை அடையும்பொழுது, ஆரிஃப் தன் அப்பாவை அழைத்து பணம் தொலைந்ததைப் பற்றிக்கூற முடிவெடுத்திருந்தான். ஆனால், மத்தியானத்தில் அப்பாவை வீட்டில் பார்க்க அவனுக்கு அதிர்ச்சியாக இருந்தது. *ஏதோ தப்பா இருக்கு. இல்லேனா அப்பா இவ்ளோ சீக்கிரம் வீட்டுக்கு வரமாட்டார். ஒருவேளை அவருக்கு உடம்பு சரியில்லையோ.* ஆரிஃப் ஜாக்கிரதையானான். பொதுவாக, அப்பா ஆஃபீஸைவிட்டு ஒன்பது மணிக்குப் பிறகுதான் கிளம்புவார். ஆரிஃப் அப்பாவின் முகத்தில் வெளிப்படும் உணர்வை உறுதிப்படுத்தினான்; அதில் கோபம்தான் இருந்தது, நோய்ப்பாடு இல்லை. அம்மா ஒரு மூலையில் கையில் தண்ணீர் டம்ளருடன், படபடப்பாக நின்றுகொண்டிருந்தார். ஜாகிர் இன்னொரு மூலையில் நின்றுகொண்டிருந்தான்.

‘நேஷனல் இண்டலிஜன்ஸ் டிபார்ட்மெண்ட்லருந்து வந்திருக்குற ஃபைல்ல, பிஹார்ல ஐ.எஸ்.ஐ இயங்குறது பத்தி முக்கியமான தகவல்கள் இருக்காம். நான் முஸ்லிமுங்கறதால என்கிட்ட அந்த ஃபைல தரமாட்டானாம். அயோக்கியப் பய. இதுதான் நான் நேர்மையாவும் தன்மானத்தோடவும் உழைச்சதுக்கு சன்மானம். பெத்த அம்மாவ கொஞ்சம் பணத்துக்கூடக் கூட்டிக்கொடுக்க தயங்காத திவாரிய இவங்க நம்புவாங்க.’

‘கொஞ்சம் தண்ணி குடிங்க,’ டம்ப்ளரை நீட்டிக்கொண்டே அம்மா சொன்னாள். அப்பா ஒரு வாய் உறிஞ்சிவிட்டு டம்ப்ளரை தரையில் விட்டெறிந்தார்.

‘ஒரு டம்ப்ளர உன்னால சுத்தமா வெச்சுக்க முடியல.’ அப்பாவிற்கு நல்ல நிறம், உயரம், அகன்ற தோள்கள், சிறிய கண்கள், மற்றும் கூரான நாசி. அவருக்கு எப்பொழுதெல்லாம் கோபம் வருமோ, தன் நெஞ்சை இன்னும் நிமிர்த்தி நிற்பார்.

அப்பொழுது வழக்கத்தைவிடவும் கூடுதல் உயரமாகத் தெரிவார். அவருக்கு மூக்கு புடைத்தது. அவருடைய அகன்ற முன்னெற்றியில் வரிகள் தோன்றின. தன் தலையை தன் வெள்ளைப் புடவையின் தலைப்பால் மூடியபடி பாட்டி ரூமிற்குள் வந்தாள். அவளுடைய குறுகிய பழுப்புக் கண்களில் கவலை தெரிந்தது. அப்பா அருகே வந்து, தன் கையை அவர் தலையில் வைத்து, இதமாகக் கூறினாள், 'தம்பி, ஆஃபீஸ் பிரச்சனைக்கெல்லாம் உன் மனைவிய பாத்து நீ கத்தக்கூடாது. நம்மோட புனித தூதர், அவருக்கு அமைதி கிட்டட்டும், நம் பெண்கள மரியாதையோட நடத்தனும்னு சொல்லியிருக்காரு. பாவம் ஹமிதா. நாள் முழுக்க இந்தக் குடும்பத்துக்காக உழைக்கிறா.'

அப்பா ஒன்றும் சொல்லவில்லை. கண்களை மூடிக்கொண்டார். பாட்டி, அப்பாவின் தலைமுடியைக் கோதிவிட்டு, அவரை சாந்தப்படுத்திக் கொண்டிருந்தாள். வீட்டின் அழைப்புமணி அப்போது ஒலித்தது. போலீஸ் ஹெட்க்வார்டரின் மூத்த கணக்காளர் ராம் சந்திர உபாத்யாய் வந்திருந்தார். இருபத்தியெட்டு வருடங்கள் முன்பு அப்பா போலீசில் சேர்ந்த நாளன்றிலிருந்து, இன்றுவரை அப்பாவை வழிநடத்துபவர் அவர்தான். இந்தக் குடும்பம் பற்றியும் நன்றாக அறிந்தவராதலால் நேராக உள்ளே நுழைந்தார். அப்பா எழுந்து நின்றார்.

'ரஷீத், வா ஆஃபீசுக்கு போலாம். பெரிய சார் உன்ன கூட்டிட்டு வரச் சொன்னாரு.' ராம் மாமா அக்கறையுடனும் அதிகாரத்துடனும் சொன்னார். 'பெரிய சார் அந்த இண்டெலிஜன்ஸ் ஆஃபீசர திட்டிட்டாரு.' ஆரிஃபிற்கு, பெரிய சார் என்று அப்பாவும் மற்றவர்களும் பிஹாரின் டி.ஜி.பியைத்தான் சொல்கிறார்கள் என்று தெரியும்.

ஆரிஃபிற்கு, அப்பா அவரிடம் 'மாட்டேன்' என்று சொல்ல மாட்டார் என்று தெரியும். கொஞ்சம் சமாதானத்திற்குப் பிறகு, அப்பா, ராம் மாமாவுடன் ஆஃபீசிற்குக் கிளம்பிச் சென்றார்.

ஆரிஃப் தன் அறையில் அப்பாவிடம் பணம் தொலைந்த செய்தியை எப்படிச் சொல்வது என்று தவித்துக்கொண்டிருந்தான். அப்பா அவர் நண்பர்களிடமிருந்து பணம் கடன் வாங்குவார் என்று தெரியும். ஆனால் அடுத்த சில மாதங்களுக்கு இந்த இழப்பு, கட்டுக்கோப்பாக இருக்கும் குடும்ப மாதாந்திர பட்ஜெட்டைக் குலைத்துவிடும். *டைம்ஸ் ஆஃப் இந்தியா, இந்தியா டுடே* நிறுத்தப்படும். ஒரு லிட்டருக்கு பதிலாக

அரை லிட்டர் பாலே வாங்குவார்கள். உருளைக்கிழங்கு இனி அதிகமாக உணவில் சேர்க்கப்படும். மீன், ஆடு, கோழி எல்லாம் இந்தப் பணம் திரும்ப செலுத்தப்படும்வரை கிச்சனிலிருந்து மறைந்துவிடும்.

கழிவிறக்கம் ஆக்கிரமிக்க, ஆரிஃபிற்கு குரலெடுத்துக் கத்த வேண்டும் போலிருந்தது.

'ஏதாவது பிரச்சனையா அண்ணா?' ஆரிஃபின் கவலை மிகுந்த முகத்தைக் கவனித்து ஜாகிர் கேட்டான்.

ஆரிஃப் அவனிடம் நடந்தவை அனைத்தையும் கூறினான்.

'என்ன! அப்பாகிட்ட சொல்லிட்டியா?'

'இல்ல. நாளைக்கு சொல்லிடறேன்.'

'மனசு தளரவிடாத அண்ணா. கொஞ்சம் ரெஸ்ட் எடுத்துட்டு திரும்பவும் தேடு. நான் பி.சி.ஓக்கு போயி பேங்குக்கு கால் பண்ணி பணத்த நீ அங்க விட்டுட்டியானு கேக்கறேன். என் ஃப்ரெண்டோட கசின் அதே ப்ரான்ச்ல தான் கிளர்கா இருக்கார்.'

ஜாகிர் உடனே கிளம்பினான். ஆரிஃப் சட்டையைக் கழற்றிவிட்டு, படுக்கையில் சாய்ந்து கண்களை மூடினான். வெளியே, தன் அம்மா யாரோ ஒரு பெண்மணியை வரவேற்கும் குரல் கேட்டது, 'வாங்க, அண்ணி!'

ஓரிரு நிமிடங்கள் கழித்து அவன் அம்மா அவனை அழைக்கும் குரல் கேட்டது, 'ஆரிஃப் தம்பி!'

அம்மாவிற்கு வீட்டிற்கு வரும் புதிய விருந்தாளிகள் ஒவ்வொருவரிடமும் தன் குழந்தைகளைக் கட்டாயம் அறிமுகப்படுத்த வேண்டும். ஆரிஃபை எப்பொழுதும், 'வீட்டுக்கு மூத்தவன்' சிவில் சர்வீஸ் பரீட்சைக்கு தயார் செய்கிறான் என்றே அறிமுகப்படுத்துவார். அறிமுகப் படலம் நடக்கும்பொழுதெல்லாம் அம்மாவின் வெளிறிய முகம் தாய்மையின் பூரிப்பில் மிளிறும்.

யாருக்கும் அறிமுகம் செய்துகொள்ள விருப்பமில்லாமல், ஆரிஃப் உறங்குவதுபோல் நடித்தான். ஆனால், காலடிச் சத்தம் அருகில் வருவதைக் கேட்டு எழுந்தமர்ந்தான். அவசரமாக சட்டையை எடுத்துப்போட்டுக்கொண்டு பட்டனை போடும் நேரம் சுமித்ரா உள்ளே நுழைந்தாள். *அவள் இங்கே என்ன செய்கிறாள்!* பணம் தொலைத்து மனம் கலக்கமுறாமல்

இருந்திருந்தால் அவனது இதயம் இந்நேரம் மகிழ்ச்சியில் குதித்திருக்கும்.

'இது சுமித்ரா ஆண்டி,' அம்மா சொன்னாள். அவர்கள் ஏற்கெனவே சந்தித்திருக்கிறார்கள் என்று அவளுக்குத் தெரிந்திருக்கவில்லை.

'இங்க உக்காருங்க சுமித்ராஜி. ஆரிஃப்கூட பேசிட்டிருங்க.' அம்மா ஒரு நாற்காலியைக் காண்பித்துவிட்டு வெளியே போனாள்.

'இது உன்னோட புக்கும் டைரியும். எங்க அப்பாவ ஹாஸ்பிட்டல்ல அட்மிட் பண்ண அன்னிக்கு நீ என்கிட்ட கொடுத்திருந்த,' சுமித்ரா சொல்லிக்கொண்டே தன்னுடைய பெரிய பழுப்பு நிற கைப்பையிலிருந்து *திவான்-இ-மோமின்* புத்தகத்தையும் நீல நிற டைரியையும் எடுத்துக்கொடுத்தாள்.

'புக்குக்குள்ள உனக்காக ஒன்னு வெச்சிருக்கேன்,' சிரித்துக்கொண்டே கூறினாள் சுமித்ரா.

லவ் லெட்டரா? நினைக்கவே ஆரிஃபிற்குப் புல்லரித்தது.

புத்தகத்தின் பக்கங்களுக்கிடையில் எதுவோ சொருகப்பட்டிருப்பதை ஆரிஃப் உணர்ந்தான். அறை வாசலில் கண் வைத்துக்கொண்டே ஆரிஃப் அந்தப் புத்தகத்தைத் திறந்தான். ஒரு பழுப்பு உறை. அவன் சந்தேகமாக உள்ளே பார்த்தான். உள்ளே பணம் அடைக்கப்பட்டிருந்தது.

ஆரிஃப் அவளை ஆச்சரியத்துடன் பார்த்தான்.

'நீ பணம் ஏதோ தொலச்சிட்டேனு தெரியும். மிருத்யுஞ்சய் வீட்டுல பேசினத கேட்டேன். அதான்... இத ஒரு கடனா நினச்சுக்கோ. நீ ஐ.ஏ.எஸ் ஆஃபீஸராகும்போது திருப்பித்தா.'

'ரொம்ப நன்றி. ஆனா இத என்னால் ஏத்துக்க முடியாது. மன்னிச்சிடுங்க.' அவன் அந்தக் கவரை அவளிடம் நீட்ட அவள் புன்னகை வடிந்தது.

'ப்ளீஸ் தப்பா நினைச்சுக்காதீங்க. உங்கள காயப்படுத்தனும்னு நான் சொல்லல,' ஆரிஃப் மன்னிப்புக் கோரினான்.

'பரவால்ல. உன் நிலமைய நான் புரிஞ்சுக்கறேன். உன்னோட சுய மரியாதை குணத்த நெனைச்சு நான் இம்ப்ரஸ் ஆகிட்டேன்.' அவள் மறுபடி புன்னகைத்தாள். அவளின் புன்னகை, அதே குழிவிழும் புன்னகை, ஆரிஃபை உணர்ச்சிவசப்பட வைக்க,

அவனுக்கு அவளை உடனே முத்தமிட வேண்டும் என்று தோன்றியது.

நியாபகம் இருக்கட்டும் ஆரிஃப். அவள் திருமணமானவள். உன் குடும்ப கௌரவத்தைப் பத்தி நினைச்சுப் பாரு. அவள விரும்பறதோட விளைவுகள நினைச்சுப்பாரு. அவனின் உணர்ச்சிகளை நினைத்து அவனையே வெறுத்தான்.

'ஏதாவது என்கிட்ட சொன்னியா?' சுமித்ரா கேட்டாள்.

'இல்ல,' வேகமாக பதிலளித்துவிட்டு, ஒரு நொடி அவள் கண்களை நோக்கினான். இவ்வளவு அருகில் சுமித்ரா இன்னும் அழகாக இருந்தாள். அவளது டால்கம் பவுடரின் நறுமணத்தை உள்ளிழுத்தான். அவளது உதடுகள் நிறைவாக, மார்பகங்கள் தாராளமாக இருந்தன. *தௌபா! தௌபா! அல்லாவே! என் கண்களின் பாவத்தை மன்னிப்பீராக!*

மேஜை மேலிருந்து கே.எல். சைகலின் *ஹிட்ஸ் ஆஃப் கே.எல். சைகல் - பாகம். 1* என்ற காசெட்டை எடுத்தாள்.

'இந்தியாவோட தலைசிறந்த பாடகர்களில் ஒருத்தர். எங்க அப்பா கே.எல். சைகலோட பெரிய ஃபேன். நான் சின்ன பொண்ணா இருந்தப்போ இவரத்தான் கிராமஃபோன்ல அப்பா கேப்பாரு. அவரோட ஃபேவரிட் பாட்டு என்னனு எனக்கு இன்னும் நியாபகம் இருக்கு: "கம் தியே முஷ்டகில்", "மதுகர் ஷியாம் ஹமாரே சோர்", "ஜப் தில் ஹி தூட் கயா". இப்பல்லாம் யாரும் சைகல் சாரோட பாட்ட கேக்கறதில்ல. என் ஹஸ்பண்ட், எப்படி மூக்குல பாடறவரோட குரலல்லாம் ரசிக்கிறனு கிண்டல் பண்றாரு.'

ஆரிஃப் புன்னகைத்தான். ஆனால் அவனது படபடப்பு குறையவில்லை. இன்னும் தொலைந்த பணத்தையே நினைத்துக்கொண்டிருந்தான். 'உங்க அப்பா எப்படி இருக்காரு?' என்று கேட்டான்.

'இப்ப பரவால்ல. இப்ப அவரு கடிஹார்ல இருக்காரு. அவர் உனக்கு ரொம்ப கடமைப்பட்டிருக்காரு.'

'கடவுளுக்குதான் நாமெல்லாம் கடமைப்பட்டிருக்கோம்.'

டென்னிஸ்-ராக்கெட் சுவற்றில் சாய்வாக மாட்டப்பட்டிருப்பதை சுமித்ரா கவனித்தாள். 'ஓ, டென்னிஸ் விளையாடுவியா?' ஆச்சரியத்துடன் கேட்டாள்.

'முன்னாடி டென்னிஸ் விளையாடிட்டிருந்தேன். இப்ப இல்ல.'

'என் ஹஸ்பண்டும் டென்னிஸ் விளையாடுவாரு. நியூ பாட்னா கிளப்புக்கு போவாரு.'

ஆரிஃபை பேசவிட்டு அவனது விருப்பு, வெறுப்புகள், கனவுகள், ஆசைகளைத் தெரிந்துகொண்டாள் சுமித்ரா. அவன் பேசும்பொழுது அக்கறையுடன் கேட்டுக்கொண்டாள். சுமித்ராவின் உச்சரிப்பு, குறிப்பாக உருது வார்த்தைகளைப் பேசும்பொழுது, மிகத் துல்லியமாக இருந்ததை ஆரிஃப் கவனித்தான்.

'யார் இந்த அழகு பையன்?' மேஜை மேலிருந்து ஒரு போட்டோ ஃப்ரேமை எடுத்துக்கொண்டே கேட்டாள்.

'என் தம்பி, ஜாகிர். அவனுக்கு சினிமால நடிக்கனும்னு ஆசை.'

'மாஷால்லாஹ்!'

அவள் குடும்பப் புகைப்படம் ஒன்றைப் பார்த்துக்கொண்டிருந்தாள். பாட்டி, அம்மா, அப்பா நாற்காலிகளில் அமர்ந்திருந்தனர். ஆரிஃப், ஜாகிர், அவனது சகோதரிகள் பின்னால் நின்றிருந்தனர்.

'என் ஃபேமிலி,' ஆரிஃப் சொன்னான்.

'உனக்கு மூனு சிஸ்டர்ஸா?'

'ஆமாம்.'

'மூனு பேருமே அழகா இருக்காங்க.'

ஆரிஃப் பதிலுக்குப் புன்னகைத்தான்.

அறைக்குள் அம்மா திரும்பி வரவும் இருவரும் பேசுவதை நிறுத்தினார்கள். அப்போதுதான் காலேஜிலிருந்து திரும்பியிருந்த ரபியா, ஒரு தட்டில் மூன்று தேனீர் கோப்பைகள், ரவை கேசரி, மற்றும் கெட்டியான உருளைக்கிழங்கு சிப்ஸ்களுடன் அம்மாவின் பின் வந்தாள்.

'நீ பிஸியா இருக்குற பையன். நான் உன் படிப்ப தொந்தரவு பண்ணல,' சொல்லிவிட்டு சுமித்ரா அம்மாவைப் பின்தொடர்ந்து போனாள்.

சுமித்ரா இருந்தவரை தொலைந்த பணத்தை கிட்டத்தட்ட மறந்திருந்தவன், அவள் சென்றவுடன் அதை நினைத்து மீண்டும் பயந்தான். அவளிடமிருந்து ஒருவேளை பணத்தைப்

பெற்றுக்கொண்டிருக்கலாமோ என்று நினைத்தான். *நான் எப்படி வாங்குவது?*

கடைசியாக, அவன் அம்மாவிடம் சொல்லிவிட நினைத்தான். படுக்கையிலிருந்து எழுந்து, தன் காலணிகளை தேடினான். குனிந்து கட்டிலுக்கு அடியில் அவற்றைத் தேடும்பொழுது அங்கு தன் வெள்ளைக் கைக்குட்டை இருப்பதைக் கவனித்தான். இன்னும் கொஞ்சம் எக்கி, அதை இருவிரல் நுனிகளில் பிடித்து தன்னை நோக்கி இழுத்தவன் மகிழ்ச்சியில் கத்தினான். கைக்குட்டைக்குள் பணக் காகிதங்கள் ரப்பர்பேண்ட் சுற்றப்பட்டுக் கிடந்தன.

அப்போதுதான் பி.சி.ஓ.விலிருந்து வீட்டிற்குத் திரும்பியிருந்த ஜாகிர், ஆரிஃபின் கூக்குரலைக் கேட்டான். அவனறைக்கு ஓடி வந்தான். ‘என்னாச்சு அண்ணா?’

ஆரிஃப், கை முழுக்க ஐநூறு ரூபாய் பணக் கற்றையையெடுத்து விசிற, ஜாகிரின் முகத்தில் மகிழ்ச்சி. அண்ணாவை நெருங்கி, அவனை ஆரத் தழுவிக்கொண்டான்.

அன்று இரவு, *திவான்-இ-மோமின்* புத்தகத்தை வைத்துக்கொண்டு சுமித்ராவின் தொடுகையைக் கற்பனை செய்தான் ஆரிஃப். அதன் பக்கங்களைப் புரட்டியவன், அதன் இரண்டாம் பக்கத்தில் தன் பெயர் உருதுவில் எழுதப்பட்டிருப்பதைப் பார்த்து ஆச்சரியப்பட்டான். அது அவன் கையெழுத்தில்லை. அதற்கு முன் அந்தப் புத்தகத்தில் அந்தப் பெயர் இருக்கவில்லை. ஒரு தேர்ந்தெடுத்த எழுத்தணிகர் மையிலிட்டதைப் போல் இருந்தது அது. சுமித்ராவிற்கு உருது தெரியுமா என்று ஆச்சரியப்பட்டான். இப்பொழுது ‘இஸ்லாமிய மொழி’யாக அடையாளப்படுத்தப்பட்டிருக்கும் ஒரு மொழியை எப்படி நடுத்தர வர்க்க மைதில் பிராமணப் பெண்ணால் கற்க முடிந்தது?

அவள் மேற்கொண்டு எதுவும் எழுதியிருக்கிறாளா என்றறிய, புத்தகத்தை ஆவலாக மேலும் புரட்டினான். ஒரு காகிதம் நாலாக மடிக்கப்பட்டு வைக்கப்பட்டிருப்பதைக் கண்டான். இதயம் அதிவேகமாகத் துடிக்க, அதைப் பிரித்தான். நான்கு உருது கஜல் கவிதைகள் அவை:

நாள் தொடங்கியது ஒரு முகத்தைக் காணும் ஏக்கத்துடன்

நீ வரவில்லை உன் கருணையை எனக்களிக்க மறுத்ததுடன்

என் இதயம் வலிகொள்கிறது தவிப்பாய்த் தவிக்கிறது
என் ஆன்மா துடிக்கிறது அமைதியற்று இருக்கிறது

நேரம் உறைகிறது நொடிகள் மணிகளாகின்றன
நாள் சோபையிழக்கிறது மலர்களை அதன் மனம் கைவிடுகிறது

உயிர் பிரியுமுன் என் ஆசை கைகூடலாம்
அல்லது மரணத்தைத் தழுவ என் ஆன்மா வானத்தையும் கடக்கலாம்

அவள் அதன் கீழ் தன் பெயருடன் கையொப்பமிட்டிருந்தாள்.

சுபானல்லாஹ்! சுமித்ரா ஓர் உருது கவிஞர் என்பது அவனை ஈர்த்தது. அவளுடைய வார்த்தைத் தேர்வுகள், உருவகங்கள் மற்றும் காட்சிகளின் பயன்பாடு, எதுகை மோனைத் தேர்வுகள் - இப்படி அவள் கவிதையின் ஒவ்வொன்றும் அவனை ஆட்கொண்டது. அவன் அந்தக் கவிதைகளை மீண்டும் மீண்டும் வாசித்தான், அவன் அம்மா அவனை இரவு உணவிற்கு அழைக்கும்வரை.

4

ரபீந்திரநாத் ஆடிடோரியத்தின் மூன்றாவது வரிசையின் இருக்கை ஒன்றில் ஆரிஃப் அமர்ந்திருக்க, அவன் கண்கள் எதையோ தேடி அலைந்துகொண்டிருந்தன. சில நிமிடங்கள் முன்புதான் சுமித்ரா அங்கு ஹாலில் நுழைந்ததைக் கண்டான். அவனது இருக்கைக்குப் பக்கவாட்டில் இருந்த நுழைவாயில் வழியாக நுழைந்த சுமித்ரா, துத்தநாக நீல நிறத்தில் புடவையும், அதற்கு ஏற்ற ரவிக்கையும் அணிந்திருந்தாள். ஆனால் கூட்டத்தில் அவளைத் தொலைத்துவிட்டான்.

அவளை நிஜமாகவே பார்த்தேனா அல்லது அது என் மனப் பிரமையா? அவன் எழுந்து நின்றுகொண்டு, திரும்பியவாறு அரங்கில் இருந்த ஒவ்வொரு முகத்தையும் அளைந்து தேட முயன்றான்.

'உக்காரு தம்பி. மறைக்கிது பாரு,' கூட்டத்தில் யாரோ பின்னாலிருந்து கத்தினார்கள். உடனே அமர்ந்தான்.

ஷேக்ஸ்பியரின் ஹேம்லெட் நாடகத்தின் ஹிந்தி தழுவலைக் காண அந்த அரங்கு நிரம்பி வழிந்தது.

டென்மார்க்கின் இளவரசன் பாத்திரத்தில் ஜாகிர் நடித்தான். அன்று எட்டாவது நாளாகக் காட்சி ஓடியும், அரங்கு இத்தனைப் பார்வையாளர்களால் நிரம்பியது என்பது பாட்னாவில் ஒரு நாடகத்திற்கு கிடைக்கும் வரவேற்பைப் பொறுத்தவரை

அதிசயமான விஷயம்தான். தினசரிகளின் நகரப் பதிப்பு ஒவ்வொன்றும் நாடகத்தைப் புகழ்ந்து தள்ளியிருந்தன.

திரைவிலகவும், ஆரிஃப் நாடகத்தில் கவனத்தை செலுத்தினான். மன்னனின் ஆவி மேடையில் காட்சியளித்தது. எந்திரங்கள் பயமுறுத்தும் விதமாக புகையை மேடையில் கக்கின. அதைத் தொடர்ந்து, ஜாகிர் ராஜ உடையில் தோன்ற ஆரிஃப் ஆர்வத்தில் கைதட்டினான். அவனுக்குப் பக்கத்தில் இருந்த மனிதன் ஆரிஃபை கலவரமாகப் பார்த்தான். கூச்சமாகி, ஆரிஃப் கை தட்டுவதை நிறுத்தினான்.

நாடகம் முடிந்தவுடன், ஆரிஃப் ஒப்பனை அறைக்குச் சென்றான். ஒரு காவலாளி அவனைத் தடுக்க முயற்சித்து அவன் ஜாகிரின் அண்ணன் என்று தெரிந்தவுடன் உள்ளே விட்டான்.

நன்கு மழமழப்பாக சவரம் செய்யப்பட்டு, முப்பதுகளில் இருந்த சஞ்சய் உபாத்யாய், நாடகத்தின் இயக்குனர், ஜாகிரைப் பாராட்டிக்கொண்டிருந்தார். 'ஒவ்வொரு ஷோவிலயும் இன்னும் நல்லா நடிக்கிற. இந்த வருஷம் நேஷனல் ஸ்கூல் ஆஃப் டிராமால சேர ட்ரை பண்ணு. நிச்சயமா செலெக்ட் ஆவ.'

ஒரு கதாபாத்திரத்திற்குத் தன் தம்பி உயிர்கொடுப்பதை நினைத்து ஆரிஃப் பெருமைகொண்டான். ஜாகிர் அடுத்த திலீப் குமாராகவோ, அமிதாப் பச்சனாகவோ வரலாம். *சஞ்சீர்*-இல் கோபம்கொண்ட இளைஞனான விஜயாகவும், *முகல்-ஈ-ஆசாம்*-இல் இளவரசன் சலீமாகவும், *கயாமத் சே கயாமத் தக்*-இல் ராஜ் ஆகவும் ஜாகிர் நடிப்பதை ஆரிஃப் கற்பனை செய்தான்.

'நீ ரொம்ப நல்லா நடிச்ச. இன்னும் நிறைய சாதிப்ப,' ஆரிஃப் சொல்லிவிட்டு தன் தம்பியை அணைத்துக்கொண்டான்.

'ரொம்ப தேங்க்ஸ் அண்ணா,' ஜாகிர் குரலில் மகிழ்ச்சியே இல்லாமல் கூறினான்.

'என்னாச்சு? ஒன்னும் பிரச்சனையில்லையே?' ஆரிஃப் அக்கறையுடன் கேட்டான்.

'கவலப்பட ஒன்னும் இல்ல அண்ணா. நல்லாதான் இருக்கேன். கடைசி நாலு நாளா தூங்கவேயில்ல. ரொம்ப டயர்டா இருக்கு.'

'என்கூட வீட்டுக்கு வரியா?'

‘இல்ல அண்ணா. எனக்கு சஞ்சய் சார்கிட்ட கொஞ்சம் பேசனும். எப்படினாலும் ஸ்பான்சர்ஸ் என்ன கார்ல ட்ராப் பண்ணிடுவாங்க.’

‘சரி ஜாகிர். இப்பவே 9.45 ஆகிடுச்சு. நான் கிளம்பறேன்.’

ஆடிடோரியத்திலிருந்து வெளியே வரும்பொழுது, வெளியேறும் மக்களில் பார்வையை மீண்டும் துழாவினான். அதோ அங்கே இருக்கிறாள்!

அவளருகில் சென்று, ‘வணக்கம்,’ என்றான் நடுங்கும் குரலில்.

‘வணக்கம்,’ அவளுக்கு அவனை அங்கு பார்த்தது ஆச்சரியமாக இல்லை. ஒருவேளை அவனை ஆடிடோரியத்தின் உள்ளே கவனித்திருக்கலாம்.

‘தனியாவா வந்தீங்க?’ ஆரிஃப் கேட்டான்.

‘ஆமாம். இன்னிக்கு டே-நைட் கிரிக்கெட் மாட்ச் இருக்கு. அதான் என் ஹஸ்பண்ட்…’ அவள் சொல்லி முடிப்பதற்குள் அவளருகில் ஒரு பஜாஜ் ஆட்டோ ஒன்று கிரீச் சத்ததுடன் வந்து நின்றது. அதன் சைலன்சர் ஹிஸ் என்ற சத்ததுடன் புகையைக் கக்கியது. அந்த ஆட்டோரிக்ஷாவில் இரண்டு ஆண் பயணிகள் இருந்தனர்; நடுத்தர வயதில் புகையிலையை உள்ளங்கையில் வைத்து கட்டைவிரலால் கசக்கிக் கொண்டிருந்த ஒருவன். மற்றவன், பெரிய காலர் வைத்த டி-ஷர்ட் அணிந்திருந்த இருபதுகளில் இருந்த இளைஞன்.

‘ஒருத்தர் வந்து முன்னாடி சீட்டுல உக்காருங்க,’ ட்ரைவர் சொன்னார்.

அந்த இளைஞன் சுமித்ராவையும் ஆரிஃபையும் கண்களால் அளந்து பார்த்துவிட்டு, பின்னாலிருந்து இறங்கி, ட்ரைவருக்கு பக்கத்து சீட்டில் பிதுங்கியபடி அமர்ந்தான். ஆரிஃப் அந்த நடுத்தர வயது மனிதனுக்கு அருகில் அமர்ந்துகொள்ள, சுமித்ரா அவனுக்கு அருகில் அமர்ந்தாள்.

அடுத்த இருபத்தி ஐந்து நிமிட பயணத்தில் சுமித்ரா ஒரு வார்த்தையும் உச்சரிக்கவில்லை. அவள் சிந்தனையில் தொலைந்தவளாக அடிக்கடி தன் விரல்களில் சொடக்கு இட்டுக்கொண்டிருந்தாள். ஆரிஃப் தன் இருக்கையில் உறைந்துபோய் அமர்ந்திருந்தான்.

நயா மோரில் இறங்கும்பொழுது, ஆரிஃப் அவளுக்கும் சேர்த்து பயணக்காசைத் தர, அவள் தயங்கியபடி சம்மதித்தாள். ஆரிஃப்

சுமித்ராவைப் பார்த்துப் புன்னகைத்தான். ஆனால் அவள் முகத்தில் எந்த உணர்வும் வெளிப்படவில்லை.

நயா மோரில் அனைத்து கடைகளும் அடைக்கப்பட்டிருந்தன. அருகில் ஓர் எலக்ட்ரிக் கம்பத்தில் ஒற்றை பல்ப் ஒன்று விட்டு விட்டு எரிந்துகொண்டிருந்தது. ஆரிஃப் சுற்றிப் பார்த்து, சைகிள் ரிக்‌ஷா எதுவும் இல்லை என்பதை கவனித்தான். சாலை வெறிச்சோடியிருந்தது.

'இந்த நேரத்துக்கு ரிக்‌ஷா கிடைக்காதுனு நினைக்கறேன்,' ஆரிஃப் சொன்னான்.

'அப்படியா!' அவள் சொல்லிவிட்டு நடக்க ஆரம்பித்தாள்.

'உங்களுக்கு நாடகம் பிடிச்சிருந்ததா?' ஆரிஃப் உரையாடலுக்கு முயன்றான்.

ரோட்டை ஒட்டிச் செல்லும் அடர் புதர்களிலிருந்து வெளிப்பட்ட கிரிக்கெட் பூச்சிகளின் இசை அந்த அமைதியைக் கிழித்துக்கொண்டிருந்தது. இரவுகளில் பாட்னா தெருக்களில் தனியாக நடப்பது, குறிப்பாக பெண்களுக்கு பாதுகாப்பானதல்ல என்று ஆரிஃப் அறிந்திருந்தான்.

'நல்லா இருந்தது. ஜாகிர் ரொம்ப நல்லா நடிச்சிருந்தான்.'

'நீங்க தனியா வந்திருக்கக்கூடாது.'

'சொல்லப்போனா, ஓஃபீலியாவா நடிச்சிருந்த அந்த பொண்ணு என்னோட டிஸ்டண்ட் கசின் தான். நான் நிச்சயம் வரணும்னு அவதான் சொன்னா. என் ஹஸ்பண்டும் வரனும்னு விரும்பினேன். ஆனா அவரு சிங்கிள் மேட்ச் கூட மிஸ் பண்ண மாட்டாரு.' ஆரிஃப் அவள் குரலில் கசப்புணர்வு படருவதை உணர்ந்தான். அவனுக்கு சுமித்ராவின் கணவனை சந்தித்தது நினைவிற்கு வந்தது; அவன் நல்லவனாகத்தான் தெரிந்தான். ஆரிஃப் பேச்சை வேறு திசைக்குத் திருப்பினான்.

'உங்க பசங்க எங்க படிக்கிறாங்க?'

'என் பையன் ராகுல் செயிண்ட். கேரன் ஸ்கூல்ல மூணாவது படிக்கிறான். என் பொண்ணு ஹசாரிபாக்ல இந்திரா காந்தி பாலிகா வித்யாலயால டென்த் படிக்கிறா.'

'நல்லது. நான் உங்க கஜல் படிச்சேன். ரொம்ப நல்லா இருந்துச்சு. உங்களுக்கு உருது நல்லா வருதே. எங்க, எப்படி கத்துக்கிட்டீங்க?'

‘நான் அந்தக் கதைய இன்னொரு நாள் சொல்றேன்,’ அவள் சொன்னாள்.

லேசான தூரல் ஆரம்பித்து குளிர்காற்று வீசத்தொடங்கியிருந்த பொழுது அவர்கள் சூஃபியின் சிறிய புனிதத்தலம் ஒன்றை அடைந்தார்கள். சுமித்ரா, தன் புடவை தலைப்பை எழுத்து தோள்களை மூடிக்கொண்டதை ஆரிஃப் பார்த்தான். மின்சாரம் இல்லாமல் தெருக்கள் இருளில் இருந்தன. பள்ளிவாசலின் பிரதான வாயிலில் நீளமான வெள்ளை தாடி மற்றும் பச்சை அங்கியில், வயதான மனிதர் ஒருவர் உட்கார்ந்தபடி புகை பிடித்துக்கொண்டிருந்தார். ஹரிகேன் விளக்கிலிருந்து வெளிப்பட்ட ஆரஞ்சு வண்ண வெளிச்சத்தில் அவர் முகம் ஒளிர்ந்துகொண்டிருந்தது.

சுமித்ரா, பள்ளியின் முன்பு நின்று இருகைகளைக் கூப்பி வணங்கினாள். ஒரு நூறு கஜம் நடப்பதற்குள் லேசாக தூறிக்கொண்டிருந்த மழை, முழுதாகக் கொட்ட ஆரம்பித்தது. அக்டோபர் மாதம் பொழியும் பருவம் தவறிய மழை, ஜலதோஷம் பிடிக்க நிச்சயமான காரணம் என்று நினைத்தவாறே ஆரிஃப் சுற்றுமுற்றும் கூரையைத் தேடினான். இரு சக்கர வாகனம் ஒன்று மிக வேகமாகக் கடந்து அவர்களை பயமுறுத்தியது. ஆனால் அதன் ஹெட்லைட் வெளிச்சத்தில், தார்பாய் தொங்கியபடி மூடப்பட்டிருந்த ஒரு கடையைப் பார்த்துவிட்டான். அதை நோக்கி இருவரும் ஓடினார்கள்.

மழைத்துளிகள் அஸ்பெஸ்டாஸ் விரிப்பில் தாளமிட்டபடி விழுந்தன. ரோட்டில் எதையும் அவர்களால் பார்க்க முடியவில்லை. கண்ணுக்கெட்டிய தூரம் வரை அங்கு இன்னொரு ஆன்மா இல்லை. ஆரிஃபின் கைகடிகாரம் பதினொன்று என்று காண்பித்தது. அந்தக் கூரையைவிட்டு மழையில் அவர்களால் செல்ல முடியாது. அவனால் சுமித்ராவை ஒழுங்காகப் பார்க்க முடியாவிட்டாலும், ஒரு தவிப்பை உணர்ந்தான். அவர்களை இந்த மழையில் இந்த இரவில் யாராவது ஒன்றாக சேர்த்துப் பார்த்துவிட்டால் என்னாகும்?

குற்றச்சாட்டை நினைத்து பயந்தாலும் அவனுக்குள் ஏதோ கிளர்ச்சியாகவும் இருந்தது. அவனுக்கு எதுவோ சொல்லத் தோன்றியது, ஆனால் அது சரியான சூழலாகவோ, நேரமாகவோ இருக்காது என்றும் தயங்கினான். ஆரிஃப் பேசும்வரை அங்கு அவர்களிடையே அமைதி நிலவியது.

‘என்கிட்ட எதுவும் சொல்லிக்காம ஏன் ஹாஸ்பிடல விட்டுப் போயிட்டீங்க?’

‘அது உண்மையில்ல ஆரிஃப். என்னோட அட்ரெஸ் எழுதி ஒரு லெட்டர் உனக்காகக் கொடுத்திருந்தேன். என்னோட கசின கூப்பிட நீ போன அரைமணி நேரத்துல என்னோட இன்னொரு கசின் வந்துட்டான். எங்க அப்பா பேச ஆரம்பிச்சவுடனேயே அம்மாவுக்கு நான் தகவல் சொல்லிட்டேன். அவங்ககிட்டேருந்து இவன் தெரிஞ்சுகிட்டு வந்தான். என் கசின்தான் அப்பாவ கன்கர்பாக்ல இருக்குற ப்ரைவேட் ஹாஸ்பிடலுக்குக் கூட்டிட்டுப் போகனும்னு தீர்மானமா இருந்தான்,’ சுமித்ரா சொன்னாள்.

‘நான் ஒன்னு கேக்கலாமா?’

‘நிச்சயமா!’ அவள் முந்தானையால் முகத்தைத் துடைத்தபடி சொன்னாள். குறை மின்சாரத்தில் விளக்கு ஒன்று மீண்டும் உயிர்பெற அதன் மங்கலான வெளிச்சத்தில் சுமித்ராவின் முகத்தைப் பார்த்தான்.

‘நான் உங்கள என்னனு கூப்பிடனும்? ஆண்டினு கூப்பிடவா?’

‘நோ. நிச்சயமா இல்ல. எனக்கு அவ்ளோ ஒன்னும் வயசாகல,’ சுமித்ரா எரிச்சலுடன் பதிலளித்தாள். ‘என்ன பேர் சொல்லி சுமித்ரானே கூப்பிடு.’

‘ஓகே, சுமித்ராஜி.’ அவன் அவள் பெயரை உச்சரிக்க, பிடரியில் அவள் அவனுக்கு முத்தமிட்டதைப் போல் தன் தண்டுவடத்தில் சில்லென்று உணர்ந்தான்.

மழை, தூரலாகக் குறைந்தது.

‘நாம நடக்கலாம், வா. இந்த மழை நிக்கும்னு எனக்குத் தோணல.’

அவர்கள் தெருவில் காலை எடுத்து வைத்ததும், ஆரிஃப் அவர்கள் காலுக்கருகில் ஒரு பாம்பு ஊர்ந்ததைக் கவனித்தான். அவன் சுதாரித்து சுமித்ராவையும் சுதாரிக்க நினைத்த கனம் அவளும் அந்த பாம்பைப் பார்த்துவிட்டாள். கத்திக்கொண்டே திரும்பி, ஆரிஃபை இழுத்து அவனைச் சுற்றி தன் கைகளைப் போட்டு அணைத்துக்கொண்டாள். பயந்துபோன ஆரிஃப் முதலில் எதுவும் எதிர்வினையாற்றவில்லை. பின்பு மெதுவாக தன் கைகளைக்கொண்டு அவளை சாந்தப்படுத்தும் விதமாக அணைத்தவாறே அவளது கூந்தலிலிருந்து வெளிப்பட்ட நறுமணத்தை உள்ளிழுத்தான். பாம்பு போனபின்பும் சுமித்ரா

அவனை அணைத்தபடியிருந்தாள். ஆரிஃப் தன் தோல் எரிவதுபோலவும், நுரையீரலில் காற்று இல்லாததுபோலவும் மூச்சுவிட்டான். முடிவில்லாமல் இப்படியே நிற்க அவன் ஏங்கினான்.

சில நொடிகளுக்குப் பிறகு சுமித்ரா அவனைப் போகவிட்டாள், மெதுவாக, அவனைப் பார்ப்பதைத் தவிர்த்து.

'சாரி,' அவள் சொல்லிவிட்டு நடக்கத் தொடங்கினாள். ஆரிஃப் அவளைத் தொடர்ந்தான்.

சில நொடிகளுக்குப் பிறகு, சுமித்ரா சனிக்கிழமைகளில் தொழும் அரச மரத்திற்கு இருவரும் வந்தார்கள். மரத்திற்கு அருகில் சாலையிலிருந்து விலகிய பாதையொன்று பேங்க் காலனிக்கு இட்டுச் சென்றது. சாலைக்கு அந்தப் பக்கம், பெரிய வளைவு கொண்ட கேட்டில்: கேட் எண்: 2, பிஹார் மிலிடரி போலீஸ், 5-வது படாலியன், பாட்னா - 800014, என்று பதிக்கப்பட்ட கல்லில் தெரிந்தது. உருளையான பச்சைத் தொப்பியில், கொத்து சிவப்பு இறகுகள் சொருகப்பட்டு சீருடை அணிந்த காவலாளி கேட்டின் வாயிலில் இருந்தான். கேட்டைக் கடந்து இருபக்கமும் நீளமாக இரண்டடுக்கு வீடுகள்.

'நீ வீட்டுக்குப் போ. இங்கேருந்து நான் போயிடுவேன்,' சுமித்ரா கூறினாள்.

'இல்ல சுமித்ராஜி. உங்கள இந்த நேரத்துல போயி தனியா போக நான் விடமாட்டேன்.'

'ஒகே, தேங்க்ஸ்.'

அமைதியாக இருவரும் நடந்தனர்.

'ஒருநாள் என் வீட்டுக்கு வா. என்னோட கவிதைகள ஷேர் பண்ணலாம்,' தன் வீடு பார்வைக்கு வரவும் சுமித்ரா சொன்னாள். வீட்டு பால்கனி விளக்கு எரிந்துகொண்டிருந்தது. ரமேஷ் பால்கனியில் அவளுக்காகக் காத்துக்கொண்டிருந்தார். 'பை.'

'பை, சுமித்ராஜி,' ஆரிஃப் சொன்னான். அவள் வீட்டிலிருந்து அதிக தொலைவில்லாத ஒரு வேப்பமரத்தடியில் நின்றுகொண்டு அவள் வீட்டிற்குள் செல்வதைப் பார்த்தான். அவள் படிக்கட்டுகள் ஏறி, முதல் மாடியில் இருந்த தன் வீட்டின் பால்கனிக்கு வந்தாள். அடுத்த ஒன்றிரண்டு நிமிடங்கள் அங்கேயே நின்றபடி அவள் தன் கணவனிடம் பேசிக்கொண்டிருந்தாள். பின்பு இருவரும் ஒன்றாக வீட்டிற்குள் செல்ல, விளக்குகள் நிறுத்தப்பட்டன.

அவளுடன் செலவழித்த கடந்த சில மணி நேரங்களை நினைவுகொள்ள ஆரிஃப் முயன்றான். அவளை ஒரு பாவப்பட்ட உறவிற்கு ஆரிஃப் தூண்டப்போகிறானா? ஒரு மகிழ்ச்சியான குடும்பத்தை உடைக்கப்போகிறானா? அவன் அவனையே வெறுத்தான். அவள் அவனை அணைத்தபொழுது அவன் தூண்டப்பட்டான். மிக வேகமாக, அதிகத் தொலைவு அவன் வந்துவிட்டான். அவனே அவனை இப்பொழுது நிறுத்தவில்லையென்றால் அவன் அழிவது உறுதி. அவன் பெற்றோர்கள் ஒருவேளை இந்த உறவு குறித்து அறிந்தால் என்னவாகும்? அவள் ஓர் இந்து என்பது மதக்கலவரத்தைத் தூண்டலாம். அவள் கணவனுக்குத் தெரிந்தால் என்னாகும்? அவன் நிச்சயம் என்னைக் கொல்வான்.

ஆரிஃப் தன் வீட்டிற்கு முன்பு நின்றான். கண்களை மூடிக்கொண்டு புனித குரானிலிருந்து சில பாசுரங்கள் ஒப்பித்தான். தன் ஆசை, அழிவை நோக்கி இட்டுச் செல்லும்முன் அதை முளையிலேயே கிள்ளிவிட உறுதிபூண்டான்.

5

காற்று அலைந்தபடி இருக்க, நிலவொளியில் ஒளிர்ந்த கங்கையின் கரையில் கருப்பு நிற புடவையணிந்து அதன் தலைப்பால் தன் தலையை மூடியிருந்த சுமித்ரா அவனை அழைத்தாள். அந்தத் தலைப்பு நழுவ, ஓர் உலோகத்தைப் போல் இருந்த அவளது கூந்தல் மிளிர்ந்தது. எதுவோ நீரில் விழுந்தது. ஆரிஃப், சுமித்ராவிடமிருந்து தன் பார்வையைப் பிடுங்கிக்கொண்டு பார்க்க, ஜாகிர் மூழ்கிக்கொண்டிருந்தான். அவன் ஆற்றை நோக்கி ஓடினான், ஆனால் அவன் சோகக்குரலில் பாடும் சுமித்ராவைக் கேட்டான். அவனுக்கு வரிகள் புரியவில்லையென்றாலும் இசை ஆட்கொண்டது. சுமித்ரா இப்போது அவன் முன்னால் நின்றாள். இப்போது அவள் கையில்லாத பச்சை நிற மாலை உடையில் தன் மார்பகப் பிளவு தெரிய நின்றாள். அவனுக்குள் ஆசை அவிழ ஆரம்பித்தது. ஜாகிர் அலறினான், ஆனால் ஆரிஃபால் நகர முடியவில்லை. அவன் ஜாகிரை இறக்கவிட்டுவிட்டு, சுமித்ராவைத் தன் கைகளில் ஏந்தி மிகத் தீவிரமாக அவளை முத்தமிடத் தொடங்கினான்.

'தௌபா அஸ்தக்ஃபர்! தௌபா அஸ்தக்ஃபர்! தௌபா அஸ்தக்ஃபர்!' ஆரிஃப் கலவரப்பட்டு விழித்தான். குலைந்துபோய், தரையின் குளிர் தன் பாதத்தில் பட எழுந்து அமர்ந்தான். ஆரிஃபிற்கு தன் சகோதரன் அருகில் மூச்சுவிடுவது கேட்டது. இருந்தும் உறுதிப்படுத்திக்கொள்ள விளக்கைப் போட்டுவிட்டு ஜாகிரைப் பார்த்தான். அவன்,

அவர்கள் பகிர்ந்துகொள்ளும் படுக்கையில் அவனுக்கு அருகில், தனது இடது கால் மெத்தையிலிருந்து வெளியே தொங்க உறங்கிக்கொண்டிருந்தான். ஆரிஃப் குனிந்து, மெதுவாக ஜாகிரின் தொங்கும் காலைத் தொட்டுத் தூக்கி மீண்டும் படுக்கையில் போட்டுவிட்டு, ஆதூரமாக அவனது தலை மயிரைக் கோதிக்கொடுத்தான். ஜன்னல் மேடையில், பென்குவின் கிளாசிக்கின் *அன்னா கரீனினா* -வும் தண்ணீர் ஜாடியும் இருந்தன. அப்படியே ஜாடியிலிருந்து தண்ணீரைக் கவிழ்த்துக்கொண்டு குடித்துவிட்டு, அந்த நாவலை எடுத்தான். ஆனால் பிரிக்காமல் மீண்டும் அதே இடத்திலேயே வைத்தான்.

மீண்டும் படுக்கையில் விழுந்து உறங்க முயற்சி செய்தான், ஆனால் அவனுக்கு இன்னும் குழப்பமாகவே இருந்தது. அது வெறும் பயங்கரக் கனவா அல்லது வேறு ஏதோவொன்றா? அவன் பாட்டி ஒருமுறை கனவுகளின் விதங்களைப் பற்றி சொன்னாளே?

'மூனுவிதமான கனவுகள் இருக்கு,' அவள் சொல்லியிருந்தாள். 'தெய்வீகக் கனவுகள் அல்லது 'க்வாப்-இ-ரஹ்மானி கடவுளிடமிருந்து வருபவை, எதிர்காலத்தைக் குறித்த பார்வையை அவை தரும். க்வாப்-இ-சைதானி, சாத்தான்களின் கனவுகள், அசிங்கமானவை அல்லது துர்கனவுகள் அவை. மூன்றாவது, உளவியல்பூர்வமான கனவுகள், க்வாப்-இ-ஜெஹானி, நாம் விழித்திருக்கும்பொழுது கொள்ளும் சிந்தனைகளின் பிரதிபலிப்புகள் அவை.'

தன்னுடையது ஒருவேளை சாத்தானின் கனவோ என்று ஆரிஃப் சந்தேகம் கொண்டான். அல்லது, எதிர்காலத்தில் நிகழவிருக்கும் துர்சம்பவத்தின் ஒரு பகுதியா? அல்லது சுமித்ராவிடமிருந்து விலகியிருக்க கடவுள் அனுப்பிய எச்சரிக்கையா? அவன் கண்களை மூடிக்கொண்டு சுராஹ்-அல்-பகாராவிலிருந்து ஜபித்துக்கொண்டே கண்கள் அயர உறக்கத்தில் விழுந்தான்.

அடுத்தநாள் காலை ஆரிஃப் பதட்டமாக இருந்தான். பாத்ரூமிற்கு வெளியே தன்னுடைய முறை வரக் காத்திருந்தான். கதவு கிறீச்சென்று சத்தமிட்டுத் திறக்க, அவனுடைய சகோதரி ரபியா, தன் சல்வார்-கமீஸை நனைக்கும் இடுப்பளவு ஈரக்கூந்தலை துண்டால் துவட்டியபடி வெளியே வந்தாள். ஆரிஃப் உள்ளே நுழையும் நொடி தன் பின்னாலிருந்து நஸ்னீனின் குரலைக் கேட்டான்.

‘ஆரிஃப் அண்ணா, இன்னிக்கு ஸ்கூலுக்குக் கொஞ்சம் சீக்கிரம் போகனும். நான் பாத்ரூம் யூஸ் பண்ணிக்கறேனே.’

‘சரி நஸ்னீன்,’ ஆரிஃப் அன்பாக பதிலுரைத்தான். ‘என் பேஸ்டையும் ப்ரஷையும் கொடுத்திடு. நான் வெயிட் பண்றேன்.’ அவன் சகோதரி உள்ளே நுழைய வழி கொடுத்தான்.

பல் தேய்த்துக்கொண்டே அங்கிருந்து வீட்டின் பால்கனிக்குச் சென்றான்.

‘அண்ணா!’ இப்போது ஹுமா அழைத்தாள். பதினான்கு வயதிற்கு அவள் சற்று உயரம் கூடுதலாகவே இருந்தாள். அவள் ஜாடை அவளது சகோதரிகளினுடையதைப் போலவே இருந்தாலும் அவர்கள் அளவிற்கு அவள் நிறமில்லை. ‘சொல்லு, ஹுமா?’

‘எனக்கு இத அல்ஜீப்ரா ஈகுவேஷன் சொல்லித்தாங்க அண்ணா.’

‘நிச்சயமா. எங்க காமி.’

ஆரிஃப் கணக்கில் சற்று வேகமானவன், ஐந்து நிமிடத்தில் அதைப் போட்டு முடித்தான். ஹுமா சென்றவுடன் அந்த துர்கனவு அவனை தொந்தரவு செய்தது. பாட்டியுடன் பேச வேண்டும்போல் தோன்றவே அவளுடைய அறைக்குச் சென்றான். அவள் புனித நூல் ஓதிக்கொண்டிருந்தாள். துர்கனவுகளைப் பகிரக்கூடாது, அப்படி பகிர்ந்தால் அதன் விளைவுகள் நீக்கப்படாது என்றும் எச்சரித்திருக்கிறாள்.

அவன் மூட நம்பிக்கைக் கொள்ளத் துவங்கிவிட்டானா? உண்மையில் சுமித்ராவை நினைத்துப் பார்ப்பதிலிருந்து தன்னை நிறுத்த வந்த தெய்வீகக் கனவா அது?

திருமணமானவளை நினைத்துப் பார்ப்பதே ஒழுக்கம் தவறிய செயல். புனித குரான் குறிப்பிடுவதுபோல் பிறன்மனை நோக்கைப் பற்றி சிந்திப்பதேகூட பாவம்தான்.

கொஞ்சம் புத்துணர்வடைந்தவுடன், தன் அறையில் ஒரு மர நாற்காலியில் அமர்ந்தவாறு அவன் சுமித்ராவைப் பற்றி மீண்டும் நினைக்கத் தொடங்கினான். அவன் அவளைக் கடைசியாகப் பார்த்த தருணம், அவள் தன் கையால் கற்றை முடியை ஒதுக்கிவிட்டுக்கொண்டதை நினைத்துப் பார்த்தான். *அல்லாவே! நான் என்ன செய்யட்டும்?* கட்டிலின் பக்கவாட்டு மேஜையிலிருந்து பப்ளிக் அட்மினிஸ்ட்ரேஷன் புத்தகத்தை எடுத்துக்கொண்டான்.

‘எனக்கு முக்கியமான ஒரு விஷயம் பத்தி உன்கிட்ட பேசனும்,’ போலீஸ் ஸ்டேடியத்தில் காலை நடை முடித்துக்கொண்டு ஜாகிர் அறைக்குள் நுழைந்தவுடன் ஆரிஃப் அவனிடத்தில் கூறினான்.

‘என்ன விஷயம், அண்ணா?’ ஜாகிர், ஆரிஃபின் குரலில் தெரிந்த தீவிரத்தை உணர்ந்து கேட்டான்.

‘மேல வா.’

மாடிக்குச் சென்றவுடன், சிறிது நேரம் அங்கும் இங்கும் உலாத்திவிட்டு, கைப்பிடிச் சுவருக்கு வந்தான் ஆரிஃப். ஜாகிர் அவனுக்கு முன்பு நின்றுகொண்டிருந்தான்.

‘ஜாகிர், இந்த மாதிரி விஷயத்த நான் என் தம்பிகிட்ட ஷேர் பண்ணலாமானு தெரியல,’ ஆரிஃப் சொல்லிவிட்டு மொட்டைமாடித் தரையில் விளையாடிக்கொண்டிருந்த இரு குருவிகளின் மீது பார்வையை செலுத்தினான்.

‘அண்ணா, நான் உன் தம்பிதான். ஆனா ஃப்ரெண்டும் தான,’ ஜாகிர் கேட்டுவிட்டு, ஆரிஃபின் தோள்களில் தன் கையை ஆதரவாக வைத்தான். ‘என்கிட்ட உன் ரகசியத்த பகிர்ந்துக்க மாட்டியா?’

‘நான் உன்கிட்ட கல்யாணமாகி குழந்தைங்க இருக்குற ஒரு இந்து பொண்ணு மேல நான் பைத்தியமா இருக்கேனு சொன்னா நீ எப்படி ரியாக்ட் பண்ணுவ?’

‘என்ன?’

‘ஆமாம், தம்பி.’

‘கல்யாணம் ஆன, நடுத்தர வயசு பெண்கிட்ட போயி அப்படி என்ன அண்ணா பாத்தீங்க?’

‘அந்தப் பெண் ரொம்ப அழகா இருப்பா, என்னால ஒன்னும் பண்ண முடியல. அவளப் பத்தின எல்லாமே ஸ்பெஷல்தான். அவளோட நம்பிக்கை, நடத்தை, அவ பேசறது, சிரிக்கறது எல்லாமே. ஆனா உண்மைய சொல்லனும்னா அவகிட்ட குறிப்பா என்ன ஈர்த்துதுனு எனக்கு தெரியல. ஆனா இதுக்கு முன்னாடி இப்படி இருந்ததில்ல.’

‘என் அன்பு அண்ணா, நீ போக நினைக்கற பாதை ரொம்ப டேஞ்சரானது. கல்யாணமான பெண்!’ ஜாகிர் தொடர்ந்தான், ‘அதுமட்டும் இல்லாம, அவங்க ஒரு இந்து. ஒரு இந்து பொண்ண

பாக்கறதோட விளைவுகள் என்னனு உனக்கு தெரியும்னு நம்பறேன்.'

'ஆமா எனக்கு புரியுது. ஆனா என் இதயத்துக்கு புரியல.'

'அப்பாவ பத்தி நினைச்சுப் பாரு. அம்மாவப் பத்தி நினைச்சுப் பாரு. இது மட்டும் அவங்களுக்கு தெரிய வந்துச்சுன்னா அவமானத்துல செத்திடுவாங்க. நினைச்சுப் பாரு அண்ணா. உனக்கான ஒழுக்க விதிகளை நீதான் உருவாக்கிக்க முடியும்.'

ஜாகிரின் முதிர்ச்சி ஆரிஃபை வியப்பில் ஆழ்த்தியது. தம்பி என்று நம்ப முடியாமல் அவன் அவனுடைய மூத்த சகோதரன்போல் பேசினான்.

'நான் என்ன பண்ணனும் சொல்லு.'

'அந்த பொண்ணோட உனக்கு எந்த எதிர்காலமும் இல்ல. அவங்க வாழ்க்கையையும் அழிச்சு, உன் வாழ்க்கையையும் அழிச்சுக்கப் போற. அவள மறந்திடு. அவள திரும்பப் பாக்க நினைக்காத. ஒரு ரெண்டு மாசம் பாட்னாலேருந்து எங்கயாவது போகனும்னா போயிடு.'

'நீ சொல்றது சரிதான் ஜாகிர். நான் இனி...'

அவன் சொல்வதை முடிக்குமுன் அம்மா திடீரென்று அங்கு கோபமாக வந்தாள்.

'என்ன மாதிரி பழக்கத்த வளத்திருக்கீங்க? டிஃபன லஞ்ச் டைமுக்கு சாப்பிட்டுட்டு. இப்பவே ஒன்பது மணியாச்சு. கீழ வந்து உடனே டிஃபன சாப்டு முடிங்க.'

அவர்கள் அவளை அமைதியாகப் பின்தொடர்ந்து கீழே சென்றார்கள். வீட்டு வாயிலில் கிடந்த டைம்ஸ் ஆஃப் இந்தியாவை எடுக்க ஆரிஃப் குனிந்தான். அவனுடைய கண்கள் தேதியில் பதிந்தன: *31 ஆக்ஸ்ட் 1992*, திங்கள்கிழமை.

முக்கியத் தேர்வுக்கு இன்னும் நாற்பது நாட்களுக்குக் குறைவாகவே இருக்கின்றன, ஆரிஃப் தன்னையே நினைவுபடுத்திகொண்டான்.

ஆசை

6

செப்டெம்பர் மாதம் முழுவதும் விழித்திருக்கும் பொழுதையெல்லாம் ஆரிஃப், அந்தச் சிறிய வாசிப்பு அறையில் தன்னை அடைத்துக்கொண்டு முக்கியப் பரீட்சைக்காகத் தயார்செய்தான். சென்ற மாதம் அம்மா, தானியங்கள் சேமிக்க பெரிய இரும்பு உருளைகள் இரண்டை அப்பாவை வாங்க வைத்து, அவற்றை அவன் படிக்கும் அறைக்கு வெளியே நடைபாதையில் வைத்தாள். மேஸ்திரி ஒருவரை ஏற்பாடு செய்து, செங்கல் சுவற்றை இடித்து அங்கு ஒரு ஜன்னல், வீட்டின் பின்புறம் தெரியுமாறு கட்டப்பட்டது. அம்மா அந்த அறையை வெள்ளையடிக்க வைத்ததுடன், அவனது நாற்காலி, மேஜையையும்கூட புது பாலிஷ் அடிக்க வைத்தாள்.

'இந்த மாதிரி இவ்ளோ பெரிய, கஷ்டமான படிப்புக்கெல்லாம் தயாராக என் புள்ளைக்கு வசதி இருக்கனும்,' அவள் அப்பாவிடம் சொல்வதைக் கேட்டான் ஆரிஃப்.

எங்கே சுமித்ராவை சந்திக்க நேரிடுமோ என்று அஞ்சி அவன் ம்ருத்யுஞ்சய் வீட்டிற்குச் செல்வதை நிறுத்தினான். அவள் அங்கு இருக்கிறாள் என்று தெரிந்தால், தன்னால் அவளிடமிருந்து விலகியிருக்க முடியாது என்று உணர்ந்திருந்தான். ம்ருத்யுஞ்சய் எப்பொழுதெல்லாம் ஆரிஃப் வருவதில்லை என்று புகார் கூறினானோ அப்பொழுதெல்லாம் ஆரிஃப் புதுப் புதுக் காரணங்களைக் கண்டுபிடித்து அவனிடம் சொன்னான்.

ஆனாலும் சுமித்ரா அவன் நினைவுகளில் எழும்பிக் கொண்டேயிருந்தாள். அன்று மழை இரவில் நடந்த காட்சிகள் அவன் மனத்திரையில் தொடர்ந்து ஓடிக்கொண்டிருந்தன. அவள் அவனை அணைத்த கணத்தை நினைத்தபோதெல்லாம் அவனுக்கு உடல் சிலிர்த்தது. தர்பங்காவில் சிறு வயதில் தன்னை ஈர்த்த சிம்ரனை நினைத்துப் பார்த்து ஏங்கினான். சிம்ரன் தன் நினைவிலிருந்து மறைந்ததைப் போல் சுமித்ராவும் மறைந்துவிடுவாள் என்று நம்பினான். அக்டோபர் ஒருவழியாக வர, ஆரிஃப் முக்கியத் தேர்வுகளில் மிகச் சிறப்பாகச் செய்ததாக நம்பினான். நிச்சயம் நேர்முகத் தேர்வுக்கான அழைப்பு வரும் என்று காத்திருந்தான். அடுத்த நாளே அஷோக் ரஜ்பத்திற்குச் சென்று நேர்முகத்திற்குத் தேவையான புத்தகங்களை வாங்கினான். தன்னுடைய தனிப்பட்ட விஷயங்கள் மற்றும் கல்வித் தகுதிகள் குறித்தெல்லாம் என்னென்ன கேள்விகள் கேட்கப்படுமோ அவற்றிற்கான விலாவரியான குறிப்புகளைத் தயார்செய்தான்.

'மழைல நம்ம குடும்ப வீட்டோட ஒரு பகுதி இடிஞ்சு விழுந்து நாசமாயிடுச்சு. ஒரு பக்க சுவர உடனே சரி செய்யனும். நீ உடனே அங்க போயி கட்டிட வேலைகள மேற்பார்வை பாத்துக்கோ,' அப்பா ஆரிஃபிடம் சொன்னார்.

ஆரிஃப் ஜமால்புராவிற்கு உடனே செல்ல விரும்பினான். இந்த வகையில் அவன் சுமித்ராவிடமிருந்து விலகி இருக்கலாம். ஜாகிர் சொன்னதையும் சோதித்துப் பார்க்க நினைத்தான் - அவளிடமிருந்து தள்ளியிருந்தால் அவளை மறக்க அது உதவலாம். அவனால் படிப்பிலும் கவனம் செலுத்த முடியும். சிவில் சர்வீஸில் சேர வேண்டும் என்ற அவனுடைய மிகப் பெரிய கனவிற்கு இடையே ஒரேயொரு தடைக்கல்தான், அவனுடைய கடும் உழைப்பையும் குடும்பத்தின் கனவுகளையும் அவனால் நிச்சயம் குலைக்க முடியாது.

'பாரு ஆரிஃப், உன் கனவுக்கு ரொம்ப பக்கத்துல இருக்க. ஜமால்புரால இண்டர்வியூக்கு உன்ன தயார்படுத்திக்க இடம் இருக்கு. இங்க, தொடர்ந்து வர கெஸ்ட்ஸ்னால உனக்கு கவனம்தான் சிதறும்,' அப்பா சொன்னார். 'எனக்கு சில சமயம் உன்னையும் ம்ருத்யுஞ்சய் அப்பா அவன அனுப்பறா மாதிரி ஒரு நல்ல கோச்சிங் செண்டர் அனுப்பலையேனு குற்றவுணர்ச்சியா இருக்கு,' அவர் ஒரு பெருமூச்சுடன் கூறினார்.

‘அப்படி சொல்லாதீங்க அப்பா. நீங்க எப்பவும் ஒரு பெஸ்ட் ஃபாதராதான் இருக்கீங்க.’ பஸ், பிரமாண்டமான கங்கையின் மீதிருந்த காந்தி சேதுவைக் கடந்து ஹஜிபூரில் நுழைந்தது. அது திரும்பி முஸாஃபர்பூரை நோக்கி வேகமெடுத்தது. முஸாஃபர்பூருக்கும் ஹஜிபூருக்கும் இடையில் பெரிய சாலைகள் கிடையாது; குண்டும் குழியுமான பள்ளங்களும், கரும் பாறைகளாலான பாதைகளும்தான். குதிரை வண்டி போல் பஸ் குலுங்கியது. கண்ணாடியணிந்திருந்த ஒரு வயதானவர், பிஹாரின் முதலமைச்சர் லாலு பிரசாத் யாதவை சபித்தார், அவர் பிஹாரின் சாலைகளை ஹேமமாலினியின் கன்னங்கள் போல் வழுவழுவென்றாக்குவேன் என்று கூறியதைக் கிண்டலடித்தார்.

அடிக்கடி ட்ரைவர் விவசாய நிலங்களில் வண்டியைச் செலுத்தினார். கரடுமுரடான சாலைகளுக்கு பதில் இவை கொஞ்சம் மிருதுவாக இருந்தன. வாகனங்கள் கடக்க புதிதாக தோண்டப்பட்ட சாலை ஒன்றில் பஸ் திரும்ப, உள்ளிருந்த அனைவரும் பெரிதாகக் குலுங்கினர். சிறிய பாலம் ஒன்று ரிப்பேர் செய்ய தோண்டப்பட்டிருந்தது.

‘எல்லாத் திருடனும் குண்டனும் சட்டசபையிலையும் பாராளுமன்றத்திலும் உக்காந்திருக்காங்க. எவனுக்கும் பொதுஜனத்த பத்தி அக்கறையில்ல. அவனவனுக்கு தன்னோட பாக்கெட் ரொம்பினா போதும். போதாததுக்கு ஒரு ஜோக்கர போயி முதலமைச்சரா தேர்ந்தெடுத்திருக்கோம்,’ குண்டான, நடுத்தர வயது மனிதர் ஒருவர் குறிப்பிட்டார்.

‘சுதந்திரம் கிடைச்சதுலேருந்து இதுக்கு முன்னாடி இருந்த அரசாங்கம் மட்டும் பிஹாருக்கு என்ன செஞ்சுட்டாங்க? இப்போ இருக்குற முதலமைச்சர் கடைசி கொஞ்ச வருஷமாத்தான இருக்காரு. இதுவரைக்கும் அதிகாரத்துல இருந்தவங்க செஞ்ச தப்பையெல்லாம் இவ்ளோ குறுகிய காலத்துல இவரால சரிபண்ண முடியாது,’ ஆரிஃபிற்கு பக்கத்தில் உட்கார்ந்திருந்த இளைஞன் ஒருவன் சொன்னான். ‘இந்த உயர்சாதிக்காரங்களுக்கு யாதவ் ஒருத்தரு பிஹாருக்கு சீஃப்-மினிஸ்டரா வந்துட்டாருங்கறத இன்னும் ஜீரணிக்க முடியல.’

‘இது சாதியப் பத்தினது இல்ல. மாநில முன்னேற்றம், நல்ல நிர்வாகம் பத்தினது,’ வயதானவர் பதிலளித்தார்.

வாக்குவாதம் தொடர இன்னும் நிறைய பேர் அதில் குதித்தனர். நடக்கும் காரசாரமான விவாதங்களை ஆரிஃப் அமைதியாகக் கவனித்தான்.

முஸாஃபர்பூருக்கு நுழையும் நொடி பஸ் ட்ரைவர் ப்ரேக்கை அழுத்தமாக மிதித்தார். நூற்றுக்கணக்கானோர் தரையில் அமர்ந்து சாலையை மறித்திருந்தனர். 'அவங்க அந்த பையனோட கொலை சம்பந்தமாதான் போராடறாங்கனு நினைக்கறேன்,' பஸ்ஸிலிருந்த ஒருவர் சத்தமாகச் சொன்னார். நிறைய பேருக்கு உள்ளூர் தினசரிகளிலிருந்து நடந்ததைக் குறித்துத் தெரிந்திருந்தது. ஏழாம் வகுப்பு மாணவன் ஒருவன் பணத்திற்காகக் கடத்தப்பட்டிருந்தான். ஊரிலேயே பெரிய வியாபாரியான அவனது அப்பாவிடமிருந்து கடத்தல்காரர்கள் இருபது லட்சம் ரூபாய் கேட்டிருந்தார்கள். போலீஸிற்குத் தகவல் தெரிவிக்கக்கூடாது என்று எச்சரித்திருந்தார்கள். ஆனால் பையனின் அப்பா போலீஸிற்குத் தகவல் சொல்லிவிட்டார். அடுத்த நாளே கழுத்து அறுபட்டு அந்தப் பையன் முஸாஃபர்பூருக்கு வெளியே கண்டெடுக்கப்பட்டான்.

ஜன்னலில் கழுத்தைக் கஷ்டப்பட்டு நீட்டி நடப்பதை அறியும் ஆவலில் சில பயணிகள் எட்டிப்பார்த்தனர். சிலர் பஸ்ஸைவிட்டே இறங்கிச் சென்று நின்று பார்த்தனர். அவர்களுக்கு முன்னால் ஒரு பஸ் இருந்தது. அதில் அவர்கள் வாதம் செய்துகொண்டிருந்தார்கள். அந்த பஸ் ட்ரைவர் மறியலில் ஈடுபட்டிருந்தவர்களை விலகச் சொன்னதுபோல் இருந்தது.

திடீரென்று சத்தமாக ஏதோ ஒன்று விழ, கண்ணாடி உடையும் சத்தம் கேட்டது. ஆரிஃப் அடுத்து என்ன செய்யலாம் என்று யோசிப்பதற்குள்ளேயே அவனுடைய பஸ்ஸின் முன்புறக் கண்ணாடியின் மீது பெரிய கல் ஒன்று வீசப்பட்டது. பயணிகள் ஒருவரையொருவர் தள்ளிவிட்டுக்கொண்டு, தங்களுடைய பைகளை எடுத்துக்கொண்டு பஸ்ஸைவிட்டு வெளியேற முயன்றனர். ஆரிஃப் தன் பையை எடுத்துக்கொண்டு கூட்டத்தைத் தள்ளி எப்படியோ பஸ்ஸிலிருந்து வெளியேறினான். அவர்களுக்கு முன்னாலிருந்த பஸ் தீப்பற்றி எரிந்துகொண்டிருந்தது. ஒரு நிமிடம் அதிர்ந்து நின்றவன் பின்பு சுதாரித்து கூட இருந்த சில பயணிகளுடன் எப்படியோ அந்த கும்பலிடமிருந்து தப்பி ஓடினான். அவர்கள் எந்த வழி போகிறார்கள் என்று அவனுக்கு விளங்கவில்லை. ஆனாலும் கூட்டத்துடன் இருப்பதே தற்சமயம் பாதுகாப்பானது என்று உணர்ந்தான். கடைசியாக சில நூறு மீட்டர்கள் தள்ளியிருந்த ஒரு சிறிய டீக்கடையில் அவர்கள் நின்றனர்.

அந்தக் கடை ஓனர் கடையை அடைக்கலாம் என்று நினைத்தார். ஆனால் கும்பல் மொத்தமும் பஸ்ஸிலேயே குறியாக இருப்பதை

உணர்ந்து இதுதான் வியாபாரம் செய்ய நல்ல தருணம் என்று முடிவெடுத்தார். அருகில் எந்தக் கட்டிடங்களும் இல்லை. பரந்து விரிந்திருந்த வயல்வெளியில் எரியும் பஸ்ஸும் எரிக்கும் கும்பலும் தனியாகத் தெரிந்தனர். அமைதியாகவும் பயத்துடனும் பயணிகள் அந்தக் காட்சியைப் பார்த்தவாறு அந்த கும்பல் தங்களை நோக்கி வந்தால் எந்தக் கனமும் ஓடத் தயாராக நின்றிருந்தனர். ஓர் அருவம் போல் அடர்த்தியான கரும்புகை காற்றில் மேலெழும்பியது. சில நிமிடங்களுக்கு நெருப்பில் உடையும் சத்தமும் அந்த கும்பலின் கூக்குரலுமே கேட்டுக்கொண்டிருந்தன.

ஆச்சரியமாக, ஐந்து நிமிடங்களுக்குள்ளாக அவர்களை ஒரு போலீஸ் ஜீப் கடந்து சென்றது.

‘நீயா போலீஸுக்கு கால் பண்ண?’ யாரோ ஒருவர் அந்த டீக்கடை ஓனர் இளைஞரைப் பார்த்துக் கேட்டார்.

‘இங்க போன் இல்ல அண்ணா. யாரு கால் பண்ணிருப்பாங்கனு தெரியல. ஆனா அவங்க இங்க வந்தது நல்லதுதான்.’

‘இந்த ரகளையெல்லாம் ஆரம்பிக்கிறதுக்கு முன்னாடியே போலீஸ் பாதி வழியில வந்திருந்திருக்கனும்,’ யாரோ சொன்னார்.

அமைதி குலைக்கப்பட்டு, போலீஸ் கலகம் செய்யும் கும்பலை நோக்கித் தங்கள் வண்டியில் சென்றுகொண்டிருக்க, டீக்கடை ஓனர் அவர்களுக்கு டீயும், உள்ளூரில் செய்த பன்னும் கொடுத்தார். பயணிகள் ஒவ்வொருவரும் மேற்கொண்டு எவ்வாறு செல்ல வேண்டும் என்று விவாதித்துக்கொண்டிருந்தனர். மோதிஹாரி-முஸாஃபர்பூர் சாலையில் இன்னும் பஸ்கள் சூறையாடப்படுவதைக் குறித்து செய்தி வந்துகொண்டிருப்பதாக டீக்கடைக்காரர் அவர்களை எச்சரித்தார். நிறைய பேருந்துகள் ஒன்று ரத்து செய்யப்பட்டன அல்லது சீதாமர்ஹி வழியாகத் திருப்பப்பட்டன. ஆரிஃப், தன் பஸ்காரன் இந்த வழி வந்ததை எண்ணி ஆச்சரியப்பட்டான். மக்கள் தங்களுக்குள்ளும் டீக்கடைக்காரரிடமும் ஆலோசனைகள் கேட்டுக்கொண்டனர்.

‘சீதாமர்ஹிலேருந்து இனயத் நகருக்கு உனக்கு ட்ரெயின் இருக்கு,’ ஆரிஃபின் இணைப் பயணிகளில் ஒருவர் அவனிடம் ஆலோசனை கூறினார்.

‘இதுவும் நல்ல ஐடியாதான். நன்றி,’ சொல்லிவிட்டு ஆரிஃப் தன் கைக்கடிகாரத்தைப் பார்க்க மணி பகல் 12.10 ஆகியிருந்தது.

இரண்டு மணிக்கு அவன் சீதாமர்ஹியில் இருந்தான். பார்கவா ஹோட்டலில் நல்ல சூடாக பருப்பு, சோறு, காய் மற்றும் மொறுமொறு சேவ் சாப்பிட்டுவிட்டு ரயில்வே நிலையம் அடைய, அங்கு ஏற்கெனவே ரயில் விசிலடித்துக் கிளம்பத் தயாராக இருக்கவும், ஓடிச்சென்று அதில் ஏறிக்கொண்டான்.

இரண்டு மணி நேரங்கள் கழிந்து, தர்பங்கா-இனயத் நகர பயணியர் ரயில் ஒரு சிகப்புச் செங்கல் கட்டிடத்தின் அருகில் நின்றது. ‘இனயத் நகர் (கிழக்கு)’ என்று வெள்ளைப் பின்னணியில் கருப்பு வண்ணத்தில் எழுதப்பட்ட எழுத்துக்கள் வெளுக்கத் தொடங்கியிருந்தன. சில நூறு அடி தூரத்தில் பாக்மதி நதி வளைந்து நெளிந்து சென்றுகொண்டிருக்கும் சுவடைக் காண முடிந்தது. தற்காலிக மூங்கில் பாலம் ஒன்றில் ஒரு மனிதன், மிக இலகுவாக, எங்கும் சேர வேண்டிய அவசரம் இல்லாததுபோல் மெதுவாக சைக்கிளை ஓட்டிக்கொண்டிருந்தான்.

மூவாயிரம் பேர்களைக் கொண்ட சிறிய நகரமான இனயத் நகரை அதன் மூன்று பக்கமும் ஆறு சூழ்ந்திருந்தது. மழைக்காலங்களில், மூங்கில் பாலம் முழுவதுமாக வெள்ளத்தில் அடித்துச் செல்லப்பட, இந்த நகரம் முற்றிலுமாக இந்தியாவின் மற்ற இடங்களிலிருந்து துண்டிக்கப்பட்டது. வெள்ளம் வடிந்தபிறகு, பாலம் மீண்டும் கட்டப்படும்.

ரயில்வே நிலையத்திற்கு வெளியில் குதிரை வண்டிகள் வரிசையாக நிற்க, வண்டிக்காரர்கள் வெவ்வேறு ஊர்களின் பெயர்களை உரக்கக்கூறி அழைத்துக்கொண்டிருந்தார்கள். பயணிகள், வழியனுப்ப வந்தவர்கள் என்று மக்கள் கூட்டத்தில் நீந்தி, பொறி, ஜிலேபி மற்றும் பாதுஷாக்கள் விற்கும் கடைகளால் நிரம்பியிருந்த செங்கல் பாதைக்கு ஆரிஃப் வந்தான். இடது பக்கம் குறுகிய சந்தில் திரும்பி, மணிக் கூண்டிற்கு முன் சென்ற பெரிய பாதைக்கு வந்து சேர்ந்தான். அங்கிருந்த மருந்தகத்திற்குள் நுழைந்தான்.

‘ஹகிம் சாஹப் கா ஷஃபாகானா’ என்று போர்டில் இருந்தது. நீல வார்த்தைகள் தங்கள் நிறத்தை இழந்தும், போர்டின் பின்புலத்தில் ஒரு சமயம் வெள்ளையாகயிருந்த வண்ணம் பழுப்பு நிறத்திற்கும் மாறி இருந்தன. அவனது அம்மாவின் ஒரே சகோதரர் ஹகிம் அஜ்மல் கான் க்ளினிக்கில் தனியாக அமர்ந்திருந்தார். குள்ளமாக, ஒல்லியாக இருந்தவர், கருப்பு-வெள்ளை தாடி

வைத்திருந்தார். அவருக்குப் பக்கத்தில் இருந்த மேடையில் டஜன் ப்ளாஸ்டிக் ஜார்கள் இருந்தன. அதில் ஒன்றில் 'சுவலின்' என்று எழுதப்பட்டதை ஆரிஃப் உடனடியாக அடையாளம் கண்டுகொண்டான். சின்ன வயதில் அதிலிருந்துதான் மூலிகை வாசம் வரும் இனிப்பான மாத்திரைகளைத் திருடுவான்.

'அஸலாம் அலைக்கும்!' ஆரிஃப், தரையில் தன் பையை வைத்துக்கொண்டே வணங்கினான்.

'வாலைக்கும் அஸலாம், மருமகனே.' ஹகிம் சாஹப் எழுந்து நின்று தனது சகோதரியின் மகனை பெரிய புன்னகை முகத்தில் மிளிர அணைத்துக்கொண்டார். 'வீட்டுக்கு போலாம் வா. உன் அத்தை உனக்காகத்தான் வெயிட் பண்றா.'

'க்ளினிக்க ஏன் இவ்ளோ சீக்கிரம் மூடறீங்க, மாமா? உங்க பேஷண்ட்ஸ் என்னாவாங்க?'

'ஐயோ மருமகனே, இப்பலாம் பேஷண்ட்ஸ் யாரு இருக்காங்க. எல்லாரும் அலோபதி டாக்டர்ஸ் கிட்டதான் ஓடறாங்க.' ஹகிம் சாஹப் சற்று இடைவெளிவிட்டு பின்பு தொடர்ந்தார், 'அப்புறம், மாலைல எமராத் கமிட்டியோட மீட்டிங் இருக்கு.'

இனயத் நகரின் எமராத் கமிட்டிக்கு அவனது மாமாதான் ப்ரெஸிடெண்ட் என்று ஆரிஃபிற்குத் தெரியும். அரசு சாரா சமூக அமைப்பான எமராத் கமிட்டி உள்ளூர் முஸ்லிம்களின் பிரச்சனைகளை நிவர்த்தி செய்தது.

ஆரிஃப் அதற்கு மேல் எதுவும் பேசாமல் தனது மாமாவுடன் அமைதியாக நடந்தான்.

ஹகிம் மாமாவின் வீட்டிற்கு முன்பு, கைலியும் அரைக்கை சிறிய குர்தாவும் அணிந்திருந்த மூன்று ஆண்கள் நாற்காலி மேஜைகளை ஒழுங்குசெய்துகொண்டிருந்தனர்.

'கல்யாணமான ஒரு முஸ்லிம் பொம்பளைய ஒரு இந்து ஆணோட சேத்து கையும் களவுமா பிடிச்சுட்டோம். எமராத் கமிட்டி இது விஷயமா முடிவெடுக்கப் போகுது,' ஆரிஃப் அங்கு என்ன நடக்கிறது என்று கேட்டதற்கு, இருபதுகளில் இருந்த உயரமான ஆண் ஒருவன் அவனுக்கு பதிலளித்தான்.

தாடி வைத்திருந்த ஐம்பது வயது மதிக்கத்தக்க ஒருவர் ஹகிம் சாஹபை வரவேற்றார். அவர்கள் இருவரும் பேசுவதற்காக அமர, ஹகிம் சாஹப் ஆரிஃபிடம், 'மருமகனே, வீட்டுக்குள்ள போ. மாமிக்கு வணக்கம் சொல்லிட்டு, சாப்டு ரெஸ்ட் எடு.'

‘சரி, மாமா.’

உள்ளே பதினைந்து வயது ஃபர்ஸானா, ஹகிம் சாஹபின் ஒரே புதல்வி, நீல நிற சல்வார்-கமீஸில் உடையணிந்து அதன் துப்பட்டாவால் தலையை மூடியிருந்தாள். ஆரிஃபைப் பார்த்து, ‘அஸலாம் அலைக்கும்,’ என்று வணங்கினாள். வராந்தாவின் மூலையிலிருந்து ஒரு நாற்காலியை இழுத்துப் போட்டு அவனை அமரச் சொன்னாள்.

ஆரிஃப் தான் கொண்டுவந்திருந்த பையின் பக்கவாட்டு ஜிப்பைத் திறந்து *பகீஸா அஞ்சல்*-இன் சமீபத்திய இதழை எடுத்தான். எடுத்து அவளிடம் தர அவள் உண்மையான மகிழ்ச்சியுடன் அதைப் பெற்றுக்கொண்டாள்.

‘நன்றி அண்ணா,’ அவள் மெலிதாகக் கூறிவிட்டு, உள்ளே சென்று ஒரு டம்ப்ளர் தண்ணீரும் இரண்டு உடைத்து ஊற்றிய முட்டைகளும் கொண்டுவந்தாள். அதன் கரு அடர் மஞ்சள் நிறத்தில், முட்டை முழுவதும் நறநறவென்று அரைக்கப்பட்ட மிளகு தூவப்பட்டு இருந்தது.

பத்து நிமிடங்கள் கழிந்து ஃபர்ஸானாவின் அம்மா, அவன் மாமி, ஓர் அறையிலிருந்து வெளிப்பட்டாள். அவனை மிகவும் அன்புடன் ஆசீர்வதித்துவிட்டு அவன் அருகில் இருந்த சேரில் அமர்ந்துகொண்டே பாட்னாவில் இருக்கும் அவன் குடும்பம் பற்றி விசாரித்தாள்.

மிக ருசியாக இருந்த மட்டன் குருமாவும் புலாவும் உண்டுவிட்டு ஆரிஃப் வீட்டைவிட்டு வெளியில் வந்தான். அந்த டவுன் மக்கள் அவன் வீட்டு முன் முற்றத்தில் கூடத் தொடங்கினர்.

மதிய தொழுகைக்குப் பிறகு கூட்டம் தொடங்கியது. ஹகிம் சாஹப், வெளுத்திருந்த கருப்பு நிற ஷெர்வானியும், கணுக்கால் வரைக்குமான பைஜாமாவும் அணிந்து, கைவைக்கும் கட்டையில் நுணுக்கமான வேலைப்பாடுகள் கொண்ட அங்கிருந்த மர நாற்காலி ஒன்றில் அமர்ந்தார். அவருக்கு அருகில் உயரமாக, மெலிதான உடல்வாகு கொண்ட, தடித்த மீசை வைத்திருந்த அவருடைய இளமைக்கால நண்பர் ஹரிஹர் பிரசாத் ஸ்ரீவத்சவா இருந்தார். அன்றைய கமிட்டி மீட்டிங்கின் சிறப்பு விருந்தாளியான அவர் குஷன் வைத்த மர நாற்காலியில் அமர்ந்திருந்தார்.

முற்றத்தின் ஒரு கோடியில் இருந்த வேப்ப மரத்தின் அடியில் ஆரிஃப் நின்றுகொண்டிருந்தான். அவனுடைய அம்மாவழி

தூரத்து ஒன்றுவிட்ட சகோதரன் பிலால், குள்ளமாக, அடர்த்தியில்லாத தாடி வைத்திருந்தவன், ஆரிஃபிற்குப் பக்கத்தில் இருந்தான். குறைந்தது ஒரு நூறு பேராவது நடப்பதைக் கவனிக்கக் கூடியிருந்தனர்.

கமிட்டியின் இளம் அங்கத்தினர் உட்கார வைக்கப்பட்டிருந்த மரக் கட்டில் ஒன்றின் அடியிலிருந்து திடீரென்று ஒரு குட்டி ஆடு வெளிப்பட்டது. கூட்டத்தினரைக் கண்டு அரண்டு அது இங்கும் அங்குமாக ஓடியது.

'யாரோட ஆடு இது?' ஹகிம் சாஹப் தோரணையான குரலில் கேட்டார்.

ஒரு பத்து வயது பையன், பயந்துகொண்டே கூட்டத்தின் நடுவிலிருந்து முன் வந்தான்.

'அத எடுத்துட்டு போ,' யாரோ கத்தினார்கள்.

அந்தப் பையன் வேகமாக ஆட்டின் காதைப் பிடித்து இழுத்துக்கொண்டு போக, கூட்டத்தினர் அவர்கள் வெளியேற வழிவிட்டார்கள்.

பிலால் அவனாகவே முன்வந்து ஆரிஃபிடம் அந்த வழக்குப் பற்றிக் கிசுகிசுத்தான், 'சஞ்சய் குமார் குப்தா உள்ளூர் ப்ரைமரி ஸ்கூல்ல டீச்சரா இருக்கறவரு, ஷேக் வாரிஸோட வொயிஃப் அபிதா பேகம் கூட தொடர்பு வெச்சிருக்காரு. ஊர்ல இவங்க தொடர்பு பத்தி அரசல் புரசலா பேசிட்டுதான் இருந்தாங்க. ஆனா மொத தடவையா கரும்பு தோட்டத்துல வெச்சு இவங்கள் மோசமான நிலமைல ஆளுங்க பாத்துட்டாங்க. அதான் இது இந்து-முஸ்லிம் பிரச்சனையா மாறதுக்கு முன்னாடி ஊர்கூடிப் பேசி பெரியவங்க இந்த பிரச்சனைய தீத்துவெக்க முடிவெடுத்துட்டாங்க.'

அவ ஏன் அவளோட கணவன ஏமாத்தினா? ஆரிஃப் நினைத்துப் பார்த்தான். ஆனால் பிலாலிடம் கேட்கவில்லை.

அபிதா பேகம், வேறு சில பெண்களுடன் அருகிலிருந்த வராந்தாவின் பெஞ்சில் தற்காலிகத் திரைச்சீலை ஒன்றின் பின்னால் ஊர் மக்கள் பார்வையிலிருந்து அரையும் குறையுமாக மறைந்தவாறு அமர்த்தப்பட்டிருந்தாள். காற்றில் திரை ஆடியபடியிருக்க, அபிதாவின் வட்டமான முகத்தையும் பெரிய கண்களையும் ஒரு நொடி பார்க்கும் வாய்ப்பு ஆரிஃபிற்குக் கிடைத்தது. அவளுக்குப் பின்னால் இரண்டு நடுத்தர வயதுப்

பெண்கள் அவளைக் கைகாட்டி, கிசுகிசுத்தபடி நகைப்புடன் பேசிக்கொண்டிருந்ததையும் இவன் கவனித்தான்.

சுமித்ராவிற்கு என் மீது ஈர்ப்பு இருக்கிறதா? ஆரிஃப் அவனையே கேட்டுக்கொண்டான். அவனிடம் பதிலில்லை.

அவனுக்கு வலது பக்கத்தில் சஞ்சய் அமைதியாக, தலையைத் தொங்கப்போட்டபடி, கைகள் நடுங்க நின்றுகொண்டிருந்ததைப் பார்த்தான். அவனுக்குப் பக்கத்தில் அறுபது வயது மதிக்கத்தக்க ஒருவர், சஞ்சயின் அப்பாவாக இருக்கலாம், வேட்டி சட்டையில் வெள்ளைத் தாடியுடன் நின்றுகொண்டிருந்தார்.

அபிதாவின் கணவன், ஷேக் வாரிஸ் அங்கு இல்லை.

கமிட்டி உறுப்பினர் ஒருவர் சஞ்சயிடம் அவனுக்கு ஏதாவது சொல்ல இருக்கிறதா என்று கேட்டார். சஞ்சய் பதிலளிப்பதற்கு பதிலாக தலைகுனிந்த அதே நிலையில், தோள்கள் குலுங்க அழத் தொடங்கினான். யாரும் எதிர்பாராத நொடி அவன் அப்பா தன் ஹவாய் செருப்பை எடுத்து அவனை அடிக்கத் தொடங்கினார். 'டேய் முட்டாள், ஏதாவது பேசு. ஏன் அமைதியா இருக்க?'

ஹரிஹர் பிரசாத் தலையிட்டார், 'ராம் பிரசாத்! இத இப்பவே நிறுத்துங்க,' சொல்லிவிட்டு அவரிடமிருந்து செருப்பைப் பிடுங்கினார். இப்பொழுது அழுவது அந்த வயதான மனிதனின் முறை. 'இவன் என் குடும்பத்துக்கே அவமானத்த தேடிக் கொடுத்திட்டான். அதுக்கு இவன் பொறக்காமயே இருந்திருக்கலாம்.'

நன்கு சவரம் செய்யப்பட்ட உயரமான மனிதன் ஒருவன் பேசுவதற்காக எழுந்து நின்றான். 'மேடம் அபிதா பேகம், இந்த குற்றச்சாட்ட பத்தி நீங்க என்ன சொல்றீங்க?'

'அது சயித் ஹஃபீஸ் அஹமத், சாஹப்,' பிலால் கமெண்டரி கொடுத்துக்கொண்டிருந்தான்.

திரைச்சீலை வழி, அபிதா பேகம் எழுந்து நிற்பதைக் கண்டான் ஆரிஃப். 'நான் ஏதாவது தப்பு செஞ்சிருந்தா தீர்ப்பு நாள் அன்னைக்கு அல்லா எனக்கு தண்டன கொடுப்பாரு.'

'இந்த சமுதாயத்துல வாழனும்னா இதுக்குனு இருக்குற பழக்க வழக்கத்த நீ பின்பற்றனும்,' ஹகிம் சாஹப் சொன்னார். 'உன்னோட நடத்தை நம்மோட மதம், கலாச்சாரம் ரெண்டுத்துக்கும் எதிரா இருக்கு.'

அபிதா பேகம் பேசப் பேச அவள் குரலில் கசப்பேறியது, 'என் புருஷன் ஹாஸ்பிடல்ல இருந்தப்போ இந்த சமூகம் எங்க இருந்துச்சு? வரதட்சணையால சின்ன வயசு மாப்பிள்ளைய கல்யாணம் முடிக்க முடியாம, என் பொண்ண அவள விட ரெண்டு மடங்கு வயசு ஜாஸ்தியான கிழவனுக்குக் கட்டி வெச்சப்போ இந்த சமூகம் எங்க இருந்துச்சு? டௌரி நம்ம மதத்துக்கு எதிரானது இல்லையா? இதே எமராத் கமிட்டில இருக்குற நிறைய பெரிய மனுஷங்க அவங்க பையனுங்க கல்யாணத்துக்கு டௌரி வாங்கிருக்காங்கனு எனக்குத் தெரியும். எமராத் கமிட்டி ஏன் அவங்க யாரையும் வரச்சொல்லி நிக்க வெச்சு கேள்வி கேக்கல? இருந்துட்டுப் போகட்டும். சஞ்சய் சாஹப்ப பொறுத்தவரைக்கும், நான் அவர ரொம்ப மதிக்கிறேன். எங்களுக்குப் பிரச்சனை வந்தபோதெல்லாம் அவரு ஹெல்ப் பண்ணிருக்காரு. பதிலுக்கு என் கடன அவர்கிட்ட நல்ல மாதிரி மரியாதையோட நடந்துகிட்டு அடைக்கப் பாக்கறேன். அவ்ளோதான்.'

அடர் கருப்பில் தாடி வைத்திருந்த ஒருவன் எழுந்து நின்றான். 'ச்சீ வாய மூடு. வெட்கம் கெட்டவளே!' அவன் உடல் கோபத்தில் நடுங்கியது, அவன் பேசப் பேச கத்தரிக்கப்படாத தாடி காற்றில் படபடத்தது.

'மொஹமத் நஸீர் அலி சாஹப்கு சீக்கிரம் கோபம் வந்துடும்,' பிலால், ஆரிஃபிடம் கிசுகிசுத்தான்.

ஹகிம் சாஹப், நஸீர் அலியை அமைதியாக இருக்கச் சொல்லிவிட்டு அபிதா பேகத்திடம் கேட்டார், 'நீ எங்க கிட்ட உதவி கேட்டு வந்தியா?'

'பிச்ச பாத்திரம் எடுத்துட்டு வீடு வீடா உதவி கேட்டு போயி நிக்கனும்னு எதிர்பாக்கறீங்களா?'

நஸீர் அலி திரும்பவும் எழுந்தி நின்று கத்தினார், 'வாய மூடு!'

அபிதா பேகம் இந்த முறை பேசவில்லை. அவளது முகத்தை புடவையின் தளர்ந்த நுனியால் மூடிக்கொண்டாள். கூட்டத்தில் சலசலப்பு எழுந்தது.

என்ன மாதிரியான வெட்கம் கெட்ட பொம்பள இவ? ஆரிஃப் நினைத்தான். பொதுவில் இதுபோன்று ஒரு பெண்ணை அவமானப்படுத்துவதை அவன் விரும்பவில்லை என்றாலும், அபிதா எமராத் கமிட்டியை இப்படி எதிர்த்துப்

பேசியதையும் அவன் விரும்பவில்லை. அவ செஞ்ச வேலைக்கு கொஞ்சமாச்சும் வருத்தம் இருக்கா பாரு.

ஹகிம் சாஹப் திரும்பி, ஹரிஹர் பிரசாதிடம் ஏதோ கிசுகிசுத்தார். தங்களது நாற்காலியை அவர்களை நோக்கி இழுத்துப் போட்டுக்கொண்டு சில மூத்த கமிட்டி உறுப்பினர்கள் வட்டமாக அமர்ந்தனர்.

பிலால், ஆரிஃபிடம் கூறினான், 'ஷேக் வாரிஸ் ஒரு பொட்டையாதான் இருக்கனும். பொண்டாட்டிய கண்ட்ரோல் பண்ணத் தெரியல அவனுக்கு. அவள அவனால ஓக்கவும் முடியல. அதான் அவளோட இத, இந்து ஆம்பளைகிட்ட விரிச்சுட்டா.'

அவன் வார்த்தைகளால் கலவரமான ஆரிஃப் பிலாலைப் பார்த்தான், ஆனால் ஒன்றும் சொல்லவில்லை.

கமிட்டி தன் முடிவைத் தெரிவித்தது: சஞ்சய் குமார் குப்தா தன் தவறுக்கு பிராயச்சித்தம் செய்தே ஆக வேண்டும். அவன் அவனுடைய செருப்பில் துப்பிவிட்டு, அதையே நக்க வேண்டும். கமிட்டியிடன் இனி இந்தக் குற்றத்தை செய்ய மாட்டேன் என்று சத்தியம் செய்ய வேண்டும். அபிதா இனியும் தன்னைத் திருத்திக்கொள்ளவில்லையென்றால் கமிட்டி அவள் மீது தீவிர நடவடிக்கை எடுக்கும் என்று எச்சரித்து அனுப்பப்பட்டாள்.

சஞ்சய் சமாதானம் செய்ய முடியாமல் அழுதான். கால் அழுந்தி அழுந்தி நீல நிறத் திட்டுகளாக இருந்த, நீல நிற வார்களாலான தன் பழைய வெள்ளை நிற ஹவாய் செருப்பில் துப்ப பலவீனமாகக் குனிந்தான். செருப்பை நக்கியவுடன் அவன் வாந்தியெடுத்தான். வராந்தாவில் பெஞ்சில் அமர்ந்திருந்த அபிதா பேகம் படபடப்பானாள்.

ஹரிஹர் பிரசாத் சொன்னார், 'இப்போதைக்கு இந்த தண்டனை போதும்.' அனைவரும் தலையசைத்தனர்.

ஆரிஃப் அந்த மனிதனுக்காக வருந்தினான்.

அவன் அவனையும் சுமித்ராவையும், சஞ்சய் மற்றும் அபிதாவின் இடத்தில் வைத்து யோசிக்க, அவன் தண்டுவடத்தில் ஜில்லென்று பயம் இறங்கியது. அவன் முன்னந்தலையில் அரும்பிய வியர்வையைத் துடைத்துக்கொண்டான்.

★★★

அன்று மாலை ஆரிஃப், அவன் மாமியிடம் அவள் அவனுடன் ஜமால்புராவிற்குத் துணைக்கு வருவாளா என்று வினவினான்.

'ஃபர்ஸானா உன்கூட வருவா. மாசக்கணக்கா, அபா அவள பாக்க வர சொல்லிட்டிருக்கா. எங்க எல்லோராலயும் போக முடியாது ஆனா ஃபர்ஸானாவ அனுப்பறேனு வாக்கு கொடுத்திருந்தேன்,' அவன் மாமி சொன்னாள். அவளும் ஆரிஃபின் தந்தைவழி பெரியப்பாவின் மனைவியும் சகோதரிகள்.

இனயத் நகர் - ஜமால்புரா இடையில் இருக்கும் இருபது கிலோமீட்டரின் ஒரு பகுதி செங்கற்களால் தளர்வாக நிரப்பப்பட்டிருந்தது. ஆனால் பெரும்பாலும் கச்சா சாலைகளாகவும், அவைகளும் திடீரென்று முடிந்து வீடுகளிலிருந்து சாலைக்கு நேரடியாக வரும் சாக்கடைகளாலான சகதிப்படுகையாகவுமே இருந்தன. இனயத் நகர் - ஷம்ஷத்பூருக்கு இடையே மஹிந்திரா ஜீப் நாளொன்றுக்கு இருமுறை சென்றது. அங்கிருந்து ஐந்து கிலோமீட்டர் தொலைவில் இருக்கும் ஜமால்புராவிற்கு பெரும்பாலும் மக்கள் நடந்து சென்றனர் அல்லது மாட்டுவண்டி அமர்த்தினர். பயணத்தின் முதல் பகுதி, ட்ரக்கில் திணிக்கப்படும் பஞ்சுமூட்டைகளைப் போல் மக்கள் திணிக்கப்பட்டனர். ட்ரைவர் சீட்டுக்கு அருகில் இருவருக்கு பதிலாக நால்வர் அமர்ந்து ட்ரைவர் தனது உடலில் பாதியை வெளியே பிதுக்கியபடி வண்டியோட்ட வேண்டும். இன்னும் நிறைய பேர் பின்புறத்திலிருந்து ஜீப்பை பற்றிக்கொண்டு வண்டி செல்லும்பொழுது நிலையில்லாமல் முன்னும் பின்னுமாக ஆடியபடி செல்ல வேண்டும். இன்னும் சிலர் ஜீப்பின் மேற்பகுதியில் அமர்ந்து சென்றனர். ஜீப் குலுங்கியும் அலுங்கியும் பயணிகளை வேகமாக அசைத்தவாறே சென்றது.

ஆரிஃபையும் ஃபர்ஸானாவையும் இந்தக் கொடும் பயணத்திலிருந்து விடுவிக்க, ஹகிம் சாஹப், இனயத் நகரிலிருந்து ஜமால்புராவிற்கு மாட்டு வண்டி ஏற்பாடு செய்திருந்தார்.

ஆனால் ஆரிஃப், இத்தகைய ஏற்பாடு அவனது மாமி, அவனும் ஃபர்ஸானாவும் ஒருவரையொருவர் புரிந்துகொண்டு அவளைத் திருமணம் செய்ய சம்மதிப்பதற்காக செய்தது என்று சந்தேகப்பட்டதால் மாட்டு வண்டியில் செல்வது குறித்து அவனுக்குக் கடுப்பாக இருந்தது.

அடுத்த நாள் காலை கையில் தேநீர் கோப்பையுடன் வராந்தாவில் ஆரிஃப் அமர்ந்திருக்க, அவனது மாமி ஃபர்ஸானா குறித்துத்

தேனொழுகப் பேசினாள். 'ஃபௌகானியா பரீட்சைகள ஃபர்ஸானா நல்ல விதமா பாஸ் பண்ணியிருக்கா தெரியுமா.'

வெறும் டேபிளும் பெஞ்சும் கூட மத்ரஸா போர்ட் பரீட்சைகள பாஸ் பண்ணும், ஆரிஃப் நினைத்துக்கொண்டான்.

அவன் மாமி தொடர்ந்தாள், 'அவளுக்கு சமைக்கிறது, தைக்கிறது, ஸ்வெட்டர் பின்னறது, பூவேலை செய்யறது எல்லாம் ரொம்ப நல்லா வரும்.'

ஆரிஃபிற்கு இரண்டு விஷயங்கள் தெரிந்திருந்தன. சுமித்ராவுடனான அவனது உறவு எப்படியும் தொடரப் போவதில்லை. ஆனாலும், அப்பா ஹகிம் சாஹபிற்கு வாக்கு தந்துவிட்டார் என்று அவன் ஃபர்ஸானாவைத் திருமணம் செய்யப்போவதில்லை. ஃபர்ஸானா பிறந்த சமயம் அப்பா அவளை இவள்தான் தன் வீட்டு மருமகள் என்று குடும்பத்திடம் அறிவித்தது ஆரிஃபிற்கு லேசாக நினைவிருக்கிறது. அதன் தாக்கம் புரியாமல் ஆரிஃபும் அப்போது அப்பா சொன்னதற்குக் கைதட்டினான்.

பேச்சை மாற்றும்விதமாக ஆரிஃப் அவன் மாமியிடம், 'மாமி, மாட்டு வண்டி எப்போ வரும்?'

'அது வந்துடுச்சு. மாட்டு வண்டிக்காரர் துணியக் கட்டிக்கிட்டிருக்காரு.'

பெண்கள் திறந்த மாட்டு வண்டியில் பயணம் செய்வது ஆகாது என்பதால், வண்டிக்காரர் வண்டியின் மீது விதானத்தைக் கட்டினார். அந்தத் துணி வெயிலிலிருந்தும் பாதுகாப்பு தரும் என்பதால் ஆரிஃபிற்கு நிம்மதியாக இருந்தது.

ஆரிஃப் மற்றும் ஃபர்ஸானாவின் துணிகள் மற்றும் இதர பொருட்களைக்கொண்ட பைகளுடன், வீட்டில் செய்த இனிப்புகளும் காரமும் அடுக்கப்பட்ட மூங்கில் கூடை ஒன்று வண்டியின் பின்புறம் வைக்கப்பட்டது. ஃபர்ஸானா கூரைக்குள் அமர்ந்தாள். முன்பக்கம் தவிர்த்து வண்டி எல்லா பக்கமும் அழுத்தமான துணியால் மூடப்பட்டிருந்தது. காற்று வருவதற்காக அந்தப் பக்கம் மெல்லிய துணி கம்பியில் கட்டப்பட்டு தொங்கவிடப்பட்டிருந்தது. ஆரிஃப், பாதி உடல் துணிக்கூரைக்குள்ளும், பாதி உடல் வெளியேயும் நீட்டிக்கொண்டிருக்க அமர்ந்திருந்தான்.

வண்டிக்காரர் வண்டிக்கு முன்பக்கம், வெளியே அவர் இருக்கையில் அமர்ந்து கால்களை தொங்கப்போட்டுக்கொண்டு

கைகளில் மாட்டுக்குச்சியை வைத்திருந்தார். அவர் பெயர் யாகூப் அலி. எலும்பும் தோலுமாக, மெலிதான தாடியுடன், ஹகிம் சாஹப் வாழ்ந்த இடத்திலேயே வாழ்ந்துவந்தார்.

காலை பத்து மணிக்குக் கிளம்பியவர்கள், மதியம் பஞ்ச்குர்வா அடைந்தனர். நவம்பர் மாதத்திற்கு அளவிற்கு அதிகமான வெப்பம். கம்பிகளில் ஒன்றின் மீது சாய்ந்துகொண்டு உறங்கிக்கொண்டிருந்தாள் ஃபர்ஸானா. உள்ளே காற்றில்லாமல் அவளுக்கு வியர்த்தது. வெயிலிலிருந்து தப்பிக்க துணிக்குக்கீழ் முழுதாக நகர்ந்து உட்கார்ந்தான் ஆரிஃப். அத்தனை அருகில் ஃபர்ஸானாவைப் பார்க்க அவனுக்குக் கூச்சமாக இருந்தது. நல்ல நிறமாக, செதுக்கிய முக அமைப்புகளுடன் அவள் வயதிற்கு சற்றே பெரியவள் போல் தோன்றினாள். அவளுடைய நீண்ட தலைமுடி இடுப்பிற்குக் கீழே தொங்கியது. மேக்-அப் போட்டுக்கொண்டதுபோல் தெரியாவிட்டாலும் அழகாக இருந்தாள். ஒரு நொடி தான் சம்மதிக்கலாமா என்று ஆரிஃப் யோசித்தான். ஆனால் அந்த நொடி கடந்துவிட்டது.

ஐந்து வயதுக் குழந்தையாக ஃபர்ஸானா அவனிடம் தொங்கிக்கொண்டு, சாக்லேட் வாங்கித் தரக் கேட்டதை நினைத்துக்கொண்டான். அதுமட்டுமல்லாமல், எதிர்கால ஐ.ஏ.எஸ் அதிகாரி ஒருவனுக்கு கிராமத்தில் அறைகுறையாகப் படித்த மனைவியா? ஆனால், கடைசியில் அவன் யாரைத்தான் திருமணம் செய்யப்போகிறான்?

பஞ்ச்குர்வாவிலிருந்து வெளிவந்தவுடன், யாகூப் ஒரு வேப்ப மரத்தின் கீழ் வண்டியை நிறுத்திவிட்டு அவர்களிடம் மதிய உணவு சாப்பிடச் சொன்னான். கூப்பிடும் தூரத்தில் அரை டஜன் கூரை வேயப்பட்ட கடைகள், டீ, சமோசா, தானியங்கள், காய்கறிகள் மற்றும் அன்றாடத் தேவைகளுக்கான சாமான்களை விற்றுக்கொண்டிருந்தன.

'லஞ்சுக்கு என்ன பேக் பண்ணியிருக்க?' ஆரிஃப் ஃபர்ஸானாவிடம் கேட்டான்.

'பராதா, உருளைக்கிழங்கு பொறியல், வறுத்த குல்மா,' ஃபர்ஸானா கனிந்த குரலில் சொன்னாள். மூன்று டிஃபன் பாக்ஸ்களை எடுத்து மாட்டு வண்டியின் பின்புறம் வைத்தாள். ஆறு மாதங்கள் நன்கு உலர்த்தப்பட்டு, மசாலா சேர்க்கப்பட்டு பொடியதாக நறுக்கப்பட்ட மாட்டுக்கறியை சாப்பிடும் எண்ணம் ஃபர்ஸானா டிஃபன் பாக்ஸைத் திறக்கும் வரை ஆரிஃபிற்கு இல்லை. பாட்னாவில் அவன் வீட்டில் மாட்டுக்கறி

சமைக்கப்பட்டதே இல்லை. ஆரிஃப் பிறப்பதற்கு ஒரு வருடம் முன்பே அப்பா அதை தடைசெய்துவிட்டார்.

'நிறைய இந்து நண்பர்கள் நம்ம வீட்டுக்கு வருவாங்க. அவங்க உணர்வ நாம புரிஞ்சுக்கனும். எப்படியிருந்தாலும் மட்டனோ சிக்கனோ சாப்பிடத் தான போறோம்,' அப்பா சொல்வார்.

ஒரு தட்டில் வறுத்த குல்மாவை வைத்து ஃபர்ஸானா ஆரிஃபிடம் நீட்டி அதை யாகூபிடம் தரச்சொல்ல, அதன் மணம் ஆரிஃபிற்குக் கிட்டத்தட்ட வாந்தி வரவழைத்தது. ஆரிஃப் தொண்டையை செருமி, துப்பிவிட்டு, ஃபர்ஸானாவிடம் திரும்பி சொன்னான், 'ப்ளீஸ் உருளைக்கிழங்கு மட்டும் தா. எனக்குக் குல்மா சாப்பிட்டு பழக்கம் இல்ல.'

யாகூப் பராதாவையும் குல்மாவையும் மனதிற்கு நிறைவாக மென்று சாப்பிட்டார்.

மாட்டு வண்டி நிறுத்தியிருந்த இடத்திலிருந்து கல்லெறியும் தூரத்தில் இருந்த திறந்தவெளி டீக்கடை ஒன்றிலிருந்து டீ வாங்க யாகூக் அவர்களிடம் யோசனை சொன்னார். ஆரிஃபிற்கு டீ தேவையிருக்கவில்லை, ஆனால் யாகூபிற்குத் தேவைப்படலாம் என்று யூகித்தான். மூன்று கப் டீ வாங்க யாகூபிடம் ஐந்து ரூபாய் தாள் ஒன்றைத் தந்தான்.

யாகூப் டீயை உறிஞ்சிக்கொண்டே சொன்னார், 'ஆரிஃப் பாய், உங்களுக்கு தெரியுமா? இது ஒரு பூமிஹார் கிராமம். எல்லா முட்டாள் ஜன சங்கிங்களும், மத வெறியன்களும் இருக்காங்க. இந்த கிராமத்துல மூணே மூணு முஸ்லிம் வீடுங்கதான். மாட்டுகறிய பைல வெச்சிருந்தத கண்டுபிடிச்சு போன மாசம் ஒரு ஏழ முஸ்லிமோட குடிசைய எரிச்சிட்டாங்க. ஊருல இருந்த இளவட்டம் எல்லாம் அவர போட்டு அடி அடினு வேற அடிச்சுட்டாங்க. பக்கத்து ஊருல இருக்குற முஸ்லிம்ங்களுக்கு எல்லாம் பயங்கர கோபம். மதக் கலவரம் வரும்போல இருந்துச்சு. கடைசியா, போலீஸ் தலையிட்டு குற்றவாளிங்கள கைது செஞ்சாங்க.'

'அப்புறம் என்ன ஆச்சு?' ஆரிஃப் கேட்டான்.

'போலீஸ் போதுமான ஆதாரம் இல்லைனு எல்லாரையும் விட்டுட்டாங்க. ஆனா முஸ்லிம்ங்கள மட்டும் மாட்டுக்கறி சாப்பிடாதீங்க, மாட வெட்டாதீங்கனு எச்சரிச்சாங்க. அவங்க சட்டத்துக்கு எதிரானதாம்.' யாகூபிற்குக் கோபம் வந்தது. 'என்ன

மாதிரி சட்டம் அது, மனுஷன அவனுக்குப் புடிச்சத சாப்பிட விடாம?'

வேப்ப மரத்தில் கட்டப்பட்ட எருதுகள் மூங்கில் இலைகளையும் வைக்கோலையும் மென்றுகொண்டிருந்தன. யாகூப் கயிறை விடுவித்து ஏறி உட்கார்வதற்கு முன் அவைகளை நுகத்தடியில் கட்டினார். மூங்கில் குச்சியை வைத்து அவைகளைச் செலுத்தும்பொழுது ஒரு பெரிய கூட்டத்தின் இரைச்சல் கேட்டது. சுற்றி இருந்த காற்றில் 'ஜெய் ஸ்ரீராம்' என்ற மந்திரம் எதிரொலித்தது. தன் பலம் கொண்ட மட்டும் கயிற்றை இழுத்து மாட்டை நிறுத்தும்பொழுது யாகூபின் முகத்தில் தெரிந்த பயத்தை ஆரிஃப் கவனித்தான்.

தடியாக, கருப்பாக பெரிய மீசை வைத்திருந்த ஒருவன், முக்கோண காவி நிறத்தில் ஒரு கொடியை ஏந்தியவாறு எண்பது பேர் கொண்ட கூட்டம் ஒன்றை வழிநடத்தினான். 'ஜெய் ஸ்ரீராம்' என்று சத்தமாகவும் வேட்கையுடனும் சொல்லிக்கொண்டே அவர்களைக் கடந்தார்கள். நல்ல வேளையாக, மாட்டு வண்டி குறித்து அதிக கவனம் செலுத்தவில்லை அவர்கள்.

'என்ன அது, யாகூப் பாய்?' கூட்டம் கடந்துபோய்விட, வண்டி நகரத்தொடங்கியதும் ஆரிஃப் கேட்டான்.

'நான் முன்னாடியே சொன்னேன் இல்ல. இது ஜன சங்கிங்களோட ஊர். முன்னாள் கடத்தல்காரன், பி.ஜே.பி எம்.எல்.ஏ சுரேஷ் சிங், ப்ரபாத் பெரி -னு இந்துக்கள ஒன்றிணைக்கிற வேலைய செஞ்சிட்டிருக்கான். அவங்க கொண்டு போன கொடிக்கு பேரு ராம் த்வஜ், கடவுள் ராமனின் கொடி.'

'அப்படியா,' ஆரிஃப் தலையசைத்தான்.

'இங்க இனயத் நகர்லகூட சில இந்து இளைஞர்கள் இந்த மாதிரி கூட்டத்த நடத்தி இனவாதப் பதற்றத்த உண்டு பண்ண முயற்சி பண்ணாங்க. இனயத் நகர்ல இருக்குற ஒரேயொரு விவேகமான இந்துவான நம்ம ஹரிஹர்ஜிதான் தலையிட்டு நிறுத்தினாரு. ஆனாலும், அவரோட மகன் சஷிதர்...' யாகூப் சொல்லிக்கொண்டே போக, ஆரிஃப் உண்ட மயக்கத்தில் தூங்கிவிட்டான்.

ஷம்ஷத் நகரை அவர்கள் அடைந்தபோது தெருவில் கில்லி-தண்டா விளையாடிக்கொண்டிருந்த மூன்று சிறுவன்கள் விளையாட்டை நிறுத்திவிட்டு வழி விட்டார்கள். ஒருவன் இன்னொருவனிடம் சத்தமாக, 'ஹேய் அங்க பாரு ஸுல்ஃபீகர்,

மணப்பெண் போறாங்க. மாப்பிள்ள வண்டி முன்னாடி உக்காந்திருக்காரு.' அவன் ஆரிஃபை கை காண்பித்து சிரித்தான். பின்பு அவர்கள் மாட்டுவண்டியைத் தொடர்ந்து வந்துகொண்டே பாட்டு பாடினார்கள்.

(சிவப்புப் பல்லக்கில் இருக்கும் இந்த அழகான அப்பாவியான மணப்பெண்

இவள் தன் கணவனின் அன்புக்குறியவள்)

ஆரிஃப் முகம் சிவந்தான். ஓரக்கண்ணால் ஃபர்ஸானாவைப் பார்க்க அவளும் கன்னங்கள் சிவக்க வெட்கப்பட்டாள்.

யாகூப், குழந்தைகளைத் திட்டினான், 'போங்கடா பொறுக்கிப் பசங்களா.' அவர்கள் அவனைக் காதில் வாங்காமல் வண்டியை கிராம எல்லை வரை தொடர்ந்தார்கள்.

ஜமால்புராவில் அவனுடைய சிறுவயது அனுபவங்களை நினைத்து ஆரிஃப் புன்னகைத்துக்கொண்டான். ஜாகிரும், அவனும் அவர்களது நண்பர்களும் இதேபோல் மணமகளை சுமந்து செல்லும் மாட்டு வண்டிக்குப் பின்னால் ஓடி, இதே பாட்டை பாடியிருக்கிறார்கள்.

ஜமால்புராவின் ஜமா மஸ்ஜிதின் தூபிகள் கிழக்கில் வெளிவரத் தொடங்கின. ஹஸ்ரத் பாபா பிர் ஜமாலுதீன் கான் ரஹமதுல்லாஹ் அலையாஹ் சமாதியின் குவிமாடம் காட்சியில் தெரியத் தொடங்கியது. அவர்கள் வந்துசேர வேண்டிய இடத்திற்கு அருகிலிருந்தார்கள்.

ஒரு சைக்கிள் மாட்டு வண்டியின் அருகில் நின்றது.

'அஸலாமு அலைக்கும்,' ஆரிஃப் வண்டியிலிருந்து குதித்து இறங்கி, அப்பாவின் பெரிய அண்ணா, தன் பெரியப்பா அப்துல் வஹீத் கான் -ஐ வணங்கினான்.

அவர்கள் அவரின் சைக்கிளைப் பின் தொடர்ந்து ஊருக்குச் சென்றார்கள். ஒரு குட்டித் தூக்கம் மற்றும் ஒரு பெரிய குவளை தேநீருக்குப் பிறகு யாகூப் மறுபடியும் இனயத் நகர் நோக்கிய தனது நீண்ட சவாரியை மேற்கொண்டான்.

மாலையில் பெரியப்பா மற்றும் அவனது ஒன்றுவிட்ட சகோதரன் முனீருடன் இரவு உணவு அருந்த ஆரிஃப் அமர்ந்தான்.

செவ்வக வடிவிலான முற்றத்தில் அவர்கள் அமர்ந்திருந்த மரப் படுகையினருகே வைக்கோல் மற்றும் மண்ணாலான நான்கு தானிய சேமிப்பு உருளைகள் அமைக்கப்பட்டிருந்தன. ஓரத்தில் பச்சை வண்ண இரும்பு கைப்பிடி பம்ப் இருந்தது.

'பாய் என்கிட்ட நீ முகல்-இ-ஆசாம் சாப்பிட மாட்டேனு சொன்னாரு,' பெரியப்பா மாட்டுக்கறிக்கு பதிலான குறியீட்டு வார்த்தையைப் பயன்படுத்தினார். 'அதனாலதான் ஷம்ஷத் நகர் வரைக்கும் போயி உனக்காக மட்டன் வாங்கிட்டு வந்தேன். இந்த ஏழைங்க ஊருல ரொம்பப் பெரிய பணக்காரங்கதான் மட்டன் வாங்க முடியும்.' ஆரிஃபின் அப்பா அவரைவிட இளையவராக இருந்தாலும், அத்தனைக் கஷ்டங்களுக்கு மத்தியிலும் தன் படிப்பை நிறைவுசெய்து போலீஸில் வேலை பெற்றது குறித்து மிக உயர்ந்த மதிப்பு வைத்திருந்தார்.

'அஸ்மதி அக்காவும் ரஹ்மதியும் எப்படி இருக்காங்க?' ஆரிஃப் மட்டன் குருமாவை சாப்பிட்டுக்கொண்டே மாமாவின் மகள்கள் குறித்துக் கேட்டான்.

'அஸ்மதி டெல்லில இருக்கா. அவ ஹஸ்பண்ட் லேத் மெஷின் ரிப்பேர் பண்ற கடை வெச்சிருக்காரு. அப்புறம் ரஹ்மதி காத்மண்டுல இருக்கா. அவ ஹஸ்பண்ட் ஒரு பேக்கரி ஷாப் தொடங்கியிருக்காரு. அவருக்கும் அங்க நேபாளிங்களோட கொஞ்சம் பிரச்சனையாயிடுச்சு. இந்தியர்கள் எல்லாம் மதேசியர்கள், இங்க நேபாளத்துல வாழ உரிமை இல்லாதவங்கனு சொல்றாங்க.' சாப்பாட்டை முடித்துவிட்டு தண்ணீர் அருந்தும்பொழுது ஏப்பம் விட்டார்.

'உனக்கு சமையல் பிடிச்சிருந்ததா மகனே?' அவனுடைய பெரியம்மா சலேஹா பேகம் வராந்தாவில் நின்றுகொண்டு தன் புடவைத் தலைப்பு தலையிலிருந்து நழுவி விழாமல் சரி செய்துகொண்டே கேட்டாள்.

'ரொம்ப நல்லா இருந்தது,' ஆரிஃப் கூறினான். அவன் பெரியம்மா புன்னகையுடன் ஏற்றுக்கொண்டு பாத்திரங்களை எடுத்து வைத்தாள்.

'முனீர் அண்ணா. வாங்க ஒரு வாக்கிங் போகலாம்,' ஆரிஃப் அவன் கசினிடம் கேட்டான்.

'சரி,' சொல்லிக்கொண்டே முனீர் தன் வயிற்றைத் தடவினான்.

அவர்கள் ஊரிலிருந்து விலகி சாலைக்கு வந்தார்கள். அது ஒரு பௌர்ணமி இரவு.

'அப்புறம், சதகத் எப்படி இருக்கான்?' ஆரிஃப் ஜமால்புராவில் தனது சிறு வயது நண்பன் குறித்துக் கேட்டான்.

'அவன் எப்பவும் போல உதவாக்கரையாதான் இருக்கான். ஏதோ ஒரு சமர் பொண்ணுகூட உறவு வெச்சிருக்கான்னு கேள்விப்பட்டேன்.'

'சொல்லாத!'

'பத்து வயசுல கல்யாணம் பண்ணி, பன்னெண்டு வயசுல விதவையான சமேலிதான் இப்ப இவனோட கள்ளக் காதலி. ஆனா ஒரு நல்ல விஷயம் என்னனா அவன் கள்ளு குடிக்கறத நிறுத்திட்டான்.'

'இது நல்ல செய்திதான்.'

'இப்பக்கூட ஊருல இருக்குறவங்களோட பிரச்சனையாகிடுச்சு. ஏதோ போஸ்டர் எழுதினானு.'

'போஸ்டரா?'

'போன மாசம், வெள்ளிக்கிழமை காலைல ஜமா மஸ்ஜித்த பாத்து இருக்குற ஒரு பழைய பங்களா சுவத்துல உருதுல ஏதோ போஸ்டர் ஒட்டியிருந்துசாம். அதுல:

ஹஷிம் கான் – ரங்கீன் மிசாஜ் (உல்லாசமாகத் திரிபவன்)

சகிர் கான் – பேடிசோத் (மகளுடன் உடலுறவு வைத்துக்கொள்பவன்)

ரயீஸ் கான் – சுகல்கோர் (பழிதூற்றுபவன்)

சர்தாஜ் கான் – ரந்திபாஸ் (விபச்சாரிக்காக அலைபவன்)

ஷேக் ரஹ்மத் – ஆக் லக்வா (பிரச்சனை செய்பவன்)

இந்த போஸ்டர் சதகத் அலி கான் –ஆல் எழுதப்பட்டது.

இவங்க எல்லாம் இந்த ஊருல மரியாதையான செல்வாக்கான ஆளுங்க. மசூதி முன்னாடி ஒரு மீட்டிங் போட்டு இந்த மாதிரி சேட்ட பண்ணவங்கள பத்தி பேசிட்டிருந்திருக்காங்க. சதகத் தனக்கு இதப் பத்தி எதுவும் தெரியாதுனு சொல்லி, 'இந்த மாதிரி எழுதிட்டு என் பேர கீழ போட்டு சைன் பண்ண நான் என்ன முட்டாள்னு நினைச்சீங்களானு கேட்டிருக்கான்.

'அவங்களுக்கு திருப்தியாகல. அந்த போஸ்டர்ல இருந்தா மாதிரி அவன திரும்ப எழுத சொல்லியிருக்காங்க. அவனும் எழுதியிருக்கான், ரெண்டு கையெழுத்தும் பொருந்தல. அவன விட்டுட்டாங்க.'

‘சரி.’

‘அந்த போஸ்டர்ல இருந்தது என்னவோ உண்மையான விஷயம்தான்,’ சொல்லிவிட்டு முனீர் சிரித்தான்.

கிட்டத்தட்ட கால் கிலோமீட்டர் தூரம் அவர்கள் கிராமத்தைவிட்டு விலகி நடந்து வந்திருந்தார்கள். இரவு தொழுகைக்கான அழைப்பு மசூதி ஒலிபெருக்கியில் கேட்கவும் முனீர் ஆரிஃபிடம் திரும்பி சொன்னான், ‘ஆரிஃப், எனக்கு தொழுகைக்கு போகனும்.’

‘சரி, முனீர் பாய்.’

முனீர் மசூதியை நோக்கி சுறுசுறுப்பாக நடந்தான்.

ஆரிஃப் தன்னுடைய கசினை மெல்லமாகப் பின் தொடர, சதகத் வேறு திசையிலிருந்து இவனை நோக்கி வருவதைக் கண்டான்.

ஒருவரையொருவர் நலம் விசாரித்த பின், ஆரிஃப் சதகத்துடன் சேர்ந்து நடக்கத் தொடங்கினான்.

சதகத் ஹரிகேன் விளக்கையும் ஒரு லோட்டாவில் தண்ணீரையும் வைத்திருந்தான். ஆரிஃப், அவன் வயலுக்குப் போகிறான் என்று யூகித்தான். அவன் ஊரில் ‘வயலுக்குப் போகிறான்’ என்றால் கழிக்கப்போகிறான் என்று அர்த்தம்.

அவன் சதகத்திடம் போஸ்டர் பிரச்சனை குறித்துக் கேட்டான். சதகத் சிரித்துவிட்டு சொன்னான், ‘யார்கிட்டயும் சொல்லாத. நான்தான் போஸ்டர் ஒட்டினது. பக்கத்து ஊருல ஒரு ஃப்ரெண்டு எனக்கு அத எழுதிக்கொடுத்தான்.’

‘நீ யாரோ ஒரு கிராமத்து பொண்ணுகூட லவ்ல இருக்கேனு கேள்விப்பட்டேன்,’ ஆரிஃப் தன் முன்னாள் நண்பனைக் கிண்டல் செய்தான்.

‘உனக்கு எப்படி தெரிஞ்சது?’ சதகத் வெட்கப்பட்டான்.

‘மேஜிக்,’ ஆரிஃப் சிரித்தான்.

‘ஆரிஃப் பாய், நீ ஒரு ஓல்ட் ஃப்ரெண்டு எனக்கு. உன்கிட்ட எதையும் மறைக்கல. அவ பேரு சமேலி. அவ ஒரு இந்து. அதுவும் இல்லாம அவ தீண்டப்படாத சாதிய சேந்தவ. சரியா சொல்லனும்ன அவ ஒரு சமர். என் ஃபேமிலி இதுக்கு என்னிக்கும் சம்மதிக்காது. அதப் பத்தி எனக்குக் கவலையில்ல. நான் அவளதான் கல்யாணம் பண்ணிப்பேன்.’

‘நல்லது.’

‘அது இருக்கட்டும். உன்னப் பத்தி சொல்லு. நிச்சயமா உனக்கும் பாட்னால ஒரு கேர்ள்ஃப்ரெண்ட் இருக்குதான?’ சதகத் கேட்டுவிட்டு சிரித்தான்.

அவனுக்கு சுமித்ரா மீதான தன் ஈர்ப்புப் பற்றி சொல்லத் தோன்றியது, ஆனால் சொல்லவில்லை. ‘இல்ல சதகத் பாய். நான் உன் அளவு லக்கி இல்ல.’

‘நான் உன்ன நம்ப மாட்டேன். உன்ன மாதிரி உயரமா ஹேண்ட்ஸமா இருக்குறவனுக்கு எந்த பொண்ணும் ஈசியா கிடைப்பா. பாட்னா கேர்ள்ஸ்லாம் ரொம்ப லிபரல்னு நான் கேள்விப் பட்டிருக்கேன்.’

கர்பூரி தாகுர் கால்வாய்மீது கட்டப்பட்ட சிறிய பாலமான புலியாவை அவர்கள் அடைந்திருந்தார்கள். 1970களில் கட்டப்பட்டாலும் இதுவரை அதில் வெள்ளம் ஓடியதில்லை.

‘ஒரு பத்து நிமிஷத்துல வந்துடறேன்.’ சதகத் காய்ந்த கால்வாயில் இறங்கி, பூடியா கச்சியை (பேய்த்தோட்டம்) நோக்கி நடக்கத் தொடங்கினான். அந்த கிராமத்தின் இந்துக்கள் தாங்கள் சுடுகாடாக பயன்படுத்திய சிறிய திறந்த வெளி நிலத்தை முட்டுக்கொடுத்தவாறு இருந்தது இந்தப் பேய்த் தோட்டம்.

இரண்டு நிமிடங்கள் சென்றிருக்காது, அதற்குள் ஒரு பெண்ணின் நிழலுருவம் நிலவொளியில் மற்றொரு பக்கத்திலிருந்து பூடியா கச்சியை நோக்கி நகர ஆரம்பித்தது. ஆரிஃபின் பாட்டி அவனிடம் பல வருடங்கள் முன்பு இங்கு ஒரு ராகஷ் உலவிக்கொண்டிருந்ததாகக் கூறியிருக்கிறாள். ராகஷ் என்ற பேய் தன் உடலில் நூறு கண்களைக் கொண்டது. அப்படித்தான் இந்தத் தோட்டம் பூடியா கச்சி அல்லது பேய்த் தோட்டம் என்றறியப்பட்டது. ஆனால் இவனை மாதிரி படித்தவர்கள் இந்தப் பேய்க் கதைகளை நம்ப வேண்டுமா?

பின்பு, அது சமேலியாக இருக்க வேண்டும் என்று உணர்ந்தான்.

அவள் கால்வாயில் ஏறி பூடியா கச்சியை நோக்கி நடந்ததைப் பார்த்தான். ஆர்வத்தில் தன்னையிழந்து, எதையும் யோசிக்காமல், அவனும் கால்வாயில் இறங்கி பூடியா கச்சியை நோக்கி வளர்ந்திருந்த காடுகளினூடாக வழியமைத்து நடக்கத் தொடங்கினான். கீழே வளர்ந்திருக்கும் புதர்களில் பதுங்கியிருக்கும் பாம்பு மற்றும் இதர உயிரினங்களை நினைக்கையில் பயத்தால் தண்டுவடத்தில் சில்லென்றாகியது.

தாழ்வாக வளர்ந்திருக்கும் லிச்சி மரங்களின் கிளைகளில் தலையைத் தாழ்த்தித் தாழ்த்தி, தோட்டத்தில் சதகத் உட்கார்ந்திருப்பது அவன் கண்களுக்குத் தெரியும்வரை நடந்தான். கண்களைக் கசக்கி நன்றாகப் பார்க்க, சதகத் வைத்திருந்த ஹரிகேன் வெளிச்சத்தில் அவனையும், அவன் மடியில் படுத்திருக்கும் சமேலியையும் பார்க்க முடிந்தது. அவன் கைகள் சமேலியின் ரவிக்கைக்குள் அளைய, அவள் அவன் கைகளைத் தட்டிவிட்டு, 'கல்யாணத்துக்கு முன்னாடி கிடையாது,' என்றாள். அவர்களது உரையாடல் அமைதியான இரவில் தெளிவாகக் கேட்டது. சதகத் அவளது கன்னங்களிலும் உதடுகளிலும் முத்தம் தந்தான். மீண்டும் அவன் கைகள் அவளது ரவிக்கைக்குள் அளைந்தன, இந்த முறை அவள் தடுக்கவில்லை. அவளைத் தரையில் தள்ளிவிட்டு, சதகத் அவள் மேல் படுத்தான். ஆரிஃப் தன்னையும் சுமித்ராவையும் ஒரு மாம்பழத் தோட்டத்தில் வைத்து கற்பனை செய்துகொண்டான்.

'வேணாம் சதகத்!' திடீரென்று சமேலி அவனைத் தள்ளிவிட்டாள். சதகத் சிரித்தான். ஆரிஃப் சுய நினைவு வந்தவனாக சுமித்ரா மீதான தன் காமச் சிந்தனைகள் குறித்து வருந்தினான். சதகத் சமேலிக்கு செய்வது தவறு, பாவம். அவன் சுமித்ராவைக் கற்பனை செய்வதும் தவறு, பாவம்தான்.

'சமேலி, இன்னிக்கு நான் கொஞ்சம் சீக்கிரம் போகனும். என் ஃப்ரெண்ட் ஆரிஃப் புலியால வெயிட் பண்றான்.'

'நாம எப்ப காட்மண்டு போறோம்?'

'சீக்கிரமா.' சதகத் எழுந்தான்.

ஆரிஃப் புலியாவை நோக்கி வேகமாகத் திரும்பிச் சென்றான்.

★★★

ஜமால்புராவில் மக்கள் சீக்கிரம் உறங்கினார்கள். நவம்பர் மாதத்தில், வானிலை குளுமையாக, வானம் தெளிவாக இருந்தாலும் எட்டரை மணிக்கெல்லாம் ஊர் தூங்கி வழிந்தது. ஆனால் ஆரிஃப் விழித்திருந்தான். குள்ளநரிகளின் ஊளைகளுக்கு ஏற்ப அவ்வப்போது கிரிக்கெட் பூச்சிகளின் ரீங்காரம் அருகிலிருந்த வயல்களிலிருந்து கேட்டுக்கொண்டிருந்ததைத் தவிர்த்து வேறெங்கும் அமைதி நிலவியது. போலீஸ் காலனியில் பதினோரு மணிக்குக் குறைவாக யாரும் தூங்காததால் ஆரிஃபிற்கு இரவு தாமதமாகவே தூக்கம் வந்தது. அவன் சிந்தனைகள் மீண்டும் சுமித்ராவைக் குறித்தே அலையத்

தொடங்க, அவள் நினைவுகளை அழிக்க முடியவே முடியாதோ என்ற கவலை அவனுக்கு ஏற்பட்டது.

ஜமால்புராவில் படுக்கையறை பாட்னா வீட்டின் படுக்கயறைகளைவிட சுமார் மூன்று மடங்கு பெரியதாக இருந்தது. 1960 களின் பாணியில், நான்கு கால்களில், மிக நுணுக்கமான வேலைப்பாடுகளால் செய்யப்பட்ட தேக்கு மரக் கட்டில் அறையின் நான்கில் ஒரு பங்கு இடத்தை ஆக்கிரமித்திருந்தது. அந்தக் கட்டில் அம்மாவின் கல்யாணத்திற்கு அவளின் தந்தையின் கல்யாணப் பரிசு. இத்தனை வருடங்கள் கழிந்திருந்தாலும் இன்னும் காத்திரமாகவே இருந்தது. அந்த அறையில் கருவேல மரத்தில் செய்யப்பட்ட படிப்பு மேஜையும் நாற்காலியும், ஓர் அலமாரியும்கூட இருந்தன. இரண்டு ஜன்னல்கள் ஊரின் முக்கிய மசூதியைப் பார்த்தவாறு இருந்தன.

சிந்தனைகளை வேறு திசைக்குத் திருப்ப, ஏதாவது சுவாரசியமாகப் படிக்க கிடைக்கிறதா என்று பார்க்க ஆரிஃப் அந்த அலமாரியைத் திறந்தான். பூச்சிகள் அரிக்கப்பட்டு பழைய பிரதிகள் தஸ்தான்-இ-அமீர் ஹம்ஸா, தில்ஸம்-இ-ஹொஸ்ரூபா மற்றும் அலீஃப் லைலாவைக் கடந்து அவனுடைய பழைய டைரிகள் இரண்டு சில புத்தகங்களுக்கு அடியில் மறைக்கப்பட்டிருந்ததைக் கண்டான். கட்டிலில் படுத்துக்கொண்டே அவன் சிம்ரன் குறித்து எழுதிய குறிப்புகளை வாசிக்கத் தொடங்கினான். பத்து வருடங்கள் முன்பு சிம்ரனை முதன் முதலில் பார்த்த நாள் இன்னும் அவனுக்குத் தெளிவாக நினைவில் இருந்தது.

★★★

31, அக்டோபர் 1984

காலை பதினோரு மணியளவில் அப்பாவுடன் கூட வேலைப் பார்க்கும் ஒரு நண்பர், திரு. மிஸ்ரா, வீட்டிற்கு அவசர அவசரமாக வந்தார். அவரைப் பார்க்க வருத்தமாக இருந்ததுடன் தன் குரல் அடைக்கப் பேசினார்.

'கான் சாஹப், இரும்புப் பெண் இறந்துவிட்டாள்.'

அப்பாவின் முகம் வெளிறி, அவர் தன் ரேடியோவை நோக்கி வேகமாக ஓடினார். அனைத்திந்திய வானொலி நிலையம் இந்திரா காந்தியின் மரணத்தை உறுதிச் செய்தது.

மாலையில், பிரதம மந்திரியின் இரண்டு சீக்கிய காவலாளிகள் அவரைக் கொன்ற செய்தி தெரிந்தது. உள்ளூர் குருத்வாராவில் அவரது மரணத்தைக் கொண்டாட சீக்கியர்கள் இனிப்பை விநியோகித்ததாக வதந்திகள்

பரப்பப்பட்டன. ஆபரேஷன் ப்ளூ ஸ்டாருக்கு பழி தீர்க்கும் படலம்தான் இது என்று யாரோ சொல்ல நானும் கேட்டேன்.

பிரதம மந்திரியின் மரணம் என்பது தினசரி செய்தித்தாள்களில் இருக்கும் செய்திதான் எனக்கு: இரண்டு பேர் விபத்தில் மரணம். சோனே ஆற்றில் படகு மூழ்கி மூன்று பேர் காணவில்லை என்பதுபோல். நம்முடன் உறவில்லாத ஒருவர், நமக்குத் தெரியாத ஒருவர் இறந்தது குறித்து அப்பா ஏன் சோகமாக வேண்டும் என்பது எனக்கு விளங்கவில்லை.

01, நவம்பர் 1984

மாலை விளையாட்டுத் திடலிலிருந்து நானும் ஜாகிரும் வீட்டிற்குத் திரும்பினோம். எப்பொழுதும் போலல்லாமல் மின்சாரம் போகாமலிருந்ததைக் குறித்து மகிழ்ச்சிகொண்டேன். நஸ்னீனும் ரபியாவும் தரையிலமர்ந்து லூடோ விளையாடிக்கொண்டிருக்க, என் செல்லம் ஹுமா குட்டி சோகமாக நாற்காலியில் அமர்ந்திருந்தாள். நான் அவளிடம் என்ன நடந்தது என்று கேட்க, அவள் அதற்கு நஸ்னீனும் ரபியாவும் அவள் சின்னப் பெண் என்று விளையாட்டில் சேர்த்துக்கொள்ளவில்லை என்றாள். நான் பெரிய அண்ணா அல்லவா? போலியாக அவர்களை அதட்டுவதுபோல், ‘அரே! எவ்ளோ தைரியம் இருந்தா என்னோட செல்ல தங்கச்சிய விளையாட்டுல சேத்துக்க மாட்டேனு சொல்லுவீங்க? ஹுமாவையும் விளையாட்டுக்குக் கூப்பிடுங்க.’ அவர்களும் வேறு வழியில்லாமல் ஹுமாவை விளையாட அழைத்தனர். ரபியா, ஹுமாவிடம், ‘தோத்துப் போயிட்டேனா அழாத,’ என்று சொன்னதைக் கேட்டு என் தங்கைகள் மேல் எனக்குப் பிரியம் வந்தது. பாட்டி, அவள் மூக்குக் கண்ணாடி மூக்கின் நுனியில் இருக்க, கட்டிலில் அமர்ந்து தி ஹுடா இஸ்லாமிக் டைஜெஸ்ட் உருதுவில் வாசித்துக்கொண்டிருந்தாள்.

என்னைப் பார்த்துவிட்டுக் கேட்டாள், ‘எம் பேராண்டிக்கு ஏதாவது சாப்பிட வேணுமா?’

‘வேணாம் பாட்டி,’ சொல்லிவிட்டு நான் அவளை அணைத்துக்கொண்டேன்.

‘உனக்கு பிடிச்ச உருளைக்கிழங்கு வறுவல் இல்லேனா ஹல்வா பண்ணவா?’ என் முந்நெற்றியில் முத்தமிட்டுக் கேட்டாள்.

‘இது நல்லா இல்ல பாட்டி. நீங்க அண்ணா மேலதான் அன்பா இருக்கீங்க,’ ஜாகிர் புகார் கூறினான்.

‘அப்படிலாம் இல்ல ஜாகிர்,’ புன்னகைத்துக்கொண்டே பாட்டி அவனிடம், ‘உனக்கும் என்ன வேணும்னு சொல்லு.’

‘ஹல்வா!’ ஜாகிர் உடனே பதிலளித்தான்.

நான் உள்ளே சென்று, கைலியும் குர்தாவும் மாற்றிக்கொண்டு வராந்தாவிற்கு அன்றைய தினசரியுடன் வந்தேன். முதல் பக்கத்தில்

இறந்துபோன பிரதம மந்திரியின் புகைப்படம் பெருமளவில் பிரசுரிக்கப்பட்டிருந்தது.

'ப்ளீஸ் உள்ள வாங்க சார்,' அப்பா கூறியதைக் கேட்டேன். எங்கள் வீட்டின் முன்பு ஒரு ஜீப் நின்றது. அப்பா, சர்தார் ஸ்வர்ன் சிங் மற்றும் அவரது மனைவியை வரவேற்பறையாகவும் விளங்கிய எங்கள் படுக்கையறைக்குக் கூட்டிவந்தார். பிஹார் மிலிடரி போலீஸின் உதவி கமாண்டண்டான ஸ்வர்ன் சிங் எங்கள் அப்பாவுக்கு சீனியரும்கூட. அவர் கவலையுடன் வெளிறிக் காணப்பட்டார்.

சர்தார் ஸ்வர்ன் சிங்கைத் தொடர்ந்து பழுப்பு நிற டர்பன் அணிந்திருந்த ஒரு நடுத்தர வயது ஆணும், மெரூன் புடவையில் குண்டான ஒரு பெண்ணும் வீட்டிற்குள் நுழைந்தனர். பச்சை நிற சுடிதாரில் சாதனா கட் முடிவெட்டியிருந்த ஒரு பெண்ணும் உள்ளே நுழைந்தாள். நான் அவளைப் பார்த்து மூச்சுவிட மறந்து போனேன். இதைப் போன்று இதற்கு முன் நான் அனுபவித்ததில்லை. அந்தப் பெண் மிக மிக அழகாகயிருந்தாள்.

'கான், இதுதான் டாக்டர் பல்வீந்தர் சிங், அவர் மனைவி மற்றும் மகள் சிம்ரன். டாக்டர் சார் என்னோட வொயிஃபோட கசின்தான்.' மிஸ்டர் சிங் அவரது மைத்துனன் மற்றும் குடும்பத்தை அறிமுகப்படுத்தினார்.

சிம்ரன். சிம்ரன். சிம்ரன்.

அவளது அழகில் மயங்கியிருந்தாலும், அவர்களின் உரையடல் எனக்கு ஆர்வமளித்தது. இந்தப் பெண் என் வீட்டில் ஏன் இருக்கிறாள்?

'டாக்டர் சிங் கதல்பாரில இருக்காரு. அங்க சில சீக்கியர்களோட கடைகள சூறையாடறாங்க. அதனால் அவரு எங்க வீட்டுக்கு பாதுகாப்புக்காக வந்திருந்தாரு. அங்கேயும் பத்து பதினஞ்சு கான்ஸ்டபிள்ஸ் ஒன்னா சேந்து சீக்கியர்களுக்கு எதிரா கோஷம் போட ஆரம்பிச்சுட்டாங்க. என் வொயிஃப் பயந்துட்டா. ஒரு முஸ்லிம் ஆஃபீசர் வீட்டுல இருந்தா சேஃபா இருக்கும்னு நெனச்சோம்.

'டாக்டர் சாஹப் கரெக்டாதான் செஞ்சிருக்காரு,' அப்பா சொன்னார்.

'பாய்சாஹப், நாங்க இங்க இருக்கோம்னு தயவுசெஞ்சு யார்கிட்டயும் சொல்லிடாதீங்க,' திருமதி சிங் கூறினாள். அவள் கைகள் நடுங்கின. நான் அவளுக்காக வருந்தினேன்.

'மேம்சாஹப், கவல படாதீங்க. போலீஸ் காலனில ஒன்னும் நடக்காது,' அப்பா சொல்லிக்கொண்டே மர மேஜையிலிருந்த ரேடியோவை எடுத்து டியூன் செய்தார். அவர் செய்திகளை அறிய முற்பட்டிருக்கலாம்.

'சீக்கியர்களுக்கு எதிரான கலவரம் டெல்லியில் தொடர்கிறது,' ரேடியோவிலிருந்து ஒரு குரல் கேட்டது.

நான் கூடத்துச் சுவற்றில் சாய்ந்து நின்றுகொண்டு அவ்வப்போது திருட்டுத்தனமாக சிம்ரனின் முகத்தை உள்ளே எட்டிப் பார்த்துக்கொண்டிருந்தேன். அவள் படபடப்பாகவும் அழகாகவும் இருந்தாள்.

இரவு ஒன்பது முப்பதுபோல் வீட்டை இருளில் மூழ்கடித்து மின்சாரம் போய்விட்டது. தூரத்தில் துப்பாக்கிச் சுடும் சத்தம் எனக்குக் கேட்டது. பக்கத்திலிருக்கும் இந்துக்கள் என்னையும் சிம்ரனையும் எங்கள் குடும்பத்தையும் தாக்கினால் என்ன செய்வது? நான் பயந்தேன். இனயத் நகரில் ஐந்து வருடங்கள் முன்பு அந்த நேரம் எனக்கு நினைவிற்கு வந்தது.

துர்கா பூஜா ஏற்பாடு செய்வதில் டவுனில் சில இந்துக்கள் இஸ்லாமியர்கள் இடையே சிறிய சலசலப்பு இருந்திருக்கிறது. இந்துக்கள் இஸ்லாமியர்களின் காலனியை இரவில் தாக்கப்போகிறார்கள் என்று வதந்தி பரவியிருந்தது. இந்து கும்பல் எங்களை தாக்கலாம் என்று நினைத்து எவ்வளவு பயந்தேன் என்று இன்னும் நினைவில் இருக்கிறது. என்னால் அந்த பயத்தை இன்னும் உணர முடிகிறது.

அம்மா ரூமிற்குள் வந்து ஹரிகேன் விளக்கை ஸ்டூலின் மீது வைத்தாள். அதே சமயம், வாசலில் கதவு தட்டப்படும் சத்தம் கேட்டது. நான் பயந்துபோய் அப்பாவைப் பார்த்தேன். அவரும் ஜாக்கிரதையானார். சிம்ரன் அவள் அம்மாவை அணைத்தவாறு உட்கார்ந்து, அழுதுகொண்டிருந்தாள். என் இதயம் வேகமாகத் துடித்தது. பக்கத்தில் இருந்த இந்துக்கள் எங்கள் விருந்தாளிகளைக் குறித்து அறிந்துகொண்டு வந்திருக்கிறார்கள் என்று நம்பினேன்.

அப்பா எங்கள் அனைவரையும் அமைதியாக இருக்கச் சொல்லிவிட்டு வெளியில் சென்றார்.

நான் தன்னிச்சையாக அப்பாவைப் பின்தொடர்ந்தேன். இடது கையில் விளக்கைப் பிடித்துக்கொண்டு ஜாக்கிரதையாக அடியெடுத்து வைத்தார். கதவுக்கருகில் நின்றுகொண்டு, வெளியிலிருந்து வரும் சத்தத்தைக் காதுவைத்துக் கேட்ட பின்பு கதவைத் திறந்தார்.

உயரமான இளைஞன் ஒருவன் நன்றாக மழிக்கப்பட்ட முகத்துடன் வாசலில் நின்றான், அவனுடன் ஸ்டென் துப்பாக்கியை வைத்திருந்த பாதுகாவலன் போல் மற்றொருவன் இருந்தான்.

‘ஜெய் ஹிந்த், சார்,’ அப்பா அவனை வரவேற்றார்.

‘ஜெய் ஹிந்த், கான். சிங் சாஹப் எங்கே? அவரையும் அவர் குடும்பத்தையும் என் வீட்டுக்குக் கூட்டிட்டுப் போக வந்திருக்கேன். முஸாஃபர்பூர்லேருந்து இப்பதான் வந்தேன். வந்ததும் மத்தியானம் நடந்தது பத்தி கேள்விப்பட்டேன். சம்பந்தப்பட்ட எல்லா கான்ஸ்டபிள்கள் மேலையும் நிச்சயம் நடவடிக்கை எடுப்பேன்.’

அப்பா அவர்களை உள்ளே அழைத்துவந்தார்.

'சிங் சாஹப், பிஹார் மிலிடரி போலீஸோட கமாண்டண்ட் ரன்பீர் சிங் உங்கள கூட்டிட்டுப் போக வந்திருக்காரு.'

சிம்ரன் என் வீட்டில் சில மணி நேரங்களே இருந்தாலும் அவளது இருப்பு அவள் சென்ற பிறகும் உலாவிக்கொண்டிருந்தது. நான் சிம்ரனைக் கனவு கண்டேன். இந்தக் காலையில் எனது முதல் கவிதையை அவளுக்கு அர்ப்பணிக்க ஆசைப்படுகிறேன். (டைரியின் கடைசிப் பக்கம் பார்க்கவும்.)

அடுத்த ஒரு வருடத்திற்கு ஆரிஃப் சிம்ரனைப் பின்தொடர்ந்தான். அவளை ஒருமுறை பார்த்துவிட அவள் வீட்டுக்குப் பக்கத்திலிருந்த டீக்கடையில் மணிக்கணக்காக அமர்ந்திருந்தான். அவள் ஸ்கூலுக்கு வெளியேயும் நின்றான். அருகிலிருந்து குருத்வாராவிற்கும் ஞாயிறுகளில் சென்றான். அவனுடைய டைரி முழுவதும் அவளைக் குறித்த கவிதைகளால் நிரப்பினான்.

சிம்ரன் மீது தீவிரமாக இருந்தாலும் அவளிடம் பேசும் தைரியம் மட்டும் இல்லை. அவளை மூன்று வருடங்கள் பின் தொடர்ந்தபோதிலும் அவளிடம் ஒரு ஹலோகூட அவனால் சொல்ல முடியவில்லை. ஒருமுறை அவளுக்குக் கடிதம் ஒன்று தர நினைத்தான், கடைசி நேரம் அந்த எண்ணத்தைக் கைவிட்டான்.

பிறகு, அவன் அப்பாவிற்கு பாட்னாவில் வேலைமாற்றம் கிடைக்க, அவர்கள் உடனேயே அங்கு செல்லவேண்டியிருந்தது.

பாட்னாவிற்கு வந்த பிறகும் ஆரிஃப், சிம்ரன் குறித்து ஒரு விநோதமான ஈர்ப்பின் பிடியில் பல மாதங்கள் இருந்தான். நூற்றுக்கணக்கான கஜல்களை அவளுக்காக இயற்றினான், முகேஷ் மற்றும் மொஹம்மத் ரஃபியின் சோகப் பாடல்களைக் கேட்டான்.

ஆறு மாதங்கள் கழித்து ஒரு நாள் ஒரு பேப்பர் கடையில் ஆரிஃப் *ஸ்போர்ட்ஸ்டார்*- இன் புது இதழின் நடுப்பக்கத்தில் ஸ்டெஃபி கிராஃப் விம்பிள்டன் கோப்பையைத் தூக்கி பிடித்திருந்ததைப் பார்த்தான். வெள்ளை நிற ட்ராக்சூட்டில் அவள் அசத்தலாக இருந்தாள். இருப்பதிலேயே மிகவும் அழகான டென்னிஸ் ப்ளேயர் அவள்தான் என்று அவன் நம்பினான்.

ஜெர்மனியின் கவர்ச்சியான பெண் திருவாட்டியின் மீது உடனடியாகக் காதலில் விழுந்தான் ஆரிஃப். சிம்ரன் அவனது பகற்கனவு சுழற்சியிலிருந்து வெளியேறினாள்.

ஸ்டெஃபி மீதான அவனது ஈர்ப்பே திறந்தவெளி டென்னிஸை அவனுக்கு அறிமுகப் படுத்தியது. அவள் விளையாடும் விளையாட்டை தானும் விளையாட நினைத்தான். சின்ஹா லைப்ரரியிலிருந்து சில புத்தகங்கள் வாங்கி டென்னிஸின் அடிப்படைகளைக் கற்றுக்கொள்ள முயன்றான். தொலைக்காட்சியில் தொடர்ந்து போட்டிகளைப் பார்த்து அதன் நுணுக்கங்களைக் கற்றான். அவனும் விளையாடத் தொடங்க எண்ணினான்.

பதினேழு வயதில் தன்னைப் போட்டிகளுக்குத் தயார்படுத்துவதென்பது ஏறத்தாழ இயலாததாக இருந்தது. ஆரிஃபிற்கே இது தெரிந்திருந்தாலும் தனக்குள் இருந்த நம்பிக்கையால் தன்னை அடுத்த போரிஸ் பெக்கர் அல்லது ஸ்டீஃபன் எட்பெர்காக நம்பத் தொடங்கினான். சில சமயங்களில் விம்பிள்டனில் இரட்டையர் பிரிவில் ஸ்டெஃபியுடன் பட்டம் பெறுவதாகவும், போட்டிக்குப் பிறகு அவளைக் கட்டியணைத்து முத்தமிடுவதாகவும் பகற்கனவு கண்டான். ஜெர்மனியில் அவளது முகவரி மேன்ஹெம், பாடென் - வுர்டெம்பெர்கிற்குக் கடிதம் அனுப்பி அவளிடம் தன்னுடன் ‘பென் நட்பு’ பாராட்டும்படிக் கேட்டுக்கொண்டான்.

ஆரிஃபிடம், நிச்சயமாக, டென்னிஸ் ராக்கெட் வாங்குமளவிற்குப் பணமில்லை. ஃப்ரேஸர் ரோட்டில் இருந்த சப்ரா ஸ்போர்ட்ஸ் மற்றும் பேகர்கஞ்ச் போலீஸ் ஸ்டேஷனுக்கு அருகிலிருந்த கோஹ்லி ஸ்போர்ட்ஸ் கடைகளுக்குச் சென்றான். ஒரு நல்ல தரமான ராக்கெட் ஆயிரம் ரூபாய்களுக்கு மேல் ஆனது. ஜலந்தரில் தயாரிக்கப்பட்ட லோக்கல் பிராண்ட் கே கே ராக்கெட், பார்ப்பதற்கு மரச்சுத்தியல் போல் வெறும் இரும்புக்கம்பிகளால் ஆன ராக்கெட்கூட முன்னூறு ரூபாய்க்கு விற்றது. மனமுடைந்து வீட்டிற்குத் திரும்பினான். அவனுக்கு அப்பாவிடம் ராக்கெட் வாங்கப் பணம் கேட்க தைரியம் இல்லை, அது வீண் செலவு என்றே பார்க்கப்படும் என்று அறிந்திருந்தான்.

பிஹார் மிலிட்டரி போலீஸ் பிரிவின் தலைவர், புதிய கமாண்டண்ட் இந்த விளையாட்டு குறித்து ஆர்வமாக இருக்கவும் ஆரிஃபின் பக்கம் அதிர்ஷ்டம் அடித்தது. பதவியேற்றபின் முதல் விஷயமாக அவர் செய்தது பழைய சிகப்புக் களிமண் முற்றத்தைப் புத்துயிர்ப்பித்ததுதான். போலீஸ் காலனி சிறுவர்களுக்கு டென்னிஸ் பயிற்சி மையம் அமைக்கப்பட்டது. அம்மா ஜாகிருக்கும் அவனுக்கும் ராக்கெட் வாங்க அப்பாவை சம்மதிக்க வைத்தார். பிஹாரின் தலைசிறந்த டென்னிஸ் விளையாட்டு வீரர்களில் ஒருவரான சந்திர பூஷன் சிறுவர்களுக்கு

பயிற்சியளிக்க வந்தார். ஆரிஃப் அடிப்படைகளை இலகுவாகக் கற்றுக்கொண்டான். டென்னிஸ் அவனுக்குத் தீவிரமாகப் பிடிக்க ஆரம்பிக்க, சிம்ரன் சிந்தனைகளின் விளிம்பிற்குத் தள்ளப்பட்டாள்.

ஸ்டெஃபி அவனது கனவில் தொடர்ச்சியாக வரத் தொடங்கினாள்; ஒன்று அழகான ஷிஃபான் சாரியில் அல்லது முழுக்கை பிங்க் சல்வார் கமீஸில். போரிங் ரோட்டில் இருக்கும் புக்-என்-அமீ கடையிலிருந்து மிகப் பெரிய விலையாக இருபத்தியைந்து ரூபாய்க்கொடுத்து ஸ்டெஃபியின் போஸ்டர் ஒன்றை வாங்கினான். ஏகே+எஸ்ஜி என்று எல்லா புத்தகங்களிலும் கிறுக்கி வைத்தான்.

மூன்று வருட கடின உழைப்பு ஆரிஃபை பிஹார் டென்னிஸ் இளையோர் அணியில் இடம்பிடிக்கச் செய்தது. அந்த 1989-ஆம் வருடம் ஜூனியர் நேஷனல் சாம்பியன்ஷிப் பாட்னாவில் நடைபெறுவதாக இருந்தது. லியாண்டர் பயஸ், கௌரவ் நடேகர், ஆஷிஃப் இஸ்மாயில் மற்றும் பலப் பல பெரிய ஜூனியர் டென்னிஸ் வீரர்கள் தேசிய விளையாட்டில் விளையாடுவார்கள் என்ற செய்தி அவனுக்கு உற்சாகமளித்தது.

அது அவனுக்கு நியூ பாட்னா கிளப்பில் முதல் நாள்.

கிளப்பின் ஆறு மன்றங்களும் மரகதப் பச்சையில் ஜொலித்தன. சுற்றம் முழுவதும் பரவசத்துடன் இருந்தது. பிஹார் டென்னிஸ் அமைப்பின் சேர்மேனுடன் லியாண்டர் பயஸ் பேசிக்கொண்டிருந்ததைப் பார்த்தான் ஆரிஃப். சில அடி தூரத்தில் ஐந்து பெண்கள் தங்களது டிராக் சூட்டில் நின்றுகொண்டிருந்தனர். கிளப்பின் கிழக்கு முடிவில் இருந்த கோர்ட் எண் நான்கிற்கு வந்தபொழுது ஆரிஃபை புதிவிதமான பரபரப்பு தொற்றிக்கொண்டது. அவனது இதயம் வேகமாகத் துடிக்க, முன்னந்தலையில் வியர்வைத் துளிகள் அரும்பத் தொடங்கின.

அவனுடைய முதல் போட்டி உள்ளூர் விளையாட்டு வீரன், அவனைவிட இரண்டு வருடங்கள் சிறியவன்போல் இருந்த ஜகத் ஸ்ரீவஸ்தவாவுடன். ஜகத் அவனைவிட குள்ளமாக குண்டாக இருந்தான்.

ஆரிஃப் அவனது எதிராளியையும் சுற்றியிருந்த மற்ற வீரர்களையும் கவனித்தான். பெரிய பெரிய விளையாட்டு வீரர்கள் மட்டுமல்லாது, உள்ளூரிலிருந்து வந்திருந்தவர்களும், முதல் போட்டியில் அவனுடன் மோதவிருப்பவனும், அனைவருமே

விலையுயர்ந்த டி-ஷர்டுகள் அணிந்து, க்ராஃபைட் அல்லது கார்பன் பிடிகளாலான ராக்கெட்டுகள் வைத்திருந்தனர். தன் சைமண்ட்ஸ் மர ராக்கெட்டையும், தான் அணிந்திருந்த தொளதொளவென்றிருந்த போலி நைகி டி-ஷர்ட்டையும், டிகாவில் பாடா ஷோரூமின் தொழிற்சாலைக் கடையிலிருந்து வாங்கிய மலிவான பவர் ஷூக்களையும் பார்த்துக்கொண்டான் ஆரிஃப். பார்வையாளர்கள்கூட நல்ல உடை உடுத்தியிருந்தனர். ஆரிஃப் அந்நியமாக உணர்ந்தான். சங்கடமாகவும், பதட்டமாகவுமே இருந்ததால் முதல் ஆட்டம் தொடங்குவதற்கு முன்பே தோற்றுப் போனான். மேட்சில் டபுள் ஃபால்ட் ஒன்றன்பின் ஒன்றாகக் கொடுத்துக்கொண்டிருந்தான். அவன் திரும்பக்கொடுத்த சேவைகள் எல்லாமே பலகீனமாக இருந்ததால் எதிராளி அவற்றை இலகுவாக எதிர்கொண்டான். கூட்டத்துலிருந்து மேட்ச் முழுவதும் ஜாகிர், அவனை ஊக்குவிக்கும் விதமாகக் கத்திக்கொண்டிருந்தான். ஆனால் அது ஆரிஃபிற்கு உதவவில்லை; 6-1, 6-0 என்ற கணக்கில் மேட்ச் முடிய தோற்றுப்போனான்.

மேட்ச் முடிந்த பிறகு ஆரிஃப் மனமுடைந்துபோனான். இனி நியூ பாட்னா கிளப்பிற்கு வரப்போவதில்லை என்று சபதம் செய்துகொண்டான். ராக்கெட்கள் சுவற்றில் மாட்டப்பட்டன. ஸ்டெஃப் கிராஃபின் சுவரொட்டி இருந்த இடத்தில் மீனா குமாரியின் சுவரொட்டி வந்தது. ஸ்டெஃபி கிராபின் லட்சக்கணக்கான விசிறிகள் போன்றே, அவளது முத்திரைவாய்ந்த ஃபோர்ஹேண்ட் ஆட்டம், கோப்பையைத் தூக்கிக் காண்பிப்பது, நேர்முகங்கள் என்று அனைத்தையும் டிவியில் பார்த்தான் ஆரிஃப். அந்த கணங்களிலெல்லாம் அவனுக்கு ஸ்டெஃபி குறித்தும் டென்னிஸ் குறித்தும் ஏக்கம் ஏற்படும்.

சிம்ரனை மறந்ததுபோலவே சுமித்ராவையும் அவன் மறந்துவிடுவான். அவனுக்குத் தேவை ஒரு மாற்றம் என்று அவனையே சாமாதானம் செய்துகொண்டு தூங்கினான்; சுமித்ராவைக் கனவு கண்டபடி.

7

சுவரின் கட்டுமானப் பணிகள் கடைசிக் கட்டத்தில் இருந்தன. வேலை நடக்கும் இடத்தில் பிரம்பு நாற்காலியில், பிஹாரின் சரித்திரம் குறித்த புத்தகத்தைக் கையிலும், சுமித்ராவை மனதிலும் சுமந்தபடி ஆரிஃப் அமர்ந்திருந்தான்.

'முனீர் பாய், மேஸ்திரி சொல்றாரு நம்ம ஊரு ஆத்துல பெரிய பண்டுவா (நீரில் இருக்கும் பேய்) இருக்காமே. அது உண்மையா?' சுமித்ராவைக் குறித்த எண்ணங்களிலிருந்து விடுபட, ஆரிஃப் முனீரிடம் கேட்டான்.

முனீர் அப்பொழுதுதான் ஓர் அலுமினிய கெட்டில் முழுதும் டீ மற்றும் சில கோப்பைகளுடன் அங்கு வந்து ஒரு பெஞ்சின் மீது அவற்றை வைத்தான்.

'ஆமாம், உண்மைதான்,' முனீர் சொல்லிக் கொண்டே ஆரிஃபிடம் ஒரு டீக்கோப்பையை நீட்டினான். இன்னொரு கோப்பையில் தனக்கான தேநீர் நிரப்பிக்கொண்டு ஆரிஃபின் அருகிலிருந்த நாற்காலியில் அமர்ந்தான். மேஸ்திரி மற்ற தொழிலாளர்களைப் பார்த்து, வந்து டீ எடுத்துக்கொள்ள சைகை செய்தான்.

'இப்போ ஆரிஃப் பாய் பண்டுவாங்க எல்லாம் உண்மைதான்னு நம்புவாரு.' அவர்களருகில் வந்த இருபதுகளின் தொடக்கத்தில் இருந்த மேஸ்திரி, தனக்கான டீயை ஒரு கோப்பையில் நிரப்பிக்கொண்டே சொன்னான்.

‘எனக்கு இந்த மாதிரி தண்ணில இருக்குற பேய் பத்திலாம் நம்பிக்கை இல்ல. இதெல்லாம் ஒரு மூடநம்பிக்கை,’ ஆரிஃப் சொல்லிக்கொண்டே எழுந்தான். ஒல்லியாக ஐம்பதுகளிலிருந்த ஒருவர் சத்தமாக டீயை உறிஞ்சிக்குடிக்க, அவர் உட்கார்ந்திருந்த பெஞ்சில் ஆரிஃப் அவனுடைய புத்தகத்தை வைத்தான்.

‘ஆரிஃப், இது மூடநம்பிக்கை இல்ல. நம்ம ஊருலேயே நிறைய ஆண்கள், மணப்பெண் கோலத்துல ஆத்தங்கரையில உலாவற ஒரு பொண்ண பாத்திருக்காங்க,’ முனீர் வலியுறுத்தினான்.

‘அப்படியா?’

‘ஆமாம்.’

ஆரிஃபிற்கு அவன் பாட்டி பண்டுவாக்கள் பற்றி சொன்னது நினைவிற்கு வந்தது. ‘பாரு, அதுங்கல்லாம் ஆத்துல விழுந்து தற்கொலை பண்ணிக்கிட்டவங்களோட ஆவி. மதியானத்துல இல்ல அந்தி சாஞ்சதுக்கப்புறமா யாரெல்லாம் ஆத்துக்குப் பக்கத்துல கண்ணுல படறாங்களோ அவங்களையல்லாம் இதுங்க கொல்ல பாக்கும். யாரையாவது கொன்னாதான அவங்களுக்கு துணை கிடைக்கும்.’

‘சொல்லுங்க, இங்க யாரெல்லாம் ஆத்துல இருக்குற பேய பாத்திருக்கீங்க?’

‘ஹஸ்ரத் கான்தான் முதல்ல சில மாசம் முன்னாடி பாத்தான். ஈவினிங் சும்மா வாக்கிங் போறப்போ நல்ல கலர் சாரில ஒரு அழகான பொண்ண பாத்திருக்கான். அவள நிறுத்தி யாரு என்னனு விசாரிச்சிருக்கான். அவ பதில் சொல்லாம, அப்படியே அவ கண்ணுல எந்த இமோஷனும் இல்லாம அவன் கண்ண பயங்கரமா ஊடுறுவி பாத்திருக்கா. அவனுக்கு திடீர்னு உதறல் எடுத்து வேகமா ஊரப் பாத்து திரும்பி நடந்து வந்துட்டான். ரெண்டு நிமிஷம் கழிச்சு அவன் தோளுல துண்டு இல்லனு கவனிச்சிருக்கான். திரும்பிப் பாத்தா அது கொஞ்ச தூரத்துல விழுந்து கெடக்கு.’

‘அப்புறம்?’

‘ஹஸ்ரத் கான் தோள்லேருந்து வழுக்கி விழுந்திருக்கும்னு நெனைச்சிருக்கான். திரும்ப போயி அத எடுத்திருக்கான். ரெண்டு அடி நடந்திருப்பான், திரும்பவும் துண்டு மறஞ்சு போயிடுச்சு. சுத்தி சுத்தி பாத்திருக்கான் ஆனா எங்கயும் கண்ணுல மாட்டல. ஊரோட எல்லைக்கிட்ட வரும்போது பாத்தா அவனோட துண்டு ரோட்டுமேல இருந்த ஒரு சின்ன அத்தி மரத்துலேருந்து

தொங்கிட்டிருக்கு. அத எடுக்க போனவன் நின்னுட்டான். எப்படி அவன் துண்டு இங்க வந்துச்சு? துண்ட தொடலாமா வேணாமானு யோசிக்கிறப்போ பக்கத்துல யாரோ நிக்கிறா மாதிரி இருந்திருக்கு. திரும்பிப் பாத்தா அதே பொண்ணு கொஞ்சம் தள்ளி அதே மாதிரி மூஞ்சில எந்த எக்ஸ்ப்ரெஷனும் இல்லாம நின்னுட்டிருக்கா. பயந்துபோயி எவ்ளோ தூரம் ஓட முடியுமோ ஓடியிருக்காரு. ஷோயப் கானோட பங்களா வந்தவுடனே மயக்கமாகி விழுந்துட்டாரு.'

'முனீர் பாய், உனக்கே நல்லா தெரியும். ஹஸ்ரத் கான் சொல்றதையெல்லாம் நம்ப முடியாதுனு. நிச்சயமா சொல்றேன் பேய்க்கதைய அவன் இட்டுகட்டி சொல்லிருக்கான்.'

'சரி. இப்போ நீ நிச்சயமா நம்பற ஒருத்தரோட அனுபவத்த உன்கிட்ட ஷேர் பண்றேன்.'

'பாக்கலாம்.'

'கடந்த வாரம் அறுபத்தியஞ்சு வயசான ஜமா மஸ்ஜித்தோட பழைய இமாம் மௌல்வி முர்தூஸா, பக்கத்து ஊருலேருந்து திரும்ப வந்திட்டிருந்திருக்காரு. அந்தி சாஞ்சிடுச்சு. மாலை தொழுகைக்கான நேரம். ஆத்தங்கரையில நமாஸ் பண்ண முடிவெடுத்திருக்காரு. ஆறுல சுத்தம் செஞ்சுகிட்டு, மண்ணுல துண்ட விரிச்சுட்டு தொழுகைக்காக எழுந்து நின்னிருக்காரு. தொழுகைய முடிச்சுட்டு, துண்ட எடுக்க குனிஞ்சா அவ சிரிக்கறத பாத்திருக்காரு. பக்கத்து ஊருல புதுசா கல்யாணமான ராஜ்புத் பொண்ணு ஒன்னு ஆத்துல விழுந்துடிச்சுனு ஊருக்குள்ள பேசிட்டிருந்தத கேட்டிருக்காரு. இங்க பாத்தா, இந்த பொண்ணு கல்யாண ட்ரெஸ், நகையெல்லாம் போட்டிட்டு நின்னிட்டிருக்கு. அவரு உடனே புனித குரான்லேருந்து அயத்-உல்-குர்ஸி ஜபிச்சிட்டே ஓட ஆரம்பிச்சிட்டாரு. ஊருக்குள்ள வந்துதான் நின்னிருக்காரு.'

'மௌல்வி சாஹப் பொய் சொல்றாருனு சொல்லல, ஆனா யாரோ ஒரு சாதாரண பொண்ண பாத்துட்டு ஆத்துல இருக்குற பேயினு அவரு தப்பா நினைச்சிருக்கலாம்,' ஆரிஃப் வாதாடினான்.

'நீயா உன் கண்ணால ஒரு பண்டூவாவ பாக்குற வரைக்கும் நம்பமாட்டேனு எனக்குத் தெரியும்,' முனீர் அலுப்பாகச் சொன்னான்.

‘அதுவும் நல்ல ஐடியாதான். ஆத்துக்கு போலாம் வா. எனக்கும் பேய பாக்க ஆசையா இருக்கு,’ ஆரிஃப் சொன்னான்.

‘பேய்ங்க, ஜின்னுங்கள எல்லாம் கிண்டலா நினைக்காத.’

‘அப்ப நீ என்கூட வரல?’

‘நீ கட்டாயப்படுத்தினா நான் வரேன்.’

அவர்கள் நதிக்கரைக்குக் கிளம்பும்பொழுது காலை பத்து மணி.

சொதசொதப்பான மண் சாலையில் நடக்கும்பொழுது, வேலை செய்யாத மின்சாரக் கம்பம் ஒன்றில் கையால் எழுதப்பட்ட போஸ்டர் ஒன்றை ஆரிஃப் கவனித்தான். அதில் ஆற்றில் இருக்கும் பேய் குறித்து எச்சரிக்கப்பட்டிருந்தது. புதிதாகத் திருமணமான ராஜ்புத் பெண்ணொருத்தி ஆற்றில் விழுந்து தற்கொலை செய்துகொண்டு பண்டூவாவாக மாறிவிட்டதால் பொழுது சாய்ந்த பிறகு யாரும் ஆற்றுக்குத் தனியாகப் போக வேண்டாம் என்று அதில் எச்சரிக்கப்பட்டிருந்தது. எல்லா இடங்களிலும் மின்சாரக் கம்பங்கள் இருந்தன, மின்சாரம்தான் இல்லை.

ஆரிஃபும் முனீரும் மண் சுவர்களாலான ஓட்டு வீடுகளையும், ஓலை வேய்ந்த வீடுகளையும் கடந்து ஷோயப் கானின் பங்களாவிற்கு வந்தனர். அவுரித் தாவரத்தை 150 வருடங்கள் முன்பு சாகுபடி செய்துவந்த ஆங்கிலேயர் ஒருவர் கட்டிய பங்களா அது. 1930களில் இந்தியாவை விட்டு வெளியேறும்போது அந்த வீட்டை ஊரில் இருந்த அவருடைய ஒரே நண்பரான ஷோயப் கானின் தந்தையிடம் விட்டுச் சென்றார்.

ஜமால்புரா மற்றும் சுற்றியிருந்த கிராமங்களின் மண் மற்றும் சகதியாலான ஏரிக்கரையில் இருவரும் ஏறிச்சென்றனர். இறங்கும்பொழுது ஆரிஃப் மூத்திரம் அடிக்க தோதுவான இடம் ஒன்றைத் தேடினான். மூத்திரம் பெய்த பிறகு, காய்ந்த சருகையோ, கல்லையோ எடுக்க சுற்றிமுற்றிப் பார்த்தான். ஒரு கல்லை எடுத்து குறியின் நுனியில் வைத்து மூத்திரத் துளிகளை உறிஞ்ச வைத்துத் தூக்கியெறிந்தான்.

‘ஆரிஃப், மூத்திரம் பெய்யறதுக்கு முன்னாடி கவனமா இரு. இப்ப பாரு, சாம்பல்ல பேஞ்சிருக்க. இனிமே இப்படி பண்ணாத. எலும்பும் சாம்பலும் ஜின்களோட உணவு. இது அவங்கள கோவப்படுத்தும்,’ முனீர் குறிப்பிட்டான். ஆரிஃப் மெலிதாக தலையசைத்தவாறே சிரித்தான், ஆனால் ஒன்றும் சொல்லவில்லை.

குளிரையும் தாண்டி அவர்கள் ஆற்றில் குத்தித்தார்கள். அவர்கள் தனியாக இல்லை. நான்கைந்து மீனவர்கள் வலையை ஆற்றில் வீசிக்கொண்டிருந்தார்கள், ஆற்றுக்கு அந்தப் பக்கம் இரண்டு உழவர்கள் கரும்புத் தோட்டத்தை பார்வையிட்டுக்கொண்டிருந்தார்கள். ஆற்றில் அவர்கள் நீண்ட நேரம் விளையாடிக்கொண்டிருந்தார்கள்.

மாலையில் ஆரிஃபிற்கு குளிர் ஜுரம் வந்தது. அவன் தொடர்ந்து நடுங்கிக்கொண்டேயிருந்தான். கம்பவுண்டர் ஹனீஃப், ஆர்மியிலிருந்து ரிடையர் ஆனவர், சொல்லியனுப்பப்பட்டார். மிலிட்டரி ஹாஸ்பிடலில் வேலைசெய்தவர், ஊரிலேயே மிகச் சிறந்த மருத்துவர் இவர்தான். அவனுக்கு நடுக்கம் குறையவேயில்லை. ஆற்றுக்கு அவர்கள் இருவரும் சென்றதை அறிந்தவுடன் ஆரிஃபின் பெரியப்பா, முனீரைக் கடிந்துகொண்டார்.

'ஆரிஃப ஆத்துபேய்தான் பிடிச்சிருக்கும்,' ஆரிஃபின் பெரியம்மா சொன்னாள். அவள் பேச்சைக் கேட்டு, பெரியப்பா ஜமா மசூதியின் இமாமை வரவழைத்தார். புனித குரானிலிருந்து மந்திரம் ஜெபித்து, வெங்காய வாடை அடிக்கும் வாயால் ஊதி, அவர் ஆரிஃபிற்கு ஆசீர்வாதம் வழங்கினார். இரண்டு போர்வைகளும் மெல்லிய மெத்தை ஒன்றும் அவனைப் போர்த்தத் தேவைப்பட்டன. மரத் தீ தொடர்ந்து எரியவைக்கப்பட்டது. ஹனீஃபை மீண்டும் வரச்சொல்ல, அவர் ஆரிஃப் இன்னும் இரண்டு நாட்களில் குணமாகிவிடுவான் என்று நம்பிக்கைத் தெரிவித்தார்.

மருந்துகளை உட்கொண்டவுடன் ஆரிஃப் மீண்டும் தூக்கத்தில் விழ கனவில் சுமித்ரா ஒரு பதினாறு வயது பருவப் பெண்ணாக, தலையைப் பின்னி, சேலையில் வந்தாள். ஆரிஃப் அவளைக் கூப்பிட அவள் பதிலளிக்கவில்லை.

எழுந்தபொழுது மீண்டும் நடுங்கினான். பெரியப்பா அவனை இனயத் நகரில் இருக்கும் ஆஸ்பத்திரிக்குக் கொண்டுசெல்ல நினைத்தார், ஆனால் அவன் உடம்பு இருந்த நிலையில் கூட்ட நெரிசலில் ஜீப்பில் பயணம் செய்ய இயலவில்லை.

ஆரிஃபைப் பார்க்க பலர் வந்தார்கள். வந்தவர்களில் நிறையபேர் அருகில் குடியிருந்தவர்கள்; நக்மா - முன்னொரு காலத்தில் நிலவுமுகம் கொண்டு அழகுடன் இருந்தவள், மனைவியை. இழந்து, ஐந்து குழந்தைகளைக் கொண்டிருந்த நடுத்தர வயதுக்காரன் ஒருவனை திருமணம் செய்து, இப்போது

எலும்பும் தோலுமாக இருந்தாள்; சாஹப் கான், ஒரு காலத்தில் குழந்தைகளை பாலியல் சீண்டல் செய்தவன், இப்போது தாடி வைத்துக்கொண்டு ஜெப மணிகளை வலதுகையில் வைத்திருந்தான்; முசா ரஸா, ஒரு காலத்தில் ஏழை அநாதையாக இருந்தவன் இப்போது டெல்லியில் வெற்றிகரமான தொழிலதிபராக இருந்தான்; மற்றும் அஸ்மா பேகம், ஒரு காலத்தில் ஆரிஃப், அக்கா என்று அழைத்த வயதான பெண்மணி. அஸ்மா பேகம் சலேஹா பேகத்திடம் இது ஜர்வா-ஜரையாவின் வேலைதான் என்றாள்.

'துல்ஹன்! நீ உடனே பஸோ ஆயாவ கூப்பிடு. அவங்களுக்கு கெட்ட ஆவிய கண்டுபிடிச்சு ஓட்டத் தெரியும். அவங்க ஜர்வா-ஜரையாவ ஓட்டிடுவாங்க. இன்ஷால்லாஹ்! நாளைக்கே இவனுக்கு குணமாகிடும்,' அஸ்மா பேகம் சொன்னாள்.

சலேஹா பேகம் உடனேயே முனீரை அனுப்பி பஸோ ஆயாவை வரவழைத்தாள். அப்துல் வஹீத் கான், இதை இஸ்லாம் சடங்காகக் கருதாதவர், வீட்டில் இருந்திருந்தால் இதை அனுமதித்திருக்க மாட்டார்.

பலகீனமாக, வெள்ளிக்கம்பி முடிகளுடன் இருந்த பஸோ ஆயாதான் ஊருக்கே பாட்டி. ஆறு வயதோ அறுபது வயதோ, அனைவருமே அவளை ஆயா என்றழைத்தனர். எப்பொழுதோ இறந்துவிட்ட மகள், மருமகனுடன் வாழ்வதற்காக அறுபது வருடங்ளுக்கு மேலாக அங்கேயே வாழ்ந்து வருபவர். பேரக் குழந்தைகள் கிடையாது. கூரை வீட்டில், ஊரின் கடைக்கோடியில், ஊர் மக்கள் தயவில் தனியாக வாழ்ந்துவருபவர். ஊருக்குள் பெரும்பாலானோர் பஸோ ஆயாக்கு மந்திரம் தெரியும் என்று கருதினர். சில பெண்கள் அவர் மாந்திரீகத்தில் ஈடுபடுவதாக அவர்மீது பழி சுமத்தினர்.

மூங்கில் குச்சி ஒன்றின் துணையுடன் பஸோ ஆயா ஆரிஃபின் பெரியப்பா வீட்டிற்குள் நுழைந்தார். நெற்றிக்கு நடுவில் பெரிய மச்சம், அவர் உடுத்தியிருந்த வெள்ளை காதிப் புடவைக்கு நேரெதிராகத் தெரிந்தது.

ஒருவருக்கொருவர் நலம் விசாரித்துவிட்டு, பஸோ ஆயா சலேஹா பேகத்திடம் ஜர்வா-ஜரையா பறந்துபோக திறந்தவெளி இருப்பது முக்கியம் என்று ஆரிஃபை திறந்தவெளிக்குக் கூட்டி வரச் சொன்னாள். அவள் அதன் கதையை சொல்லத் தொடங்கி சம்பிரதாயங்களை ஆரம்பித்தாள்.

ஒரு காலத்தில் ஓர் அழகான விதவைப் பெண் ஒருத்தி தன் ஒரே மகனுடன் வாழ்ந்து வந்தாள். அவள் மகன் போக்கிரியாக இருந்தான். ஒரு நாள் கோபத்தில் அந்த விதவை தன் மகனின் தலையில் அடித்துவிட்டாள். அவனுக்கு ரத்தம் கொட்டத் தொடங்கியது. தன் அம்மாவின் நடத்தையால் கோபமடைந்தவன் ஊரைவிட்டு ஓடி நகரத்திற்குப் போய்விட்டான். அவனை அங்கு குழந்தையில்லாத பணக்கார தம்பதியொருவர் தத்தெடுத்துக்கொண்டனர். பனிரெண்டு வருடங்கள் கழிந்தன.

அவனுடைய தத்தெடுத்த பெற்றோர்கள் மறைந்த பிறகு, அவனுக்கு அவர்களின் சொத்தும் வியாபாரமும் மரபுரிமையாகக் கிடைத்தன. ஒரு நாள் அவன் வியாபார விஷயமாக ஒரு ஊரைத் தனியாகக் கடக்க வேண்டியிருந்தது. அவனுக்கு அந்த இடம் பரிச்சயப்பட்டதுபோல் தோன்றவே அங்கேயே சில நாட்கள் தங்க முடிவுசெய்தான். ஒரு நாள் மாலை அவன் தன் அம்மாவைப் பார்த்தான். ஆனால் அவனுக்கு அடையாளம் தெரியவில்லை. பனிரெண்டு வருடங்களில் நினைவுகள் மங்கக்கூடும். அவன் அவள் மீது காதலில் விழுந்தான். அந்த விதவையும் அவன் மீது காதலில் விழ இருவரும் திருமணம் செய்துகொண்டனர். திருமணம் முடிந்த சில காலத்தில் அவள் கருவுற்றாள்.

ஒரு நாள் காலையில் அவள் தன் கணவனின் தலையை பிடித்துவிட்டுக்கொண்டிருக்க, அதில் ஒரு ஆழமான வெட்டைப் பார்த்தாள். அவள் அவனிடம் அதுகுறித்துக் கேட்க, அவன் அதற்கு தான் ஆறு ஏழு வயதாக இருந்தபோது தன் அம்மா ஒரு குச்சியால் தன்னை அடித்ததாகவும், அதனால் அவன் தன் ஊரைவிட்டு ஓடிவிட்டதாகவும் கூறினான். அவனால் ஊரின் பெயரையோ தன் அம்மாவின் முகத்தையோ நினைவிற்குக் கொண்டுவர முடியவில்லை. ஆனால் அந்தப் பெண் அவன் முகத்தைப் பார்த்துவிட்டு அவன் ஏன் தன் முதல் கணவனின் ஜாடையில் இருக்கிறான் என்று அறிந்துகொண்டாள்.

தாங்கள் இருவரும் தாயும் மகனும் என்று தெரிந்தவுடன் அவமானமடைந்து அவர்கள் தற்கொலை செய்துகொள்ள முடிவெடுத்தனர். ஒரு சிதையை மூட்டி அதில் இருவரும் குதித்துவிட்டனர். இறந்தும் அவர்கள் ஆன்மாவிற்கு அமைதி கிட்டவில்லை. அந்த ஆண் ஜர்வாவாகவும் அந்த பெண் ஜரையாவாகவும் மாறினர். அவர்கள் இப்பொழுது மனிதர்களைப் பிடித்து நடுங்க வைத்துக்கொண்டிருந்தனர். எப்பொழுதெல்லாம் அவர்களின் வெட்கம்கெட்ட உறவின்

கதை அவர்கள் பீடித்துக்கொண்டிருக்கும் மனிதனின் முன்பு சொல்லப்படுகிறதோ, அப்போது அவர்கள் அவனை விட்டு ஓடிவிடுவர்.

'ஓ, ஜர்வா, ஜரையா, உங்களுக்கு வெட்கமிருந்தா இங்கேருந்து போயிடுங்க. நீங்க போகலேனா, உங்களோட பாவம் நிறைஞ்ச கதைய திரும்பவும் சொல்லுவேன்,' பஸோ ஆயா ஆரிஃபின் கண்களை நேராகப் பார்த்தபடி சத்தமான குரலில் சொன்னார். அவளது சம்பிரதாயங்களை முடித்தவுடன் சலேஹா பேகம் ஓர் இரண்டு ரூபாய்த் தாளை அவள் கையில் திணித்தாள். சில கணங்களுக்குப் பிறகு, அப்துல் வஹீத் கான் உள்ளே நுழைந்தார். பஸோ ஆயா அங்கே ஏன் இருக்கிறார் என்று அவருக்குப் புரிந்தது.

சலேஹா பேகத்திடம் திரும்பி, 'முட்டாள் பெண்ணே, எத்தன தடவ உன்கிட்ட இந்த மாதிரி பழைய பஞ்சாங்கமா இருக்காதேனு சொல்லியிருக்கேன்? அப்புறம், ஆரிஃப இந்த மாதிரி ஜுரத்தோட திறந்தெ வெளில உட்கார வெச்சிருக்கயே!'

பஸோ ஆயா மெதுவாக வீட்டிலிருந்து வெளியேறினார். சலேஹா பேகம் பேசாமல் கண்களைத் தாழ்த்தியபடி இருந்தாள். முனீர் ஏற்கெனவே மதியத் தொழுகைக்காகப் போயிருந்தான்.

ஆரிஃப் அந்தக் கதையை மிகக் கவனமாகக் கேட்டான். அவனுக்குக் கிடைத்த வித்தியாசமான சிகிச்சையை அனுபவித்தான். அவனது பெரியப்பாவை சமாதானம் செய்யும் விதமாக, 'எனக்கு இப்போ கொஞ்சம் பரவாயில்லை,' என்றான்.

★★★

ஆயிரக்கணக்கான கர சேவகர்கள் மற்றும் அடிப்படைவாத இந்து கட்சிகளின் உறுப்பினர்கள் 'ஷிலா புஜான்'-னிற்காக ஒன்று திரண்டுகொண்டிருந்தனர். மாநில அரசு, உச்ச நீதிமன்றத்திடம் என்ன ஆனாலும் பாபர் மசூதியைப் பாதுகாப்போம் என்று உறுதியளித்திருந்தது. அண்டை மாநிலங்களிலெல்லாம் பதற்றம் தொற்றிக்கொண்டிருந்தது. பாரதீய ஜனதா கட்சியின் பல தலைவர்கள் அயோத்தியில் குழுமியிருந்தனர்.

மசூதியின் முன்னால் ஒரு நாற்காலியில் அமர்ந்து முனீர், மாநிலத்தின் பிரசித்திபெற்ற உருது பத்திரிக்கையான குவாமி மிஸாஜ்-லிருந்து அன்றைய செய்தியை சத்தமாக

வாசித்துக்கொண்டிருந்தான். ஒரு டஜனுக்கும் மேற்பட்டோர் அவன் வாசிப்பதை சிரத்தையுடன் கேட்டுக்கொண்டிருந்தனர். அது 6, டிசம்பர் 1992 இன் மத்தியானப் பொழுது.

ஆரிஃபிற்கு இப்பொழுது எவ்வளவோ பரவாயில்லையாக இருந்தாலும் பலகீனமாகவே இருந்தான். கட்டிலில் தலைசாய்த்தபடி, ஜன்னலுக்கு வெளியே பார்த்துக்கொண்டிருந்தான். மசூதியின் முற்றத்தில் நடவடிக்கைகளைப் பார்க்கவும் கேட்கவும் அவனால் முடிந்தது. சில நொடிகளுக்குப் பிறகு ஆரிஃப், உள்ளூரில் ஒரு சிறிய மளிகைக் கடை வைத்திருக்கும் குண்டான மனிதன் சஜஹ் ஹுஸைன் மசூதியை நோக்கி எட்ட நடை நடப்பதைப் பார்த்தான். அறிவிப்பதற்கு முன்னால் பெரிதாக ஓலமிட்டுக்கொண்டே அறிவித்தான், 'பாபர் மசூதிய இடிச்சுட்டாங்க. இந்துக்கள் அந்த இடத்த மண்ணா ஆக்கிட்டாங்க.'

'இன்னா லில்லாஹி வா இன்னா இலைஹி ரஜி'உன்',' பெரியப்பா சத்தமாக ஓதினார்.

கோபம் கனக்கத் தொடங்கியது. ஆரிஃபிற்கு அதிர்ச்சியாக இருந்தது. மதச்சார்பற்ற நாடான இந்தியாவில் இதுபோன்று நடக்கும் என்று அவனால் நம்ப முடியவில்லை. உத்திரப் பிரதேசத்தின் முதலமைச்சர் கல்யாண் சிங் உச்ச நீதிமன்றத்திடம் பாபர் மசூதியைக் காப்பேன் என்று சத்தியம் செய்ததை ரேடியோவில் நேற்றுதான் கேட்டிருந்தான் ஆரிஃப்.

'எல்லா இந்துக்களும் ஜன சங்கிங்கதான். இந்த காங்கிரஸ் பிரதம மந்திரி பி.ஜே.பியோட ஏஜெண்ட். சங் பரிவாரோட ரகசிய ஏஜெண்ட்,' உயரமாக, குறுகிய மீசை வைத்திருந்த ரஹ்மான் கர்ஜித்தான்.

ஜமா மசூதியின் இமாம் மாலை தொழுகைக்குப் பிறகு பிரசங்கம் செய்துகொண்டிருந்ததை ஆரிஃப் ஒலிபெருக்கியில் கேட்டான்: 'இஸ்லாமியர்களாகிய நாம் நம் பாரம்பரியத்தைக் கைவிட்டுவிட்டோம். புனித குரானையும் ஹதிஸ்ஸையும் மறந்துவிட்டோம். அதனால்தான் எங்கும் அவமானப்படுத்தப் படுகிறோம். இஸ்லாமிய ஆட்சி துருக்கியிலிருந்து அல்-அந்தாலுஸ் வரை பரவிய காலம் ஒன்று இருந்தது. சிறந்த கவி அல்லாமா இக்பால் உரைத்ததுபோல்:

பாலைவனம் வெறும் பாலைவனம்தான், நாம் கடலையும் விட்டுவைக்கவில்லை

நாம் நம் குதிரைகளைப் பூட்டி இருளின் கடலிலும் விரைந்துசென்றோம்'

இமாம் தொடர்ந்து உரைத்தார், 'சமீப காலமாக இஸ்லாமியர்கள் அனைவரும் நாஸ்திகர்கள் போல் நடந்துகொள்கிறோம்...'

ஆரிஃபின் சிந்தனைகள் அலைந்தன. அவனால் மேற்கொண்டு பிரசங்கத்தைக் கேட்க முடியவில்லை. ஊரில் ஏதாவது பயங்கரமாக நடந்துவிடுமோ என்று பயந்தான்.

பிரார்த்தனைக்குப் பிறகு, இஸ்லாமிய ஆண்கள் மசூதியின் முற்றத்தில் கூடினர். கம்பளிப் போர்வையைப் போர்த்திக்கொண்டு, முனீர் மற்றும் சதகத்துடன் கட்டிலில் அமர்ந்தபடி ஆரிஃபும் அதில் கலந்துகொண்டான்.

'பாபர் மசூதியின் இழப்பிற்குப் பழி தீக்க, நம்ம ஊருல இருக்குற ஒரே கோவில நாம இடிக்கனும்,' ரஹ்மான் சூளுரைத்தான்.

'நம்ம ஊருல இந்துக்களுக்கும் முஸ்லிம்களுக்கும் நடுவுல எந்த விரோதமும் இல்ல. எங்கயோ யாரோ இந்துக்கள் செஞ்ச தப்புக்காக நாம ஏன் நம்ம ஊருல இருக்குற இந்துக்கள தண்டிக்கனும்?' பெரியப்பாவின் சிறுவயது நண்பர் அலி அஹமத் கான் மெல்லிய குரலில் சொன்னார்.

'அலி பாய் சொல்றதுதான் சரி,' பெரியப்பா அவரை வழிமொழிந்தார்.

'அலி அஹமத் சாசாவும் வஹீத் மாமாவும் சொல்றதுதான் சரி,' சதகத் பின்னந்தலையைச் சொறிந்தபடி கூறினான். அவனை மறுக்கும் விதமாக சிலரின் பார்வை அவன்மீது திரும்பியது.

'உன் அப்பா ரஸாக் கலிஃபா இங்க உக்காந்திருக்காரு. முக்கியமான விஷயத்துல எல்லாம் நீ தலையிட வேணாம். அதுவும் இல்லாம, ஒரு குடிகாரன் கிட்டேருந்து எங்களுக்கு அட்வைஸ் தேவையில்லை,' ரஹ்மான் திமிராகச் சொன்னான்.

'வார்த்தைய அளந்து பேசுங்க, ரஹ்மான் சாசா. நான் இப்பலாம் குடிக்கறதில்ல. அப்புறம் என் வாய கிளற வேணாம். உங்க நடத்தைய பத்தி எனக்குத் தெரியும். ஊருல இருக்குற தச்சரோட அழகான பொண்டாட்டிய ரெகுலரா போயி பாக்குறது நீங்கதான்,' சதகத் சீண்டினான்.

‘ச்சீ வாய மூடு அறிவுகெட்டவனே!’ ரஸாக் கலிஃபா, ஒரு காலத்தில் ருஸ்டம்-இ-சம்பாரன் தலைப்பை வென்ற மல்யுத்த வீரர், அவர் மகனைப் பார்த்துக் கத்தினார்.

சதகத் கூட்டத்திலிருந்து கோபமாக வெளியேறினான்.

‘நாம இந்த மாதிரி செய்ய நினைக்கறது ரொம்ப தப்பு,’ ஆரிஃப் தயக்கத்துடன் கூறினான்.

‘ஆரிஃப் தம்பி, உனக்கு இந்த கீழ்ச்சாதி இந்துக்கள பத்தி தெரியாது. இவனுங்க எல்லாம் அந்த பூமிஹார் எம்.எல்.ஏ சுரேஷ் சிங்க பக்காவா சப்போர்ட் பண்றவங்க. இவனுங்களுக்கு ஒரு பாடம் கத்துக்கொடுக்கனும்,’ ரஹ்மான் அலி சொன்னான்.

இரண்டு மணி நேரங்கள் சென்ற கூட்டத்தில் கடைசியாக நோனீயா டோலா கிராமத்தின் ஒரே கோவில் தரைமட்டமாக்கப்படும் என்று முடிவெடுக்கப்பட்டது.

அலி அஹமத் கான், பெரியப்பா போன்று இன்னும் சிலரது நல்லறிவு கொண்ட குரல்கள் மறுக்கப்பட்டு பெரும்பான்மை ஆக்ரோஷமான குரல்கள் அவர்களது எதிர்ப்பை முறியடித்தன.

பெரியப்பா அவர்களுடைய தவறான செயற்பாடுகளில் தனக்கு சம்மதம் இல்லை என்று கூறிவிட்டுக் கோபமாக வெளியேறிவிட்டார்.

ஆரிஃபிற்குத் தூக்கம் தொலைந்தது. ஊர்க்காரர்களை எப்படியாவது தடுத்து நிறுத்த வேண்டும் என்று உறுதியாக நினைத்தான். அவன் பெரியப்பாவிடம் இதுகுறித்து பேச நினைத்தான். ஆனால் அவருடன் எதுவும் விவாதிக்கவில்லை. பிறகு தன் நண்பன் சதகத்தின் நினைவுவர, கட்டிலைவிட்டு எழுந்து மெதுவாகக் கதவைத் திறந்து சாலைக்கு வந்தான். சாலை வெறிச்சோடியிருந்தது. ஆரிஃப், சதகத்தின் வீடு நோக்கி நடக்க ஆரம்பித்தான். சில அடிகள் தள்ளி, வேலை செய்யாத மின்சாரக் கம்பத்தில் சாய்ந்தவாறு நிழலுருவமாக ஒருவன் புகைத்துக்கொண்டிருப்பதைப் பார்த்தான்.

‘ஆரிஃப் பாய், இவ்ளோ லேட்டா எங்க போற?’ சதகத் ஆச்சரியமாகக் கேட்டுக்கொண்டே, திறந்தவெளி சாக்கடையில் தன் பீடியை எறிந்தான்.

‘உன்னத்தான் பாக்க வந்தேன். இந்த ஊர்க்காரங்க நினைக்கறா மாதிரி கோவில இடிக்கிறது தப்பு மட்டும் இல்ல. அது ஆபத்தாவும் முடியும்,’ ஆரிஃப் குரலைத் தாழ்த்தி சொன்னான்.

‘ஆரிஃப் பாய். போய் தூங்கு. கவல வேணாம். இத நிறுத்த என்கிட்ட ஒரு பிளான் இருக்கு,’ சதகத் பதிலளித்தான்.

‘நிஜமாவா?’

‘ஆமாம்.’

அன்றிரவு இரண்டு விஷயங்கள் நடந்தன. சதகத் சமேலியுடன் ஓடிப்போனான். கோவிலுக்கருகில் நோனீயா டோலாவில் போலீஸ் படை ஒன்று கூடாரமிட்டது. கோயிலை தரைமட்டமாக்க போட்ட திட்டம் முறியடிக்கப்பட்டதை நினைத்து ஆரிஃபிற்கு நிம்மதியாக இருந்தது.

அடுத்த பத்து நாட்களுக்கு போலீஸ் அந்த ஊரில் இருந்தனர். ஊர்க்காரர்களின் கோபம் படிப்படியாகக் குறைந்து எல்லாம் பழையபடி ஆயின. நிறைய பேர் தங்கள் மனதை மாற்றிக்கொண்டு கோயிலை இடிப்பது தவறுதான் என்று இப்போது உணர்ந்தனர். இரண்டு தினங்கள் கழித்து போலீஸ் ஊரைவிட்டுக் கிளம்பியது.

அதைத் தொடர்ந்த ஒரு ஞாயிறன்று, எல்லாம் இயல்பாகப் போகிறது என்று எண்ணிய வேளையில், இந்துக்கள் தாங்கள் ஆதிக்கம் செலுத்திய பக்கத்து ஊர்களில் செய்ததுபோல், நோனீயாக்கள் பாபர் மசூதி இடிக்கப்பட்டதைக் கொண்டாடும் விதமாக வெற்றிக்கொடி ஏந்தி ஊர்வலம் செல்லவிருக்கும் செய்தி ஊரெங்கும் பரவியது. அவர்களால் தைரியமாக ஊருக்குள் அப்படி ஊர்வலம் வர முடியாது. ஆகையால் அவர்கள் தெருக்களில் போக முடிவெடுத்தனர். ஜமா மசூதியின் முன்பு மக்கள் மூங்கில் குச்சி, கோடாரி, ஈட்டிகளுடன் குழுமினர்.

தானிய வியாபாரி மற்றும் முந்நாள் கந்துவட்டிக்காரனான ஷேக் ஹமீத் அலி முதல் கோஷத்தை எழுப்பினான், ‘நர-இ-தக்பீர்… அல்லா-ஹு-அக்பர்.’

மசூதியின் மேற்கில், அரை கிலோ மீட்டர் தூரத்திற்கும் குறைவாக இருந்த நோனீயா டோலாவை நோக்கி ஐம்பது பேர் கொண்ட கும்பல் ஒன்று அணிவகுத்துச் சென்றது. ஆரிஃப் சில முஸ்லிம் ஆண்களிடம் பேச முயன்றான். ஆனால் அவர்கள் அவனைத் தள்ளிவிட்டனர். அந்தக் கூட்டத்தை நடத்திச் சென்றவன் மோசமாகக் குடித்திருந்தான். இஸ்லாத்திற்காக தன் வாழ்வை அர்ப்பணிப்பேன் என்று உறுதிபூண்டு அவன் உடைந்த வாக்கியங்களில் பேசினான். குழறிக் குழறி, ‘நர-இ-தக்பீர்’ என்று ஒருவழியாகக் கத்தினான். கூட்டத்தினர் ‘அல்லா-

ஹு-அக்பர்' என்று பதிலுரைத்து நோனீயா டோலாவை நோக்கி முன்னேறினர்.

என்ன செய்வதென்று ஆரிஃபிற்குத் தெரியவில்லை. *பெரியப்பா இருந்திருந்தாருன்னா ஏதாவது செஞ்சிருப்பாரு,* அவன் நினைத்தான். பெரியப்பா பக்கத்து ஊருக்கு ஓர் இறுதிச் சடங்கிற்காக தன் குடும்பத்துடன் சென்றிருந்தார். ஜமால்புராவில் ஆரிஃபையும் ஃபர்ஸானாவையும் விட்டுவிட்டுச் சென்றிருந்தனர்.

இன்னொருத்தர் இருக்காரு உதவி கேட்க, ஆரிஃப் நினைத்தான்.

நோனீயா டோலாவை ஆரிஃப், அலி அஹமத் கானுடன் அடைவதற்கு முன்னரே முஸ்லிம்கள் மற்றும் பெரும்பாலும் நோனீயாக்களைக் கொண்ட இளம் இந்துக்கள் இருவரிடையேயும் விவாதம் தொடங்கியிருந்தது. ஒரு குடிசையில் சிறிய காவிக் கொடி ஒன்று செருகப்பட்டிருந்ததை ஆரிஃப் கவனித்தான். அருகிலிருந்த வீட்டின் சுவற்றில் எம்.எல்.ஏ சுரேஷ் குமார், புன்னகைத்தபடி கைகளைக் கூப்பி வணங்கும் போஸ்டரில், 'பாரதீய ஜனதா கட்சிக்கு ஓட்டளியுங்கள்,' என்று எழுதப்பட்டிருந்தது.

அலி அஹமத் கான் தலையிட நினைத்தார். ஆனால் ரவுடித்தனமான கூட்டம் அவரைப் பேச விடவில்லை. மசூதியில் அவர்கள் குடிக்காமல் இருந்திருந்தபொழுது அவர் பேசியதைக் கேட்டிருக்கலாம், ஆனால் இப்பொழுது முழுக்க முழுக்கப் பழி வாங்கும் எண்ணத்திலிருந்தவர்கள் அவர் பேச்சைக் கேட்க விரும்பவில்லை.

பேச்சு சூடுபிடித்தபொழுது யாரோ பதுங்கிப் பதுங்கிச் சென்று ஒரு வீட்டிற்குத் தீ வைத்துவிட்டனர். நெருப்பைப் பார்த்தவுடன் இந்துக்கள் முஸ்லிம்களுடன் மோதத் தொடங்கினர், ஆனால் அவர்கள் எண்ணிக்கையில் மிக அதிகமிருந்தார்கள். நெருப்பு படர்வதைக் கவனித்து ஆண்கள் தங்கள் வீட்டிற்கு ஓடத் தொடங்கினர். நிறைய பேர் அடி வாங்கினர். சுற்றிலும் குழந்தைகள், ஆண்கள், பெண்கள் கதறியதையும், தாங்கள் நேசிப்பவர்களையும், தங்கள் உடைமைகளையும் காப்பாற்றிக்கொள்ள அங்குமிங்கும் ஓடியதையும் ஆரிஃப் கண்டான்.

நெருப்புப் படரவும் இஸ்லாமியக் கூட்டம் கலையத் தொடங்கியது. அலி அஹமத் கான் ஆரிஃபை அவன் மறுக்க மறுக்க இழுத்துச் சென்றார்.

'என்ன பண்ணப் போற? உன்ன கொன்னுடுவாங்க. இப்ப யாரையும் காப்பத்த உன்னால எதுவும் பண்ன முடியாது. நிலம கைய மீறி போயிடுச்சு,' அலி அஹமத் கான் நெருப்பின் கர்ஜனையையும் பயத்தையும் தாண்டிக் கத்தினார்.

ஒன்றிரண்டு மணி நேரத்தில் நோனீயா டோலாவில் இருந்த வீடுகள் அனைத்தும் எரிக்கப்பட்டன. வானம் புகைமூட்டத்துடன் கருப்பாகத் தெரிந்தது.

காட்டுமிராண்டித் தனத்தைத் தன் கண்கொண்டு பார்த்த ஆரிஃப், ஃபர்ஸானா அவனை அழைத்தும் சாப்பிட மறுத்து பெரியப்பாவின் வீட்டில் ஒரு நாற்காலியில் அமைதியாக அமர்ந்திருந்தான். அவனுக்கு அதன் எதிர்வினைகளை நினைத்தும் பயமாக இருந்தது. முஸ்லிம்களுக்கு எதிராக போலீஸ் கடுமையான நடவடிக்கை எடுக்கும் என்பதையும் அறிந்திருந்தான். அவனும் தண்டிக்கப்படுவான். இதெல்லாம் நடந்தபொழுது ஊரிலேயே இல்லாத பெரியப்பாவையும் விடமாட்டார்கள். பக்கத்து கிராமங்களிலிருந்து இந்துக்கள் அவர்களை மறுநாளே தாக்கும் சாத்தியங்கள் இருந்தன.

அடுத்த நாள் காலையில், தீயில் மூன்று பேர் இறந்த செய்தியை அறிந்தான் ஆரிஃப். ஒரு முதியவர், தன் வீட்டைக் காப்பாற்ற எண்ணி நெருப்பில் குதித்துவிட்டார். கும்பலால் தாக்கப்பட்ட இருபது வயது இளைஞன் ஒருவன் மயக்கத்தில் இருந்ததால் நெருப்பு அவனை அணைத்தபொழுது அவனால் தப்பிக்க இயலவில்லை. பாதிக் கண் குருடாகியிருந்த பெண் ஒருத்தி, கதவு எங்கே என்று தெரியாமல் அடர்புகை மூட்டம் அவளைச் சூழ, மூச்சுத்திணறி இறந்துபோனாள்.

முதலில் கலவரத்திற்குக் காரணமான சில ஆண்கள் தாங்கள் பதான்கள் என்று பெருமையடித்துக்கொண்டு, தங்கள் சமூகத்திற்கு அவமானம் நேரும் வகையில் போர்க்களத்திலிருந்து பின் வாங்கமாட்டோம் என்று சொல்லிக்கொண்டு திரிந்தனர். ஜமா மசூதியின் இமாம் ஊரிலிருந்து யாரும் வெளியேறக்கூடாது என்று அறிவித்திருந்தார்.

மாலையில் ஜமா மஸ்ஜித்தில் தொழுகை கேட்கவில்லை. நிலைமையைத் தெரிந்துகொள்ள ஆரிஃப் தெருவிற்கு வந்தான். ஒரேயொரு ஆன்மா கூட கண்ணில் படவில்லை. பின்பு தன் பெரியப்பாவின் தோட்டத்தில் வேலை பார்க்கும் சுட்டான் மியான் வேகமாக ஓடுவதைப் பார்த்தான். அவன் ஆரிஃபைப் பார்த்ததும் நின்றான்.

‘ஆரிஃப் பாபு, ஊருல முஸ்லிம்ங்க யாருமே இல்ல. எங்கயாவது பாதுகாப்பான இடத்துக்கு ஓடிப்போயிடுங்க. இந்து கும்பலும் போலீஸூம் எப்ப வேணா வரலாம்.’

பதான்கள்னு சொல்லிக்கிட்டவங்களுக்கும், ஓடிப்போக மாட்டோம்னவங்களுக்கும் இது அதிகம்தான், ஆரிஃப் நினைத்தான்.

தெருவில் தனியாக நின்றபடி ஆரிஃப் தன் கைக்கடிகாரத்தைப் பார்த்தான். ஏறத்தாழ ஐந்து மணியாகியிருந்தது. ஆனால் இன்னும் பெரியப்பா திரும்பவில்லை. ஆரிஃப் திரும்ப வீட்டிற்குள் சென்று ஃபர்ஸானாவிடம் சுருக்கமாக நிலைமையை விளக்கினான்.

சில நிமிடங்கள் கழித்து தூரத்தில் ‘ஜெய் ஸ்ரீராம்’ என்ற கோஷம் கேட்டது. ‘இந்து கும்பல் வந்திடுச்சுனு நினைக்கறேன். நாம் ஊரவிட்டு உடனே போயிடனும்,’ அவன் ஃபர்ஸானாவிடம் சொன்னான்.

ஃபர்ஸானா அழ ஆரம்பித்தாள்.

‘நான் இருக்கேன்ல. கவலபடாத,’ ஆரிஃப் அவளை சமாதானப்படுத்திவிட்டு அவளது தலையில் தன் கையை வைத்தான், ஆனால் உள்ளே நடுக்கமாக உணர்ந்தான்.

கோஷத்தின் சத்தம் உயர்ந்தது. ஆரிஃபிற்கு பயத்தில் என்ன செய்வதென்று தெரியவில்லை. பின்பு வேகமாக வீட்டிற்கு வெளியே சென்று கதவை வெளியிலிருந்து பூட்டிவிட்டு, மீண்டும் வீட்டிற்குள் ஒரு ஜன்னலின் வழி புகுந்து வந்தான். ஃபர்ஸானாவும் அவனும் அனைத்து ஜன்னல்களையும் உள்ளிருந்து இழுத்து மூடிகொண்டனர்.

கூட்டம், அவர்களும் ஊர்க்காரர்களைப்போல் வெளியேறிவிட்டார்கள் என்று நினைக்க வேண்டும் என்று நம்பினான். ஆயிரக்கணக்கான கால்கள் அழுத்தமாக மிதிப்பதுபோன்ற ஒரு சத்தத்தை அவர்கள் வீட்டிற்கு வெளியே இருவரும் கேட்டார்கள். ஜீப் ஒன்று வந்து நின்றது. யாரோ சத்தமாக ஆணையிட்டார்கள். இதயம் அதிவேகமாகத் துடிக்க வாசல் கதவிற்குச் செல்லும் நடைபாதையில் இருந்த ஜன்னலுக்குச் சென்றான். அதன் பிளவு வழியாகப் பார்க்க, குறைந்தது நூறு பேர் கையில் அரிவாள் மற்றும் கோடாரிகளுடன் மசூதியின் முற்றத்தில் நின்றுகொண்டிருந்தனர். அரை டஜன் போலீஸூம் கையில் துப்பாக்கிகளுடன்

நின்றுகொண்டிருந்தனர். குள்ளமான, கருப்பான மனிதன் ஒருவன் கட்டம்போட்ட லுங்கியணிந்து, கையில் பெட்ரோமாக்ஸ் விளக்கு வைத்திருந்தான். போலீஸ் ஒருவர் 'விதாயக்ஜி' என்றழைத்த வெள்ளை காதியுடை அணிந்திருந்தவர் அவருடன் பேசிக்கொண்டிருந்தார். போஸ்டரிலிருந்து அவர்தான் எம்.எல்.ஏ சுரேஷ் சிங் என்று ஆரிஃப் அறிந்துகொண்டான்.

'இந்த பதான்களுக்கு ஒரு பாடம் சொல்லித்தரனும். வருஷக்கணக்கா அவனுங்க தொந்தரவ சகிச்சிட்டிருந்திருக்கோம். இனியும் ஒரு கதுவாவகூட விடாதீங்க.'

'இல்ல இல்ல, விதாயக்ஜி. எனக்கு வேலை போயிடும்,' போலீஸ் ஆஃபீசர் அவரிடம் மன்றாடிக்கொண்டிருந்தார்.

'ஜெய் ஸ்ரீராம்,' கும்பல் கத்தியது. அவர்கள் குரல் காலி வீடுகளில் எதிரொலிக்க ஆரிஃபை பயம் தொற்றிக்கொண்டது.

'ஃபர்ஸானா, இங்கேருந்து நாம ஓடிப் போயிடனும். டார்ச் எங்க இருக்குனு பாரு.'

ஃபர்ஸானா ஸ்வெட்டர் அணிந்துகொண்டாள். அவளுக்கு நடுங்கியது. ஆரிஃப் ஜாக்கெட் அணிந்துகொண்டு, ஷூக்களில் இருந்த சாக்ஸை தூக்கியெறிந்துவிட்டு அவற்றுள் கால்களை நுழைத்துக்கொண்டான். கதவை லேசாகத் தட்டும் சத்தம் விரைவில் படுவேகமாக மாறியது. கதவை உடைக்கப் பார்த்தார்கள். பயம் அவன் உடல் முழுதும் பரவியது. குளிர் காலத்தின் நடுக்கத்தையும் தாண்டி அவன் முன்னெற்றியில் வியர்வைத் துளிகள் தோன்றின.

ஆரிஃப், ஃபர்ஸானாவின் கைகளைப் பிடித்துக்கொண்டு கிசுகிசுத்தான், 'பயப்படாத ஃபர்ஸானா. நான் சொல்ற மாதிரி செய்.'

பின்முற்றத்திற்குச் செல்லும் ஜன்னலைத் திறந்து அதில் ஃபர்ஸானாவை ஏற்றிவிட்டான். அவள் ஜன்னல் விளிம்பில் உட்கார, அவனும் அதில் ஏறிக்கொண்டான். சொதசொதப்பாக எதன் மீதோ அவன் முதலில் குதித்தான். தன் கைகளை ஃபர்ஸானாவிற்கு நீட்ட, அவளும் அவன் கைகளில் குதித்து, அவனருகில் மெதுவாக விழுந்தாள். அமைதியாகவும் விரைவாகவும் இருவரும் மரங்கள், புதர்களில் மறைந்தபடி அடுத்துச் சென்ற சுடுகாட்டைக் கடந்தனர்.

நிழலுருவமாக மக்கள் அவர்கள் கண்களுக்குத் தெரிந்தனர். திடீரென்று அதிலிருந்து ஒருவன் அவர்களை நோக்கி வர,

அவர்கள் பயத்தில் உறைந்து தரையோடு பதுங்கினர். ஆனால் அந்த மனிதன் ரோட்டின் விளிம்பில் சுடுகாட்டைப் பார்த்து நின்றபடி மூத்திரம் அடித்தான். ஆரிஃப், ஃபர்ஸானாவை தன்னை நோக்கி இழுக்க, இருவரும் அணைத்தவாறு புதர்களுக்கும் செடிகளுக்கும் நடுவில் அமர்ந்திருந்தனர். பூச்சி ஒன்று ஃபர்ஸானா மீது விழ, அவள் கத்தக்கூடும் என்பதையுணர்ந்து அவளது வாயை தன் வலது கையால் மூடி, குரலை அடக்கி, அவளை இன்னும் அருகில் இழுத்தான். அவள் அவனது மார்பின் மீது நெருக்கமாக வர, அவன் அவளது சீரற்ற மூச்சை தன்மீது உணர்ந்தான். முடிவில்லாததுபோல் தோன்றிய அதே நிலையில் அவர்கள் ஏறத்தாழ அரைமணி நேரம் இருந்தனர். ஆரிஃப் கடைசியாக ரோட்டைப் பார்க்க அது காலியாக இருந்தது.

'நாம ஷம்ஷத் நகர் போயிடலாம். அங்க அப்பாவோட ஃப்ரெண்ட் ஒருத்தர் இருக்காரு,' ஆரிஃப் கிசுகிசுத்தான். ஃபர்ஸானா தலையசைத்தாள்.

அவர்கள் கிராம எல்லையை அடைய, அங்கே சிலர் கையில் தீப்பந்தங்களுடன் ஷம்ஷத் நகர் செல்லும் ரோட்டில் காவலுக்கு இருந்தனர். அந்த ரோட்டில் நடப்பது மிகவும் ஆபத்தானது. ஆரிஃப், ஃபர்ஸானாவை சன் பாக்யா நதிக்கரைக்கு அழைத்துச் சென்றான்; நதியுடன் இணைந்து செல்லும் ரோட்டிலிருந்து யாரும் பார்க்காத வண்ணம் கரையோரமாகப் பதுங்கிச் சென்றனர். ஃபர்ஸானா அயத்-உல்-குர்ஸி ஜெபிக்கத் தொடங்கிவிட்டாள்.

கிட்டத்தட்ட ஒரு மணி நேரம் கழித்து, நான்கு கிலோமீட்டர்களில் பரந்து விரிந்திருந்த கொய்யாத் தோப்பிற்கு வந்தனர்; தோப்பிற்கு அந்தப் பக்கம் ஷம்ஷத் நகர். மணம் வீசியபடி அடர்ந்திருந்த தோட்டத்திற்கு உள்ளே செல்லச் செல்ல, ஆரிஃபும் குரானிலிருந்து பாசுரங்கள் ஜபிக்கத் தொடங்கினான். இருள் அவர்களை முழுமையாக உள்வாங்க, அடிக்கடி செடிகளிலும், கற்களிலும் தடுக்கிக்கொண்டனர். கிட்டத்தட்ட தோப்பைவிட்டு வெளியேறும் தருணம், ஒரு குரல் அதிரடியாகக் கேட்டது:

'*நில்லு!*'

மூன்று முகமூடியணிந்த ஆட்கள் நின்றிருந்தனர், அதில் இருவரிடம் துப்பாக்கிகள் தோள்களிலிருந்து தொங்கின.

'*யார் நீ?*' அதில் ஒருவன் கர்ஜித்தான்.

ஆரிஃப் வார்த்தைகள் தொண்டையிலேயே நின்றுவிட்டதை உணர்ந்தான்.

‘அவங்க போலீஸ் இன்ஃபார்மர்ஸா இருப்பாங்க,’ ரெண்டாவது முகமூடி மனிதன், கையில் பெரிய இரும்புப் பந்தம் வைத்திருந்தவன் சொன்னான். அவன் அவர்களை நோக்கி குடித்திருந்தவன்போல் ஆடியசைந்தபடி வந்தான். ‘இந்த பொண்ணு கிட்ட கேட்டா தெரியும்,’ சொல்லிவிட்டு அவன் ஃபர்ஸானாவனின் கைகளைத் தொட்டான். ஃபர்ஸானா கத்திக்கொண்டே, அவன் கைகளிலிருந்து தன் கைகளை விடுவிக்கும் வண்ணம் துள்ளிக் குதித்தாள்.

‘நா... நாங்க போலீஸ் இன்ஃபார்மர்ஸ் இல்ல,’ ஆரிஃப் திக்கித் திக்கிச் சொன்னான். ‘ப்ளீஸ் என் சிஸ்டர விட்டுடு.’ ஆரிஃபிற்கே தன்னைப் பற்றி ஆச்சரியமாக யாரும் எதிர்பாராத வண்ணம் அவன் அந்த முக்காடு அணிந்திருந்தவனை ஒரு குத்து விட்டான். ஆனால் அந்த குடிகாரன் ஆரிஃபைவிடவும் வேகமாக செயல்பட்டதால், அந்த இரும்புப் பந்தம் ஆரிஃபின் தலையில் இறங்க, ஆரிஃப் மண்தரையில் சுருண்டு விழுந்தான்.

அந்த டார்ச் மனிதன் தன் முகமூடியைக் கழட்டிக்கொண்டே, மீசையை திருகிவிட்டபடி சொன்னான், ‘இவ எவ்ளோ அழகா இருக்கா. இவகூட நல்லா பொழுது போக்கலாம்.’

‘கூடாது!’ மற்ற இருவரும் ஒரே நேரத்தில் சொன்னார்கள். ‘பைராகனியா ரெய்டின்போது ஒரு பொண்ணுகிட்ட தப்பா நடந்துக்கிட்டானு ஷம்புவ ககன் தேவ் எப்படி தண்டிச்சாருனு உனக்கு மறந்துடுச்சுனு நினைக்கறேன்.’

‘ககன் தேவ் ஒரு முட்டாள். அவரு என்னவோ தன்ன ராமனோட மறு அவதாரம் மாதிரி நினைச்சுருக்காரு. நீங்க இங்க பொட்ட மாதிரி நில்லுங்க. நான் இவள என்கூட அழைச்சிட்டுப் போறேன்.’ அவன் ஃபர்ஸானாவை இழுக்கத் தொடங்கினான். அவள் உதைத்துக்கொண்டே கதறினாள். ஆரிஃபிற்கு மயக்கமாக இருந்தது. அவன் ஏதாவது சீக்கிரம் செய்தாக வேண்டும்.

திடீரென்று அந்த மனிதன், ஃபர்ஸானாவின் கைகளை உதறிவிட்டு, தரையில் குலைந்து விழுந்தான். ஆரிஃபின் கண்கள் புதிதாக வந்த முகமூடி மனிதன் மீது பதிந்தது. இது எப்படி நல்லதாக இருக்க முடியும்? புதிதாக வந்தவன் இரண்டாவது முகமூடி மனிதனை உதைத்தான்.

‘ககன் தேவ் கூட்டத்தோட பேர கெடுக்க யாரையும் அனுமதிக்க மாட்டேன்,’ அவன் கத்தினான்.

அதற்குள் இரண்டு டஜன் ஆண்கள் அங்கு குழுமிவிட்டனர்.

‘இந்த ஒழுக்கங்கெட்டவன நம்ம இடத்துக்குக் கூட்டிட்டு வா. அங்க வெச்சு அவன் தலையெழுத்த நான் முடிவு பண்றேன்.’

ஆரிஃப், மோதிஹாரி மற்றும் அருகிலிருந்த கிராமங்களின் மிகப் பிரபலமான வழிப்பறிக்கொள்ளைக்காரனான ககன் தேவ் குறித்து நிறைய கதைகள் கேட்டிருக்கிறான். கடந்த ஐந்து வருடங்களில் நூற்றுக்கணக்கான வியாபாரிகள், விவசாயிகளிடமிருந்து கொள்ளையடித்தும் இதுவரை ஒருமுறையும் பிடிபடவில்லை. ககன் தேவ் ஒழுக்கமான மனிதன் என்று ஆரிஃப் கேள்விப்பட்டிருக்கிறான். அவன் கொள்ளையடித்ததில் சரிபாதியை ஏழை மக்களுக்குக் கொடுத்துவிடுவான். இதுவரை அவன் கூட்டம் ஒருமுறையும் பெண்களை தொந்தரவு செய்ததில்லை. கூட்டத்தில் ஒருவன் ஒருமுறை முறை தவறி ஒரு பெண்ணை பலவந்தப்படுத்திய குற்றத்திற்காக ககன் தேவ் அவனை சுட்டுக் கொன்றுவிட்டான் என்பது அவனைக் குறித்து அறியப்பட்ட பிரபலமான கதை.

இப்படிப்பட்டவன்தான் இந்த ககன் தேவ்.

ஃபர்ஸானா தவழ்ந்து ஆரிஃபிடம் வந்து அவனை அணைத்துக்கொண்டு அழுதாள். இத்தனை களேபரத்திலும் இதைப் போன்ற பயங்கரமான கூட்டத்தின் தலைவன் குள்ளமாக ஒல்லியாக இருந்ததை நினைத்து ஆரிஃபிற்கு ஆச்சரியமாக இருந்தது. அவன் வெள்ளை கால்சராயும், காக்கி ஜாக்கெட்டும் அணிந்திருக்க, க்ரீம் நிற மஃப்ளர் அவன் கழுத்தைச் சுற்றியிருந்தது. அவன் தன்னுடைய முகமூடியை விலக்கினான். அவன் மீசை மிக மெலிதாக, தூரத்திலிருந்து பார்த்தால் தெரியாததாக இருந்தது. போஜ்பூரியில் ஆரிஃபிடம் இந்த இரவு நேரத்தில் அதுவும் ஒரு பெண்ணுடன் இந்தத் தோட்டத்திற்கு ஏன் வந்தாய் என்று கேட்டான்.

ஆரிஃப் நடந்தவை அனைத்தையும், குறிப்பாக இந்தப் படுகொலைகளைத் தடுப்பதற்கு தான் மேற்கொண்ட முயற்சிகளை, விரைவாக விவரித்தான். என்ன இருந்தாலும் இவன் இந்துக்களின் தலைவன்தானே.

ககன் தேவ் ஃபர்ஸானாவிடம் திரும்பி, ‘கவலப்படாத தங்கச்சி. நீ பாதுகாப்பா இருக்க.’

வாட்டமாகத் தெரிந்த ஃபர்ஸானா, ஆரிஃபின் கைகளில் தன் விரல்களைக் கோர்த்துக்கொண்டாள். ககன் தேவ் ஆரிஃபிடம் ஷம்ஷத் நகர் செல்வதற்கான வழியைக் கூறினான். ஆரிஃப்

அவனுக்கு நன்றி தெரிவித்துவிட்டு, ஃபர்ஸானாவின் கைகளைப் பிடித்துக்கொண்டு விரைவாக கிராமம் நோக்கி நடந்தான். ஃபார்ஸானாவை மிக எளிதாக பலவந்தப்படுத்தியிருக்கலாம், அவனாலும் ஒன்றும் செய்திருக்க முடியாது. ஒரு கும்பலை எதிர்த்து அவளைக் காப்பாற்றியிருக்க அவனால் நிச்சயம் முடியாது. எவ்வளவு முடியுமோ அவ்வளவு விரைவாக ஒரு பாதுகாப்பான இடத்திற்கு அவர்கள் செல்ல வேண்டும்.

ஃபர்ஸானா வழி நெடுக அழுதுகொண்டே வந்தாள். ஆரிஃப் அவ்வப்போது அவள் முதுகைத் தட்டி சமாதானம் செய்துகொண்டு வந்தான். அவளுக்குக் கூற அவனிடம் ஒரு வார்த்தையும் இல்லை.

ஷம்ஷத் நகர் அடைந்தவுடன் ஓர் இரண்டு மாடி வீட்டைக் காண்பித்து அவளிடம், 'இதுதான் இல்யாஸ் மாமா வீடு,' என்றான். அவர்கள் வீட்டிற்குள் நுழைந்த மறு கணம், ஃபர்ஸானா தன் நிலையிழந்து இல்யாஸ் மாமாவின் மனைவியின் கைகளில் புதைந்து, இரவெல்லாம் கட்டுப்படுத்த முடியாமல் அழுதுகொண்டிருந்தாள். யாருமே அன்றிரவு தூங்கவில்லை.

அடுத்த நாள் காலை இல்யாஸின் மகன், ஆரிஃப் மற்றும் ஃபர்ஸானாவுடன் மஹிந்திரா ஜீப்பில், இந்துக்கள் ஆதிக்கம் செலுத்தும் ஊர்களின் வழியாக செல்வது ஆபத்தாக இருக்கலாம் என்று கருதி, சற்று நீளமான வழியில் இனயத் நகரம் செல்ல அவர்களுடன் துணைக்கு வந்தான்.

இனயத் நகரில் ரேபிட் ஆக்ஷன் ஃபோர்ஸ் (ஆர். ஏ. எஃப்) ஆட்கள் வெறிச்சோடிய தெருக்களில் ரோந்து வந்துகொண்டிருந்தார்கள். ஜமால்புராவில் நடந்த கலவரம் குறித்த செய்தி அவர்களுக்குக் கிடைத்திருக்க வேண்டும். சீருடையணிந்து துப்பாகி வைத்திருந்த ஒருவர் அவர்களை நிறுத்தி யார் அவர்கள் எங்கிருந்து வருகிறார்கள் என்று விசாரித்தார். ஜமால்புரா குறித்து பகிர்ந்தால் தான் கைது செய்யப்படலாம் என்று பயந்து, ஷம்ஷத் நகரிலிருந்து திரும்பி வருவதாகச் சொன்னான். அவன் அவர்களைப் போக விட்டான். ஆரிஃப் இதயத்தில் இருந்த இறுக்கம் சற்றே தளர்ந்தது.

அவர்கள் வந்து சேர்ந்தபொழுது ஹகிம் சாஹப் வராந்தாவில் நடந்துகொண்டிருந்தார். தரையில் அமர்ந்திருந்த ஃபர்ஸானாவின் அம்மா அவர்களைப் பார்த்ததும் அழத் தொடங்கினாள்.

8

பாட்னாவிற்குத் திரும்பிய ஆரிஃப், தூக்கமற்ற இரவினால் தலை கனக்க மூக்கடைபட்டு எழுந்தான். பால்கனியில் நின்றுகொண்டு, விக்ஸ் எடுத்துத் தன் முன்னந்தலையிலும் மூக்குத் துவாரத்திலும் தடவிக்கொண்டான். மூச்சை உள்ளிழுக்க, மருந்தின் நெடியில் ஆசுவாசமடைந்தான்.

முதல் நாள் இரவு, நோனீயாவில் எரியும் வீடுகள் குறித்து மோசமான கனவுகளைக் கண்டான். கொய்யாத் தோப்பின் பயங்கரமான இரவையும் அவனால் நினைக்காமல் இருக்க முடியவில்லை. ககன் தேவ் ஒருவேளை சமயத்திற்கு வராமலிருந்திருந்தால்? அந்த குடிகாரத் திருடன் ஃபர்ஸானாவை ஏதாவது செய்திருந்தால்?

தன் கவனத்தை திசைத் திருப்ப அவன் ஐ.ஏ.எஸ் நேர்முகத் தேர்வு குறித்து யோசித்தான். கடந்த சில வாரங்களில் அவன் படிப்பு பாதிக்கப்பட்டிருந்தது. முதலில் உடல் நலக் குறைவினால், பின்பு கலவரத்தினால்.

கிழக்கில் சூரியன் ஒரு நெடிய நாளின் பயணத்திற்குத் தயாராக இருந்தது. அவன் வீட்டுக் கட்டிடத்தின் முன்பு சென்ற சாலை வெறிச்சோடியிருந்தது. ஒரு வயதான பிச்சைக்காரன், மெலிந்து, தாடிவைத்து, வராந்தாவின் படிக்கட்டுகளில் நின்றுகொண்டிருந்தான்.

தொப்பையும் தொந்தியுமாய் மிஸ்டர் சூர்ய பிரதாப் சிங் தன் ஃப்ளாட்டிலிருந்து வெளிவந்து

அந்த பிச்சைக்காரனைப் பார்த்துக் கத்தினார், ‘யாரு உன்ன கேம்புக்குள்ள விட்டது? இப்பவே போயிடு. இல்லேனா...’

அந்தப் பிச்சைக்காரன் ஏதாவது சாப்பிடத் தர அவரிடம் வேண்டினான். மிஸ்டர் சிங் அவனை அடிப்பதுபோல் காற்றில் கைகளை உயர்த்தினார். பயந்துபோய் அந்தப் பிச்சைக்காரன் ஓர் அடி எடுத்து வைக்கத் திரும்பியவன் மாடிப்படிகளில் உருண்டு விழுந்தான்.

இதயமே இல்லாத மனுஷன், ஆரிஃப் நினைத்தான். பிஹார் மிலிட்டரி போலீசில் சிங் இன்ஸ்பெக்டராக இருந்தார். அவருடைய வேலைக்காரனின் மனைவியுடனான கள்ளத் தொடர்பு காலனியில் கிசுகிசுக்கப்பட்டது. அந்த வேலைக்காரனுக்கும் தன் மனைவியை அவருடன் படுக்க விடுவதில் எதுவும் பிரச்சனையும் இருக்கவில்லை என்று ஆரிஃப் கேள்விப்பட்டான்.

ஆரிஃப் அந்த பிச்சைக்காரனுக்கு சாப்பாடு எடுத்துவர வீட்டிற்குள் சென்றான். திரும்பிவருவதற்குள் அவன் போய்விட்டிருந்தான். கட்டிடத்தின் முன்பு நின்றுகொண்டு மிஸ்டர் சிங் புதிய சேர்க்கையாளர்கள் இருவரிடம் குரைத்தபடி கட்டளையிட்டுக்கொண்டிருந்தார்.

ஆரிஃபிற்கு மிஸ்டர் சிங்கின் முகத்தில் துப்ப வேண்டும் போலிருந்தது.

ஏன் எனக்கு மிஸ்டர் சிங்கின் மீது இத்தனை வெறுப்பு? அவன் நினைத்துப்பார்த்தான். *பிச்சைக்காரனிடம் தவறாக நடந்துகொண்டதற்காகவா? இல்லை, இன்னொருவனின் மனைவியுடன் படுக்கிறார் என்பதற்காகவா? நானும் மிஸ்டர். ரமேஷ் குமாரின் மனைவியுடன் அதையேதானே செய்கிறேன்? மிஸ்டர் சிங்கிற்கும் எனக்கும் என்ன வேறுபாடு?*

ஆனால் சுமித்ராவை அவன் இதுவரைத் தொடவில்லை. அவனுக்கு அவளைப் பிடித்திருந்ததுதான். ஆனால் இதுவரை எந்தப் பாவமும் செய்யவில்லை. *ஆமாம், இதுவரை இல்லை.*

சுமித்ரா நினைவில் வந்தபிறகு அவன் அமைதியிழந்தான். கடந்த சில வாரங்களில் என்னென்னவோ சந்தித்தபிறகும் சுமித்ரா இன்னும் அவன் நினைவிலிருந்து நீங்கவில்லை என்பதையறிந்து ஆச்சரியமடைந்தான். அவளைக் கடைசியாகப் பார்த்து வருடக்கணக்கில் ஆனதுபோல் உணர்ந்தான். இரண்டு மாதங்கள்

பாட்னாவிலிருந்து விலகியிருந்தது அவளின் மீதான ஏக்கத்தை எதுவும் செய்யவில்லை. மாறாக, அவளில்லாமல் தவித்தான்.

அன்றைய தின செய்தித்தாளை சேரிலிருந்து எடுக்கும்போதுதான் அன்று சனிக்கிழமை என்று உணர்ந்தான். அரச மரத்தை சுமித்ரா தொழுத நாள். ஆனால் அது இந்த சனிக்கிழமை இல்லை.

முன்தினம், மிருத்யுஞ்சயின் வீட்டில் சுமித்ராவின் மகன் ராஹுலை ஆரிஃப் சந்திக்க நேர்ந்தது. அவன் சுமித்ரா குறித்து விசாரிக்க, ராஹுல் அதற்கு சுமித்ரா உடம்பு முடியாமல் இருக்கும் தன் அண்ணியைப் பார்க்க பாம்பே சென்றிருப்பதாகத் தெரிவித்தான்.

ஆரிஃப் தன் வாசிப்பு அறைக்கு வந்து *சிவில் சர்வீசஸ் இண்டெர்வியூ - ஹவ் டு எக்ஸல்* புத்தகத்தை எடுத்து அதில் கவனம் செலுத்த முயன்றான்.

★★★

1993-ஆம் வருடம் பனிக்காலத்தின் ஒரு குளிர்ந்த காலையில் ஆரிஃபின் வீடு கொண்டாட்டக்களைக் கட்டியிருந்தது.

'ரெண்டாவது அடெம்ப்ட்லயே ரெண்டாவது தடைய அவன் தாண்டிட்டான். இது சின்ன சாதனை இல்ல. நிறைய பேர் மாதிரி இவன் டியூஷன் போகல. என் மகன் இண்டர்வியூவும் பாஸ் பண்ணிடுவான்னு எனக்கு நிச்சயமா தெரியும்.' ஆரிஃப் தன் அப்பா அவர்களது பக்கத்து வீட்டுக்காரரான மிஸ்டர். வர்மாவிடம் தன்னைக் குறித்து புகழ்ந்துகொண்டிருந்ததைக் கேட்டான்.

ஆரிஃபிற்கு மிகவும் மகிழ்ச்சியாக இருந்தாலும் அப்பா தன் மீது வைத்திருந்த நம்பிக்கை பயத்தையும் தந்தது. *நான் ஒருவேளை செலக்ட் ஆகலேனா?*

ம்ருத்யுஞ்சயும் முக்கியப் பரீட்சைக்குத் தேர்வாகியிருந்தான். ஆகையால் இருவரும் அடிக்கடி சேர்ந்து படிக்கத் தொடங்கினார்கள். ஒவ்வொரு சனிக்கிழமையும் இருவரும் ஒருவரையொருவர் நேர்முகத் தேர்விற்குக் கேள்விகள் கேட்டுக்கொண்டு தங்களை தயார் செய்தார்கள்.

ஒருநாள் ம்ருத்யுஞ்சய் வீட்டிற்குப் படிக்கச் சென்றுவிட்டு திரும்பும் சமயம் மிஸ்டர். ரமேஷ் குமார் தன் காரின் பின் பக்கத்திலிருந்து ஒரு பெரிய பெட்டியை எடுக்க

முயன்றுகொண்டிருந்தார். ஒருவர் தூக்கிச் செல்ல முடியாத அளவிற்கு நிச்சயம் கனமான பெட்டிதான்.

‘மே ஐ ஹெல்ப் யூ?’ ஆரிஃப் கேட்டான்.

‘யெஸ் ப்ளீஸ். தேங்க்யூ.’

ரமேஷ் குமார் தன் வீட்டின் மணியை அடிக்கவும், பதினேழு அல்லது பதினெட்டு வயதான பெண் ஒருத்தி வந்து கதவைத் திறந்தாள். ஆரிஃப் அவளை சில கணங்கள் நோக்கினான். இன்னும் அதிக இளமையாகவும், உயரமாகவும், சிகப்பாகவும் இருந்தாலும் அவளுக்கு சுமித்ராவின் ஜாடை அப்படியே இருந்தது.

‘வணக்கம் அண்ணா,’ சொல்லிவிட்டு அவர்கள் உள்ளே வருவதற்கு வழிவிட்டு நின்றுகொண்டாள்.

ஆரிஃப் பதிலுக்குத் தலையசைத்தான்.

‘என் டாட்டர் கவிதா. ஹஸாரிபாக் இந்திரா காந்தி பாலிகா வித்யால படிக்கிறா,’ ரமேஷ் குமார் பெட்டியை பத்திரமாக தரையில் வைத்தவாறே சொன்னார். ஒரு டஜன் செவ்வந்தி மற்றும் ரோஜாச் செடிகள் மண் சட்டியில் பால்கனி கம்பிகளுக்கு அருகில் இருந்தன.

‘நல்லது,’ ஆரிஃப் சொன்னான். ‘சரி அங்கிள். நான் கிளம்பறேன்.’

‘ஆரிஃப், இருந்து ஒரு கப் டீ குடிச்சிட்டுப் போ,’ ரமேஷ் குமார் சொல்லிவிட்டு அவனுக்கு ஒரு சிவப்பு நிற பிளாஸ்டிக் நாற்காலியை இழுத்துப் போட்டார்.

ரமேஷ் குமார் உள்ளே செல்லவும் ஆரிஃப் அதில் அமர்ந்தான். பத்து நிமிடங்கள் கழித்து இரண்டு கப் டீ மற்றும் வீட்டில் செய்த உருளைக்கிழங்கு சிப்ஸ் இரண்டையும் ஒரு சைனா ப்ளேட்டில் வைத்து எடுத்து வந்தார்.

பக்கத்து அறையில் டெலிபோன் அடித்தது. கவிதா போனை எடுத்து ‘ஹலோ?’ என்று சொல்வதை ஆரிஃப் கேட்டான்.

‘சோ, உன் இண்டர்வியூ ப்ரிபரேஷன் எல்லாம் எப்படி போயிட்டிருக்கு?’ ரமேஷ் குமார் கேட்டு முடிக்கவில்லை அதற்குள் கவிதா அழுவதை இருவரும் கேட்டனர். ரமேஷ் குமார் அந்த அறைக்கு ஓடினார். ஆரிஃப் தொடர்ந்தான். ரமேஷ் குமார் ரிசீவரை வாங்கவும், அந்தப் பக்கம் இருந்த குரல் ஏதோ

சொல்லச் சொல்ல அவர் முகம் இறுகியது. கவிதா விக்கி விக்கி அழுதுகொண்டிருந்தாள்.

ரமேஷ் குமார் போனை வைக்கவும் ஆரிஃப் தயக்கமாகக் கேட்டான், 'ஏதாவது பிரச்சனையா?'

'பாம்பேல இந்து-முஸ்லிம் கலவரம் நடந்திட்டிருக்கு. சுமித்ரா பாம்பேலதான் இருக்கா. இன்னிக்குக் காலைல மார்கெட்டுக்கு போனவ இன்னும் திரும்பி வரலையாம். டவுன் கர்ஃபியூல இருக்கு. ஷூட் அட் சைட் ஆர்டர் வேற. அவ எங்க இருக்கானு யாருக்கும் தெரியல.'

ஆரிஃபிற்கு எப்படி எதிர்வினையாற்றுவது என்று தெரியவில்லை. அவனுடைய உணர்ச்சிகளைக் கட்டுப்படுத்தி, அடுத்த இரண்டு மணி நேரம் ரமேஷ் குமார் மற்றும் கவிதாவுடன் அமர்ந்து அவர்களை சமாதானம் செய்துகொண்டிருந்தான். பின்பு, மனமுடைந்தவனாக வீட்டிற்குத் திரும்பிச் சென்றான்.

அன்றிரவு அவனால் உறங்க முடியவில்லை. மாடியில் உலாத்திக்கொண்டே சுமித்ராவிற்காக வேண்டிக்கொண்டான்.

விடிந்தவுடன் முதல் வேலையாக அருகிலிருக்கும் பி.சி.ஓவிற்குச் சென்று ரமேஷ் குமாருக்கு போன் செய்தான்.

சுமித்ரா திரும்பியிருந்தாள். கலவரம் செய்யும் கொலைகாரக் கூட்டத்திடமிருந்து ஓர் இஸ்லாமியர் அவளை எப்படிக் காப்பாற்றினார் என்று ரமேஷ் விவரித்தார். பாம்பேக்குச் சென்று தன் மனைவியைக் கூட்டிவர கிளம்பிக்கொண்டிருந்தார்.

ஆரிஃப் பி.சி.ஓ ஓனரிடம் பணத்தைத் தந்துவிட்டு வெளியே வந்தான். பெருமூச்சு ஒன்றை விட்டான். சிவன் கோயிலைக் கடந்து நடக்கையில், மூடிய மளிகைக் கடை ஒன்றின் முன் அலுமினிய பிச்சைப் பாத்திரம் ஏந்தி எலும்பும் தோலுமாக பிச்சைக்காரன் ஒருவன் அமர்ந்திருந்த இடத்தில் நின்றான். அவன் பாக்கெட்டில் இருந்த அத்தனை பணத்தையும் பிச்சைகாரனின் பாத்திரத்தில் கொட்டினான். அவன் ஆரிஃபை மனதார வாழ்த்தினான்.

ஆரிஃப், கிஷோர் குமாரின் பாடல் ஒன்றை துயரைக் கடந்த மனநிலையில் ஹம் செய்தபடி கடந்து சென்றான்.

நான் உன்னை எவ்வளவு நேசிக்கிறேன் என்று தெரியாது
ஆனால், நீ இல்லாமல் வாழமுடியாது என்று தெரியும்

மூன்று நாட்கள் கழித்து, சுமித்ரா பாட்னாவிற்கு அழைத்துவரப்பட்டாள் என்று ம்ருத்யுஞ்சயிடமிருந்து கேள்விப்பட்டபொழுது ஆரிஃப் அவன் வீட்டிற்குச் செல்லவில்லை. அவன் ம்ருத்யுஞ்சயை சந்திப்பதை நிறுத்தினான். சுமித்ரா திருமணமானவள் என்று தன்னையே நினைவுபடுத்திகொண்டான்.

9

சுமித்ராவைப் பார்க்காமல் தன்னைத் தானே வருத்திக்கொள்வது ஆரிஃபிற்குத் தாங்கவியலாததாக இருந்தது. சில மாதங்கள் என்பது நூற்றுக்கணக்கான வருடங்கள் போல் தோன்றின. சிவில் சர்வீஸ் நேர்முகத் தேர்வின் ரிஸல்டிற்காகக் காத்திருப்பதும் கவலையளித்தது.

மெல்லிய சனலில் சுருட்டிக் கட்டப்பட்டிருந்த அன்றைய செய்தித்தாள் பால்கனியில் 'தட்' என்ற சத்தத்துடன் விழுந்தது. வேகமாகத் துடிக்கும் இதயத்துடன் செய்தித்தாளை விரித்தான். ம்ருதியுஞ்சயின் பெயர் அதில் இல்லை. நடுங்கும் ஆட்காட்டி விரலால் முழு பேப்பரையும் பலமுறை ஆராய்ந்தான். நேர்முகத் தேர்வில் அவனும் தேர்வாகவில்லை.

தோல்வியின் கனம் தாளாமல் அடுத்த பத்து நாட்களுக்கு ஆரிஃப் தன் படுக்கையறையைவிட்டு வெளியில் செல்லவில்லை. இனி தன்னால் ஜெயிக்கவே முடியாது என்று எண்ணத் தொடங்கினான். 'ஐ.ஏ.எஸ்' என்று தன் பெயருக்குப் பிறகு பார்க்க முடியாமலேயே போகலாம்.

ஆரிஃப் எதிர்பார்த்ததற்கு நேரெதிராக அப்பா அத்தனை மனம்விட்டுப் போகவில்லை. இயல்பாக நடந்துகொண்டதுடன் ஆரிஃப் தோல்வி அடைந்தது குறித்து கவலைப்பட வேண்டாம் என்று அவனை சமாதானம் செய்தார். பதினோறாம் நாள் அப்பா அவன் அறைக்கு வந்து ஒரு சேரை

இழுத்துப்போட்டு அவனருகில் உட்கார்ந்து தன் கையை அவன் தலைமீது வைத்தார்.

'சிவில் சர்வீஸ் ஃபைனல் ரிசல்ட் சம்பந்தமா நீ சந்தோஷமா இல்லனு எனக்குத் தெரியும். மை சன், நீ என்னிக்கும் உம்மேல நம்பிக்கைய இழக்காத.'

ஆரிஃப் அவன் தந்தையின் முகத்தைப் பார்த்தபடி புன்னகைத்தான். அப்பாவும் பதிலுக்குப் புன்னகைத்துவிட்டு, அவனுக்கு அஸீம் தெல்வியின் புகழ்பெற்ற உருதுக் கவிதையொன்றைக் கூறினார்:

போர்க்களத்தில் குதிரையேறும் வீரன் தான் வீழ்வான்

தன் முட்டியால் தவழ்ந்து செல்லும் குழந்தை விழாது

'நீ முயற்சி செஞ்சுட்டே இருக்கனும். நம்பிக்கையிழக்காத,' அப்பா அன்றைய தினச் செய்தித்தாளை நீட்டியவாறே சொன்னார். 'இந்த வருஷம் சிவில் சர்வீஸுக்கான விளம்பரம் இப்பவே வந்தாச்சு. திரும்ப அப்ளை பண்ணு. இந்த தடவ நீ ஜெயிப்பேனு எனக்கு நிச்சயம் தெரியும்.'

அப்பாவின் தன்னம்பிக்கைப் பேச்சு அவன் மீது மாயம் நிகழ்த்தியது. ஏமாற்றத்தை தன் மனதின் மூலைக்குத் தள்ளிவைத்துவிட்டு அடுத்தச் சுற்று தேர்வுகளுக்குத் தயார்செய்யத் தொடங்கினான்.

ஒரு சனிக்கிழமை காலையில், ம்ருத்யுஞ்சய் அவன் வீட்டிற்கு வந்தான். அவன் கையில் பழுப்பு நிற உறை ஒன்று இருந்தது.

'ப்ரிலிம்ஸ் ஃபார்ம். அஷோக் ரஜ்பத் போய் வாங்கிட்டு வந்தேன். உனக்கும் ஒன்னு வாங்கியிருக்கேன்,' ஆரிஃபின் படுக்கை மீது உட்கார்ந்துகொண்டே ம்ருத்யுஞ்சய் கூறினான்.

'நன்றி நண்பா.'

'அப்புறம் இந்த வருஷம் எக்ஸாமுக்கு நாம ஏதாவது புது வழிமுறைய கண்டுபிடிக்கனும்.'

'எனக்கும் புது ஐடியாஸ் இருக்கு. குறிப்பா ஜெனெரல் ஸ்டடீஸ் பேப்பருக்கு. சயின்ஸ் அண்ட் டெக்னாலஜி போர்ஷன்ல கான்சண்ட்ரேட் பண்ணோம்னா...'

அப்பொழுது அவன் அறைக்குள் பாட்டி நுழைந்தாள். ம்ருத்யுஞ்சய் எழுந்து அவள் கால்களைத் தொட்டு வணங்கினான்.

‘அல்லாவோட ஆசீர்வாதம் எப்போதும் உனக்கு உண்டு மகனே,’ பாட்டி சொன்னாள். ‘உனக்காக நான் ஹல்வா பண்ண போறேன் ம்ருதுஞ்சா.’ பாட்டிக்கு அவன் பெயரை முழுதாகக் கூப்பிட வராது, ஆகையால் அவனை எப்பொழுதும் ‘ம்ருதுஞ்சா’ என்றே அழைத்தாள். ம்ருத்யுஞ்சய்க்கு அவள் அப்படிக் கூப்பிட்டது மிகவும் பிடித்திருந்தது.

‘இல்ல பாட்டி. நான் இப்ப கிளம்பனும். அடுத்த முறை என்னோட ஃபேவரிட் கடலபருப்பு ஹல்வாவ நிச்சயம் சாப்பிடுவேன்,’ ம்ருத்யுஞ்சய் மீண்டும் அவள் காலைத் தொட்டு வணங்கிவிட்டுக் கிளம்பினான்.

ஆரிஃப் பால்கனியிலிருந்து நின்றுகொண்டு ம்ருத்யுஞ்சய் அவன் ஸ்கூட்டரை கிளப்பக் கஷ்டப்படுவதைப் பார்த்தான். பத்து பனிரெண்டு முறை உதைத்தபிறகு, ம்ருத்யுஞ்சயின் பஜாஜ் சூப்பர் இருமிவிட்டு, கரும்புகையை நீளமாக விட்டுக்கொண்டே உயிர்பெற்றது.

அறைக்குத் திரும்பிய பிறகு ஆரிஃப் சுவர் கடிகாரத்தைப் பார்த்தான். விண்ணப்பக் கட்டணத்திற்கான வரைவு எடுக்க அவன் விரைவில் பேங்கிற்குக் கிளம்ப வேண்டும்.

ஸ்டேட் பேங்க் ஆஃப் இந்தியாவின் சேவை மேசையை அடைந்த நேரம் ‘CLOSED’ என்ற போர்ட் ஏற்கெனவே வைக்கப்பட்டிருந்தது.

ஆரிஃப், அங்கு இருந்தவனை நம்பிக்கை நிறைந்த கண்களால் பார்த்தான். அவனோ வெறுப்புடன் மூக்கை சுருக்கிவிட்டு, ‘சனிக்கிழமை வொர்கிங் ஹ்வர்ஸ் 12.30 வரைக்கும்தான்னு தெரியாதா?’

ஆரிஃப் திரும்பிச் செல்ல எத்தனிக்கும் நொடி ரமேஷ் குமார் அவனை நோக்கி வந்துகொண்டிருந்தார். அவன் கவுண்டரில் நின்றுகொண்டிருந்ததைப் பார்த்திருக்கலாம்.

‘பேங்க்ல ஏதாவது வேலையா வந்தியா?’ ரமேஷ் குமார் கேட்டார்.

‘ஆமாம் அங்கிள், ஒரு டிமாண்ட் ட்ராஃப்ட் எடுக்க வந்தேன்.’

‘ஸ்ரீவஸ்தவா’ - கவுண்டரில் இருந்தவனைத் திரும்பப் பார்த்து - ‘ஒரு டிமாண்ட் ட்ராஃப்ட் இந்த பேருல...’

‘யூனியன் பப்ளிக் சர்வீஸ் கமிஷன்,’ ஆரிஃப் சொன்னான். ‘டீடெயில்ஸ் இதுல இருக்கு,’ தன் பாக்கெட்டிலிருந்து துண்டு பேப்பர் ஒன்றை எடுத்து ரமேஷ் குமாரிடம் அளித்தான்.

‘கேஷ் ஏற்கெனவே க்ளோஸ் பண்ணியாச்சு சார்,’ ஸ்ரீவஸ்தவா எரிச்சலுடன் சொன்னான்.

‘பரவால்ல! என் அகவுண்ட்லேருந்து ஒரு ட்ரான்ஸ்ஃபர் என்ட்ரி பண்ணிடு. ட்ராஃப்ட் ரெடியானதும் என் கேபினுக்கு அனுப்பு,’ ரமேஷ் குமார் சொல்லிவிட்டு அவன் மேஜையில் அந்தத் துண்டு பேப்பரை வைத்தார். பின்பு ஆரிஃபிடம் திரும்பி, ‘நீ என் கூட வா.’

அது மரம் மற்றும் கண்ணாடியாலான ஒரு சிறிய அறை. ரமேஷ் குமாருக்கு கருப்பு நிற சுழலும் நாற்காலியும் வாடிக்கையாளர்களுக்கு இரும்பினாலான குஷன் வைக்கப்பட்ட இரு சேர்களும் இருந்தன. பியூன் ஒருவர் பத்து நிமிடங்கள் கழித்து டிமாண்ட் ட்ராஃப்டை எடுத்துக்கொண்டு வரும்வரை ரமேஷ் குமார் ஆரிஃபின் பெற்றோர் உடன் பிறந்தவர்கள் குறித்து விசாரித்துக்கொண்டிருந்தார்.

ஆரிஃப் கிளம்ப எழுந்திருக்கையில், ரமேஷ் குமார் தன் டேபிள் மீது பழுப்பு நிற சனல் பை ஒன்றை வைத்தார்.

‘ஆரிஃப், தப்பா நினைக்கலேனா இத என் வொயிஃப்கிட்ட கொடுத்திடறியா? மேரேஜ் ஒன்னு அடெண்ட் பண்ண நான் ககாரியா வரைக்கும் போகனும். வீட்டுக்குப் போயிட்டுப் போக டைம் இருக்காது.’

‘ஷ்யூர் அங்கிள்,’ ஆரிஃப் சொன்னான். ஒத்துக்கொண்டதற்காக தன்னையே சபித்துக்கொண்டாலும் பல மாதங்கள் கழித்து சுமித்ராவை சந்திக்கும் வாய்ப்பை நினைத்து அவனுக்கு உற்சாகமாக இருந்தது.

★★★

ஆரிஃப், சுமித்ரா வீட்டின் அழைப்பு மணியை அடிக்கலாம் என்று நினைத்தபொழுது அவளுடைய கோபமான குரல் கேட்டது.

‘ரமேஷுக்கு எப்பவும் அவரு சிஸ்டர்தான் முக்கியம். இந்த வீட்டுக்கு வந்த அன்னிலேருந்து இத நான் கவனிச்சுட்டுதான் வரேன். இப்பவும் அவரு சிஸ்டர் எங்க வாழ்க்கைல தலையிட்டு...’

சுமித்ரா யாருடனோ போனில் பேசுவதுபோல் இருந்தது.

ஆரிஃப் ஓர் இருபது நிமிடங்கள் பையை வைத்துக்கொண்டு காத்திருந்தான். ஆனால் சுமித்ரா போனை வைத்த மாதிரி இல்லை.

'எனக்கு அந்த நாய பத்தி நல்லா தெரியும். எனக்கு அவள எப்படி டீல் பண்ணனும்னு...' அவன் பெல்லை அழுத்தும்போது அவள் கூறியதைக் கேட்டான்.

சில நொடிகளுக்குப் பிறகு சுமித்ரா முகத்தில் பதட்டத்துடன் கதவைத் திறந்தாள். ஆனால் ஆரிஃபைப் பார்த்தவுடன் ஒரு பெரிய புன்னகை அவள் முகத்திலிருந்த பதட்டத்தைத் துடைத்தெறிந்தது. சிவப்பு ஷிஃபான் புடவையும் அதற்கு தோதான கையில்லாத ரவிக்கையும் அணிந்திருந்தாள். அவளுடைய முடிக்கற்றை தோளில் தவழ, நம்பமுடியாத அளவிற்கு அழகாகயிருந்தாள். அவளிடமிருந்து கண்களை விலக்கப்பார்த்தும் ஆரிஃபிற்கு முடியவில்லை. இதயம் எகிர தன் கட்டுப்பாட்டை அவன் இழந்தான்.

'ரமேஷ் அங்கிள் இந்த பேக உங்ககிட்ட கொடுக்க சொன்னாரு,' ஆரிஃப் கூறினான். அங்கிள் என்று சொல்லும்பொழுது அவன் குரல் பலவீனமாகியது.

யாருடைய மனைவி மீது பேராசை கொள்கிறேனோ அவரை எப்படி நான் மாமா என்று அழைப்பது?

'உள்ள வா ஆரிஃப்,' அவள் தன்மையாகக் கூறினாள். ஆரிஃப் வீட்டிற்குள் செல்வதற்காக செருப்பின் பட்டைகளை தடுமாறிக்கொண்டே நீக்கினான். அவள் தனது இடது பக்கம் இருந்த கதவைத் திறந்துவிட்டு அவனை வீட்டின் வரவேற்பறைக்குள் அழைத்துக்கொண்டு போனாள்.

'செருப்பு போட்டுட்டே வந்திருக்கலாம்,' அவள் கூறினாள். ஆரிஃப் பதிலளிக்காமல் புன்னகை செய்தான்.

ஆரிஃப் கண்களை சுழற்றி, சுவற்றில் கான்வாசில் மாட்டப்பட்டிருந்த மூன்று அருவ ஆயில் ஓவியங்களையும், சோஃபாவிற்கு ஏற்றபடியிருந்த ஜன்னல் திரைச்சீலைகளையும் பார்த்தான். மூலையில் இருந்த மரத் திண்ணையில், குரங்குகளின் கடவுள் ஹனுமன், யானைத்தலை கடவுள் கணேஷா மற்றும் செல்வங்களின் கடவுள் லக்ஷ்மியின் மார்பிள் சிலைகள் இருந்தன. அவர்கள் பாதங்களில் மலர்கள் வைக்கப்பட்டு கொளுத்திய ஊதுபத்திகள் ஏற்கெனவே எரிந்து முடிந்து

வெள்ளைச் சாம்பலாக மாறியிருந்தன. அந்தத் திண்ணைக்குச் சற்று மேலே நீல நிற கிருஷ்ணனின் புன்னகை தவழும் ஓர் ஓவியம். கடந்தமுறை அவள் கணவனுடன் இருந்தபொழுது சுமித்ராவின் பாதுகாப்பு குறித்து கவலைகொண்டதால் இதையெல்லாம் கவனிக்க நேரம் இருக்கவில்லை.

சுமித்ரா அவனை உட்காரவைத்துவிட்டு உள்ளே சென்று திரும்பியபொழுது ஒரு தட்டில் பிஸ்கெட்ஸ், சிப்ஸ், வறுத்த வேர்க்கடலை, மில்க் கேக், ஒரு டம்ப்ளர் தண்ணீர் மற்றும் இரு கோப்பைகள் தேனீர் கொண்டுவந்தாள்.

'எனக்கு ஒரு ஷிக்வா இருக்கு,' சுமித்ரா செயற்கையாக உருதுவில் புகாருக்கான வார்த்தையை சொன்னாள்.

'ஷிக்வா?'

'நான் பாம்பேலருந்து திரும்பி வந்தப்போ நீ என்ன பாக்க வரலையே. என்னைக் காணோம்னு என் ரிலேடிவ்ஸ் போன் பண்ணி இன்ஃபார்ம் பண்ணப்போ நீ வீட்டுலதான் இருந்தனு கவிதா சொன்னா. நான் பத்திரமா திரும்ப வந்ததுல உனக்கு சந்தோஷமா இருக்கும், நீ என்ன பாக்க வருவனு நினைச்சேன். நான் ரொம்ப டேஞ்சரஸ் சிச்சுவேஷன்ல இருந்தேன், தெரியுமா?'

'சாரி சுமித்ராஜி, நான் நினைச்சேன்...'

'முதல்ல, என் பேரு சுமித்ரா. சுமித்ராஜி இல்ல.'

'ஓகே சுமித்ரா,' ஆரிஃப் திக்கினான். 'உங்க உருது எப்படி இவ்ளோ நல்லா இருக்குனு எனக்கு ஆச்சரியமா இருக்கு. எங்க கத்துக்கிட்டீங்க?' ஆரிஃப் பேச்சை மாற்றப் பார்த்தான்.

'நான் வளந்தது எல்லாம் கயாக்கு பக்கத்துல முஸ்லிம்ஸ் பெரும்பான்மையா இருக்குற இம்தாத் நகர்லதான். படிச்சதும் உருது மீடியம் ஸ்கூல்லதான். அப்போல்லாம் நான் நிறைய உருது மேகசின்ஸ், நாவல்ஸ் படிப்பேன்.'

'வாவ்.. அப்படியா?'

அழைப்பு மணி இரண்டு முறை தொடர்ச்சியாக அடித்தது.

'சுமித்ராஜி,' ஒரு பெண்ணின் குரல் கேட்டது.

'மிஸஸ் மிஷ்ராவா இருக்கும். நான் ஒரு பத்து நிமிஷத்துல வந்துடறேன்,' சொல்லிவிட்டு அவள் அறையைவிட்டுப் போனாள். வரவேற்பு அறையின் கதவை வாசலிலிருந்து சாத்தினாள். ஆனால் ஆரிஃபால் அவளுக்கும் மிஸஸ்

மிஷ்ராவுக்கும் இடையில் நடக்கும் உரையாடலை தெளிவாகக் கேட்க முடிந்தது.

‘எனக்கு தெரிஞ்சவுடனே உங்க கிட்ட சொல்ல வந்தேன். உங்களுக்கு ப்ரேம்லதா தெரியும்தான சுமித்ராஜி? அதான் சௌபே சாஹப்போட பொண்ணு? அவளுக்கும் ஒரு ஹரிஜன் பையனுக்கும் தொடர்பாம். ஒரு பிராமின் பொண்ணோட லவர் அண் டச்சபிளா!’

‘நிஜமாவா. என்னால நம்பவே முடியல,’ சுமித்ரா சொன்னாள்.

‘ஹான், ஶ்ரீநாத் சிங்கோட கல்யாணமாகாத பொண்ணுக்கு அபார்ஷன் ஆகிடுச்சு. கடவுள் மேல சத்தியமா.’

‘அம்மா, அப்பா ஆஃபீஸ்லேருந்து வந்தாச்சு,’ அவள் மகன் போஜ்பூரியில் சொன்னான்.

‘ஓகே சுமித்ராஜி! நான் வரேன். நாம இத பத்தி நாளைக்கு டிஸ்கஸ் பண்ணலாம்.’

ஆரிஃபிற்கு கதவடைக்கும் சத்தம் கேட்க, சில நொடிகளுக்குப் பிறகு சுமித்ரா திரும்ப வந்தாள். ஆரிஃபைப் பார்த்து புன்னகைத்துவிட்டு சோஃபாவில் உட்கார்ந்தவாறே, ‘நீ நல்லா கஜல்ஸ் எழுதற.’

‘என் கவிதைய நீங்க எங்க படிச்சீங்க?’

‘எங்க அப்பாவ ஹாஸ்பிடலுக்குக் கூட்டிட்டு போக ஹெல்ப் பண்ண அன்னிக்கு என்கிட்ட கொடுத்திருந்த டைரிலேருந்து.’

‘ஓ! தேங்க்ஸ். ஆனா உங்ககிட்ட இருக்குற கவித எழுதுற ஆற்றல் ரொம்ப அசாதாரணமானது.’ ஆரிஃப் மேற்கொண்டு சொல்வதற்கு முன் தயங்கினான், ‘எனக்கு உங்க கஜல்ஸ் கொஞ்சம் பாடிக்காமிக்கிறீங்களா?’

‘நெஜமாவே உனக்கு என் கஜல்ஸ் கேக்கனுமா?’

உங்கள பாக்குறதே கஜல் படிக்கிறா மாதிரிதான், ஆரிஃப் நினைத்தவாறே சுமித்ராவை ஆழமாகப் பார்த்தான். அவள் புன்னகைக்கவும் கன்னங்களில் குழிகள் விழுந்தன. *தௌபா, தௌபா,* எழுந்து அவளை முத்தமிட வேண்டும் என்ற வேட்கையைக் கட்டுப்படுத்தினான்.

‘ஆமா, ப்ளீஸ்,’ அவன் சொன்னான்.

இது காதலின் உல்லாசவிடுதி, இங்கு காமம் வைன் கின்னங்களில் கிடைக்கும்

மஜ்னுவின் கண்களிலிலிருந்து வடியும் கண்ணீரும், லைலாவின் இதயத்திலிருந்து வடியும் குருதியும் இங்கு விற்கப்படும்

சுமித்ராவின் இந்தக் கவிதையிலிருந்து தொடங்கிய கவிதை நேரம் மாலை ஐந்து மணி வரை சென்றது.

'சுமித்ராஜி எனக்கு வேற இடத்துக்கு போகனும்,' ஆரிஃப் இப்படியொரு அழகான மாலையை முடிக்க வேண்டிய வலியை மீறிக் கூறினான்.

'சுமித்ரா.'

'ஓகே, ஓகே, சுமித்ரா.' ஆரிஃப் புன்னகைத்தான்.

'நாளைக்கு என்கூட படத்துக்கு வரியா? என் ஹஸ்பண்ட் அவுட் ஆஃப் டவுன். என் பையனும் எங்க அப்பா வீட்டுல இருப்பான். எனக்கு இந்த படம் பாக்கனும்னு ரொம்ப நாளா ஆசை. என் ஹஸ்பண்ட் திரும்ப வரதுக்குள்ள தியேட்டர்லேருந்து போயிடும்,' சுமித்ரா கூறினாள்.

'வரேனே!'

என்ன பண்ற ஆரிஃப்? அவன் புத்தி கேள்வியெழுப்பியது. அவளுடனான உறவு உன்னை எங்கேயும் இட்டுச் செல்லாது.

அவனுடைய தார்மீக ஊடாட்டத்தைத் தூக்கியெறிந்துவிட்டு ஆரிஃப் கேட்டான், 'என்ன படம் சுமித்ரா?'

'சாஜன்,' அவள் சொன்னாள்.

'நீங்க தனியா வருவீங்களா?'

'ஆமாம்.'

'உங்க டாட்டர் கவிதா?'

'அவ ஹஸாரிபாக் இந்திரா காந்தி பாலிகா வித்யாலயால படிக்கிறானு உன்கிட்ட ஏற்கெனவே சொல்லியிருக்கேன் இல்ல.'

'ஆமாம்.'

சாஜன் ஒரு முக்கோணக் காதல் கதை. சல்மான் கான், சஞ்சய் தத், மற்றும் மாதுரி தீட்சித் நடித்தது. பாட்னாவில் ஹவுஸ் ஃபுல்லாக

ஓடிக்கொண்டிருந்தது. ஆரிஃப் முதலில் சென்று டிக்கெட்டுகள் வாங்குவதாக முடிவானது. சுமித்ரா பின்பு அவனுடன் சேர்ந்துகொள்வாள்.

மறுநாள் ஆரிஃப் மோனா தியேட்டருக்கு 10.30 மணிக்கெல்லாம் வந்துசேர்ந்தும் 'ஹவுஸ் ஃபுல்' போர்டைப் பார்த்து ஏமாற்றமடைந்தான். புக்கிங் கவுண்டருக்கு பக்கத்திலேயே இரண்டு பேர் ப்ளாக் மார்கெட்டில் ஒரு கத்தை டிக்கெட்டுகளை விற்றுக்கொண்டிருந்தார்கள், 'டி.சி 30, பால்கனி 20'. ஆரிஃப் பேரம் பேசி இரண்டு உயர்தர டிக்கெட்டுகள் ஐம்பது ரூபாய்க்கு வாங்கினான். கொஞ்சம் அதிக விலையாக இருந்தாலும், அவளுடனான இந்த அனுபவத்தை அவன் இழக்க விரும்பவில்லை.

அவன் ஒருவித கொந்தளிப்பில் இருந்தான். சுமித்ராவுடன் நேரம் செலவிடுவதால் ஏதாவது தவறு செய்கிறானா? பின்பு இது போன்ற எண்ணங்களை நிராகரித்தான். ஒரு பெண்ணுடன் படம் பார்ப்பதனால் எல்லாம் அது அவனை விபச்சாரனாக்காது. அது மட்டுமல்லாமல், அவள் தனியாகத் திரைப்படத்திற்குப் போக வேண்டாம் என்றுதான் அவன் துணைக்கு வருகிறான். காந்தி மைதானின் ஈஸ்ட் கேட்டில், இரட்டையர் அரங்கம் மோனா எல்ஃபின்ஸ்டோனின் முன்பு ஆரிஃப் சுமித்ராவிற்காகக் காத்திருந்தான்.

அரசியல் பேரணியிலிருந்து மதக் கூட்டங்கள் வரை, பொருட் கண்காட்சியிலிருந்து புத்தகக் கண்காட்சி வரை ஏறத்தாழ அனைத்து பொது நிகழ்ச்சிகளும் பாட்னாவிற்கு நடுவில் பெரும் திறந்த வெளி இடமான காந்தி மைதானிலேயே நிகழ்வதால் அந்த இடம் பாட்னாவின் நுரையீரலாகக் கருதப்பட்டது.

காலம் காலமாக வரலாற்றை அமைதியாகக் கவனித்து வருகிறது காந்தி மைதான். வெள்ளையனே வெளியேறு போராட்டத்திலிருந்து எமர்ஜென்ஸிக்கு எதிரான போராட்டங்கள் வரை இந்தியாவின் மிகப் பெரும் அரசியல்வாதிகள் தொடங்கிவைத்த, இந்தியாவின் தலையெழுத்தையே மாற்றிய போராட்டங்களைக் கண்டிருக்கிறது.

மைதானின் ஓரத்தில் நின்றபடி, உறங்கிக்கொண்டிருப்பவர்கள், விளையாடிக்கொண்டிருப்பவர்கள், போராட்டம் செய்து கொண்டிருப்பவர்கள், வியாபாரம் செய்துகொண்டிருப்பவர்கள், குறிப்பாக இந்த இதயமற்ற, நீதியற்ற நகரமான பாட்னாவில் கடுமையான வாழ்க்கையை எதிர்கொள்பவர்கள் என்று

எண்ணிக்கையற்ற மனிதர்களைக் கவனிக்க வியப்பாக இருந்தது. நிறைய பேருக்கு, காந்தி மைதானிலேயே நாள் தொடங்கி அங்கேயே முடிந்தது.

அன்றைய தினம் வெப்பம் அதிகமாக இருந்தது. அரசமர நிழலின் அடியில் இருந்த சிமெண்ட் மேடையில் ஆரிஃப் அமர்ந்தான். சில அடிகள் தள்ளி கைரேகை ஜோசியம் சொல்பவர் தனது வாடிக்கையாளருடன் அமர்ந்திருந்தார். தனக்கு இடது புறத்தில் குறைந்தது ஒரு டஜன் பேர் விதம் விதமான பதாகைகளுடன் நின்றிருந்தனர். அவற்றில் 'சங்கபுரா குற்றவாளிகளை தூக்கில் இடு', 'ஏழைகளைக் கொல்வதை நிறுத்து', 'முதலாளித்துவம் ஒழிக', 'பொய்யான ஜனநாயகம் ஒழிக', 'இன்குலாப் சிந்தாபாத்', என்று எழுதப்பட்டிருந்தன.

இரண்டு பெண்கள் தொண்டை அறுபட்டுக் கிடந்த சிலரின் புகைப்படங்களை வைத்திருந்தனர். அவர்கள் நக்சலைட்டுகளை ஆதரித்தவர்கள் என்பதை ஆரிஃப் அறிந்திருந்தான். ஜெஹனாபாதில் உயர்சாதி நிலபிரபுக்களின் சட்டவிரோத தனியார் படை ஒன்று தாழ்த்தப்பட்ட குடும்பங்களைச் சேர்ந்த முப்பத்தைந்து ஆண்களைக் கொன்றதற்கு எதிராக இரண்டு நாட்களாக அவர்கள் இங்குக் கூடி போராட்டம் செய்துகொண்டிருப்பதை செய்தித்தாள்கள் வழியாக ஆரிஃப் அறிந்திருந்தான்.

காந்தி மைதானை சுற்றியிருந்த சாலையில் தலைக்கு மேலே சுட்டெரிக்கும் சூரியனால் சில மனிதர்களே இருந்தனர். பறவைகள்கூட கூடடைந்திருந்தன. ஐஸ்க்ரீம் மற்றும் குளிர் தண்ணீர் விற்பனையாளர்கள் ஈ ஓட்டிக்கொண்டிருந்தனர். எதிர்திசையில் போர்னோ இதழ்களை விற்கும் நடைபாதைக் கடைக்காரர்களுக்கு வாடிக்கையாளர்கள் இல்லை. ஒன்றிரண்டு ரிக்ஷாக்காரர்கள், சற்று முன்பு கடலைமாவு உருண்டைகளுடன் துவர்ப்பான வெங்காயம் மற்றும் காரமான பச்சை மிளகாய்களை உண்ட ருசியை நினைவில் ஓட்டி அனுபவித்துக்கொண்டிருந்தனர். திரையரங்கிற்கு அருகில்தான் நூற்றுக்கணக்கானோர் சூரியனின் வெப்பத்தை சட்டை செய்யாமல் நின்றுகொண்டிருந்தனர்.

அரை மணி நேரம் கழித்து, முக்கிய நுழைவாயிலுக்குத் திரும்பிப் போகையில் அந்தக் கூட்டத்தில் சுமித்ராவை உடனே கண்டுபிடித்தான். ஜொலிக்கும் ஊதா நிற சேலை மற்றும் அதற்கு ஏற்ற ரவிக்கையில் தனியாகத் தெரிந்தாள் சுமித்ரா. இருவரும்

ஒருவரையொருவர் பார்த்துப் புன்னகைத்துவிட்டு குறைவாகவே பேசிக்கொண்டு திரையரங்கிற்குள் ஒன்றாக நுழைந்தனர். சீட்டில் அமர்ந்த பிறகு, ஆரிஃப் சுற்றியிருப்பவர்களை நினைத்து பதட்டமாக உணர்ந்தான். தெரிந்தவர்கள் யாராவது சுமித்ராவுடன் தன்னை அடையாளம் கண்டுகொண்டால் என்னவாகும்? இந்தச் செய்தி அப்பாவரை சென்றால் என்னவாகும்? ஒருவேளை இது வெளியில் தெரிந்து அவமானமானால் என்னவாகும்?

ஆரிஃப் சுமித்ராவைத் திரும்பிப் பார்க்க, அவள் அவனைப் புன்னகையுடன் பார்த்துக்கொண்டிருந்தாள். அந்தப் புன்னகை அவனை இலகுவாக்கியது.

'தேகா ஹை பெஹ்லி பார் சாஜன் கி ஆன்கோன் மேன் பியார்' பாடல் திரையில் ஒலிக்கவும், கூட்டம் வெறித்தனமானது. அதீத விசில் சத்தத்தால் அந்த அரங்கே அதிர்ந்தது. ஆரிஃப் தன் கையில் சுமித்ராவின் தொடுகையின் வெப்பத்தை உணர்ந்தான். அவனுக்கு வியர்வையுடன் உடலில் ஒரு நடுக்கம் பரவியது. அவன் மூச்சை ஆழமாக உள்ளிழுக்க, அவளுடைய நறுமணப் பூச்சிலிருந்து வெளிப்பட்ட நறுமணம் அவன் மூக்கை நிறைத்து, என்ன காரணம் என்று தெரியாமல் லேசான குளிர் காற்றுடன் கூடிய பனி மலைகளை அவனுக்கு நினைவூட்டியது. அவனுக்குத் திரையில் ஓடிய ஒன்றும் பதியவில்லை. அவளது நறுமணத்தை உள்ளிழுத்து, அடுத்தமுறையும் அவர்களிருவரும் 'எதேச்சையாக' கைகளை உரசிக்கொள்வதாக எண்ணிக்கொண்டிருந்தான்.

படம் முடிந்து அவர்கள் வெளியே வரவும், கூட்டத்தில் சுமித்ராவின் புடவை நழுவ, கீழிறக்கமான ரவிக்கையின் பிளவில் அவளது தாராள மார்புகள் தெரிந்தன.

அவளை வாயைப் பிளந்து பார்த்தவர்களையும், அவளைப் பார்த்து சிரித்தவர்களையும் ஆரிஃப் கவனித்தான்.

சுமித்ராவிடம் கோபமாகத் திரும்பி ஆரிஃப் கூறினான், 'நீங்க ச்லீவ்லெஸ் ப்ளவுஸ் போடாதீங்க.'

சுமித்ரா ஆரிஃபை ஆச்சரியமாகப் பார்த்தாள் ஆனால் எதுவும் சொல்லவில்லை. அவனைப் பார்த்து உதட்டைக் கடித்துக்கொண்டு புன்னகைத்தாள். அவர்கள் திரையரங்கிலிருந்து வெளியே வரும்பொழுது மதியமாகியிருந்ததால் சூரியனின் வெப்பம் அதிகமாக இருந்தது.

'சுமித்ரா என் கைகளை தெரியாமல்தான் தொட்டாளா?' இந்தக் கேள்வி அவன் மனதில் எழ, அவனது இதயத்தில் லேசான ஒரு குறுகுறுப்பை உணர்ந்தான்.

ஆட்டோரிக்ஷா ஸ்டேண்ட் இருந்த இடம் நோக்கி இருவரும் நடந்தார்கள்.

'சுமித்ரா, நான் ஒரு கல்யாணமான பெண்ண விரும்பறேன்,' ஆரிஃப் சொன்னான். அவனுக்கு என்ன நடந்தது என்று புரியவில்லை. இருள் நிறைந்த திரையரங்கில் சுமித்ராவின் அருகாமை அவனைப் பைத்தியமாக்கியிருந்தது. அவனை அவனால் கட்டுப்படுத்திக்கொள்ள முடியவில்லை.

'அப்படியா?' சுமித்ராவின் குரலில் எந்த ஆச்சரியமும் இல்லை.

'அவங்க பேரு சுமித்ரா.'

சுமித்ரா அவனிடம் திரும்பி கண்களை சிமிட்டாமல் சோகமாகப் பார்த்தாள். 'ஒரு ஆட்டோரிக்ஷா எடுக்கலாம். எனக்கு உடனே வீட்டுக்குப் போகனும்.'

அவள் வேகமாக நடக்க ஆரம்பித்தாள். ஆரிஃப் அவளைத் தொடர்ந்தான்.

ஒரு பிச்சைக்காரி எங்கிருந்தோ தோன்றி சுமித்ராவின் வழியை மறைத்தாள்.

அழுக்கேறிய உள்பாவாடையுடன், பிளவுஸ் கிழிந்து, தலைமுடியில் மண் அப்பியிருக்க இருந்தாள். அவளது கன்ன எலும்புகள் துருத்தியபடி இருக்க, கண்கள் மெலிந்து குழிவிழுந்திருந்தன.

அவள் சுமித்ராவின் அருகில் வந்து அவளை விநோதமாகப் பார்த்தாள். பிறகு சிரிக்க ஆரம்பித்துவிட்டாள். *இவ நிச்சயம் பைத்தியம்தான்*, ஆரிஃப் நினைத்தான்.

'ச்சீ தூரப்போ பைத்தியக்காரி!' வெள்ளரிக்காய் விற்றுக்கொண்டிருந்த நடுத்தரவயது ஆள் ஒருவன் அவளை விரட்டினான்.

'பணம் கொடு, பணம் கொடு,' சிரிப்புகளுக்கு இடையே அவள் கேட்டாள்.

'மாயா! மாயா! உனக்கு என்ன ஆச்சு?' சுமித்ரா அழுதாள்.

சுமித்ராவிற்கு அவளைத் தெரிந்திருந்தது. அவளது பர்சிலிருந்து நூறு ரூபாய்த் தாள் ஒன்றை எடுத்து அவளிடம் தந்தாள். திடீரென்று அந்தப் பணத்தைப் பிடுங்கிக்கொண்டு, அந்தப் பெண் அருகிலிருந்த சந்தில் ஓடி மறைந்துவிட்டாள்.

ஆரிஃப் ஓர் ஆட்டோ ரிக்ஷாவை அமர்த்தி சுமித்ராவின் வீட்டிற்குச் செல்லச் சொன்னான்.

சுமித்ராவின் கண்ணீர் முகத்தில் வழிந்தோடிக்கொண்டிருந்தது.

★ ★ ★

ஒரு வியாழக்கிழமை மதியம், ஆரிஃப் அவன் அறையில் தனியாக இருந்தான். சிவில் சர்வீசில் சேர ஆசைப்படுபவர்கள் அனைவரும் நிச்சயம் வாசிக்க வேண்டிய தி ஹிந்து எடிடோரியலை இரண்டு தலையணைகளின் மீது வைத்து கையில் ஒரு பிங்க் மார்க்கருடன் வாசித்துக்கொண்டிருந்தான்.

நிமிர்ந்து பார்த்தபொழுது, பச்சை நிற புடவை மற்றும் வட்டமான கழுத்து வைத்த முழுக்கை ரவிக்கை அணிந்து சுமித்ரா கதவருகில் நின்றுகொண்டிருந்தாள்.

அன்று அவளை வீட்டில் இறக்கிவிட்டபொழுது, கண்ணீருடன், அவனை வீட்டிற்குள் அழைக்காமல், அவனிடம் விடைபெறாமல் உள்ளே ஓடினாள். அவன் அன்று நடந்தவைகளை மீண்டும் மீண்டும் நினைத்துப் பார்த்தும் எதுவும் விளங்கவில்லை. யார் அந்தப் பெண் மாயா? சுமித்ராவிற்கு அவளை எப்படித் தெரிந்தது? அந்த விநோத சம்பவத்தைவிடவும் சுமித்ராவின் ஒவ்வொரு தொடுகையையும், அவளது நறுமணத்தையும், ஊதா நிற சேலையையும் மீண்டும் மீண்டும் நினைத்துப் பார்த்தான்.

ஆரிஃப் அவளை வணக்கம் சொல்லி உள்ளே அழைப்பதற்கு முன்னரே அவனை அமைதியாக இருக்கும்படி அவள் சைகை செய்தாள். அவள் அவன் அருகில் வந்தாள். ஆரிஃப் படுக்கையிலிருந்து எழுந்தான். அவனை கண்களுக்குள் நேராகப் பார்த்தபடி அவனது கைகளைப் பிடித்து அதில் ஒரு கடிதத்தை வைத்தாள். பின்பு, அவசரமாக அவன் கன்னத்தில் முத்தமிட்டுவிட்டு ஒரு வார்த்தையும் கூறாமல் அறையிலிருந்து வெளியேறினாள்.

ஆரிஃப் தன் கால்கள் பலவீனமடைந்து வயிற்றில் ஏதோ பறப்பதுபோல் உணர்ந்தான். அறையிலிருந்து வெளியேறி தனது வாசிப்பறைக்குச் சென்றான். கதவை அடைத்துக்கொண்டு, ஒரு சேரில் அமர்ந்தவாறு கைகள் நடுங்க கடிதத்தின் உறையைக் கிழித்து, அதை வாசிக்கத் தொடங்கினான்.

டியர் ஆரிஃப்,

அன்று உன்னால் அவ்வளவு எளிதாக உன் மனதில் இருந்ததைப் பேச முடிந்ததை எண்ணி வியக்கிறேன். அதிர்ச்சியில் உடனே எதுவும் என்னால் சொல்ல முடியவில்லை. காந்தி மைதானில் நீ சொன்னதை உதாசீனப்படுத்தி உன்னை இனி வாழ்நாளில் சந்திக்கவே கூடாது என்று நினைத்திருந்தேன். ஆனால் அமைதியிழந்த என் இதயம் உனக்கு இக்கடிதத்தை எழுதத் தூண்டியது.

அன்று ஆட்டோரிக்ஷா ஸ்டேண்டில் பார்த்த மனநிலை பாதிக்கப்பட்ட பெண் யாரென்று நீ யோசிக்கலாம். அவளை எனக்கு எப்படித் தெரியும், நான் ஏன் அவளுக்காக அழுதேன் என்றெல்லாம் நீ யோசிக்கலாம். நான் முதலில் மாயாவின் கதையிலிருந்து தொடங்குகிறேன்.

ஆறு வருடங்கள் முன்பு ஜம்ஷத்பூரில் நான் மாயாவை சந்தித்தேன். எனக்கு இன்றும் அவளின் பூரிப்பான புன்னகை நினைவிருக்கிறது. மையெழுதப்பட்ட கண்கள். பாங்க்ளா மணக்கும் ஹிந்தி. நாங்கள் நல்ல நண்பர்களானோம். ஜம்ஷத்பூரில் நாங்கள் வீடெடுத்திருந்த அதே இடத்திற்கருகில் அவள் வாழ்ந்துவந்தாள். ரமேஷ் எப்பொழுதும் வேலையில் பிஸியாக இருக்க, நான் மாயாவுடன் அடிக்கடி வெளியில் சென்றேன். ஷாப்பிங், மூவிஸ் என்று சேர்ந்து சென்றோம். மாயாதான் எனக்கு சத்யஜித் ரேயின் படங்களை அறிமுகம் செய்தாள். அவள்தான் அனா டைலர் மற்றும் எட்னா ஓ'ப்ரைன் –ஐ வாசிக்கப் பரிந்துரைத்தது. மாயா மிக அருமையாக சமைப்பவள். கடுகை அரைத்துக் குழைத்து அவள் மீன் சமைக்கும் தெய்வீக நறுமணம் இன்னும் என் நினைவுகளில் மணக்கிறது.

அவளைப் பார்த்து கிட்டத்தட்ட ஒரு வருடத்திற்குப் பிறகு, பக்கத்தில் குடியிருந்த இரண்டு பெண்கள் கிசுகிசுப்பாகப் பேசிக்கொண்டதை நான் கேட்டேன். நான் அவர்களை நம்பாமல் மாயாவை நேரடியாகக் கேட்டேன். நான் சொன்னவற்றை மறுத்து, அந்தப் பெண்கள் அவள் மீது பொறாமையில் பேசுவதாகச் சொன்னாள். அவளை நம்பினேன், ஆனால் மறுநாளே அவள் பொய்தான் சொன்னாள் என்று அறிந்தேன்.

மாயா, பல மாதங்களாக அவள் கணவனை ஏமாற்றிக்கொண்டிருந்தாள். அவள் கணவன் மருந்து விற்பனைப் பிரதிநிதியாக இருந்ததால்

ஜம்ஷத்பூருக்கு வெளியே பல இடங்களுக்கும் பயணம் செய்துகொண்டிருந்தார். அவர் இல்லாதபொழுது, அவளை ஓர் இளைஞன் சந்தித்தான்.

அன்று மாலை புத்தகம் ஒன்றை திரும்பித் தர நான் அவள் வீட்டிற்குச் சென்றிருந்தேன். அப்பொழுது அவளை அந்த இளைஞனுடன் கையும் களவுமாகப் பிடித்தேன். நான் எதுவும் சொல்லாமல் வீட்டிற்குத் திரும்பிவிட்டேன். என்னவொரு மோசமான பெண் என்று நினைத்தேன்.

அவள் செய்ததை என்னால் திரும்ப நினைக்காமல் இருக்க முடியவில்லை. என்ன இருந்தாலும் அவள் என்னுடன் நெருங்கிப் பழகியவள். அவளை சட்டென்று என்னால் ஒதுக்க முடியவில்லை. திருமணம் புனித பந்தம் என்று சொல்லப்படும் ஒன்றிலிருந்து வழுவிச் செல்ல அவளுக்குக் காரணங்கள் இருந்திருக்கலாம். அவள் நியாயம் அறிந்தவள். அவளிடம் இதுகுறித்து கேட்க நினைத்தேன். ஆனால் முடியவில்லை. இரண்டு நாட்கள் கழித்து அவள் வீட்டிற்குச் சென்ற பொழுது அவள் வீடு பூட்டியிருந்தது. அவள் வீட்டு உரிமையாளர் அவள் அந்த இடத்தைவிட்டுச் சென்றுவிட்டதாகக் கூறினார். மாயாவும் அவள் குடும்பமும் எங்கு சென்றன என்று யாருக்கும் தெரியவில்லை. மாதக்கணக்காக அவளைக் குறித்துக் கவலையில் இருந்தேன். அவள் திரும்பி வருவாள் என்று நம்பினேன். ஆனால் அவள் வரவில்லை.

எப்படி முப்பது வயதைக் கடந்த திருமணமான பெண் ஒருத்தி அவளது மகனின் வயதைவிட ஒரு சில வயதுகளே அதிகம் கொண்ட ஓர் இளைஞன் மீது காதல் கொள்ள முடியும்? நான் நிறைய வருடங்கள் அதிசயித்திருக்கிறேன். ஆனால் அன்று மாயா நடந்த அதே பாதையில்தான் இன்று நான் நடக்கிறேன்.

நாம் நம் கதைக்கு வருவோம். நேரு பார்க்கில் நாம் முதன் முதலில் சந்தித்த அன்றுதான் எல்லாம் தொடங்கியது. இன்றும் அந்த மதியம் எனக்குத் தெளிவாக நினைவிருக்கிறது.

அப்பா அன்று மதியம்தான் கடிஹாரிலிருந்து வந்திருந்தார். அவருக்கு எதுவும் இயலவில்லை. நான் இதை ரமேஷிடம் கூற அவர் அப்பாவின் உடல்நிலையை சுலபமாக எடுத்துக்கொண்டு அலைச்சலாலும் வயதாலும் அவருக்கு அப்படி இருக்கலாம் என்றே கூறினார். நான் அவரை டாக்டரிடம் கொண்டுபோக வேண்டும் என்று வலியுறுத்தியும் ரமேஷ் கேட்கவில்லை. அதற்கு பதிலாக அவர் தனது சகோதரியை ரயில்வே நிலையத்தில் விட்டுவிட்டு வருவதற்காகச் சென்றவர் அடுத்த ஒரு மணி நேரத்திற்குத் திரும்பவில்லை. நான் கோபமாகி, என் அப்பாவை ஆட்டோவிலாவது ஹாஸ்பிடல் அழைத்துச் செல்ல முடிவெடுத்தேன். ரோட்டில் எனக்கு ஆட்டோ கிடைக்காததால் அப்பாவை நேரு பார்க்கின் மெயின் கேட்

வரை நடத்திக்கொண்டு சென்று அங்காவது ஆட்டோ கிடைக்குமா என்று எதிர்பார்க்க வேண்டியிருந்தது. அங்கும் ஒரு ஆட்டோவும் இல்லை. அப்பா, என்னை பார்க்கிற்கு உள்ளே அழைத்துப் போகச் சொன்னார். புதிய காற்று அவரை ஆசுவாசப்படுத்தும் என்று நினைத்தார். அதற்குப் பிறகு என்ன நடந்தது என்று உனக்குத் தெரியும்.

முதலில் உன்னைக் குறித்து என்னிடம் நன்றி மட்டுமே இருந்தது. என் அப்பாவின் உயிரைக் காப்பாற்றியதற்காக நான் உன்னிடம் நன்றிக் கடன் பட்டிருந்தேன். அப்பா ஹாஸ்பிடலிலிருந்து குணமாகித் திரும்பிய மூன்று நாட்களுக்குப் பிறகு நான் உன்னுடைய நீல நிற டைரியையும் கவிதைப் புத்தகத்தையும் எடுத்துப் பார்த்தேன். *திவான்–இ–மோமின்* –ஐ படிக்க ஆரம்பித்து இரண்டு மணி நேரங்களுக்குள் படித்து முடித்தேன். பிறகு ஆர்வம் மேலிட உன்னுடைய டைரியைத் திறந்தேன். முதல் பக்கத்தில் உன்னுடைய கருப்பு–வெள்ளை புகைப்படம் ஒன்று இருந்தது. டெனிம் ஜாக்கெட்டில் அமிதாப் ஸ்டைலில் நீண்ட முடி உன் காதுகளை மறைத்திருந்தது. உன்னைப் பார்க்கப் பிரியத்திற்குரியவனாய் தோன்றினாய்.

தொடர்ந்த பக்கங்களில் ஸவுக், கலீப், மோமின், மிர், தக் மற்றும் ஷாத் அஸிமாபாதியின் கவிதைகள். எனக்கு இந்த உருதுக் கவிஞர்கள் அனைவரையும் பிடிக்கும்.

அடுத்த சில பக்கங்களில் சிம்ரன் என்ற பெண் குறித்த சில வர்ணனைகள். அவள் உன்னுடைய சிறு வயது காதலாக இருக்கலாம் என்று ஊகித்தேன். சிம்ரன் குறித்த உனது கவிதைகள் எல்லாம் சுவாரசியமாக இருந்தன. எனக்கு அவைகளைப் பிடித்திருந்தது. பின்பு, எனக்கு சிம்ரன் மீது பொறாமை உண்டானதை உணர்ந்தேன்.

மறுநாள் மதியம் உன்னுடைய டைரியை மீண்டும் திறந்து ஷாத் அஸிமாபாதியின் கவிதையை மீண்டும் வாசித்தேன்.

மௌனமும் அமைதியும் உன் துயரங்களை தீவிரப்படுத்தும்

உன்னை நீயே துன்புறுத்துவதே, ஓ இதயமே, உனக்குக் கொஞ்சம் அமைதியை வழங்கும்

ஷாத்–இன் இந்த வரிகள் என்னுள் ஒருவித உணர்ச்சியைக் கிளர்த்தியது. நான் உன்னை விரும்பத் தொடங்கியதாக சந்தேகம் கொண்டேன். அடுத்த சில வாரங்களுக்கு நான் உன் டைரியைத் தொடவில்லை. அதைத் தொடர்ந்து படித்தால் எங்கே உன் மீது காதலில் விழுந்துவிடுவேனோ என்று பயந்தேன்.

அந்த ஞாயிறு என்னுடையே ஒரே நாத்தனார் நீடா என் வீட்டிற்கு வர, எனக்கும் அவளுக்கும் ஏதோ ஓர் அற்பமான விஷயம் குறித்து விவாதம் ஆரம்பித்தது. எதிர்பார்த்ததுபோல், ரமேஷ் அவரின் தங்கையின் பக்கமே நின்றார். கோபத்துடனும், அவமானத்துடனும், என் அறைக்குச் சென்று கதவடைத்துக்கொண்டேன். ஒரு மணி நேரம் கழித்து வெளியே வர, வீட்டில் யாரும் இல்லை. தலைவலிக்காக டிஸ்பிரின் ஒன்றை எடுத்துக்கொண்டு மீண்டும் என் படுக்கையறைக்கு வந்து தூக்கத்தில் ஆழ்ந்துவிட்டேன். இரண்டு மணி நேரங்கள் உறங்கிவிட்டுக் கண்விழிக்க, தலைவலி மறைந்திருந்தது. அட்ரக் சாய் ஒரு கப் எடுத்துக்கொண்டு உன் டைரியையும் கையில் வைத்துக்கொண்டு உட்கார்ந்தேன். இதயம் கனமாக இருந்த ஒரு கனத்தில் நான் அனிச்சையாக அதன் மீது ஈர்க்கப்பட்டேன்.

தற்கால சமூகப் பிரச்சனைகள் குறித்து சில குறிப்புகள் எழுதப்பட்டிருந்தன. பெண்கள், மதம், கலாச்சாரம், தேசம் குறித்த உனது பார்வைகள் என்னைக் கவர்ந்தன. ஒரு கட்டுரையில், 'ஒரு பெண்ணை மதிக்க வேண்டுமெனில் அதற்கு உனக்கு எந்தக் காரணமும் தேவையில்லை. அவள் பெண்ணாக இருக்கும் காரணம் ஒன்றே அவளை வணங்கவும், நேசிக்கவும், மதிக்கவும் போதுமானவைதான்.'

காதல், உறவுகள், மனித மதிப்பீடுகள் குறித்து நிறைய கவிதைகள் எழுதப்பட்டிருந்தன. இவை என் இதயத்தை பாதித்தன, எனக்கு மகிழ்ச்சியளித்தன.

உன் மீதான என் விருப்பம் வியப்பாக மாறியது.

உன்னை ம்ருத்யுஞ்சயுடன் அடிக்கடி நேரு பார்க்கில் பார்த்திருக்கிறேன். உன்னிடம் வந்து பேச ஆசைப்பட்டிருக்கிறேன். உனக்கு நன்றி தெரிவித்துவிட்டு, உன் எழுத்துகள் என்னை எத்தனை ஈர்த்திருக்கின்றன என்று சொல்ல நினைத்திருக்கிறேன். ஆனால் முடிந்ததில்லை. பதிலாக, நீ என்னைக் கடக்கும்போதெல்லாம் புதரில் மறைந்துகொள்வேன்.

அடுத்த ஆறு மாத காலங்களுக்கு உன் டைரியையே மீண்டும் மீண்டும் வாசித்து, உன் மீதான வியப்பு காதலாக மாறுவதை உணர்ந்தேன். உன்னை சந்திக்க பயமாக இருந்தது.

ஏறத்தாழ இரண்டு வருடங்களுக்குப் பிறகு உன்னை நேருக்கு நேர் சந்தித்தேன். பேங்க் காலனிக்குக் குடிவந்த ஒரு வாரத்திற்குப் பிறகு நீ என்னை ம்ருத்யுஞ்சயின் வீட்டு ஜன்னலிலிருந்து பார்ப்பதைக் கவனித்தேன். அதற்குப் பிறகு நான் என் கட்டுப்பாட்டை இழக்கத் தொடங்கினேன்.

இந்த வார்த்தைகளை நீ என்றாவது சொல்லலாம் என்று பயந்தேன். ஆனால் நீ சொல்லும் அந்த கணத்திற்காகக் காத்திருந்தேன்.

இப்பொழுது நான் ஒப்புக்கொண்டே ஆக வேண்டும். ஆம், நானும் உன்னை நேசிக்கிறேன். ஆனால் எனக்கென்று சில வரம்புகள் இருக்கின்றன. எனக்கென்று நானே வகுத்துக்கொண்ட ஒழுக்க எல்லைகளை மீறி நான் போக முடியாது. என் கணவருக்கு உரிமையான எதுவொன்றையும் என்னிடமிருந்து எதிர்பார்க்காதே.

நம் காதலை புனிதமாக வைத்துக்கொள்வேன் என்று எனக்கு சத்தியம் செய்துகொடு. காமத்தால் அதைக் கறைப்படுத்த மாட்டேன் என்று எனக்கு நீ உறுதியளிக்க வேண்டும்.

என்றும் காதலுடன்,

சுமித்ரா

10

பள்ளிகளுக்கும் கல்லூரிகளுக்கும் வெயிற்கால விடுமுறை தொடங்கியது. ஜமால்புரா இப்பொழுது பிரச்சனைகள் முடிந்து பழையபடி ஆகியதால் ஆரிஃபின் குடும்பம் அங்கு செல்ல வேண்டியிருந்தது. ஆரிஃப் ஒரு நாளும் வீணடிக்க விரும்பவில்லை என்று கூறி அவர்களுடன் செல்லவில்லை. அடுத்த அமைவு பரீட்சைக்குத் தயார் செய்யத் தொடங்கினான்.

அவன் குடும்பம் ஊருக்குக் கிளம்பிய அன்று ம்ருத்யுஞ்சய் அவன் வீட்டிற்கு வந்து தானும் இரண்டு நாட்கள் வீட்டில் தனியாக இருக்கப்போவதாகவும் படங்கள் பார்க்க வி.சி.ஆர் ஒன்றை வாடகைக்கு எடுக்கப் போவதாகவும் கூறினான்.

'நம்மள கொஞ்சம் ரிசார்ஜ் பண்ணிக்க இப்படி ஒரு ஹோல்சம் எண்டர்டெயின்மெண்ட் நமக்கு வேணும்,' ம்ருத்யுஞ்சய் கூறினான்.

மாலையில் ம்ருத்யுஞ்சயின் தூரத்து கசின் ஆனந்த் வி.சி.ஆரைக் கொண்டுவந்து அவர்களது கலர் டி.வி.க்குப் பக்கத்தில் பொருத்தினான்.

'கதவ நல்லா க்ளோஸ் பண்ணிட்டியா?' ம்ருத்யுஞ்சய் கேட்டான். 'யாருக்காவது நாம விசியார வாடகைக்கு எடுத்திருக்கோம்னு தெரிஞ்சுதுன்னா நம்ம ரூம் மீன் மார்கெட்டா மாறிடும். யாரும் ஓசில படம் பாக்கறத மிஸ் பண்ண மாட்டாங்க. எப்படி விசியார எடுத்துட்டு

வந்த? பக்கத்து வீட்டுக்காரங்க பாத்திருக்கலாம். யாராவது வந்து கதவ தட்டினாங்கன்னா நம்ம ஈவினிங் ஸ்பாயில் ஆயிடும்.'

'அரே பாய், கவலப்படாத. நான் விசியார ட்ராவல் பேக்ல வெச்சு எடுத்துட்டு வந்தேன். யாராலையும் கண்டுபிடிச்சிருக்க முடியாது.' ஆனந்த் தரையில் கிடந்த பழுப்பு நிற ட்ராவல் பேக் ஒன்றைக் காண்பித்தான்.

'க்ரேட்,' சொல்லிவிட்டு, 'சத்து எடுத்துட்டு வந்தியா?' ம்ருத்யுஞ்சய் கேட்டான்.

'யெஸ்!' ஆனந்த் சொல்லிக்கொண்டே ஸ்ரீகமல் ப்ராண்ட் சத்து-வை சோஃபாவில் ம்ருத்யுஞ்சய்க்கு அருகில் தூக்கிப் போட்டான்.

ம்ருத்யுஞ்சய் ஏற்கெனவே மாட்டு சானத் தட்டிகளை பால்கனியில் எரிய வைத்திருந்தான். மூலிகை, வாசனைப் பொருட்களும் தயாராக இருந்தன. மாவைத் தண்ணீரில் கலந்து, பிசைந்து வைத்திருந்தான். ம்ருத்யுஞ்சய் ஒரு பெரிய பாத்திரத்தில் சத்துவை பாக்கெட்டிலிருந்து முழுவதும் கொட்டி அதில் மசாலா, மூலிகைகள், உப்பு மற்றும் கடுகெண்ணையைக் கலந்தான். கோதுமை மாவைப் பிசைந்து அதில் நடுவில் வைத்திருந்த குழியில் சத்து மாவை இட்டு, இரண்டையும் சேர்த்துப் பிசைந்து உருண்டைகளாக்கினான். பின்பு அந்த மாவு உருண்டைகளை சூடான சாம்பலில் இட்டான். ம்ருத்யுஞ் சய், லிட்டிகள் நெருப்பில் கருகாமல் இருக்க சிறிய இரும்புக் கம்பியால் கிளறிவிட்டுக்கொண்டே இருந்தான். கிச்சனில் ஆனந்த், கேஸ் அடுப்பில் கத்திரிக்காய் மற்றும் தக்காளிகளை வதக்கிக்கொண்டிருந்தான். உருண்டைகள் நெருப்பிலிருந்து எடுக்கப்பட்டு சிறிய துணியால் அதில் இருக்கும் சாம்பல்கள் துடைக்கப்பட்டு, அவை மீது நெய் தடவப்பட்டன. தோலுரிக்கப்பட்டு, பிசையப்பட்ட கத்திரிக்காய் மற்றும் தக்காளியுடன், நறுக்கப்பட்ட பூண்டு, பச்சை மிளகாய், மற்றும் உப்பு கலக்கப்பட்டது.

லிட்டி-சோகா போன்று சுவையான உணவு ஒன்று இல்லை, வரவேற்பறையின் நடு மேஜையில் நெய் தடவிய பொன்னிற உருண்டைகளைப் பார்த்தபோது ஆரிஃப் நினைத்தான். அவன் வாயில் எச்சில் ஊறியது. ஆரிஃப் சமையலில் உதவாததால், தட்டுகள், டம்ளர்களைக் கழுவி, ஸீரோ-பி குழாயிலிருந்து குவளையில் தண்ணீர் நிரப்பி வைத்தான்.

இருபது நிமிடங்களில் பாத்திரத்தை சுத்தமாகக் கழுவியதுபோல் ஆக்கினர். ஆனந்த் குஷன் நாற்காலியில் சாய்ந்தவாறே ஆனந்தமாக ஏப்பம் விட்டான்.

'காரமான சுவையான சாப்பாட்டுக்கப்புறம் காரமான சுவையான படம் பாக்கறது முக்கியம்,' டிவியில் ஒரு பட்டனை அழுத்தியவாறே கூறினான்.

திரையில் தலைப்பு ஒளிர்ந்தது. பசிகொண்ட பெண்கள்.

மூன்று அழகான வெள்ளைநிறப் பெண்கள், பெரிய மார்புகள் மட்டும் வட்டமான புட்டங்களுடன் திரையில் தோன்றி, தங்கள் ஆடைகளை வேகமாகக் களைந்தனர். பின்பு, வாட்டசாட்டமாக, நிர்வாணமாக பொன்னிற முடியுடன் இருந்த ஆண் ஒருவன் அந்தப் பெண்கள் ஒவ்வொருவரிடமும் கலவி கொண்டான்.

ஆரிஃபிற்கு அதுவொரு தீவிர அனுபவமாக இருந்தது. இதற்கு முன் நீலப்படங்கள் குறித்து அறிந்திருந்தாலும் அவை இத்தனை வெளிப்படையாக இருக்கும் என்று அவன் நினைக்கவில்லை. அவனுடைய நாக்கு வறண்டு உடல் வெப்பமாகியது. ம்ருத்யுஞ்சய் கண்கள் டிவியின் திரையில் நிலைகொண்டிருக்க, அவன் முன்னெற்றியில் வியர்வைத் துளிகள் அரும்பியிருந்தன. ஆனந்த் முகத்தில் ஒரு தெய்வீகக் களை.

பத்து நிமிடங்கள் கடந்திருக்காது அதற்குள் அந்த ஆணும் பெண்களும் தங்கள் நிலையை மாற்றிக்கொண்டு, மிக சிரத்தையாக வாயால் வேலைசெய்யத் தொடங்கினர்.

'என்னது இது?' ஆரிஃப் தன்னிச்சையாக வினவினான்.

'இதுதான் 69, ஃப்ரெண்ட்,' ம்ருத்யுஞ்சய் சிரித்தான்.

ஆனால் அந்தக் காட்சி ஆரிஃபிற்கு அதிர்ச்சியைத் தந்தது. அவனுக்கு வாந்தி வரும்போல் இருந்தது. பாத்ரூமிற்கு ஓடினான். லிட்டி-சோகா இரண்டு தவணையில் வெளிவந்தது. வாயைக்கொப்பளித்து, முகத்தைக் கழுவிக்கொண்டு வாந்தியை சுத்தம் செய்தான்.

ஆரிஃப், ம்ருத்யுஞ்சயிடம் வீட்டிற்குப் போக வேண்டும் என்று கூறிவிட்டு அதற்கு அவன் எதுவும் பதில் தரும் முன்னர் வாசற்கதவைத் திறந்துகொண்டு வெளியேறினான். அவனுக்குப் பின்னால் கதவடைக்கும் சத்தம் கேட்டது.

'தௌபா அஸ்தக்ஃபர்! தௌபா அஸ்தக்ஃபர்!' ஆரிஃப், வீட்டிற்குத் திரும்பியபடி மெதுவாகக் கூறிக்கொண்டு இறைவனிடம் மன்னிப்புக் கோரினான்.

அன்று இரவு அவனுக்குக் கனவு வந்தது. சுமித்ரா, படுக்கையில் அவனுக்குப் பக்கத்தில் நிர்வாணமாகப் படுத்திருக்க, ஆரிஃப் அன்று மாலை தான் அந்தப் படத்தில் பார்த்ததை அவளுடன் செய்தான்.

காலையில் அவனுடைய கைலியில் அவனது விந்து வெளியேறி ஈரமாகியிருந்ததை நினைத்து குற்றவுணர்வு கொண்டான். அவனுக்குத் தலைவலி மிகுந்து மூக்கடைத்திருந்தது. ஒரு பாத்திரத்தில் தண்ணீர் எடுத்து அடுப்பில் வைத்தான். டீயில் இஞ்சியைக் கொதிக்க வைத்துக் குடித்தான். அவனுக்கு விக்ஸ் வேபோரப் எடுத்து உறிஞ்ச வேண்டும் போலிருந்தது.

பதினோரு மணிக்கு ஐந்து நிமிடங்கள் இருந்தன. வெளியில் வெயில் கொளுத்தியது. மின்விசிறியிலிருந்து சூடான காற்று வெளியேறியது. மேஜையில் பப்ளிக் அட்மினிஸ்ட்ரேஷன் குறித்த புத்தகம் விரிந்திருந்தது. ஆரிஃப் அதிலிருந்து ஓர் அத்தியாயத்தைப் படிக்க முயன்றான்: ஆப்ரஹம் மாஸ்லோவின் 'ஹயரார்கி ஆஃப் நீட்ஸ்: ஃபிசியலாஜிகல் நீட்ஸ், எஸ்டீம் நீட்ஸ் அண்ட் த நீட்ஸ் ஃபார் செல்ஃப்-ஆக்சுவலைசேஷன்'.

திடீரென்று எனக்கு ஏன் சுமித்ராவின் உடலின் மீது மோகம்? சுமித்ரா உடல் மீதான தன்னுடைய ஆசை ஃபிசியலாஜிகல் நீட்ஸ் பிரிவில் வரும் என்று நினைத்தான். ஆரிஃபிற்குத் தன் கவனம் திசைதிரும்புவதாகத் தோன்ற புத்தகத்தை மூடினான்.

தன்னுடைய சிறிய கருப்பு நிற ரேடியோ பெட்டியை எடுத்து ஆன் செய்தான். விவித பாரதியில் ஒலித்த லதா மங்கேஷ்கரின் க்ளாசிக் பாடல், *'Dil ki girah khol do chup na baitho, koi geet gao' (இதயத்தின் முடிச்சுகளை அவிழ்த்துவிடு, அமைதியாக இருக்காதே, பாட்டு பாடு).* ரேடியோவின் ஒலியைக் கூட்டினான். அடுத்த பாடல் ஆராதனா-விலிருந்து உணர்ச்சிவயமான ஒன்று:

உன் உடல் போதையேற்றுகிறது

உனக்கான காதல் என்னைப் பைத்தியமாக்குகிறது

உன்னுடன் சேர்ந்து பாவம் செய்யதுவிடுவேனோ என்று அஞ்சுகிறேன்

ஆரிஃப் அந்தக் காட்சியை சிந்தித்தான். ராஜேஷ் கண்ணா, நாணமுடன் அரை நிர்வாணமாக இருக்கும் ஷர்மிளா தகூரை தீவிரமாக அணைக்கும் காட்சியைப் பார்க்க முடிந்தது. ஷர்மிளாவின் இடத்தில் சுமித்ராவின் தோற்றம் இடம்மாற, மிக மெலிதான ஆடையுடன் தன்னை நோக்கி அவள் வருவதை ஆரிஃப் பார்த்தான்.

ரேடியோவை அணைத்துவிட்டு, கடந்த பத்து நாட்களாக தான் வாசித்துக்கொண்டிருக்கும் நாவலை எடுத்தான் - லவ் இன் த டைம்ஸ் ஆஃப் காலரா. இரண்டு பக்கங்கள் சென்றபிறகு, அவன் வாசித்துக்கொண்டிருந்த பத்தியை மீண்டும் வாசித்தான்:

> அவள் சித்திரவேலைகள் செய்யப்பட்ட தனது பட்டாடையைக் கழற்றி அறைக்கு நெடுகில் விட்டெறிந்தாள். படுக்கைக்கு அந்தப் பக்கத்தில் மூலையில் இருந்த சாய்வு நாற்காலியில் தனது ரவிக்கையை சுண்டியெறிந்தாள். மடிப்புகள் கொண்ட தனது நீளமான பாவாடையை ஒரே இழுவையில் கழற்றி, அந்த அறையே அவளது துயரத்தின் மிச்சத்தால் நிறையும்வரை தனது சேடின் பெல்ட், இறுதிச்சடங்கிற்கு அணிந்திருந்த காலுரை என்று அனைத்தையும் தரையில் எறிந்தாள். அவள் அதை அத்தனை மகிழ்ச்சியுடனும், அளவான இடைவெளிவிட்டும் செய்வதைப் பார்க்க, நகரத்தையே தரைமட்டமாக்கிய எதிரணியின் பீரங்கி அவளது ஒவ்வொரு அசைவுக்கும் மரியாதை செலுத்துவதுபோல் தோன்றியது. ஃப்ளோரண்டினோ அரிஸா அவள் ஆடையின் முடிச்சை அவிழ்க்க முயல, அவனது முன்னகர்வை எதிர்பார்த்து நயமாக அவளே அவிழ்த்துக்கொண்டாள். ஐந்து வருட திருமண பந்தம், கலவியின் ஒவ்வொரு கட்டத்திலும், ஆரம்ப கட்டம் உட்பட, யாருடைய உதவியும் இல்லாமல் அவளுக்குத் தன்னையே சார்ந்திருக்கக் கற்றுக்கொடுத்திருந்தது. அவள் தனது லேஸ் உள்ளாடையை, ஒரு நீச்சல்காரரின் வேகத்துடன் கால்கள் வழியாக சரித்துக் கழற்ற, கடைசியில் அவள் நிர்வாணமானாள்.

அவன் அந்தப் பத்தியை வாசிக்க வாசிக்க, உஷ்ணமான ஆசையால் அவனுக்கு மூச்சுத் திணறியது. ஃப்ளாரண்டினோ அரிஸாவின் இடத்தில் தன்னையும் விதவை நஸரெத்தின் இடத்தில் சுமித்ராவையும் வைத்துப் பார்த்தான்.

அவன் அந்தப் பத்தியை திரும்ப வாசித்தான்: சுமித்ரா தன் புடவையைக் கழற்றி அறைக்குக் குறுக்காக மூலையில் இருந்த மர நாற்காலியில் விட்டெறிந்தாள். தன் கையில்லாத ரவிக்கையை படுக்கைக்கு அந்தப் பக்கம் தூக்கியெறிந்தாள். ஒரே இழுப்பில் தன் பாவாடையைக் களைந்தாள். ஆரிஃப் அவளது கருப்பு பிராவைக் கழற்ற உதவினான். நீச்சல்காரியைப் போல் வேகமாகக் கால்கள் வழி தன்னுடைய கருப்புப் பருத்தி உள்ளாடையைக் கழற்ற, இப்பொழுது நிர்வாணமாகியிருந்தாள்.

மார்கெஸ் நாவலிலிருந்து கிடைத்த கற்பனை, ஆசையின் எரிமலையை அவனுக்குள் எழுப்ப, அதன் தீப்பிழம்புகள் அவன் நரம்புகளினூடாக ஓடியது. திடீரென்று மூச்சுவிட முடியாததுபோல் ஆரிஃபிற்குத் தோன்ற ஒரு களாஸ் தண்ணீரை எடுத்து ஒரே மடக்கில் குடித்து முடித்தான்.

ஒரு மணி நேரத்திற்குப் பிறகு அவன் சுமித்ராவின் வீட்டின் முன் இருந்தான். மணியை அழுத்தினான். சுமித்ரா கதவைத் திறந்தாள். அவள் புத்துணர்ச்சியுடன் தோற்றமளிக்க அவள் மீதிருந்து குளியல் சோப்பின் மணம் வீசியது. லிரில் சோப்பின் எலுமிச்சை வாசம் ஆரிஃபின் உணர்வுகளைக் கிளர்த்தியது.

‘தனியா இருக்கீங்களா?’ ஆரிஃப் கேட்டான்.

‘ஆமாம்,’ அவள் புன்னகையுடன் பதிலளித்தாள்.

அவள் மேற்கொண்டு எதுவும் கூறுமுன் ஆரிஃப் அவளைத் தள்ளிக்கொண்டு வீட்டிற்குள் நுழைந்தபடி கதவைத் தாழிட்டான். அவளை அறைக்குள் வர அழைத்தான். அவளது அறையில் அவள் கைகளைப் பிடித்தபடி , ‘ஐ லவ் யூ,’ என்றுரைத்துவிட்டு திடீரென்று அவளது தோள்களைப் பிடித்தபடி கன்னத்தில் முத்தமிட்டான்.

‘வேணாம்,’ அவளை விடுவித்துக்கொள்ள முயன்றபடி கூறினாள்.

சுமித்ராவின் பலகீனமான எதிர்ப்பைப் புறந்தள்ளியவாறு அவளை இறுக்கமாகப் பிடித்துக் கட்டிலில் தள்ளினான். இது ஒரு பாவம், ஆரிஃப். ஆரிஃபின் மனசாட்சியை அவளது உடலின் போதையளிக்கும் நறுமணம் சாந்தப்படுத்தியது. சீக்கிரமே சுமித்ரா அவனைத் தடுப்பதுபோன்ற பாவனையைக் கைவிட்டு அவனது பிடியில் இருப்பதை ரசித்தாள். கண்களை மூடி அப்படியேக் கிடந்தாள். அவள்மீது அவனது உடலை அழுத்தினான். இத்தனை அருகாமையில் இதுவரை அவன் ஒரு பெண்ணிடமும் இருந்ததில்லை. ஒன்றிரண்டு நிமிடங்களிலேயே அவனது உடை ஈரமாகியது.

அவனது பிடியைத் தளர்த்தினான். எழுந்து நின்றுகொண்டு ஒரு வார்த்தையும் சுமித்ராவிடம் பேசாமல் அந்த இடத்தைவிட்டு அப்படியே கிளம்பிச் சென்றான். அவளது முகத்தைப் பார்க்கும் தைரியம் அவனிடம் இல்லை.

சைக்கிளை வெறித்தனமாக மிதிக்க தொழுகைக்கான அழைப்பு காதில் விழுந்தது. அன்று வெள்ளிக்கிழமை.

அவன் பயந்தான். 'அல்லாவே! இப்படியொரு பாவம் செய்ய இப்படியொரு புனிதமான நாளை நான் தேர்ந்தெடுத்திருக்கிறேனே.' சில நிமிடங்கள் கழிய, ஆரிஃப் தன் சைக்கிளை பில்டிங் முன் நிறுத்திவிட்டு படிகளில் ஓடினான்.

மசூதிக்குத் தொழுகைக்குச் செல்லுமுன் அவன் குளித்துவிட்டு உடைமாற்றியாக வேண்டும்.

★★★

வெள்ளிக்கிழமை தொழுகை தொடங்குமுன் மசூதியின் கேட்டில் ஆரிஃபின் அப்பாவுடன் வேலை பார்க்கும் தைமுர் அலி ஆரிஃபை நிறுத்தி அவனிடம் ஜாகிர் எங்கே என்று வினவினார். அவன் அவரிடம் ஜாகிர் பாட்னாவில் இல்லை என்று தெரிவித்தான்.

'ஜாகிர் வாரத் தொழுகைக்கு வரதேயில்ல. அவன நான் மசூதில பாக்கறதேயில்லையே,' அவர் சொன்னார். 'அவன் ஏதோ ட்ராமா க்ரூப்ல் சேந்திருக்கான்னு கேள்விப்பட்டேன். முஸ்லிம்களுக்கு ட்ராமா, சினிமா, மியூசிக் எல்லாம் மறுக்கப்பட்டது. அவன் வழிதவறி போறான். இந்த மாதிரி இஸ்லாத்துக்கு எதிரா செய்யறதையெல்லாம் உங்க அப்பா என்னனு கேக்க மாட்டாரா? அவனோட வயசுல பெரியவனா நீயும் அவனுக்கு நல்லது எது பாவம் எதுனு சொல்லித் தர வேணாமா?'

ஆரிஃப் எதுவும் சொல்லவில்லை. அவனது சகோதரனை யாரோ ஒருவன் விமர்சிப்பது பிடிக்கவில்லையெனினும் அவன் அவரிடம் விவாதம் செய்யும் மனநிலையில் இல்லை. அவனுக்குத் தெரியும் அவன் தம்பி வழிதவறிப் போகவில்லை என்று. ஜாகிர் பாவம் புரிபவனோ நாத்திகனோ இல்லை. சடங்குகள் தேவையில்லை என்று நம்பினான். எல்லா சடங்குகளையும் அவன் நிராகரிக்கவும் இல்லை. ஈமைச் சடங்குகளுக்கு அவன்தான் முதலாவதாகச் சென்றான்.

மசூதியில் நீரில் சுத்தம்செய்துகொள்ளும்போது தான்தான் வழிதவறிச் செல்வதாக ஆரிஃப் நினைத்தான். முதலில், புனிதக் காதல் என்று கூறிக்கொண்டு இரண்டு குழந்தைகளுக்குத் தாயானவளை விரும்பினேன். இப்பொழுது எல்லா ஒழுக்கவிதிகளையும் மீறிவிட்டேன்.

அவன் தன்னையே வெறுத்தான். மசூதியின் புனிதச் சூழலால் சூழப்பட்ட அவனை ஒருவிதமான சரித்தன்மை நிறைத்தது. சில நிமிடங்களில் இமாமின் பிரசங்கம் நரகத்தில் எரிந்துகொண்டிருக்கும் அணைக்கமுடியாத நெருப்பில் தான் எரிவதாக ஒருவித மரண பயத்தை அவனுக்குள் ஏற்படுத்தியது. இமாம் தன் பிரசங்கத்தைத் தொடர்ந்தார்.

'நஃப்ஸ்-இ-அம்மராஹ்' குறித்து புனித நூல் சொல்வதவாது: மனிதனின் மனம் எப்பொழுதும் கெட்டதைத் தூண்டத் தயாராக இருக்கும், ஆனால் நஃப்ஸ்-இ-அம்மராஹ், ஒருவனின் பிறவி குணத்தைப் பின்பற்றுபவன் நரகத்திற்குத்தான் செல்வான். யோசியுங்கள்! நரகத்தில் வழங்கப்படும் மிக லேசான தண்டனையும் இந்த பூமியில் கிடைக்கும் தண்டனையைவிடவும் பல மடங்கு அதிகமானது.' பின்பு அவர் ஸினா பற்றிப் பேசினார். தவறான உடலுறவால் விளையும் பாவங்கள். தவறான உடலுறவு கொள்பவனுக்காக நரகத்தில் காத்திருக்கும் ஆழமான படுகுழிபற்றிக் கூறினார். 'மிக பயங்கரமான பாம்புகள் உனக்காக அங்கு காத்திருக்கின்றன.'

நரகம் மற்றும் தண்டனைகள் குறித்த விவரணைகள் ஆரிஃபைக் கலக்கமுறச் செய்தன. நரகத்தின் நெருப்பில் தோல் கருக தான் வறுபடுவதைப் போல் உணர்ந்தான். ஆரிஃப் தனது ஒழுக்கங்கெட்ட நடத்தையைக் குறித்து வருந்தினான். இனி இதுபோல் செய்யக்கூடாது என்று உறுதியேற்றான். இதுவரை சுமித்ராவுடனான அவனது உறவு வெறும் உணர்வு தளத்தில் இருந்ததால் அதை நியாயப்படுத்திக்கொண்டிருந்தான். ஆனால் அந்த வேலி இன்று கடக்கப்பட்டுவிட்டது. எத்தனை மோசமான இழிபிறவியாகிவிட்டோம் என்று ஆரிஃப் நினைத்தான்.

சுமித்ராவை இனி எப்படிப் பார்ப்பான்?

அவளுடன் இதுவரை நிஜமாக எதுவும் நடக்காததை எண்ணி நிம்மதியடைந்தான்.

★ ★ ★

அடுத்து வந்த மூன்று வாரங்களுக்கு ஆரிஃப் அறையில் தன்னை அடைத்துக்கொண்டு அவனது படிப்பில் கவனம் செலுத்த முயன்றான். கடந்த சில மாதங்களாக அவன் படிப்பின்மீது கவனம் செலுத்தாததால் நிறைய பாக்கி இருந்தன. ஒழுங்காக வார நடைமுறையைப் பின்பற்றி *அவஸ்தி அண்ட் அவஸ்தி*-யின் பப்ளிக் அட்மினிஸ்ட்ரேஷன் புத்தகத்தைப் படித்து முடித்தான். சுமித்ராவைத் தப்பித் தவறியும் பார்த்துவிடக்கூடாது என்று ம்ருத்யுஞ்சய் வீட்டிற்கும் அவன் செல்லவில்லை.

அவன் நண்பனிடமிருந்து நீண்ட நாட்கள் விலகியிருக்க முடியாது என்பதையுணர்ந்து ம்ருத்யுஞ்சயை இரவில் சந்திக்கச் சென்றான். பேங்க் காலனியில் கூழாங்கற்களாலான பாதையில் நடந்து ம்ருத்யுஞ்சய் வீட்டிற்குச் செல்ல வலது பக்கம் திரும்பிய பொழுது ராஹுல் எதிர் திசையில் வருவதைப் பார்த்தான்.

ஆரிஃபைப் பார்த்தவுடனே ராஹுல் அழத் தொடங்கினான். ‘அண்ணா! அம்மாக்கு ரொம்ப உடம்பு முடில. அப்பா வீட்டுல இல்ல. அவரு ராஞ்சிக்குப் போயிருக்காரு,’ என்றான்.

‘ம்ருத்யுஞ்சய் வீட்டுல இருக்கானா?’ ஆரிஃப் கேட்டான்.

‘காலனில எல்லாரும் ஷர்மா அங்கிளோட டாட்டர் வெட்டிங்ல கலந்துக்க சாணக்யா ஹோட்டல் போயிருக்காங்க.’

‘அழாத. வா என் கூட,’ ஆரிஃப் அவனை சமாதானப் படுத்தினான்.

கஷ்டப்பட்டு யோசித்து ஒரு போன் நம்பரை நினைவிற்குக் கொண்டுவந்தான். டாக்டர் தேவாஷிஷ் கங்குலி வீட்டிற்கு வந்து நோயாளிகளைப் பார்ப்பதில்லை என்று தெரிந்திருந்தாலும் அவர் எண்ணிற்கு அழைத்தான். அவரிடம் கெஞ்சிக் கூத்தாடினான். வேறு வழியில்லாமல் எரிச்சலுடன் அவர் ஒத்துக்கொண்டார்.

சுமித்ரா வீட்டில் இரவைக் கழிப்பது சரியான யோசனை இல்லை. யாராவது கேள்விப்பட்டால் பெயர் கெட்டுவிடும். ஆனால் வேறு வழியில்லை. காலைவரை அவளுடன் இருக்க டாக்டர் அறிவுறுத்தினார். அவனால் அவளைத் தனியாக விடமுடியாது. அவளுக்கு ஏதாவது ஆகிவிட்டால் அவனால் என்றும் தன்னை மன்னிக்க முடியாது.

கடைசியில் ஆரிஃப் அங்கு தங்குவதாக முடிவெடுத்தான். ‘என்ன நடந்தாலும் நான் இங்க இருக்கனும்,’ என்று சொல்லிக்கொண்டான். அவனது நற்பெயரைவிடவும் சுமித்ரா மிகவும் முக்கியம். பக்கத்து வீட்டுக்காரரை போனில் அழைத்து

அவன் அம்மாவிடம் தரச்சொன்னான். அவளிடம் தனது கல்லூரி நண்பன் ஒருவன் ஹாஸ்பிடலில் இருப்பதாகவும் அவனுடன் அன்றிரவு அங்கு தங்கப்போவதாகவும் தெரிவித்தான்.

ஆரிஃப் ரொட்டிகளும் ஆம்லெட்டும் ராஹுலுக்கு செய்துகொடுத்து, அவன் உண்ட பிறகு படுத்துறங்கச் சொன்னான். சுமித்ரா உறங்கும் கட்டிலின் நுனியில் உட்கார்ந்தபடி ஆரிஃப் தனது வலது புறங்கையால் அவளது முன்நெற்றியைத் தொட்டுப்பார்த்தான். அது இன்னும் சூடாக இருந்தது. டாக்டர் சொல்லியதுபோல் அவளது முகத்தையும் முன்நெற்றியையும் குளிர் நீரில் முக்கியெடுத்த சிறிய துணியால் துடைத்துவிட்டபடி இருந்தான். அவ்வப்போது அவளது ஜுரத்தின் அளவைக் குறித்து வைக்கவும் டாக்டர் சொல்லியிருந்தார். ஒருவேளை டெம்பரேச்சர் அதிகமாகிக்கொண்டு போனால் உடனடியாக ஹாஸ்பிடலுக்கு அழைத்துச் செல்லும்படி கூறியிருந்தார்.

அவள் முழு நினைவுடன் இல்லை. அவளது வாயில் தெர்மாமீட்டரை வைப்பது சரியாக இருக்காது. அவள் அதைப் பற்களால் கடித்துவிடும் வாய்ப்பிருக்கிறது. அக்குளில் வைத்துப் பார்க்க அவளது ரவிக்கையில் ஆரிஃப் கைவிடவேண்டும். அந்த வெள்ளிக்கிழமைக்குப் பிறகு ஆரிஃபிற்குத் தன்மீது நம்பிக்கை இல்லை. அவளது மார்புகளைத் தெரியாமல் தொட்டால் அது அவனைக் கிளர்ச்சியடைய செய்யலாம் என்று பயந்தான். ராஹுலை எழுப்ப நினைத்தான் ஆனால் எழுப்பவில்லை.

அரபு மொழியில் சில மந்திரங்களை ஜபித்தான்:

எவனொருவன் தனது உலக ஆசைகளை விட்டொழித்து தனது ஆன்மாவை தூய்மைப்படுத்துகிறானோ அவன் அழிவிலிருந்து ரட்சிக்கப்படுவான், ஆனால், எவனொருவன் தனது உலக ஆசைகளுக்கு ஆட்படுகிறானோ அவன் வாழ்க்கைமீது நம்பிக்கையிழப்பான்.

அவன் பிறகு ஹோலி குரானிலிருந்து சுராஹ்-அல்-ஃபதிஹாவின் பாசுரங்களை ஜெபித்தான்:

நான் தீய சாத்தானிடமிருந்து அல்லாவிடம் சரணடைகிறேன். மிகவும் உயர்ந்த, கருணை மிகுந்த, எல்லா புகழும் அல்லாவுக்கே, பிரபஞ் சத்தின் தேவன், தூயவரான, கருணைமிகுந்தவரான அல்லாவின்

பெயரில். தீர்ப்பு நாளின் தலைவன். உங்களை மட்டுமே நாம் தொழுவோம். உங்களிடமே உதவி கோருவோம். எங்களுக்கு நல்வழி காமிப்பீராக, உங்கள் வழிகாட்டலில் நடந்தவர்களின் வழி; உங்கள் கோபத்தைப் பெற்றவர்களோ அல்லது வழிதவறிப் போனவர்களோ அல்ல. ஆமென்.

ஆரிஃப் கண்களை வேறு திசையில் திருப்பி, சுமித்ராவின் ப்ளவுசில் இரண்டு பொத்தான்களை நீக்கினான். தெர்மாமீட்டரைக் கையில் வைத்துக்கொண்டு வேகமாக அவளது ப்ராவின் நுனியை விலக்கியவாறு அவளது அக்குளில் வைத்தான். அவளது டெம்பரேச்சர் நூறுக்குக் குறைந்திருந்தது.

மணி இரண்டரை ஆகியிருந்தது. ஆரிஃப் கட்டிலுக்கு அருகில் தூங்கி வழிய, சுமித்ரா அசைந்தபடி எதையோ முனுமுனுத்தாள்.

'சுமித்ரா,' ஆரிஃப் உணர்ச்சிவயப்பட்டு மெலிதான குரலில் அழைத்தான். அவள் பதிலளிக்காமல் மீண்டும் உறங்கிவிட்டாள்.

விடியற்காலை, அறைக்குள் வெளிச்சம் பரவ ஆரிஃப் கட்டிலில் சுமித்ராவிற்கு அருகில், அவளது போர்வையைப் பகிர்ந்த வண்ணம் தான் படுத்துறங்கியிருப்பதைக் கவனித்தான். அவள் கைகள் அவனது மார்பில் பரவியிருந்தன. அவளது முடிக்கற்றை லேசாக அவனது முகத்தை மறைத்திருந்தது. அவனால் அதன் நறுமணத்தை உணர முடிந்தது. அவளது தூக்கத்தைக் கெடுக்காமல் மெதுவாக நகர்ந்தபடி ஆரிஃப் அவளது முன்னந்தலையைத் தொட்டுப்பார்க்க அவளுக்கு ஜுரம் குறைந்திருந்தது. அவன் சற்று ஆறுதல் அடைந்தான். ஜுரம் குறைந்திருக்கிறது என்பதன் அறிகுறியாக அவளுக்கு வியர்த்தது. கிச்சனில் முகத்தைக் கழுவிக்கொண்டு டீ போட்டுக் குடித்தான். ராஹுலுக்கு இரண்டு டோஸ்ட்கள் செய்தான். பின்பு டாக்டரை அழைத்தான்.

'கவலப்பட ஒன்னும் இல்ல. மருந்த வேளா வேளைக்குக் கொடுத்துட்டு வாங்க. என்ன மூணு நாள் கழிச்சு க்ளினிக்ல வந்து பாருங்க,' டாக்டர் கூறினார்.

ஆரிஃப் போனை வைத்துவிட்டு மீண்டும் சுமித்ராவிடம் சென்றான். முகம் வெளிறியிருந்தாலும் அவள் அழகாகவே இருந்தாள். தனது உணர்ச்சியைக் கட்டுப்படுத்த இயலாமல் குனிந்து அவளது முன்னந்தலையில் முத்தமிட்டான். அவள் அசையவில்லை.

பிறகு, ராஹுலை அழைத்து அவனிடம் அவனது அம்மாவுக்கு மருந்து மாத்திரைகளை நேரத்திற்குத் தரக் கூறினான்.

'மாத்திர சாப்பிடறதுக்கு முன்னாடி கட்டாயம் கொஞ்சம் பிஸ்கெட்டோ ப்ரெட்டோ அவங்கள சாப்பிட சொல்லு,' மேற்கொண்டு, 'கவலப்படாத். உங்க அப்பா ராஞ்சிலேருந்து எப்ப திரும்ப வராரு?' என்று கேட்டான்.

'இன்னிக்கு மத்தியானம்.'

'நான் வீட்டுக்குப் போறேன்,' ஆரிஃப் கூறிவிட்டு, அவசரத்திற்குத் தேவைப்பட்டால் அழைக்க தனது பக்கத்து வீட்டுக்காரரின் எண்ணை ராஹுலிடம் கொடுத்தான். 'அப்புறம், நான் உன் வீட்டுல நைட்டு தங்கினேனு யார்கிட்டயும் சொல்லாத. உங்க அப்பாகிட்டயும் சொல்ல வேணாம்.'

'ஏன்?' அந்தப் பையன் வெகுளியாகக் கேட்டான்.

'சொல்லாதனா சொல்லாத. அவ்ளோதான். எனக்கு பிராமிஸ் பண்ணு.'

'சரி, நீங்க சொல்றா மாதிரியே கேக்கறேன் ஆரிஃப் அண்ணா,' அவன் பதிலளித்தான்.

ஆரிஃப் சாலைக்கு வந்தபொழுது வெறிச்சோடியிருந்தது. குண்டான நடுத்தர வயது ஆண் ஒருவன் ரோட்டுப் பக்க கைப்பிடி பம்பில் குளித்துக்கொண்டிருந்ததை ஆரிஃப் பார்த்தான்.

'பம் பம் போலே...' சத்தமாகப் பாடிக்கொண்டே அவன் ஜக்கில் இருந்த தண்ணீரைத் தலையில் கவிழ்த்துக்கொண்டான்.

11

ஆரிஃப் தனது வாசிப்பறையில் அமர்ந்து சுமித்ராவின் மற்றொரு கடிதத்தைப் படித்துக்கொண்டிருந்தான். கடந்தமுறை கொடுத்ததுபோலவே இந்த முறையும் அவனிடம் கடிதத்தைக் கொடுத்தாள், முத்தமளிக்காமல். கடிதம் சிறியதாக கோடிட்ட காகிதத்தில் கிறுக்கப்பட்டிருந்தது. அவனது உதவிக்கு நன்றி தெரிவித்து, அவனை அடிக்கடி சந்திக்க வேண்டும் என்ற தனது விருப்பத்தை வெளிப்படுத்தியிருந்தாள்.

அக்கடிதத்தைப் படிக்கப் படிக்க மகிழ்ச்சியும் படபடப்பும் ஆரிஃபின் உடலை ஒருசேர ஆக்கிரமித்தது. தன்னைக் குறித்த சந்தேகம் மீண்டும் மேலெழும்பியது. அவளிடமிருந்து தான் என்ன எதிர்பார்க்கிறோம் என்று அவனுக்குத் தெரியவில்லை. அவனுக்காக தனது கணவனையோ குழந்தைகளையோ அவள் ஒருபோதும் விட்டுவரப்போவதில்லை. அவள் வந்தாலும் அவன் அவனுடைய குடும்பத்தைப் பகைத்துக்கொண்டு அவளைத் திருமணம் செய்வானா? அது முடியாது என்பது அவனுக்குத் தெரியும்.

‘நான் ஏன் சுமித்ராவை நினைக்கிறேன்?’ அவனையே கேட்டுக்கொண்டான்.

அறையை நோக்கி வரும் காலடிச் சத்தத்தில் எச்சரிக்கையானான் ஆரிஃப். கடிதத்தை மடித்து மேஜைக்கு அடியில் இருந்த புத்தகத்தில் வைத்தான்.

'காலேஜ் டேஸ்ல ரோட் லாவர், ஜா...
விஜய் அமிர்தராஜ் இவங்க எல்லா...
இப்பல்லாம் வேலைக்குப் போன...
கிடைக்கறது ரொம்ப கஷ்டமாகிடு...
ஃப்ரெண்ட்ஸ்கூட விளையாடறேன்,

'நல்லது அங்கிள்.'

'அன்னிக்கு சுமித்ரா பேசும்டே...
இங்க்லீஷ்லாம் ரொம்ப நல்லா...
ராஹுலுக்கு டியூஷன் சொல்லித்தர...
குமார் கேட்டார். ராஜா பஜாரைக் க...
அருகில் வந்திருந்தார்கள்.

சுமித்ரா ஆரிஃப்பிடம் இதுகுறித்துப் ப...
ஏன் ரமேஷிடம் அவ்வாறு சொன்ன...
ஒத்துக்காத ஆரிஃப், நெருப்புகிட்ட...

'என்ன யோசிக்கிற ஆரிஃப்?'

'ஒன்னும் இல்ல அங்கிள்!' ஆரிஃ...
தடவிக்கொண்டே சொன்னான்.

'சோ, ராஹுலுக்கு எப்ப சொல்லித்...

'அடுத்த... மண்டேலேருந்து,' சுமி...
சந்தர்ப்பத்தை நினைத்து நெகிழ்ந்தவ...

'க்ரேட்!'

ரமேஷ் குமார், ஆரிஃப்பை அவனது...
அருகில் இறக்கிவிட, பத்தடி தூ...
ஒன்றின் அடியில் சிவப்பு ப்ள...
சப்-இன்ஸ்பெக்டர் ஒருவர் அமர்...
நான்கு கான்ஸ்டபிள்கள் கையில்...
கேட்டில் நின்றுகொண்டிருந்தார்கள்...

அவர்கள் அணிந்திருந்த தொப்...
அவர்கள் மாநகர காவலர்கள் என்...
அவனது அப்பா வேலைசெ...
போலீஸல்லாமல் வேறு போலீஸ்...
மாநகர போலீஸிற்கு அன்றாட சட்...
அதிகாரம் அதிகமிருப்பதாக ந...
குடிமக்களை பயமுறுத்தி லஞ்சம் ...

'ஹை ஆரிஃப்,' ம்ருத்யுஞ்சய் டென்னிஸ் ராக்கெட்டைத் தோள்களில் தொங்கவிட்டபடி அறைக்குள் நுழைந்தான்.

ஆரிஃப்பை நியு பாட்னா கிளப்பில் விளையாட அழைக்க ம்ருத்யுஞ்சய் வந்திருந்தான். ஆரிஃப் உடனே சம்மதித்தான். கடைசியாக டென்னிஸ் விளையாடி நிறைய வருடங்கள் ஆகியிருந்தன. பல நாட்களாக மறந்திருந்த பழைய காதலியைப் பார்க்கப்போகும் உற்சாகத்தை உணர்ந்தான். டென்னிஸ் விளையாட்டை தீவிரமாக நேசித்த காலம் ஒன்று இருந்தது. சமீபத்தில் ஐ.ஏ.எஸ் தேர்வாகியிருந்த ம்ருத்யுஞ்சயின் பள்ளி நண்பன் அஜித்தும் விளையாட வருவான். நேர்முகத் தேர்வில் ஜெயிக்க அஜித்திடம் சில யோசனைகள் கேட்க நினைத்தான்.

ஆரிஃப், ம்ருத்யுஞ்சயுடன் ஓரணியில் இணைய, எதிரணியில் ம்ருத்யுஞ்சயின் இரண்டு பழைய நண்பர்கள் விளையாடினார்கள். ஸ்ட்ரோக்ஸ் தவறில்லாமல் தர முடியாததால் நிறைய முறை டபுள் ஃபால்ட்ஸ் கொடுத்தான். அவன் திரும்பி அடித்ததெல்லாம் நெட்டுக்கே சென்றன. அவன் எதிர்கொண்ட சரமாரியான தாக்குதல் எல்லாம் கோட்டிற்கு வெளியேயே விழுந்தன. அவன் அடித்தவை எல்லாம் வெளிப்படையாக முறியடிக்கப்பட்டன. ம்ருத்யுஞ்சயே ஆரிஃப்பின் விளையாட்டால் பொறுமையிழந்து விளையாடும்பொழுது இரண்டுமுறை அவனைப் பார்த்துக் கத்தினான். அந்த விளையாட்டில் நேர் செட்டில் அப்பட்டமாகத் தோற்றனர்.

டென்னிஸ் கோர்ட்டிற்கு அருகில் இருந்த இரும்பு பெஞ்சில் வந்து அமர்ந்த ஆரிஃப் ஏமாற்றமாக உணர்ந்தான். எதிரணியில் இருந்த அஜித் அவனிடம், 'ஆரிஃப், இது சும்மா விளையாடின மேட்ச்தான். இதப்போயி சீரியஸா எடுத்துக்காத.'

ஆரிஃப் புன்னகைத்தான். 'இல்ல அஜித்ஜி. நான் அப்செட்டா இல்ல.'

ம்ருத்யுஞ்சயும் அஜித்தின் கசினும் அவர்களிடம் வந்தனர்.

'மெயின்ஸுக்கும் இண்டர்வியூக்கும் பெஸ்டா எப்படி ப்ரிபேர் பண்றது?' ம்ருத்யுஞ்சய் அஜித்திடம் கேட்டான்.

'ஸீ, சிவில் சர்வீஸ் எக்ஸாமுக்கு ப்ரிபேர் பண்றது டென்னிஸ் விளையாடற மாதிரிதான். ஒன்னு சர்வீஸ் ஸ்ட்ராங்கா இருக்கணும், இல்ல ரிடர்னாவது பெர்ஃபெக்டா இருக்கணும். உன்னுடைய பேக் ஹேண்ட் நல்லா இல்லேனா, ஃபோர் ஹேண்ட் எக்ஸ்ப்ஷனலா இருக்கணும். அதே மாதிரி, ஒரு

ஆப்ஷனல் சப்ஜெக்ட் எடுத்து
65-70 மார்க்ஸ் எடுக்கனும்,' அ

'இந்த அனாலஜி இண்ட்ர
ம்ருத்யுஞ்சயும் ஒருசேரக் கூறி

'அப்புறம் இண்டர்வியூ பத்தி

'உன்னோட ஸ்டேட், டிஸ்ட்
எல்லாம் இன்ஃபர்மேஷன்
லக்குதான்,' அஜித் சொன்னா

'நான் டெல்லிக்கு போலா
கூறினான். 'பாட்னால இரு
இல்ல.'

'நல்ல டிசிஷன்,' அஜித் சொ

ஆரிஃபிற்கு ஏமாற்றமாக
டெல்லிக்கு அனுப்ப இயலா

க்ளப்பின் எதிர் மூலையில்
ஒரு நடுத்தர வயது ஆணு
கொண்டிருந்ததை ஆரிஃப் க

பிறகு, அஜித் அவனது கசின
சென்றான்.

'அஜித்தோட அப்பாவும் ஐ.ஏ
ஆரிஃபிடம் கூறினான்.

'வாவ்!' ஆரிஃப் வியந்தான்.

ம்ருத்யுஞ்சய்க்கு போள
சந்திக்கவிருப்பதால் அவன்
கிளம்பிவிட்டான்.

நியூ பாட்னா கிளப்பின்
ஆரிஃப் ஆட்டோவிற்காகக்

ரமேஷ் குமார் தன் காரை
அவனையும் காரில் ஏறச்
மறுத்தான். ஒருவரின் மனை
அவருடனேயே பேசிப் பழக
ஆனால் ரமேஷ்குமார் அவ
அவனை காரில் ஏற வற்புறு

ஓங்கியிருந்தது. பிஹார் மிலிட்டரி போலீஸென்பது பொதுவாக ரிசர்வ் ஃபோர்ஸ்தான்.

அந்த அதிகாரி சிகரெட் வைத்திருந்த கையால் சோகையாகக் கையுயர்த்தி ஆரிஃபிடம் உள்ளே வரக்கூடாது என்று சைகை செய்தார்.

'என்ன பிரச்சன சார்?' ஆரிஃப் ஆஃபீசரிடம் கேட்டான்.

'போலீஸ் ஆடிடோரியத்துல வி.ஐ.பி மீட்டிங் நடக்குது. இந்த ரோட செக்யூரிடி ரீசன்ஸ்காக க்ளோஸ் பண்ணியிருக்கோம்,' என்று திமிராகச் சொன்னார்.

'நான் இந்த காலனிக்குள்ளதான் இருக்கேன். என் அப்பா இங்க இன்ஸ்பெக்டரா இருக்காரு,' ஆரிஃப் விவாதித்தான்.

'கேட் நம்பர் 2 வழியா போ.'

'என் வீடு இங்கதான் இருக்கு. நான் ஏன் ரெண்டு கிலோமீட்டர் நடக்கனும்?' ஆரிஃபின் குரல் தீவிரமாகியிருந்தது.

அவன் கேட்டை நோக்கி நடக்க அந்த ஆஃபீசர் அவன் காலரைப் பிடித்து இழுத்து, 'ரவுடித்தனம் பண்றியா? பெரிய இவன்னு நினைப்பு.'

ஆரிஃபும் திரும்பி அந்த சப்-இன்ஸ்பெக்டரின் காலரைப் பிடித்தான்.

'எவ்ளோ தைரியம் இருந்தா எங்க அண்ணா மேல கை வெப்ப?' திடீரென்று எங்கிருந்தோ தோன்றிய ஜாகிர் அந்த ஆஃபீசரை அறைந்தான். குள்ளமாக குண்டாக இருந்த அந்த சப்-இன்ஸ்பெக்டரை சுலபமாக ஜாகிரால் சமாளிக்க முடிந்தது. தங்கள் ஆஃபீசர் இரண்டு பேருடன் கைகலப்பில் இருப்பதைப் பார்த்து கேட்டில் இருந்த கான்ஸ்டபிள்கள் அவர்களை நோக்கி ஓடி வந்தனர்.

ஆரிஃப் அந்த சப்-இன்ஸ்பெக்டரிடமிருந்து ஜாகிரை விலக்கப்பார்க்க, அவனது தோளில் கடும் வலி ஏற்பட்டது. என்னவென்று சுதாரிப்பதற்குள் ஒரு கான்ஸ்டபிள் அவனைப் பிடித்துக்கொண்டான். ஜாகிரை அடிக்க அவர்களில் ஒரு கான்ஸ்டபிள் தனது கெட்டியான லத்தியை உயர்த்துவதை ஆரிஃப் பயத்துடன் பார்த்தான். ஜாகிரின் நீளமான தலைமுடி ரத்தத்தில் நனைந்து அவன் கீழே விழுவதைப் பார்த்து ஆரிஃப் கதறினான். எதையும் யோசிக்காமல் அந்த போலீசார் மீது ஆரிஃப் பாய்ந்து அவர்களில் ஒருவனை கீழே தள்ளினான். பச்சை தொப்பி

‘காலேஜ் டேஸ்ல ரோட் லாவர், ஜான் நியூகாம்ப், அப்புறம் நம்ம விஜய் அமிர்தராஜ் இவங்க எல்லாரோட தீவிர ஃபேன் நான். இப்பல்லாம் வேலைக்குப் போன பிறகு விளையாட டைம் கிடைக்கறது ரொம்ப கஷ்டமாகிடுச்சு. இருந்தாலும் அப்பப்ப ஃப்ரெண்ட்ஸ்கூட விளையாடறேன்,’ ரமேஷ் குமார் சொன்னான்.

‘நல்லது அங்கிள்.’

‘அன்னிக்கு சுமித்ரா பேசும்போது உன்னோட மேத்ஸ் இங்க்லீஷ்லாம் ரொம்ப நல்லா இருக்குனு சொன்னா. ராஹுலுக்கு டியூஷன் சொல்லித்தர ஒத்துக்கிட்டியாமே?’ ரமேஷ் குமார் கேட்டார். ராஜா பஜாரைக் கடந்து ஆஷியானா மோருக்கு அருகில் வந்திருந்தார்கள்.

சுமித்ரா ஆரிஃபிடம் இதுகுறித்துப் பேசவில்லை. ஆனால் அவள் ஏன் ரமேஷிடம் அவ்வாறு சொன்னாள் என்று அவன் யூகித்தான். *ஒத்துக்காத ஆரிஃப், நெருப்புகிட்ட இன்னும் நெருங்காத.*

‘என்ன யோசிக்கிற ஆரிஃப்?’

‘ஒன்னும் இல்ல அங்கிள்!’ ஆரிஃப் பின் பக்கக் கழுத்தைத் தடவிக்கொண்டே சொன்னான்.

‘சோ, ராஹுலுக்கு எப்ப சொல்லித் தர ஆரம்பிக்கப் போற?’

‘அடுத்த… மண்டேலேருந்து,’ சுமித்ராவை தினமும் பார்க்கும் சந்தர்ப்பத்தை நினைத்து நெகிழ்ந்தவனாக ஆரிஃப் தடுமாறினான்.

‘க்ரேட்!’

ரமேஷ் குமார், ஆரிஃபை அவனது காலனி மெயின் கேட்டின் அருகில் இறக்கிவிட, பத்தடி தொலைவிலேயே மாமரம் ஒன்றின் அடியில் சிவப்பு ப்ளாஸ்டிக் சேரில் போலீஸ் சப்-இன்ஸ்பெக்டர் ஒருவர் அமர்ந்திருப்பதைப் பார்த்தான். நான்கு கான்ஸ்டபிள்கள் கையில் தாட்டமான குச்சியுடன் கேட்டில் நின்றுகொண்டிருந்தார்கள்.

அவர்கள் அணிந்திருந்த தொப்பியின் வண்ணத்திலிருந்து அவர்கள் மாநகர காவலர்கள் என்பதை அறிந்துகொண்டான். அவனது அப்பா வேலைசெய்த பிஹார் மிலிட்டரி போலீஸல்லாமல் வேறு போலீஸ் படையைச் சார்ந்தவர்கள். மாநகர போலீஸிற்கு அன்றாட சட்ட ஒழுங்கை பராமரிப்பதால் அதிகாரம் அதிகமிருப்பதாக நம்பப்பட்டது. அதனால் குடிமக்களை பயமுறுத்தி லஞ்சம் வாங்குவதிலும் அவர்கள் கை

ஓங்கியிருந்தது. பிஹார் மிலிட்டரி போலீஸென்பது பொதுவாக ரிசர்வ் ஃபோர்ஸ்தான்.

அந்த அதிகாரி சிகரெட் வைத்திருந்த கையால் சோகையாகக் கையுயர்த்தி ஆரிஃபிடம் உள்ளே வரக்கூடாது என்று சைகை செய்தார்.

'என்ன பிரச்சன சார்?' ஆரிஃப் ஆஃபீசரிடம் கேட்டான்.

'போலீஸ் ஆடிடோரியத்துல வி.ஐ.பி மீட்டிங் நடக்குது. இந்த ரோட செக்யூரிடி ரீசன்ஸ்காக க்ளோஸ் பண்ணியிருக்கோம்,' என்று திமிராகச் சொன்னார்.

'நான் இந்த காலனிக்குள்ளதான் இருக்கேன். என் அப்பா இங்க இன்ஸ்பெக்டரா இருக்காரு,' ஆரிஃப் விவாதித்தான்.

'கேட் நம்பர் 2 வழியா போ.'

'என் வீடு இங்கதான் இருக்கு. நான் ஏன் ரெண்டு கிலோமீட்டர் நடக்கனும்?' ஆரிஃபின் குரல் தீவிரமாகியிருந்தது.

அவன் கேட்டை நோக்கி நடக்க அந்த ஆஃபீசர் அவன் காலரைப் பிடித்து இழுத்து, 'ரவுடித்தனம் பண்றியா? பெரிய இவன்னு நினைப்பு.'

ஆரிஃபும் திரும்பி அந்த சப்-இன்ஸ்பெக்டரின் காலரைப் பிடித்தான்.

'எவ்ளோ தைரியம் இருந்தா எங்க அண்ணா மேல கை வெப்ப?' திடீரென்று எங்கிருந்தோ தோன்றிய ஜாகிர் அந்த ஆஃபீசரை அறைந்தான். குள்ளமாக குண்டாக இருந்த அந்த சப்-இன்ஸ்பெக்டரை சுலபமாக ஜாகிரால் சமாளிக்க முடிந்தது. தங்கள் ஆஃபீசர் இரண்டு பேருடன் கைகலப்பில் இருப்பதைப் பார்த்து கேட்டில் இருந்த கான்ஸ்டபிள்கள் அவர்களை நோக்கி ஓடி வந்தனர்.

ஆரிஃப் அந்த சப்-இன்ஸ்பெக்டரிடமிருந்து ஜாகிரை விலக்கப்பார்க்க, அவனது தோளில் கடும் வலி ஏற்பட்டது. என்னவென்று சுதாரிப்பதற்குள் ஒரு கான்ஸ்டபிள் அவனைப் பிடித்துக்கொண்டான். ஜாகிரை அடிக்க அவர்களில் ஒரு கான்ஸ்டபிள் தனது கெட்டியான லத்தியை உயர்த்துவதை ஆரிஃப் பயத்துடன் பார்த்தான். ஜாகிரின் நீளமான தலைமுடி ரத்தத்தில் நனைந்து அவன் கீழே விழுவதைப் பார்த்து ஆரிஃப் கதறினான். எதையும் யோசிக்காமல் அந்த போலீசார் மீது ஆரிஃப் பாய்ந்து அவர்களில் ஒருவனை கீழே தள்ளினான். பச்சை தொப்பி

அணிந்த காவலர்கள் நான்கைந்து பேர் அவர்களை நோக்கி ஓடிவருவதை ஆரிஃப் ஓரக்கண்ணால் பார்த்தான்.

‘அர்ரே! அவங்க கான் சாஹப்போட பசங்க. ஜீப்ப உடனே கூப்பிடு. இந்த டிஸ்ட்ரிக்ட் போலீஸையெல்லாம் துரத்தனும். நம்ம பசங்கள நம்ம கேம்பஸுக்குள்ளயே அடிக்க அவனுங்களுக்கு எவ்ளோ தைரியம் இருக்கனும்?’ ஆரிஃப் அவர்கள் பேசுவதைக் கேட்டான்.

சண்டை இப்போது பிஹார் மிலிட்டரி போலீஸ் மற்றும் பிஹார் மாநில போலீஸுக்கு இடையேயான பிரச்சனையாக மாறியது. அவர்களுக்கிடையேயான வெறுப்பு தெரிந்ததுதான். ஏதோ ஒன்று தலையில் இடிக்க, ஆரிஃபிற்கு எல்லாம் கலங்கலாகத் தெரிந்தது.

ஆரிஃப் கண் விழித்தபோது தான் ஹாஸ்பிடல் பெட்டில் இருப்பதை உணர்ந்தான். கட்டுபோடப்பட்ட தலை வலியால் விண்ணென்றிருந்தது. படுக்கைக்குப் பக்கத்தில் அப்பா முகத்தில் கவலை படிய நின்றிருந்தார்.

‘ஜாகிர் எப்படி இருக்கான்?’ ஆரிஃப் கேட்டான்.

‘அவன் ஐ.சி.யூல இருக்கான். தலைக்குள்ள அடிபட்டிருக்கலாம்னு டாக்டர்ஸ் சொல்றாங்க.’

வலியுடன் குற்றவுணர்வும் சேர்ந்துகொண்டு ஆரிஃபைத் தாக்கியது. சப்-இன்ஸ்பெக்டருடன் சண்டை போட்டிருக்கக்கூடாது என்று அவன் நினைத்தான். கடவுள் மன்னிப்பாராக, ஜாகிருக்கு ஏதாவதொன்று ஆகிவிட்டால் அவனால் அவனையே மன்னிக்க முடியாது.

பல வருடங்கள் முன்பு ஜமால்புராவில், ஆரிஃப் ஹோம்வொர்க் செய்யவில்லையென்று அவனுடைய வாத்தியார் ஆரிஃபின் காதைப் பிடித்துத் திருக, ஐந்து வயது சிறுவனான ஜாகிர் அவரை அறைந்துவிட்டான். ‘சாலா, அவன் ஏன் என் அண்ணாவ அடிச்சான்? அவன நான் கொன்னுடுவேன்,’ ஜாகிர் கோபத்தில் கொதித்தெழுந்து ஆரிஃபை அவன் டீச்சரிடமிருந்து இழுத்து வந்தான்.

‘பவ்வா!’ அம்மா, முகமெல்லாம் கண்ணீர் படிந்த கறையுடன் அழைத்தாள்.

‘எனக்கு ஒன்னும் இல்லம்மா. ஜாகிருக்காக ப்ரே பண்ணிக்கோங்க,’ ஆரிஃப் சொன்னான்.

புனித குரானை ஜெபித்தவாறு பாட்டியும் அங்கு இருந்தாள்.

ரபியா, நஸ்னீன், மற்றும் ஹுமா ஜெனெரல் வார்டுக்குள் நுழைவதை ஆரிஃப் கவனித்தான். முகம் வெளிறிப்போயிருக்க அவர்களால் எதுவும் பேச முடியவில்லை.

கண்களை மூடி, கடந்த காலத்தின் நினைவுகள் அவன் மனதில் நிழலாட, ஆரிஃப் உறங்கினான். அவன் ஆறு வயது சிறுவனாக மீண்டும் மாறியிருந்தான். ஜமால்புரா மசூதியின் முற்றத்தில் ஜாகிர் அவனுடன் கண்ணாமூச்சி விளையாடிக்கொண்டிருந்தான். திடீரென்று, ஜாகிர் விலகி ஓடத் தொடங்க, ஆரிஃப் அவனை அழைத்துக்கொண்டே பின்னால் ஓடினான்.

'என்னப்பா முனுமுனுக்கற?' ஆரிஃபிற்கு பரிச்சயமான குரல் கேட்டது.

திடுக்கிட்டு எழுந்து அமர, ஏற்கெனவே விடிந்துவிட்டதை உணர்ந்தான்.

'ஜாகிர் எப்படி இருக்கான் அப்பா?'

'டாக்டர்ஸ் இப்ப பரவால்லனு சொல்றாங்க.'

'நல்லது. அல்லாவே!'

'சாஸ்திரி நகர் போலீஸ் ஸ்டேஷன்ல ஒரு எஃப்.ஐ.ஆர் போட்டிருக்கேன். ஜாகிர் கண் விழிச்சதுக்கப்புறம் இன்னும் என்ன நடந்ததுனு தெரிஞ்சுக்கலாம். என் பசங்கள அடிச்ச அந்த தேவடியா பையன சும்மா விடமாட்டேன்,' கண்களில் கோபம் மின்ன அப்பா கூறினார்.

அரை மணி நேரம் கழித்து, அப்பா, அம்மா ஆரிஃபின் சகோதரிகள் அனைவரும் ஜாகிரைப் பார்க்கச் சென்றனர். பாட்டி தொழுகை செய்துகொண்டிருந்தாள். திடீரென்று ஓலமிட்டு அழும் குரல்களை பக்கத்து அறையிலிருந்து ஆரிஃப் கேட்டான்.

அவனுடைய அம்மாவும் சகோதரிகளும் அழுகிறார்களா?

ஆரிஃப் பயந்துபோய் படுக்கையிலிருந்து குதித்து, தத்தித்தத்திக் காரிடாருக்குச் சென்றான்.

இரண்டு பெண்கள் வெள்ளைத் துணியால் போர்த்தப்பட்டிருந்த ஒரு பிணத்தைப் பார்த்துக் கதறியழுதுகொண்டிருந்தார்கள். எந்த உணர்வுமில்லாமல் வார்டு பாய் ஒருவன் அவர்கள் அருகில் நின்றுகொண்டிருந்தான். ஆரிஃப் பெருமூச்சுவிட்டுக்கொண்டே அந்தப் பெண்களுக்காக வருந்தினான். திரும்பிப் போக, அப்பா ரிசப்ஷனில் யாருடனோ போனில் பேசிக்கொண்டிருப்பதைப்

பார்த்தான். சுமித்ரா, காத்திருப்பு அறையில் அவனது சகோதரிகளுடன் பேசிக்கொண்டிருப்பதையும் பார்த்தான்.

அப்பா, ஆரிஃபைக் கவனித்துவிட்டு அவனிடம் ஓடிவந்தார்.

'பெட்லேருந்து ஏன் எழுந்த?' அப்பா கேட்டார்.

'எனக்கு ஜாகிர பக்கனும் அப்பா.'

'அவன ஜெனரல் வார்டுக்கு அழைச்சுட்டு வந்த உடனே உன்ன கூட்டிட்டுப் போறேன்,' அப்பா சொல்லிவிட்டு அவனை படுக்கைக்கு அழைத்துக்கொண்டு போனார்.

சுமித்ரா சில நிமிடங்கள் கழித்து அவனது சகோதரிகளைப் பின் தொடர்ந்து வந்தாள். அவளும் அழுதுகொண்டிருந்திருக்கிறாள். அவளது இருப்பு தவித்துக்கொண்டிருந்த அவனது ஆன்மாவிற்கு வலி நிவாரணியாக விளங்கியது.

சில நிமிடங்களுக்குப் பிறகு ம்ருத்யுஞ்சயின் அப்பா ப்ரேம் ப்ரகாஷ் பாண்டே அவனைப் பார்க்க வந்தார். அவர் பார்ப்பதற்குக் குள்ளமாக குண்டாக, ஃப்ரென்ச்-கட் தாடி வைத்திருந்தார். ஆரிஃபின் படுக்கைக்குப் பக்கத்திலிருந்த நாற்காலியில் அமர்ந்து அவன் உடல் நலம் குறித்து விசாரித்தார். ம்ருத்யுஞ்சய், கோச்சிங் க்ளாஸில் சேர டெல்லிக்குப் போய்விட்டதாகவும் அவன் ஹாஸ்பிடலிலிருந்து டிஸ்சார்ஜ் ஆனதும் அவனை அழைத்துப் பேசுவதாகவும் அவனிடம் தெரிவித்தார்.

★★★

ஒரு மாதம் கழித்து, ஒரு குளிர்ச்சியான மதிய வேளையில் இன்னும் தலையில் கட்டுடன் ஜாகிர் தனது படுக்கையில் அமர்ந்திருந்தான். ஆரிஃபிற்குப் பூரணமாக குணமாகி, அவன் அவனது தம்பிக்கு அருகில் அமர்ந்திருந்தான். படுக்கைக்கு அருகில் பாட்டி, மூங்கில் கூடையில் அமர்ந்திருந்தாள்.

'பாட்டி, எனக்கு ஒரு கத சொல்லு,' ஜாகிர் கேட்டான். ஹாஸ்பிடலிலிருந்து டிஸ்சார்ஜ் ஆனதிலிருந்து ஜாகிருக்கு இதுவே பொழுதுபோக்காக இருந்தது. ஆரிஃப் புன்னகைத்தான்.

பாட்டி தொண்டையை செருமிக்கொண்டு பிஸ்மில்லாஹ் ஓதிவிட்டு, கதையைத் தொடங்கினாள்.

‘முகலாய மன்னன் அக்பரின் ஆட்சியில் கட்டுமஸ்தான, இளமையான பக்தியர் என்ற பதான் ஒருவன் அஃப்கானிஸ்தானிலிருந்து டெல்லிக்கு வந்தான். நகரத்திற்கு வந்ததும் தனது வந்தனங்களை வழங்க ஹஸ்ரத் நிஸாமுதீன் அவுலியா என்ற பெரிய சூஃபி துறவியின் தர்காவிற்குச் சென்றான். கோவிலிலிருந்து திரும்பும்பொழுது, முகமூடி அணிந்து தடியாக இருந்த இருவர் வெள்ளைத்தாடி வைத்திருந்த வயதான ஒருவரை கருணையேயில்லாமல் அடிப்பதைப் பார்த்தான். பக்தியர் உடனேயே அந்த இருவரையும் பிடித்துத் தரையில் கடாசினான். பதான் என்பதற்கு இணங்க பலமாகவும் தைரியமாகவும் அவன் இருந்தான். அந்த இருவரையும் இலகுவாகத் தாக்கினான். கடைசியில், அந்த இருவரும் நிஸாமுதீனின் குறுகிய தெருக்களில் ஓடி மறைந்தனர்.

‘அந்த வயதானவருக்கு அடிபட்டிருந்தது. வழியில் சென்றுகொண்டிருந்த ஒருவரின் உதவியுடன் பக்தியர் அந்த வயதானவரை ஹகிம் ஒருவரிடம் கூட்டிச் சென்றான். சிகிச்சை முடிந்ததும் பக்தியர் அந்த வயதானவரை அவர் வீட்டில் விட வாடகைக் குதிரைவண்டி எடுத்தான். நகரத்தின் மையத்தில் மிகப் பிரமாண்டமாக இருந்தது அந்த மனிதரின் வீடு. மன்னனின் டெல்லி நிர்வாகத்திற்குத் தலைமை அதிகாரிதான் இந்த வயதானவர் என்பதை பிறகு தெரிந்துகொண்டான்.

‘பக்தியரின் வீரத்தால் ஈர்க்கப்பட்ட வயதானவர், அக்பரின் அவையில் ஒரு பெரிய பதவியை வாங்கித் தந்ததோடல்லாமல் தனது ஒரே மகளையும் அவனுக்கு மணமுடித்து வைத்தார்.

‘விரைவில் அவர்களுக்கு ஒரு மகன் பிறந்தான். அவனுக்கு ஜமாலுதீன் கான் என்று பெயரிட்டனர். அப்பொழுது படைத் தலைவராக இருந்த பைரம் கானைப் போல் தனது மகனும் படைத் தலைவனாக வளர வேண்டும் என்று பக்தியர் விரும்பினான். ஜமாலுதீனுக்கோ ஆன்மீகம், சூஃபீயிசம் மீது ஈர்ப்பு இருந்ததால் உலக ஆசைகள் அற்று இருந்தான். டெல்லியில் பிரபலமாக இருந்த சூஃபி துறவி ஒருவரின் கீழ் மாணவனாகி தன்னுடைய பெரும்பான்மை நேரத்தை அவருடன் தொழுகை செய்யவோ ஏழைகளுக்கு உதவவோ செலவிட்டான். பெற்றோர் தொடர்ந்து வற்புறுத்தியும் திருமணம் செய்துகொள்ள மறுத்தான். வாகன விபத்தில் அவனது தந்தை மரித்தபொழுது அவனுக்கு வயது நாற்பத்தியிரண்டு. சில வாரங்கள் கழித்து, தனது கணவன் இறந்த துக்கத்தைத் தாளாத அவனது அம்மா தூக்கத்திலேயே உயிரை விட்டிருந்தாள்.

‘மிகவும் மனமுடைந்துபோன ஜமாலுதீன் தொழுகையில் தஞ்சம் அடைந்தான். ஒரு நாள் இரவு தனது நள்ளிரவு தொழுகைக்குப் பிறகு தூங்கியவனின் கனவில் பொலிவான முகம் கொண்ட துறவி ஒருவர் வந்தார். மாயத்தோற்றம் கொண்ட துறவி அவனை கிழக்கிற்குச் சென்று இஸ்லாத்தைப் பரப்பக் கூறினார்.

‘மறுநாளே அவன் தன் பயணத்தைத் தொடர்ந்தான்.

‘பல மாதப் பயணத்திற்குப் பிறகு அவன் பிஹாரில் இருந்த மோதிஹாரியை அடைந்தான். மற்றொரு கனவு அவனை தொடர்ந்து போகச் சொல்லியது. சென்று சேர வேண்டிய இடம் குறித்து எதுவும் தெரியவில்லை என்றாலும் அவனை ஒரு சக்தி இயக்கியது. அவன் நடந்துகொண்டே இருக்க, இறுதியில் யாருமற்ற இடத்திற்கு வந்து சேர்ந்தான். அங்கு பழமையான சிதிலமடைந்த மாளிகை ஒன்று இருந்தது.

‘அன்றிரவு அங்கு தங்குவதாக முடிவுசெய்து வராந்தாவை சுத்தப்படுத்தி தன்னுடைய சொற்பப் பொருட்களை எடுத்தான். லோடா ஒன்று, தொழுகைப் பாய் மற்றும் விரிப்பு ஒன்று, காய்ந்த திராட்சைகள் சில என்று வராந்தாவின் ஓரத்தில் வைத்தான். பின்பு புழுதிபடிந்திருந்த கற்பாதையில் பாயை விரித்துப் படுத்தான். அன்றிரவு அதே துறவி அவன் கனவில் தோன்றி யாருமற்ற அந்த இடத்திலேயே இனி அவனது வாழ்க்கையைத் தொடருமாறு கூறினார். காலையில் கண் விழித்துப் பார்த்தால், அருகிலிருந்த கிராமங்களிலிருந்து வந்தவர்கள் அவனைச் சூழ்ந்திருப்பதைப் பார்த்தான்.

‘அந்த ஊர்க்காரர்களுக்கு இப்படிச் சிதிலமடைந்த மாளிகையின் வராந்தாவில் ஒளிவட்டம் கொண்ட பிரகாசமான வழிப்போக்கன் ஒருவனைப் பார்த்தது ஆச்சரியமளித்தது. மாளிகையின் புராதன மன்னனின் புதையல்களைப் பாதுகாக்க அந்த இடத்தை ஆவிகள் பீடித்திருந்தன. யாரெல்லாம் இரவு அங்கு செல்கிறார்களோ அவர்கள் மாயமாக இறந்துவிட்டிருந்தனர். ஐம்பது வருடங்கள் கழித்து, அப்பொழுதிருந்த உள்ளூர் மன்னன் ஒருவன் இருபது பேர் கொண்ட தனது வீரர் படையை அனுப்பிப் புதையலைக் கைப்பற்றச் சொன்னான். அடுத்த நாளே வீரர்கள் அனைவரும் இறந்துவிட்டிருந்தனர். அதற்குப் பிறகு அந்த மாளிகையில் அடி எடுத்து வைக்க யாருக்கும் தைரியம் இல்லை.

‘புனிதமான ஒருவரால்தான் இத்தகைய பேய் மாளிகையில் இரவு எந்தப் பிரச்சனையும் இல்லாமல் கழிக்க முடியும் என்று கிராமத்தார் நம்பினார்கள். அவனது தாடி மற்றும்

தொப்பியால் அவனை ஓர் இஸ்லாமிய துறவியான சூஃபி என்று அறிந்துகொண்டனர். ஆகையால் பிர் சாஹப் என்று அவர்கள் அவனை அழைக்கத் தொடங்கினர். குறுகிய காலத்தில், தொலை தூரத்திலிருந்து பலரும் அவரின் ஆசீர்வாதம் பெற அவரை தரிசிக்க வந்தனர்.

'பிர் சாஹபின் புகழ் ராஜ்புத் ஜமீந்தாரரை எட்ட, அவர் துறவியை தரிசிக்க வந்தார். நல்ல உயரமாக கம்பீரமாக அடர்த்தியான மீசையுடன் இருந்த ஜமீந்தார் பிர் சாஹபைப் பார்த்ததும் ஈர்க்கப்பட்டு அவரது சிஷ்யரானார். பின்பு அவரும் அவரது குடும்பமும் இஸ்லாத்திற்கு மதம் மாறினர். அவருடைய ஒரே மகள் ஹஸ்ரத், ஜமாலுதீனின் ஆன்மீக அழகால் ஈர்க்கப்பட்டு அவரைத் தவிர வேறொருவரை மணக்க முடியாது என்று பிடிவாதமாகயிருந்தாள். ஜமீந்தாரர், பிர் சாஹபிடம் தனது மகளை திருமணம் செய்துகொடுக்க அவரிடம் வர, தயக்கத்துடன் அதை ஏற்றுக்கொண்டார் பிர் சாஹப். பழைய மாளிகையின் முன்பு மண் மற்றும் ஓலைகளாலான குடிசை ஒன்றைத் தானே கட்டினார். காலம் செல்லச் செல்ல அவர்களுக்கு மூன்று ஆண் குழந்தைகள் பிறந்தன. அந்த மூன்று மகன்களிலிருந்து அவர்களது சந்ததி பெருகியது. அந்த குடிசையைச் சுற்றி ஜமால்புரா கிராமம் எழும்பியது.

'தனது இறப்பிற்குப் பிறகு அந்தத் துறவி அங்கேயே அடக்கம் செய்யப்பட்டு, அந்தக் குடிசையே அவருடைய சமாதியாகியது. அதுதான் ஹஸ்ரத் ஜமாலுதீன் ரெஹ்மதுல்லாஹ் அவுலியாவின் கோயிலாக அறியப்பட்டது. பல வருடங்கள் கழித்து, பிர் சாஹபின் சந்ததியில் ஒருவர் அக்கோயிலை நான்கு தூண்கள் மற்றும் பச்சைக் குவிமாடத்துடன் பெரிய மண்டபமாகக் கட்டினார். அது இன்று வரை இருக்கிறது.

'ஹஸ்ரத் ஜமாலுதீன் பிர் நமது மரியாதைக்குரிய துறவி மட்டுமல்ல, அவர் நமது மூதாதையரும் கூட. நமது குடும்பமும், மற்ற உறவுகளின் குடும்பமும் அவரிடமிருந்தே தோன்றின. நமது கிராமத்திற்கு அவரது பெயரே சூட்டப்பட்டது,' பாட்டி கதையை முடித்தாள்.

ஆரிஃபிற்கு இந்தக்கதை ஏற்கெனவே தெரிந்திருந்தாலும் புதிதாகச் சேர்க்கப்பட்ட குடும்ப வரலாறு அவனுக்கு மகிழ்ச்சியளித்தது. ஒரு சாதாரண கதையையும் ஆர்வமிக்க மாயாஜால கதையாக்க அவனது பாட்டிக்குத் தெரிந்திருந்தது.

பாட்டி சுவர்க் கடிகாரத்தைப் பார்த்துவிட்டு எழுந்துகொண்டாள். அறையை விட்டு வெளியே செல்லும்பொழுது, 'நமாஸுக்கு டைமாச்சு,' என்றாள். ஜாகிர் தூங்குவதற்காக படுக்கையில் தளர்வாகப் படுத்துக்கொண்டான். துணி அடுக்கிலிருந்து மஞ்சள் பாகல்பூரி பட்டுத் துணியை எடுத்து ஜாகிருக்குப் போர்த்திவிட்டான் ஆரிஃப்.

முழுதாக குணமடைந்து கல்லூரி வகுப்புகளுக்குச் செல்ல ஜாகிருக்கு மேலும் மூன்று மாதங்கள் பிடித்தன. ஆரிஃபும் இப்பொழுதுதான் ராஹுலுக்கு டியூஷன் எடுக்க ஆரம்பித்திருந்தான்.

முதல் நாள் கவிதாதான் ஆரிஃபிற்குக் கதவைத் திறந்தாள். சுமித்ரா சிகப்பு நிற ப்ளாஸ்டிக் சேரில் பால்கனியில் அமர்ந்து பட்டாணி உரித்துக்கொண்டிருந்தாள்.

அவன் உள்ளே நுழைய, சுமித்ரா எழுந்தவாறு, பால்கனியிலிருந்து ஒரு மேஜை மற்றும் இரு மர நாற்காலிகளை விரித்துப்போட்டு தனது மகனை அழைத்தாள். 'ராஹுல், ஆரிஃப் பாய் டியூஷனுக்கு வந்திருக்காரு.'

அடுத்த முறை சென்ற பொழுது அங்கு கவிதா இல்லை.

'கவிதா எங்கே?' ஆரிஃப் கேட்டான்.

'ஹஸாரிபாக் ஸ்கூல்ல இருக்கா. இனி எக்ஸாம்ஸ்லாம் முடிஞ்சாதான் பாட்னாக்கு வருவா,' சுமித்ரா பதிலளித்தாள்.

மதியங்களில் வாரத்தில் ஆறு நாட்கள் ஆரிஃப், ராஹுலுக்குப் படிப்புக் கற்றுக்கொடுத்தான். படிப்பு முடிந்ததும், ராஹுல் பக்கத்து வீட்டுப் பிள்ளைகளுடன் கிரிக்கெட் விளையாடக் கிளம்பிவிடுவான்.

தனியாக இருக்கும் ஆரிஃபும் சுமித்ராவும் வரவேற்பறையில் அமர்ந்து அவர்களுக்கு விருப்பமான கவிதைகளை ஒருவருக்கொருவர் வாசித்துக் கொள்வார்கள். பல சந்தர்ப்பங்களில் ஒருவர் மற்றவருக்காக இயற்றிய கவிதைகளை வாசிப்பார்கள். சில சமயம், ஆரிஃப் சுமித்ராவின் கைகளை மெதுவாகப் பிடித்து முத்தமிடுவான். இன்னும் சில சமயங்களில் சுமித்ரா கண்களை மூடி அவனைத் தனது கன்னங்களில் முத்தமிட அனுமதிப்பாள்.

சில நாட்களில் தாங்கள் சமீபத்தில் படித்த புத்தகம் ஒன்றைக் குறித்து விவாதிப்பார்கள்.

அப்படியான ஒரு மதியத்தில் ஆரிஃப் சுமித்ராவிடம் காதலில் விழுவதால் விளையும் நன்மைகள் குறித்துக் கேட்டான்.

சுமித்ரா ஒரு பிரபலமான கவிதையால் அவனுக்கு பதிலளித்தாள்:

நீ என்னிடம் காதலால் என்ன பயன் என்று கேட்கிறாய்?

இந்தப் பயனால்தான் என்ன பயன் என்று நான் உன்னிடம் கேட்கிறேன்?

யாரும் காதலில் விழுவதற்கு முன் கணக்கு வழக்குப் பார்த்து விழுவதில்லை, ஆரிஃப் நினைத்தபடி புன்னகைத்தான். மாதத்தில் ஓரிருநாள் ரமேஷ் வீட்டிலிருக்கும்பொழுது காபி குடித்துக்கொண்டே செஸ் விளையாட ஆரிஃபை அழைப்பார். சில சமயம் ஆரிஃப் சங்கடத்துடன் சம்மதிப்பான், முடிந்தவரை ஏதாவது காரணம் சொல்லி மறுத்துவிடுவான். அவர் இருக்கும்பொழுது சுமித்ராவின் முகத்தைக்கூட ஏறெடுத்துப் பார்க்காமல் அலட்சியமாக இருப்பது போன்று நடிப்பது அவனை சங்கடப்படுத்தியது.

12

ஜாகிர் தன்னை மாடிக்குப் பேச அழைத்த போது ஆரிஃப் ஆர்வமடைந்தான். ரபியாவும் நஸ்னீனும்கூட அங்கிருந்தது அவனது ஆச்சரியத்தை இன்னும் கூட்டியது.

'என்ன விஷயம் ஜாகிர்?' அவன் கேட்டான்.

'ரபியாக்கு உன்கிட்ட ஏதோ சொல்லனுமாம்,' ஜாகிர் கூறினான்.

'அண்ணா... நஸ்னீன்... நீயே சொல்லு,' ரபியா திக்கித் தடுமாறிக் கூறினாள்.

'தயங்காம சொல்லும்மா,' ஆரிஃப் சொன்னான்.

'பேங்க் காலனில என் ஃப்ரெண்டுகிட்ட ஒருத்தங்க உங்களுக்கும் சுமித்ரா ஆண்டிக்கும் அஃபேர் இருக்குனு சொல்லியிருக்காங்க. சுமித்ரா ஆண்டி கேரக்டர் சரியில்லனு வேற அவ சொன்னா. அப்புறம்...'

'யாரு உன்கிட்ட இப்படி சொன்னது?' ஆரிஃபின் முகம் வெளிறியது.

'சாரி அண்ணா. நான் அவ பேர சொல்ல முடியாது. நீங்க அந்த மாதிரிலாம் பண்ண மாட்டீங்கனு எங்களுக்குத் தெரியும். சுமித்ரா ஆண்டியும் அந்த மாதிரி ஆளில்லனு தெரியும். பெர்சனலா எனக்கும் அவங்கள ரொம்ப பிடிக்கும். நீங்க எங்ககூட பொறந்தவங்க. அதனால இத உங்க கிட்ட சொல்ல வேண்டியது எங்க கடம.'

‘என் கிட்ட சொன்னதுக்காக வருந்த வேணாம். இன்ஃபேக்ட், என்கிட்ட இத முன்னாடியே சொல்லியிருக்கனும்.’

‘நான் சொன்னேன் அண்ணா. ரகசியமா உங்ககிட்ட நிறைய தடவ சிக்னல் பண்ணேன். நீங்க அவங்க வீட்டுக்குப் போறத உடனே நிறுத்தனும். நம்ம ஃபேமிலி கௌரவம் பத்தி நினைச்சுப் பாருங்க. சுமித்ரா ஆண்டியோட கௌரவம் பத்தியும் நினைங்க,’ ரபியா கூறினாள்.

‘அப்பாக்கும் அம்மாக்கும் இந்த ரூமர் பத்தி தெரியுமா?’

‘நல்லவேளையா இல்ல,’

‘சரி. நான் இம்மீடியட்டா ராஹுலுக்கு டியூஷன் சொல்லித் தரத நிறுத்தறேன். இனிமே அவங்க விட்டுக்குப் போகவே போறதில்லை,’ ஆரிஃப் சொன்னான். ஆனால் அவன் குரலில் உறுதியில்லை.

‘ரபியா! நஸ்னீன்! எங்க இருக்கீங்க? மாடியிலயா இருக்கீங்க?’ அம்மா அழைத்தாள்.

‘சரி அண்ணா. அம்மா கூப்பிடறாங்க.’

தங்கைகள் சென்றவுடன் ஜாகிர் ஆரிஃபை ஊடுறுவிப் பார்த்தான். ‘என் கிட்ட உண்மைய சொல்லு?’

‘என்ன உண்மை?’

‘சில வருஷம் முன்னாடி சுமித்ரா ஆண்டி பத்திதான் என்கிட்ட பேசினியா?’

‘ஆமாம்.’

‘ஓ மை காட்! என்னால நம்பவே முடியல. நீ அவங்கள மறந்துட்டனு நினைச்சேன். எங்க உனக்கு அவங்களப்பத்தி திரும்ப ஆர்வம் வந்துடுமோனுதான் அதப் பத்தி அப்புறமா நான் கேக்கல.’

‘ஆமா. மறக்க நானும் ட்ரை பண்ணேன். ஆனா...’

‘அடுத்தது என்ன?’

‘ஒன்னும் இல்ல. நான் எதுவும் தப்பு பண்ணல. இது ஜஸ்ட் இமோஷனல் அட்டாச்மெண்ட்தான். இந்த ரிலேஷன்ஷிப்லேருந்து சீக்கிரமே வெளிய வந்துடுவேன். ப்ராமிஸா.’

‘எனக்குத் தெரியும் அண்ணா. உன்னால தப்பு செய்ய முடியாதுனு. ஆனா இந்த விஷயம் நம்ம சொந்தக்காரங்களுக்குப் பரவினா நம்ம சிஸ்டர்ஸுக்கு மாப்ள பாக்குறது கஷ்டமாகிடும். அப்புறம் அப்பாவும் அம்மாவும் ஷாக்லயே செத்துடுவாங்க.’

‘எனக்கு புரியுது ஜாகிர்... இதப் பத்தி இப்ப பேச வேணாம். நான் பிராமிஸா அவங்களோட எல்லா காண்டாக்டையும் கட் பண்ணிடறேன். நாம வேற ஏதாவது பேசலாம்.’

ஆரிஃபிற்கு இதுகுறித்து சிலர் அறிந்திருப்பதை நினைத்து அதிர்ச்சியாக இருந்தது. அதிலும் அவனுடைய தங்கைகளுக்கும் அது தெரிந்திருந்ததை நினைத்து வருந்தினான்.

‘ஓகே. கோல்டன் கோச்சிங் சென்டர் வேலை என்னாச்சு?’ ஜாகிர் கேட்டான்.

‘சீக்கிரம் கால் பண்றோம்னு சொல்லியிருக்காங்க. ஆனா அப்பாகிட்ட நான் டீச்சிங் பண்ணப்போறேனு சொல்லாத,’ ஆரிஃப் கூறினான்.

‘சொல்ல மாட்டேன்.’

‘அர்ரே ஜாகிர். உன்கிட்ட முக்கியமான ஒரு விஷயம் சொல்ல மறந்துட்டேன். குல்ஷன் குமார் அவரோட புதுப் படத்துக்கு ஆக்டர்ஸ் வேணும்னு டேலண்ட் ஹண்ட் லான்ச் பண்ணியிருக்காரு.’

‘நிஜமாவா?’

‘இந்த மாசம் *ப்ரியா* மேகஸினோட காபி என்கிட்ட இருக்கு. மேகஸினோட அப்ளிகேஷன் ஃபார்மும் அட்டாச் பண்ணியிருக்கு. செலெக்ட் ஆனா, குல்ஷன் குமார் உன்ன ஹீரோவா லான்ச் பண்ணுவாரு.’

‘இது நல்ல ஆபர்ச்யூனிட்டி.’ ஜாகிர் வெளிப்படையாக மகிழ்ச்சி கொண்டான்.

‘கீழ வா. அப்ளிகேஷன் ஃபார்ம உன்கிட்ட தரேன்.’

கவலைகளை மறந்து சகோதரர்கள் இருவரும் கீழிறங்கிச் சென்றனர்.

★★★

சுமித்ராவின் மகள் பள்ளிப் படிப்பு முடிந்ததும் பாட்னாவிற்குத் திரும்பி வந்து பாட்னா பெண்கள் கல்லூரியில் பட்டப்படிப்பு சேர்ந்தாள். சுமித்ராவை அவளது வீட்டில் சந்திப்பது சாத்தியமில்லாமல் போனது.

பாட்னா மாதிரியான நகரத்தில் காதலர்கள் தங்கள் மரியாதையையும், சமயத்தில் உயிரையும் பணயம் வைத்துதான் சந்திக்க வேண்டியிருந்தது. பெய்லி ரோட்டில், பரவலாக 'ஜூ' என்றறியப்பட்ட காந்தி பயலாஜிகல் பார்கில் காதலர்கள் புதர்களுக்குப் பின்னும், மரங்களுக்கு அடியிலும், ரோஸ் கார்டனுக்குள்ளும் ஒருவருக்கொருவர் தனிமையில் இருக்க மிகவும் கஷ்டப்பட்டு முயன்றும் தோற்றுப்போனார்கள். மெலிதான முத்தமோ அணைப்போகூட அவர்கள் பக்கம் வெறித்தப் பார்வைகளையும், ஆபாசமான வர்ணனைகளையும் சமயத்தில் போலீஸ் விசாரணையையும் இழுத்துவந்தது. பாட்னா மியூசியம், பரந்த புல்வெளியில் செழுமையாக வளர்ந்திருந்த புதர்கள் மற்றும் ஒரு சில பார்வையாளர்கள் என்று இருந்தாலும் பெய்லி ரோட்டிலிருந்து காந்தி மைதானுக்கு மியூசியத்தின் அருகிலிருந்த சாலையைக் கடந்தே ஆட்டோ ரிக்ஷாக்கள் சென்றதால் தெரிந்த ஒருவர் உங்களை உங்கள் காதலன் அல்லது காதலியுடன் பார்க்கும் வாய்ப்பு அதிகம். அப்படிப் பார்த்துவிட்டால் வம்புகளும் அதிகமாகும். பாட்னாவில் ஒருவனைக் குறித்து இகழ அவன் காதலியுடன் அவனைப் பார்த்துவிட்டால் போதும். பேரரசர் அசோகா கட்டிய மற்றொரு இடமான பழமைவாய்ந்த பாடலிபுத்ராவில் காதலர்கள் சிதிலங்களின் நிழலில் சந்திக்கலாம். ஆனால் தொல்லியல் துறையின் தயவால், மக்களால் கலாச்சாரப் பெருமை 'அழகு கெடாமல்' இருக்க காவலர்கள் சுற்றிலும் ரோந்து போய்க்கொண்டிருந்தார்கள். ஆகையால், காதலர்கள் சந்திக்க சாத்தியமிருந்த மூன்று இடங்களும் சுமித்ரா மற்றும் ஆரிஃபிற்கு சாத்தியமில்லாமல் போனது.

உருதுவில் எழுதப்பட்ட காதல் கடிதங்கள் மூலம் புத்தகங்களும் பத்திரிகைகளும் பரிமாறிக்கொள்ளும் சாக்கில் இருவரும் பேசிக்கொண்டார்கள். ரமேஷ் குமார் ஊரில் இல்லாத மாதத்தின் இரண்டொரு நாட்களில் இருவரும் பாட்னா ஜங்ஷனில் சந்தித்தார்கள். அங்கிருந்து ஆட்டோரிக்ஷா எடுத்துக்கொண்டு கங்கையின் மறுபுறம் இருந்த பக்கத்து டவுன் ஹஜிபூருக்குச் சென்றார்கள். மங்கலாக இருந்த கணேஷ் சித்ரா மந்திர் தியேட்டரின் ஒரு மூலையில் இருவரும் கிசுகிசுப்பாகப்

பேசிக்கொள்வதும், குளிர்பானம் மற்றும் சமோசா பகிர்வதும், இருவரது எண்ணெய் படிந்த கைகளை அவ்வப்போது தொடுவதும் என அவர்கள் சந்திப்பு அரங்கேறியது.

‘எனக்கு உன்னோட இருக்க ரொம்ப பிடிச்சிருக்கு சுமித்ரா. சொர்கத்துல இருக்குறா மாதிரி தோணுது. உன்கூட இருக்கும்போது எனக்கு வேற எந்தக் கவலையும் இல்ல,’ ஆரிஃப் அடிக்கடி கூறுவான்.

பதிலுக்கு சுமித்ரா இவ்வாறு கூறுவாள், ‘எனக்கும் உன்கூட இருக்கும்போதும் உன் தோளுல சாயும்போதும் ரொம்ப அமைதியாவும் நிறைவாவும் இருக்கு.’

13

மழைத்துளிகளை அதன் வேகத்தோடு உள்ளங் கையில் வாங்க, பால்கனியில் நின்றுகொண்டு கம்பிகளில் சாய்ந்து கைகளை நீட்டிய ஆரிஃபின் முகத்தில் கனத்த மழை அடித்தது. குளிர்ந்த மழைநீரில் நனைவது அவனுக்குக் குதூகலம் அளித்தது. மிகக் கனமான மழையால் ரெண்டு மீட்டருக்கு அப்பால் இருந்த எதையும் பார்க்க முடியவில்லை. அவனது பில்டிங்கைப் பார்த்தபடியிருந்த நடைபாதை முழுவதும் வெள்ளத்தால் நிறைந்திருந்தது. ரோட்டில் ஒருவன் குடை பிடித்துக்கொண்டு இவர்கள் பில்டிங் இருந்த பக்கம் வேகமாக வந்துகொண்டிருந்தான். அருகில் வரவும் அது ஜாகிர் என்று தெரிந்தது.

ஜாகிர் வீட்டிற்குள் நுழைந்ததுமே குடையைத் தரையில் தூக்கியெறிந்துவிட்டு ஆரிஃபை இறுக்கி அணைத்துக்கொண்டான். 'குல்ஷன் குமாரோட அடுத்த படத்துக்கு ஸ்க்ரீன் டெஸ்டுக்கு என்ன ஷார்ட் லிஸ்ட் பண்ணிட்டாங்க,' ஜாகிர் பூரிப்புடன் கூறியபடி ஜாக்கெட்டின் உள் பாக்கெட்டிலிருந்து ஒரு கவரை எடுத்தான். பால்கனியிலிருந்த ஒரு டவலை எடுத்து ஜாகிரின் தலை, முகம், கைகள் என்று ஆரிஃப் துடைத்துவிட்டான். அதற்குப் பிறகுதான் ஜாகிரிடமிருந்து அந்தக் கடிதத்தை வாங்கி, பெருமையுடன் சத்தமாகப் படித்தான். நாற்பதாயிரம் விண்ணப்பங்களிலிருந்து இருபது பேரில் ஒருவராகத் தேர்வாகியிருந்தான் ஜாகிர். இது சாதாரண விஷயம் இல்லை.

Dear Zakir Khan

You are among the top twenty out of forty thousand applications received. You are invited for the screen test in Bombay.

Date: 12 August 1995. Time 11.30 a.m

Venue: Mehboob Studios, Hill Road, Bandra West

Bombay, Maharashtra - 400050

For Super Cassettes Industries

Ritika Oberoi

‘அப்பா என்ன ஸ்க்ரீன் டெஸ்ட் எடுக்க அலவ் பண்ணுவாரா?’ பயத்துடன் ஜாகிர் கேட்டான்.

‘கவலப்படாத. நான் அப்பாகிட்ட பேசறேன். உன்ன அனுப்பச் சொல்லி அவர கன்வின்ஸ் பண்றேன்.’

‘இல்ல அண்ணா! அப்பாகிட்ட எதுவும் சொல்லாத. நான் முடிவு பண்ணிட்டேன். ஃப்ரைடே ஈவினிங் நான் பாம்பே போறேன். தியேட்டர் ஃப்ரெண்ட் ஒருத்தர ஏற்கெனவே டிக்கெட் புக் பண்ண சொல்லிட்டேன். நான் பாம்பேக்குக் கிளம்பினதுக்கப்புறம் அப்பாகிட்ட சொல்லு.’

‘நீ நினைக்கறா மாதிரியே செய்யலாம்.’ ஆனால் ஆரிஃபிற்குக் கவலையாக இருந்தது. அப்பா எப்படி வினையாற்றுவார் என்று அவனுக்குத் தெரியவில்லை. ‘அந்த மாதிரி பெரிய சிட்டில சர்வைவ் ஆக உனக்குப் பணம் வேணாமா?’

‘கடந்த மாதம் நடந்த இண்டர் யூனிவர்சிட்டி ட்ராமா ஃபெஸ்டிவல்ல ஜெயிச்ச பணம் ரெண்டாயிரம் ரூபா இருக்கு. அத வெச்சு கொஞ்ச காலத்துக்கு சமாளிச்சிடுவேன். பார்ட் டைம் ஜாபுக்கும் ட்ரை பண்ணுவேன். ஆனா இதெல்லாம் அந்த படத்துக்கு நான் செலெக்ட் ஆகலேனாதான்.’ ஜாகிரின் குரலை நம்பிக்கை நிறைத்தது.

வெள்ளிக்கிழமை காலையில் ஆரிஃப் இரண்டாயிரம் ரூபாயை ஜாகிரின் கைகளில் திணித்தான்.

‘அண்ணா! இந்தப் பணம் எப்படி கிடைச்சது?’ ஜாகிர் கேட்டான்.

‘அர்ரே! அதப் பத்தி நீ ஏன் கவலப்படற?’ ஆரிஃப் அவன் கேள்வியைத் தவிர்த்தான்.

‘’இருந்தாலும்…’ ஜாகிர் வலியுறுத்தினான்.

‘கோல்டன் கோச்சிங்ல நான் டீச் பண்றத நீ மறந்துட்டேனு நினைக்கறேன்.’

‘அட ஆமாம். இருந்தாலும் ஹிந்தி லிட்ரேச்சர் டியூஷனுக்கு உங்களுக்குப் பணம் வேணுமே.’

‘நான் பாத்துக்கறேன். எப்படியிருந்தாலும் பல்ராம் திவாரியோட கரண்ட் பேச் ஃபுல்லாகிடுச்சு. அடுத்த வருஷம் கொஞ்சம் முன்னாடியே சேந்திடுவேன். அப்ப நீ பெரிய ஸ்டாராகி இருப்ப. எனக்கு ஹெல்ப் பண்ணுவ.’

‘இன்ஷால்லாஹ்!’ ஜாகிர் புன்னகைத்தான்.

‘பாம்பேல எங்க தங்கப் போற?’

‘தியேட்டர் க்ரூப்ல இருக்குற ஒரு ஃப்ரெண்ட் ஏற்கெனவே அங்க போயிட்டாரு. ஒரு மஹராஷ்ட்ரியன் ஃபேமிலியோட பேயிங் கெஸ்டா நான் தங்க ஏற்பாடு பண்ணப் போறாரு.’

‘நீ ரீச் ஆனவுடனே ம்ருத்யுஞ்சய் போனுக்குக் கால் பண்ணு. நான் அங்க ஈவினிங் ஏழு மணிக்கு இருப்பேன்.’

‘சரி அண்ணா.’

ஜாகிர் அன்றிரவு வீடு திரும்பாததால் அம்மா கவலையுடன் ஆரிஃபிடம் விசாரித்தாள். தயக்கத்துடன் ஜாகிர் எங்கிருக்கிறான் என்று ஆரிஃப் கூறினான். அம்மா அதிர்ந்தாலும் அப்பாவிடம் எப்படியோ விஷயத்தைக் கூறிவிட்டாள். எல்லாருக்கும் ஆச்சரியமளிக்கும் வகையில் அப்பா கோபமடையவில்லை. மாறாக, மணி ஆர்டர் அனுப்புவதற்காக ஜாகிரின் பாம்பே முகவரியைக் கேட்டார்.

துயரம்

14

ஆரிஃப், நயா மோரில் மினி பஸ்ஸில் இறங்கி சுற்றிலும் ஆட்டோரிக்ஷாவை தேடினான் ஆனால் எதுவும் தட்டுப்படவில்லை.

அது 1996 ஆம் வருடத்தின் கோடைக்கால மதியம். அடிக்கும் காற்று ஏதோ கொதிக்கும் உலையிலிருந்து வீசுவதுபோல் உணரச் செய்தது. சிறிய சுழற்காற்றாக புழுதி பறந்தது. துண்டு காகிதங்கள், பாலிதீன் கவர்கள், மற்றும் காய்ந்த சருகுகள், காற்றில் வட்டமாக சுற்றியபடி சிறிது எழும்பி பின்பு மீண்டும் தரையில் விழுந்து, அடுத்த சுழற்காற்றுக்காகக் காத்திருந்தன. எல்லா கடைகளும் அடைக்கப்பட்டு ஒருவரையும் பார்க்க முடியவில்லை. போலீஸ் காலனியின் கேட் நம்பர் இரண்டிற்குச் செல்லும் ஆளரவமற்ற சாலை வெப்பத்தில் தகித்தது.

அங்கிருந்து காலனிக்குச் செல்ல குறைந்தது அரைமணி நேரம் ஆகும். அங்கிருந்த பெரிய அரச மரத்தடிக்குச்சென்று ரிக்ஷா வருவதற்காகக் காத்திருக்க முடிவுசெய்தான் ஆரிஃப். ஹிந்தி செய்தித்தாள் *ஹிந்துஸ்தான்* -ஐ எடுத்து விரித்தபடி மரத்தின் கீழ் இருந்த சிமெண்ட் பெஞ்சில் அமர்ந்தான். முதல் பக்கத்தில் அடல் பிஹாரி வாஜ்பாய் இந்திய பிரதம மந்திரியாக சத்தியப் பிரமானம் செய்யும் புகைப்படம் வெளியிடப்பட்டிருந்தது.

திடீரென்று ஒரு பெண் கத்தும் சத்தம் கேட்க, சத்தம் வந்த திசை நோக்கி ஆரிஃப் திரும்பினான்.

இருபதடி தூரத்தில் ஒருவன் ஒரு பெண்ணைப் பிடித்து இழுத்துக்கொண்டிருந்தான். ஆரிஃப் தன்னிடத்திலிருந்து எழுந்திருக்க, அந்தப் பெண் மீண்டும் கத்தியதால் அவன் அவள் முகத்தைப் பார்த்தான்.

அது கவிதா.

'இருடா வரேன்!' ஆரிஃப் கத்திக்கொண்டே குனிந்து கீழே இருந்த உடைந்த செங்கல் ஒன்றையெடுத்துக்கொண்டு அவர்களை நோக்கி ஓடினான்.

'ஆரிஃப் அண்ணா,' கவிதா அவனைப் பார்த்த நிம்மதியில் வேதனையுடன் கத்தினாள்.

ஆரிஃப் அவளிடம் செல்வதற்கு முன்னரே அந்த ஆள் அருகில் நிறுத்தியிருந்த தனது கருப்பு யமஹாவில் ஏறிப் பறந்துவிட்டான். ஆரிஃப் அவன் செல்லும் திசையில் கல்லைத் தூக்கியெறிந்தான், ஆனால் குறி தவறிவிட்டது.

ஆரிஃப், கவிதா பக்கம் திரும்ப அவள் தேம்பித் தேம்பி அழுதுகொண்டிருந்தாள்.

'அழாத கவிதா. இப்ப ஒன்னும் ஆபத்தில்ல.' அவனுக்கு ஒரு தந்தையின் அன்பைப்போல் அவள் மீது அன்பு ஊற்றெடுத்தது.

ஆரிஃப் ஒரு ரிக்ஷாவைப் பார்த்துவிட்டு அதை அழைக்க, கவிதா இன்னும் அழுதுகொண்டிருந்தாள்.

★★★

'என்ன ஆச்சு?' சுமித்ரா பயம் தோய்ந்த குரலில் கேட்டாள். கவிதாவை ஊடுறுவிப் பார்த்துவிட்டு ஆரிஃப் பக்கம் திரும்பினாள். கவிதா சில நொடிகள் அமைதியாக இருந்தவள், பின்பு தன் அம்மாவை அணைத்துக்கொண்டு அழ ஆரம்பித்துவிட்டாள்.

ஆரிஃப் நடந்ததை சுருக்கமாகக் கூறினான்.

'அடக் கடவுளே!' சொல்லிவிட்டு அவள் கவிதாவை இன்னும் இறுக்கமாக அணைத்துக்கொண்டாள். 'தேங்க் காட் ஆரிஃப் அந்த நேரத்துக்கு அங்க வந்ததுக்கு.'

★★★

ஆப்ஷனல் சப்ஜெக்ட் எடுத்து அதுல நல்லா ப்ரிபேர் பண்ணி 65-70 மார்க்ஸ் எடுக்கனும்,' அஜித் கூறினான்.

'இந்த அனாலஜி இண்ட்ரஸ்டிங்கா இருக்கு,' ஆரிஃபும் ம்ருத்யுஞ்சயும் ஒருசேரக் கூறினார்கள்.

'அப்புறம் இண்டர்வியூ பத்தி?' ஆரிஃப் கேட்டான்.

'உன்னோட ஸ்டேட், டிஸ்ட்ரிக்ட் அப்புறம் ஹாபீஸ் இத பத்தி எல்லாம் இன்ஃபர்மேஷன் கலெக்ட் பண்ணு. மத்தது ஷியர் லக்குதான்,' அஜித் சொன்னான்.

'நான் டெல்லிக்கு போலாம்னு இருக்கேன்,' ம்ருத்யுஞ்சய் கூறினான். 'பாட்னால இருக்குற கோச்சிங் க்ளாசஸ் நல்லா இல்ல.'

'நல்ல டிசிஷன்,' அஜித் சொன்னான்.

ஆரிஃபிற்கு ஏமாற்றமாக இருந்தது. அப்பாவால் அவனை டெல்லிக்கு அனுப்ப இயலாது என்று தெரியும்.

க்ளப்பின் எதிர் மூலையில், புல் தரையில் ரமேஷ் குமார் ஒரு நடுத்தர வயது ஆணுடன் டென்னிஸ் விளையாடிக் கொண்டிருந்ததை ஆரிஃப் கவனித்தான்.

பிறகு, அஜித் அவனது கசினுடன் அம்பாசடர் காரில் கிளம்பிச் சென்றான்.

'அஜித்தோட அப்பாவும் ஐ.ஏ.எஸ் ஆஃபீசர்தானாம்,' ம்ருத்யுஞ்சய் ஆரிஃபிடம் கூறினான்.

'வாவ்!' ஆரிஃப் வியந்தான்.

ம்ருத்யுஞ்சய்க்கு போஸ்டல் பார்க்கில் யாரையோ சந்திக்கவிருப்பதால் அவன் தன் ஸ்கூட்டரை எடுத்துக்கொண்டு கிளம்பிவிட்டான்.

நியூ பாட்னா கிளப்பின் வெளியே தனியாக நின்றுகொண்டு ஆரிஃப் ஆட்டோவிற்காகக் காத்திருந்தான்.

ரமேஷ் குமார் தன் காரை ஆரிஃபிற்குப் பக்கத்தில் நிறுத்தி அவனையும் காரில் ஏறச்சொல்ல ஆரிஃப் தன்மையாக மறுத்தான். ஒருவரின் மனைவியுடன் உறவில் இருந்துகொண்டு அவருடனேயே பேசிப் பழக ஆரிஃபிற்கு அசிங்கமாக இருந்தது. ஆனால் ரமேஷ்குமார் அவன் மறுத்ததை ஏற்றுக்கொள்ளாமல் அவனை காரில் ஏற வற்புறுத்தினார்.

'ஹை ஆரிஃப்,' ம்ருத்யுஞ்சய் டென்னிஸ் ராக்கெட்டைத் தோள்களில் தொங்கவிட்டபடி அறைக்குள் நுழைந்தான்.

ஆரிஃபை நியூ பாட்னா கிளப்பில் விளையாட அழைக்க ம்ருத்யுஞ்சய் வந்திருந்தான். ஆரிஃப் உடனே சம்மதித்தான். கடைசியாக டென்னிஸ் விளையாடி நிறைய வருடங்கள் ஆகியிருந்தன. பல நாட்களாக மறந்திருந்த பழைய காதலியைப் பார்க்கப்போகும் உற்சாகத்தை உணர்ந்தான். டென்னிஸ் விளையாட்டை தீவிரமாக நேசித்த காலம் ஒன்று இருந்தது. சமீபத்தில் ஐ.ஏ.எஸ் தேர்வாகியிருந்த ம்ருத்யுஞ்சயின் பள்ளி நண்பன் அஜித்தும் விளையாட வருவான். நேர்முகத் தேர்வில் ஜெயிக்க அஜித்திடம் சில யோசனைகள் கேட்க நினைத்தான்.

ஆரிஃப், ம்ருத்யுஞ்சயுடன் ஓரணியில் இணைய, எதிரணியில் ம்ருத்யுஞ்சயின் இரண்டு பழைய நண்பர்கள் விளையாடினார்கள். ஸ்ட்ரோக்ஸ் தவறில்லாமல் தர முடியாததால் நிறைய முறை டபுள் ஃபால்ட்ஸ் கொடுத்தான். அவன் திரும்பி அடித்ததெல்லாம் நெட்டுக்கே சென்றன. அவன் எதிர்கொண்ட சரமாரியான தாக்குதல் எல்லாம் கோட்டிற்கு வெளியேயே விழுந்தன. அவன் அடித்தவை எல்லாம் வெளிப்படையாக முறியடிக்கப்பட்டன. ம்ருத்யுஞ்சயே ஆரிஃபின் விளையாட்டால் பொறுமையிழந்து விளையாடும்பொழுது இரண்டுமுறை அவனைப் பார்த்துக் கத்தினான். அந்த விளையாட்டில் நேர் செட்டில் அப்பட்டமாகத் தோற்றனர்.

டென்னிஸ் கோர்ட்டிற்கு அருகில் இருந்த இரும்பு பெஞ்சில் வந்து அமர்ந்த ஆரிஃப் ஏமாற்றமாக உணர்ந்தான். எதிரணியில் இருந்த அஜித் அவனிடம், 'ஆரிஃப், இது சும்மா விளையாடின மேட்ச்தான். இதப்போயி சீரியஸா எடுத்துக்காத.'

ஆரிஃப் புன்னகைத்தான். 'இல்ல அஜித்ஜி. நான் அப்செட்டா இல்ல.'

ம்ருத்யுஞ்சயும் அஜித்தின் கசினும் அவர்களிடம் வந்தனர்.

'மெயின்ஸுக்கும் இண்டர்வியூக்கும் பெஸ்டா எப்படி ப்ரிபேர் பண்றது?' ம்ருத்யுஞ்சய் அஜித்திடம் கேட்டான்.

'ஸீ, சிவில் சர்வீஸ் எக்ஸாமுக்கு ப்ரிபேர் பண்றது டென்னிஸ் வெளையாடற மாதிரிதான். ஒன்னு சர்வீஸ் ஸ்ட்ராங்கா இருக்கனும், இல்ல ரிடர்னாவது பெர்ஃபெக்டா இருக்கனும். உன்னுடைய பேக் ஹேண்ட் நல்லா இல்லேனா, ஃபோர் ஹேண்ட் எக்ஸப்ஷனலா இருக்கனும். அதே மாதிரி, ஒரு

நயா மோர் சம்பவம் நடந்து மூன்று அல்லது நான்கு தினங்களுக்குப் பிறகு ஒரு நாள் காலை தங்கள் தற்காலிக வரவேற்பறையான படுக்கையறையில் கவிதா அவனது சகோதரிகளுடன் அமர்ந்திருப்பதைப் பார்த்து ஆரிஃப் வியப்படைந்தான். அவள் கையில் *ஃபண்டமெண்டல் ஆஃப் ஆர்கானிக் கெமிஸ்ட்ரி* இருந்தது. நீளமான பிரவுன் கலர் ஸ்கர்ட் மற்றும் க்ரீம் கலர் டாப் அணிந்திருந்தாள்.

'நான் உங்ககிட்ட கெமிஸ்ட்ரி கத்துக்க வந்திருக்கேன்,' கவிதா புன்னகையுடன் கூறிக்கொண்டே தனது முகத்தில் விழுந்த முடிக்கற்றைகளை ஒதுக்கினாள்.

ஆரிஃப் பதிலுக்குப் புன்னகைத்தான். 'சரி. என்னோட ஸ்டடி ரூமுக்குப் போலாம்.'

இவள் ஏன் திடீரென்று வந்திருக்கிறாள்?

அதே அறையில் காய்கறி நறுக்கிக்கொண்டிருந்த அம்மா, கவிதா வந்ததில் தனக்கு சம்மதம் இல்லை என்பதுபோல் பார்த்தாள். ரபியா முகம் உடனே மாறியது. கவிதா திடீரென்று அவர்கள் ஃபளாட்டிற்கு வருவதைக் குறித்து காரணம் அறிய முற்படுபவள்போல் பார்த்தாள்.

'என் ஸ்டடி ரூம் ரொம்ப சின்னது. நாம பால்கனில உக்காரலாம்.'

அன்றிலிருந்து கவிதாவின் வருகை அதிகரித்தது.

எனக்கும் கவிதாக்கும் ஏதோ இருக்குனு அம்மா சந்தேகப்படறாங்க, ஆரிஃப் நினைத்தான். அவள் எதுவும் சொல்லவில்லையென்றாலும் ஆரிஃபால் அதை உணர முடிந்தது. சுமித்ராவும் சந்தேகப்படுவதாக ஆரிஃப் நம்பினான். இரண்டொருமுறை அதை அவனிடம் பூடகமாக அவள் கூறினாள். ஆனால் கவிதாவிடம் எப்படிச் சொல்வதென்று ஆரிஃபிற்குத் தெரியவில்லை. அவள் ஏன் வந்திருக்கிறாள் என்றும் ஆரிஃபிற்குத் தெரியவில்லை ஆனால் அவளைத் திருப்பி அனுப்ப அவனுக்கு மனம் வரவில்லை.

சில மாதங்கள் கழித்து ரக்ஷா பந்தன் அன்றைக்கு கவிதா ஆரிஃபின் வீட்டிற்கு வந்து அவனுக்கு ராக்கி கட்டிவிட்டாள்; அவனைத் தனது அண்ணனாக பிரகடனப்படுத்திக்கொண்டு.

அன்றிலிருந்து அம்மா அவளை அணுகும் விதத்தில் மாற்றம் ஏற்பட்டது. அவளை 'மகளே' என்று அழைக்கத் தொடங்கினாள்.

ரபியாவும் கவிதாவை அன்புடன் நடத்தினாள். இனி சந்தேகப்பட எந்த வாய்ப்பும் இல்லை.

கவிதா ஆரிஃபை அண்ணா என்று அழைத்தது ஆரிஃபிற்கு சங்கடமாக இருந்தது. அவன் காதலிக்கும் பெண்ணின் மகள் அவனுக்கு எப்படி தங்கையாக முடியும்? ஏதோ கிரேக்க நாடகத்தின் கதாபாத்திரம்போல் தன்னை உணர்ந்தான்.

கவிதா, ஆரிஃபைத் தொடர்ந்து பார்க்க வந்து பல மாதங்கள் ஆகிவிட்டன. அவர்களுக்குள் நெருக்கம் ஏற்பட, ஆரிஃபிடம் கவிதா தனது சொந்த வாழ்க்கைக் குறித்துப் பகிரத் தொடங்கினாள்.

ஒரு நாள் கவிதா அவனிடம் தயக்கமாக தான் மன்ஸர் அலி என்ற ஒரு இஸ்லாமிய பையனைக் காதலிப்பதாகக்கூறி அவனது புகைப்படத்தைக் காண்பித்தாள். நல்ல நிறமாக, வாளிப்பாக கருப்பு சூட்டில் இருந்தான். அவன் ஆரிஃபை சந்திக்க விரும்புவதாகத் தெரிவித்தாள். அவனுடைய தங்கைகளில் ஒருவள் வந்து அவனிடம் தான் ஓர் இந்து பையனைக் கல்யாணம் செய்துகொள்ள விரும்புவதாச் சொன்னால் எப்படியிருக்கும் என்று நினைத்துப் பார்த்தான்.

மன்ஸரின் பெயரும் புகைப்படத்தில் இருந்த அவனது முகமும் பரிச்சயமானதுபோல் ஆரிஃபிற்குத் தோன்றியது. அவனை எங்கே பார்த்திருக்கிறான்?

அன்றிரவு படுக்கையில் சாய்ந்திருக்கையில், கடந்த வருடம் மன்ஸர் அலி என்ற பெயர் செய்தித்தாள்களில் இடம்பெற்றதும் முதல் பக்கத்தில் அவன் புகைப்படத்தைப் பார்த்ததும் திடீரென்று ஆரிஃபிற்கு நினைவிற்கு வந்தன. பாட்னாவில் பெரிய மார்வாரி குடும்பத்தின் பெண்ணுடன் காதலில் இருந்திருக்கிறான். அவள் கர்ப்பமானதும் அவளைக் கைவிட்டிருக்கிறான். அந்தப் பெண் தற்கொலை செய்துகொண்டுவிட்டாள். உள்ளூர் ஊடகங்கள் இச்செய்தியை அறிந்து வெளியிட, அவன் மீது வழக்கு பதிவு செய்யப்பட்டது. ஆனால் மன்ஸருடைய அப்பாவின் அரசியல் தொடர்புகளாலும் பணத்தாலும் அவனை எந்த பாதிப்பும் இல்லாமல் வெளியே கொண்டுவர முடிந்தது. ஆரிஃபிற்கு இதுதான் அந்த மன்ஸர் அலி என்பதில் எந்த சந்தேகமும் இல்லை. அவனால் கவிதாவிற்கு ஏதாவது ஆபத்து ஏற்படலாம் என்றுணர்ந்து ஆரிஃப் அவனை உடனே பார்க்க முடிவுசெய்தான்.

சஞ்சய் காந்தி உயிரியல் பூங்காவின் உள்ளிருந்த மயூர் ரெஸ்டாரண்டில் சந்திக்க முடிவெடுத்தனர். மன்ஸர் வெள்ளை உடையில் வந்திருந்தான். அவனுடைய வெள்ளை லெதர் ஷூ கூட அவனது சஃபாரியை ஒத்திருந்தது. மிதமான உயரத்தில், சிவப்பாக, பூரிப்பான கன்னங்களுடன் பார்ப்பதற்கு ஓர் ஆங்கிலேயனைப் போல் இருந்தான்.

'அஸலாம் அலைக்கும் அண்ணா,' ஆரிஃபை வணங்கினான். அவனது குரலில் தேவைக்கதிகமான மரியாதை.

ஆரிஃபிற்கு அவனைப் பிடிக்கவேயில்லை. அவனிடம் ஏதோ ஒன்று சரியில்லை.

'இங்கயே வெயிட் பண்ணு,' ஆரிஃப் கவிதாவிடம் கூறினான்.

'சரி அண்ணா,' பதிலளித்துவிட்டு அவள் உணவகத்தின் இரும்பு நாற்காலியில் அமர்ந்துகொண்டாள்.

ஆரிஃபும் மன்ஸரும் வெளியில் வந்து சேர்ந்து நடக்கத் தொடங்கினர்.

'கவிதா என்கிட்ட அவ அண்ணா என்ன மீட் பண்ணப் போறாருனு சொன்னப்போ எனக்குக் கொஞ்சம் கவலையா இருந்துச்சு. அப்புறம்தான் உங்களப் பத்தி சொன்னா. எனக்கு சந்தோஷமாயிடுச்சு.' மன்ஸர் புன்னகைத்தான். 'கவிதாவ நான் கல்யாணம் பண்ணிக்க நீங்க ஹெல்ப் பண்ணா ரொம்ப நல்லா இருக்கும். ஒரு அண்ணாவா நீங்க உங்க கடமைய செய்யறதோட இல்லாம ஒரு நான்-முஸ்லிம இஸ்லாத்துக்கு மாத்தின பெருமையும் உங்களுக்குக் கிடைக்கும்.'

'கவிதாவ உனக்குக் கல்யாணம் பண்ண விடுவேனு யாரு உன்கிட்ட சொன்னது?'

'ஏன்? என்கிட்ட என்ன தப்பு?'

'பாட்னால எல்லாருக்கும் உன் யோக்யதை தெரியும். நான் வேற சொல்லனுமா?' ஆரிஃப் பதிலளித்தான்.

'ஆரிஃப் சார், இப்படித்தான் கத கட்டிவுடுவாங்க. உங்களையும் கவிதாவோட அம்மாவையும் பத்திகூட நான் கேள்விப்பட்டேன்,' சொல்லிவிட்டு விரல்களால் நீளமான தன் முடியைக் கோதிவிட்டுக்கொண்டான். 'அப்புறம், என் ஃப்ரெண்ட் ஒருத்தன் பேங்க் காலனிலதான் இருக்கான்.'

மன்ஸர் நின்று, ஆரிஃபின் கண்களை நேருக்கு நேர் பார்த்தான். மன்ஸரின் முகத்தில் மீண்டும் புன்னகை. 'நான் இன்னும் இதப் பத்தி கவிதாகிட்ட சொல்லல. ஏன்னா சும்மா காதுல கேட்ட ரூமர்ஸ் வெச்சு நான் எதுவும் முடிவெடுக்கறதில்ல,' மன்ஸர் அமைதியாகக் கூறினான்.

ஆரிஃபிற்கு ஒரு கொப்புளரை சூடான எண்ணையை எடுத்து அவன்மீது ஊற்றியது போல் இருந்தது. *என்ன தைரியம் இருந்தா என்கிட்ட இப்படி பேசுவான்?*

'நான் உன்கூட பேச விரும்பல. உனக்கு என்ன செய்யனுமோ அத செஞ்சுக்கோ. இப்ப இங்கேருந்து போ,' ஆரிஃப் அவன் நரம்புகளில் கோபம் தெறிக்கக் கூறிவிட்டு மன்ஸரிடமிருந்து வேகமாக விலகி நடக்கத் தொடங்கினான்.

'என்ன ஆச்சு அண்ணா?' அவனுக்குப் பின்னாலேயே கவிதா தொடர்ந்து நடந்தாள்.

அவர்கள் பேசியதை கவிதா கேட்டிருக்கக்கூடாது என்று நினைத்தான். உறுதியான குரலில் அவளிடம், 'வீட்டுக்குப் போலாம். எனக்கு மன்ஸர் பத்தி உன்கிட்ட ஒன்னு சொல்லனும்,' என்றான்.

இருவரும் சிறிது நேரம் அமைதியாக நடந்தனர்.

'அண்ணா, அப்பாகிட்டயும் அம்மாகிட்டயும் மன்ஸர் பத்தி சொல்லிடாதீங்க. ப்ளீஸ்.' பயத்தில் பார்க்கவே பாவமாக இருந்தாள் கவிதா.

'ஒரே ஒரு கண்டிஷன்,' ஆரிஃப் கூறினான்.

'கண்டிஷனா?' கவிதா குழப்பமாகக் கேட்டாள்.

'இந்த ராஸ்கல திரும்ப நீ மீட் பண்ணக் கூடாது.'

'ஏன் அண்ணா?'

'மன்ஸர் ஒரு ஒன்னா நம்பர் பொறுக்கி. நிறைய பொண்ணுங்களோட லைஃப கெடுத்திருக்கான்.'

'நான் நம்பமாட்டேன்...'

'உனக்கும் உன் வாழ்க்கைய கெடுத்துக்க ஆச இருந்துதுனா போ, போயி அவன கட்டிக்க.' ஆரிஃப் ஒரு சைக்கிள் ரிக்‌ஷாவை அழைத்து, அதில் ஏறி அங்கிருந்து சென்றுவிட்டான்.

★★★

அன்று மாலையே ஆரிஃப் சுமித்ராவிடம் கவிதாவுக்கும் மன்ஸருக்குமான காதல் குறித்து சொன்னான். சுமித்ராவின் முகத்தில் பயம் வெளிப்பட்டது.

'ஒரு முஸ்லிம் பையனோட என் பொண்ணு லவ்ல இருக்கானு என்னால நம்பவே முடியல. அதுவும் அவன மாதிரி நல்ல பேர் இல்லாதவனோட. அவன ஜஸ்ட் மீட் பண்றாளா? இல்ல வேற ஏதாவது அவங்களுக்குள்ள நடந்திருக்கா?' தன் கைகளால் தலையைப் பிடித்தபடி கேட்டாள் சுமித்ரா.

ஆரிஃப் அவள் 'வேறு ஏதாவது' என்று குறிப்பிடுவது எது என்று புரிந்துகொண்டான்.

'ஏன் கூடாது? முப்பத்தொன்பது வயசுல எனக்கு காதல் வரும்போது அவளுக்கு ஏன் வரக்கூடாது?' தொடர்ந்து அவளிடமே கேள்வி கேட்டுக்கொண்டாள். 'ரமேஷ் கிட்ட இத பத்தி உடனே சொல்லனும்.'

அவள் உள்ளே சென்று போனில் பதட்டமான குரலில் பேசுவதை ஆரிஃப் கேட்டான்.

'இப்ப என்ன பண்ணப் போறீங்க? மன்ஸர் அலிகிட்ட பேசப்போறீங்களா?' ஆரிஃப் ஜாக்கிரதையாகக் கேட்டான்.

'அவன் கிட்ட நான் என்ன சொல்ல இருக்கு. கவிதாகிட்டயும் எதுவும் சொல்லறதுக்கில்ல. ஒரு முஸ்லிம் பையனபோயி காதலிச்சு இந்தக் குடும்பத்துக்கு அவமானத்த ஏற்படுத்திட்டா. இந்த முஸ்லிம்ஸ் எல்லாருமே ஒரே மாதிரிதான். இந்து பொண்ண முதல்ல காதலிப்பாங்க, அப்புறம் இஸ்லாத்துக்கு மதம் மாத்திடுவாங்க.'

'நீங்க எப்படி இப்படி பேசலாம்? எல்லா முஸ்லிம்ஸூம் கெட்டவங்க கிடையாது,' ஆரிஃப் சொன்னான்.

'ஆனா எப்பவும் ஏன் இந்து பொண்ணுங்களே முஸ்லிம் பசங்களோட ஓடிப்போறாங்க. முஸ்லிம் பொண்ணுங்க யாரும் இந்து பசங்களோட போறதில்லையே?'

'முஸ்லிம் கேர்ள்ஸூம் இந்து பசங்களோட ஓடிப்போயிட்டுதான் இருக்காங்க. நம்ம லவ்கூட ஏதோ கான்ஸ்பிரசினு நீங்க நினைக்கறீங்களோ என்னவோ. நான் ஒரு ஜிஹாதி, இந்து பொண்ணான உங்கள கறைப்படுத்த வந்திருக்கேனு நினைக்கறீங்க போல,' ஆரிஃப் கேட்டான்.

'யாருக்கு தெரியும்,' சுமித்ரா உடனே சொன்னாள்.

யாரோ சூடான கம்பியைக் கொண்டு தன்னைத் தாக்கியதுபோல் ஆரிஃப் உணர்ந்தான். சுமித்ரா இவ்வாறு சொன்னதை அவனால் இன்னும் நம்ப இயலவில்லை. ஆரிஃப் மிகவும் காயப்பட்டு, அமைதியாக, அவளது பழிச்சொல்லுக்கு பதிலளிக்க சரியான வார்த்தைகளைத் தேடினான்.

அவனால் முடியவில்லை.

அந்த இடத்தைவிட்டு வெளியேறினான்.

★★★

சுமித்ராவுடனான அந்த சந்திப்பிற்குப் பிறகு ஒரு மாதம் கடந்திருந்தாலும் இன்னும் அவளது சொற்களால் தேள்கள் கொட்டியதைப் போல் உணர்ந்தான் ஆரிஃப். அவனைப் பற்றி அவள் எவ்வாறு அப்படி நினைக்கலாம்? தன்னைக் குறித்துக் கழிவிரக்கம் கொண்டான் ஆரிஃப். சுமித்ராவுடனான காதல் கதை முடிந்துவிட்டது. இல்லை, அவளை மீண்டும் சந்திப்பானா?

ஜாகிரிடமிருந்து கடந்த மூன்று மாதங்களாக எந்தச் செய்தியும் இல்லாததால், இரண்டு மாதங்களாக அவனைக் குறித்துக் கவலைப்பட்டுக்கொண்டிருந்த ஆரிஃப், அவனிடமிருந்து ஏதாவது செய்தி வந்திருக்கிறதா என்றறிய ராஜா பஜாரில் இருந்த ஒரே இண்டர்னெட் சென்டரான யங் பிஹார் சைபர் கஃபேயில் தன் முறைக்காகக் காத்திருந்தான். ஜாகிர் பாம்பேக்குச் சென்று ஒரு வருடம் ஆகியிருந்தது. ஆரிஃப், ஜாகிரின் வீட்டு ஓனர் பெண்மணியை அழைத்துக் கேட்க, ஜாகிர் வேறு இடத்திற்குப் போய்விட்டதாகவும் அதற்குப் பிறகு அவனைப் பார்க்கவில்லையென்றும் கூறினாள். அவளிடம் முகவரியோ, எண்ணோ எதுவும் ஜாகிர் கொடுத்திருக்கவில்லை. அனைவருக்கும் கவலையாக இருந்தது. அடுத்த பத்து நாட்களில் அவனிடமிருந்து தகவல் எதுவும் இல்லையென்றால் பாம்பே செல்ல முடிவெடுத்திருந்தான் ஆரிஃப்.

பாட்னாவிலிருந்து வெளியில் பயணம் செல்லும்பொழுதெல்லாம் ஜாகிர் இவ்வாறு தொடர்பற்றுப் போவது இயல்புதான். என்றாலும் அந்த இயல்புக்கே மூன்று மாத இடைவெளி என்பது அதிகமாகப் பட்டது.

அவர்கள் வீட்டில் போன் இல்லாத காரணத்தால் அவர்களது பக்கத்து வீட்டுக்காரர்களையே அழைக்க வேண்டியிருந்ததால் போனைவிட கடிதங்களையே விரும்பினான் ஜாகிர்.

‘எதுக்கு வர்மா குடும்பத்த அடிக்கடி அநாவசியமா தொந்தரவு செய்யனும்?’ ஜாகிர், ஆரிஃபிற்கு எழுதினான்.

அவனது முதல் கடிதம் அவன் பாம்பேக்குச் சென்ற ஒரு மாதத்தில் கிடைத்தது. ஸ்க்ரீன் டெஸ்டில் அவன் தேர்வாகியிருக்கவில்லை. அசிஸ்டெண்ட் டைரக்டர் ஒருவன் அவனது உச்சரிப்பைக் கிண்டல் செய்து, ஜாகிர் வித்தை காட்டத்தான் லாயக்கு என்று கூறியிருக்கிறான்.

ஆரம்பத்தில் ஜாகிர், ஆரிஃபிற்கு எழுதும் கடிதங்களில் ஒரு நடிகனாக அவன் தினமும் போராட வேண்டியிருப்பதையும், அத்தனை பெரிய நகரத்தில் வாழ்வை சமாளிக்க வேண்டியிருப்பதையும் குறிப்பிட்டான். நடுவில் அவனை நான்கு முறை தொலைபேசியில் அழைத்திருந்தாலும் ஒவ்வொரு முறையும், ‘எப்படி இருக்க? வீட்டுல எல்லாரும் நல்லா இருக்காங்களா?’ என்ற அளவிலேயே உரையாடல்கள் இருந்தன.

ஒரு வருடம் கழித்து ராஜா பஜாரில் இண்டர்னெட் கஃபே திறக்கப்பட, கடிதங்கள் மின்னஞ்சல்களாக மாறின. இண்டர்னெட் என்பது பாட்னாவிற்குப் புதிதாகையால் அதைப் பயன்படுத்த நிறைய செலவழிக்க வேண்டியிருந்தது. அதனால் ஆரிஃப் இரண்டு வாரத்திற்கு ஒருமுறை, பெரும்பாலும் ஞாயிறு மதியங்களில் அங்கு சென்றான். வெறும் பதினைந்து நிமிடங்களுக்கு இருபது ரூபாய் தர வேண்டும். வாரம் முழுவதுக்கும் நகரப் பயணத்திற்கான தொகை அது.

இன்று அவனிடமிருந்து எதுவும் புதிதாக மின்னஞ்சல் வந்திருக்கவில்லை. டிசைனர் பர்ஸ் வாங்க, பெஸ்ட் செல்லிங் புக்ஸ் வாங்க, ஆண்மையின்மையை குணப்படுத்த என்று தேவையில்லாத விளம்பர மின்னஞ்சல்களே வந்திருந்தன. ஜாகிரின் பழைய மின்னஞ்சல்களை மீண்டும் வாசிக்கத் தொடங்கினான் ஆரிஃப்.

From: zakirkhan_actor@hotmail.com

Date: 21 June 1997

To: Arif Khan

அன்புள்ள அண்ணாவுக்கு,

அஸலாம் அலைக்கும்,

பாட்னாவில் எல்லாம் நன்றாகச் செல்கிறது என்று நம்புகிறேன். இங்கு, மால்கனி என்ற மாடல் கோஆர்டினேட்டர் ஒருவருடன் பணிபுரியும் வாய்ப்பு கிடைத்திருக்கிறது. யாஷ் சோப்ராவின் அடுத்து வரும் படங்களில் ஒன்றில் நடிக்க வாய்ப்பு வாங்கித் தருவதாகக் கூறியிருக்கிறார். யாஷ் சோப்ராவை நேரில் சந்திப்பது குறித்து மிகவும் மகிழ்ச்சியாக இருக்கிறது. என்னவொரு சிறந்த இயக்குனர் அவர்!

அடுத்த மெயிலில் விரிவாக எழுதுகிறேன்.

பாட்டி, அப்பா, மற்றும் அம்மாவிற்கு என் வணக்கங்கள். ரபியா, நஸ்னீன் மற்றும் ஹுமாவிற்கு என் அன்பைத் தெரிவிக்கவும்.

உங்கள் தம்பி

ஜாகிர்

Date: 11 July 1997

அன்புள்ள அண்ணாவுக்கு,

அஸலாம் அலைக்கும்,

யாஷ் சோப்ராவுடனான சந்திப்பு நடக்கவேயில்லை என்பதையறிந்து நீ வருத்தமடைவாய் என்று எனக்குத் தெரியும். அந்த மால்கனி ஒரு ஏமாற்றுக்காரன். என்னிடம் மட்டுமல்லாமல் நடிக்க ஆசைகொண்ட நிறையப் பேரிடமிருந்து பணத்தை ஏமாற்றிப்பெற்று பின்பு தலைமறைவாகிவிட்டான். அடுத்தமுறை நான் ஜாக்கிரதையாக இருப்பேன்.

பாட்டி, அப்பா, மற்றும் அம்மாவிற்கு என் வணக்கங்கள். ரபியா, நஸ்னீன் மற்றும் ஹுமாவிற்கு என் அன்பைத் தெரிவிக்கவும்.

உங்கள் தம்பி

ஜாகிர்

Date: 2 February 1998

அன்புள்ள அண்ணாவுக்கு,

அஸலாம் அலைக்கும்,

கூட நடிக்கும் நண்பர்கள் பரிந்துரைத்ததன் பேரில் ப்ருத்வி தியேட்டருக்கு அடிக்கடி செல்லத் திட்டமிட்டுள்ளேன். உங்களுக்குத்

தெரியுமா, இந்த தியேட்டர் புகழ்பெற்ற கபூர் குடும்பத்திற்கு சொந்தமானது. பிரபலமான தயாரிப்பாளர்களும் இயக்குனர்களும் இங்குதான் வருவார்கள் என்று அனைவரும் சொல்கிறார்கள். மேலும், அவர்கள் பார்வையில் பட இங்கு அடிக்கடி வருவது சிறந்தது.

அடுத்து என்னவென்று பார்க்கலாம்.

உங்கள் தம்பி

ஜாகிர்

கடைசியாக ஜாகிரிடமிருந்து 24, பிப்ரவரி அன்று மின்னஞ்சல் வந்திருந்தது. அதில் தான் ஒரு பகுதி நேர வேலைக்குச் சேர்ந்திருப்பதாகவும் அதனால் அவனுக்குப் பணம் அனுப்பத் தேவையில்லையென்றும் கூறியிருந்தான்.

ஆரிஃப் மின்னஞ்சல்களைப் படித்துக்கொண்டிருக்க அவனுக்கு ஜாகிரின் பாம்பே நண்பனான ரஜீப் மொஹந்தி என்பவனிடமிருந்து புதிய மின்னஞ்சல் ஒன்று வந்திருந்தது. ஜாகிர் கடைசியாக, வாழ்க்கையில் ஜெயிக்க தன்னம்பிக்கை மேற்கோள்கொண்ட மின்னஞ்சலை பலருக்கும் அனுப்பியிருந்தான். சமயங்களில் ஜாகிர் அத்தகைய மின்னஞ்சலை ஆரிஃபிற்கும் அவனது நண்பர்களுக்கும் அனுப்புவான். அதிலிருந்து ஆரிஃப், ரஜீபின் ஈமெயில் ஐ.டியை எடுத்திருந்தான். ஜாகிரிடமிருந்து எந்தத் தகவலும் வராமல் போகவே ஜாகிரின் ஈமெயிலிலிருந்த மூன்று மின்னஞ்சல்களுக்கு ஆரிஃப் எழுதினான். அதில் ஒன்றிலிருந்து கடைசியாக பதில் வந்திருக்கிறது. ஆரிஃப் அந்த மின்னஞ்சலை பயம் மற்றும் ஆர்வத்துடன் திறந்தான்.

From: rajeeb.mohanty@yahoo.com

Date: 23 April 1998

Subject: Zakir

To: Arif Khan

அன்புள்ள ஆரிஃப் அண்ணாவுக்கு,

சலாம்,

நான் ஜாகிரை, அவன் திரோத்கர் குடும்பத்துடன் பேயிங் கெஸ்டாக வாழவந்த அன்றுதான் முதன் முதலில் சந்தித்தேன். நானும் அங்கு

பேயிங் கெஸ்டாகத் தங்கியிருந்தேன். நான் ஒரிசாவிலிருந்து வருகிறேன். திரைக்கதை ஆசிரியராக முயன்றுகொண்டிருக்கிறேன்.

ஜாகிர் முதலில் ஒரு கிஃப்ட் ஷாப்பில் மாதம் இரண்டாயிரம் ரூபாய் சம்பளத்திற்கு வேலை செய்தான். வீட்டு வாடகைக்குக் கொடுத்த பிறகு, தயாரிப்பாளர்கள் அலுவலகம் மற்றும் ஸ்டூடியோஸ் செல்ல அவனிடம் பணம் மிஞ்சவில்லை. அவன் குடும்பத்திற்கு பாரமாக இருக்க வேண்டாம் என்று எண்ணியதால் உங்களிடம் விளம்பரப் படங்களில் நடிப்பதாகவும், பணத்திற்குக் கஷ்டமில்லை என்றும் பொய் சொன்னான். மால்கனி அவனிடமிருந்து பத்தாயிரம் ரூபாய் ஏமாற்றிவிட்டான். அந்த இழப்பு அவனைப் பெருமளவில் பாதித்தது. அந்தப் பணத்தை நாங்கள் மூன்று நண்பர்கள் அவனுக்குத் தந்திருந்ததால் அதை அவன் எங்களுக்குத் திருப்பித் தர வேண்டியிருந்தது.

இரண்டு மாதங்கள் முன்பு அந்த கிஃப்ட் கடையும் மூடப்பட்டதால் அவன் வேலை போய்விட்டது. அவனுக்கு மிக அவசரமாக ஒரு வேலை தேவைப்பட்டது.

கிஃப்ட் ஷாப்பில் தனது கடைசி மாத சம்பளத்தை அப்படியே வீட்டு வாடகைக்குக் கொடுத்துவிட்டு அவன் அந்த இடத்தைக் காலி செய்துவிட்டான்.

ஜாகிருக்கு இன்னும் திரைப்படத்தில் நடிக்க வேண்டும் என்ற ஆசை போகவில்லை. அடிக்கடி பாட்னாவில் தான் எப்படி இருந்தான் என்று என்னிடம் கூறுவான். அவன் சொன்னதிலிருந்து நீங்கள் சகோதரர்கள் என்பதைவிடவும் நல்ல நண்பர்கள் என்பது தெரிந்தது. அவன் உங்களைக் குறித்தும் கவலைப்பட்டான். அடிக்கடி உங்களை நினைத்துக்கொள்வான்.

கடைசியாக அவனை சந்தித்தபொழுது அஸ்லாம் பாய் என்ற ஜூனியர் ஆர்டிஸ்ட் அசோசியேசனின் அலுவலக உதவியாளருடன் இருந்தான். திரைப்படங்களில் சின்னச் சின்னப் பாத்திரங்கள் செய்ய வேண்டியிருப்பதைக் குறித்து அவன் கூறுகையில் அவனுக்குக் கண்ணீர் வந்துவிட்டது. திலீப் குமாராகவும், அமிதாப் பச்சனாகவும், ஷாருக் கானாகவும் ஆக கனவு கண்டவன் பிச்சைக்காரனாகவும், தொழுநோயாளியாகவும், அடியாள் கூட்டத்தில் ஒருவனாகவும், ஏதோ முக்கியமில்லாத காட்சியில் கூட்டத்தில் ஒருவனாகவும்தான் நடிக்க முடிகிறது என்றான். எட்டு மணி நேர வேலைக்கு 200 ரூபாயிலிருந்து 500 ரூபாய் வரைத் தருகிறார்கள் என்றான்.

நான் அவனுக்காக வருந்தினேன். ஆனால் என்னால் என்ன செய்ய முடியும்? இந்தக் கனவு நகரத்தில் நானும் என் தேவைகள் நிறைவேறப் போராட வேண்டியிருக்கிறது. எங்களைப் போன்று ஏராளமானோரை

பெரிய எதிர்காலம் இருப்பதாக ஏமாற்றும் இந்த நகரம், வரலாற்றில் எங்களைக் குப்பைத் தொட்டியில்தான் வீசுகிறது. கடந்த ஒன்றரை மாத காலமாக நான் ஜாகிரைச் சந்திக்கவில்லை. அவனை எங்காவது சந்திக்க நேர்ந்தால் உங்களை நிச்சயம் அழைக்கச் சொல்கிறேன்.

அவன் உங்களிடம் பேசினால் அவனை பாட்னாவிற்கே திரும்ப வரச் சொல்லுங்கள். அடுத்த மூன்று மாதங்களில் எதுவும் நடக்கவில்லையென்றால் நானும் ஊருக்கே திரும்பிவிடுவதாக என் அப்பாவிடம் சத்தியம் செய்திருக்கிறேன்.

என் கடிதம் உங்களை சாந்தப்படுத்தியிருக்கும் என்று நம்புகிறேன்.

அன்புடன்,
ரஜீப்

15

1998 ஆம் வருடம் கோடையின் காலை நேரத்தில் பால்கனியிலிருந்த பழைய சோஃபாவில் அமர்ந்து டைம்ஸ் ஆஃப் இந்தியா-வின் விளையாட்டுச் செய்திகளை ஆரிஃப் வாசித்துக்கொண்டிருந்தபோது கதவு தட்டப்படும் சத்தம் கேட்டது. அலுவலகக் கோப்பு ஒன்றை சேரில் அமர்ந்து பார்த்துக்கொண்டிருந்த அப்பா, அவன் எழுந்து கதவைத் திறக்குமுன் தானே திறந்தார். கருப்பாக, காவிக்கறை படிந்த பற்களுடன் வெள்ளை காதி உடையணிந்து வாசலில் ஒருவன் நின்றிருந்தான். அந்த மனிதன் அப்பாவைக் கைகூப்பி வணங்கிவிட்டு, ரோடு இருந்த திசையைக் காண்பித்து அவரிடத்தில் எதுவோ கிசுகிசுத்தான்.

'நாலஞ்சு கிளாஸ் ரூஅஃப்ஸா சர்பத் எடுத்துட்டு கீழ வா,' ஆரிஃபிடம் கூறிவிட்டு அப்பா காதியுடை அணிந்தவருடன் சென்றுவிட்டார்.

அவனுடைய அப்பார்ட்மெண்ட் பில்டிங்கின் முன்னாலிருந்த ரோட்டை ஆரிஃப் எட்டிப் பார்த்தான். டாடா சுமோ, மஹிந்திராவின் நீல நிற கமாண்டர் ஜீப், வெள்ளை மாருதி 800 என்று மூன்று வாகனங்கள் நிறுத்தப்பட்டிருந்தன. அப்பா சுமோவின் அருகில் நின்றபடி உள்ளிருந்த யாருடனோ பேசிக்கொண்டிருந்தார்.

ஆரிஃப் சர்பத் கோப்பைகளுடன் கீழே சென்று காரில் இருந்தவர்களுக்கு அவற்றை வழங்கினான். குண்டாக, கன்னங்கள் உப்பி, தடிமனான தங்கச் சங்கிலி அணிந்திருந்த ஒருவன் பின் சீட்டில்

அமர்ந்திருந்தான். பச்சை சட்டகம் செய்த ரேபான் குளிர்க் கண்ணாடிகளை அணிந்திருந்தான். சர்பத் கிளாஸ் ஒன்றை எடுத்து மெதுவாக உறிஞ்சியபடி அவன் அப்பாவிடம் பேசினான்.

'பாருங்க கான் சாஹப்! முஸ்லிம்-யாதவ் காரணத்தால இது வரைக்கும் உங்கள எதுவும் பண்ணல. ஆனா நீங்க இதே மாதிரி தன்னிச்சையா நடந்துகிட்டீங்கன்னா சீக்கிரமே பெரிய பிரச்சனைல மாட்டிப்பீங்க. ததன் ராய் என் ஃப்ரெண்டு மட்டும் இல்ல. அவருக்கு சீஃப் மினிஸ்டரையே நேரடியா தெரியும்.' மிக நிதானமாக தன் தலையை சொறிந்தவாறு பேசினான். அவன் குரலில் மிரட்டல் தொனி இருந்தது.

அப்பா கவலையாகத் தெரிந்தார். போலீஸ் ஹெட் குவார்ட்டர்ஸில் கடந்த பத்து வருடங்களாக போஸ்டில் இருப்பவர், N.G.O என்று சுருக்கமாக அழைக்கப்பட்ட *'Not Going Out'* என்ற முக்கியப் பிரிவைக் கவனித்து வருகிறார். மாநில அளவில் நடைபெறும் தேசத்துரோக நடவடிக்கைகளின் இண்டெலிஜன்ஸ் அறிக்கைகள், மூத்த ஐ.பி.எஸ் ஆஃபீஸர்கள் மீதான புகார்கள் மற்றும் அதிகாரிகளின் மாற்றம் குறித்த தயாரிப்புகளைக் கவனிப்பது அவரது பொறுப்பு. எந்த இடத்துக்கு மாற்றலானால் அதிக லஞ்சப் பணம் கிடைக்குமோ அந்த இடத்துக்கு மாற்றலாக விரும்பும் அதிகாரிகளை பணம் பெற்றுக்கொண்டு மாற்றலுக்குப் பரிந்துரைப்பது சிலருக்கு இலாபகரமான வேலையாக இருந்தது. தெற்கு பிஹாரின் நிலக்கரி சுரங்கத்திற்கு அருகில் மாற்றலாக ஒரு டெபுடி சூப்பரிண்டெண்டண்ட் ஐம்பதாயிரம் செலவழிக்கக்கூடத் தயங்கமாட்டார் ஏனென்றால் அதைவிட இரண்டு மடங்கு பணத்தை பதினைந்து நாட்களில் அங்கு சம்பாதித்துவிடலாம் என்பது அவருக்குத் தெரியும்.

ஒரு துறையின் தலைவராக அப்பா லஞ்சத்தை அனுமதித்ததில்லை. அரசாங்க விதிகளின்படிதான் ஒவ்வொரு போஸ்டிங்கும், இடமாற்றமும் முடிவெடுக்கப்பட வேண்டும் என்பதில் குறிப்பாக இருந்தார். அவருடைய ஜூனியர்கள் 'ஊதியத்திற்கு மேல்' சம்பாதிக்க முடியாததற்காக அவர்மீது கோபம் கொண்டனர். இதுவரை பிஹார் போலீஸ் தலைமை அதிகாரியான அவருடைய உயர் அதிகாரியும் இதே நிலைப்பாட்டில்தான் இருந்தார். ஆனால் புதிய டி.ஜி.பியின் வருகையால் அனைத்தும் மாறின. சீனியர் கேபினெட் மினிஸ்டர் ஒருவரின் பரிந்துரைப்படி ததன் ராயை சப் இன்ஸ்பெக்டராக போலீஸ் ஹெட் குவார்ட்டர்ஸிற்கு கொண்டு வந்தார். ததன்

ராய்க்கு முதல் நாளிலிருந்தே அப்பா செயல்பட்ட விதம் பிடிக்கவில்லை. சீக்கிரம் பணம் சம்பாதிப்பது முடியாத காரியம் என்று அறிந்தான். அவனுக்கு அப்பாவை ஒழித்துக்கட்டியாக வேண்டும். அப்பாவும் அவன் மீது ஒரு கண் வைத்தார்.

அவர்கள் சென்றுவிட்டார்கள். அப்பா கவலைப்பட்டாலும் உறுதியாக இருந்தார். அவருடைய கொள்கையை விட்டுக்கொடுக்கத் தயாராக இல்லை.

அடுத்து வந்த வியாழக்கிழமையில் அப்பா போலீஸ் தலைமை அலுவலகத்திலிருந்து பாட்னாவின் பிஹார் மிலிட்டரி போலீஸின் ஐந்தாம் படைக்கு மாற்றப்பட்டார். அவருடைய இடத்தில் என்.ஜி.ஓ தலைமையாக ததன் ராய் நியமிக்கப்பட்டான். அதே மாலை அப்பா தன்னுடைய புதிய அதிகாரிக்குக் கீழ் பொறுப்பேற்றார். மூன்று நாட்களுக்குப் பிறகு, ஜெஹனாபாதுக்கு அருகில் நக்ஸலைட் ஊடுறுவிய இடத்தில் இருந்த போலீஸ் குழுவிற்கு பிரதிநிதியாகச் செல்லும்படி அவருக்குக் கடிதம் அனுப்பப்பட்டது.

ஏறத்தாழ ஒரு மாதம் முன்புதான் மாவோயிஸ்டுகள் அந்த மாவட்டத்தில் போலீஸ் குழு ஒன்றைத் தாக்கியிருந்தது. சில மணி நேரங்களில் கூடுதல் போலீஸ் படை வந்து பார்த்தபொழுது ஐந்து கான்ஸ்டபிள்கள் தொண்டை அறுக்கப்பட்டுக் கிடந்தனர். மற்ற போலீஸ்களின் உடல்கள்கூட அவர்களுக்குக் கிடைக்கவில்லை. அந்தச் சம்பவம் யார் நினைவை விட்டும் இன்னும் நீங்கவில்லை. அம்மா, அப்பாவிடம் இந்தப் பொறுப்பை எப்படியாவது வேண்டாமென்றுக் கூறும்படியும், அல்லது வேலையையே ராஜினாமா செய்துவிடும்படியும் மன்றாடினாள்.

அப்பா அவள் பேச்சைக் கேட்கும் மனநிலையில் இல்லை. ‘ஹமீதா, நான் ஒரு பதான். கோழை மாதிரி என் பொறுப்ப பாத்து பயந்து ஓட என்னால முடியாது,’ அப்பா கூறினார். ‘ஆயிரக்கணக்கான போலீஸ்காரங்க நக்ஸலைட் ஏரியாக்கள்ல வேலை பாக்கறாங்க. வாழ்வோ சாவோ அத அல்லா பாத்துப்பாரு,’ மேலும் அப்பா தத்துவார்த்தமாகக் கூறினார். தத்துவவாதி மற்றும் பதான் என்ற முகமூடிகளுக்குப் பின்பு இருந்தது தன் உயிரைக் கொடுத்தாவது குடும்பத்திற்கு உணவளிக்க வேண்டும் என்ற ஒரு சாதாரண மனிதன்தான்.

அப்பா புதிய வேலைக்குச் சென்ற சில வாரங்களுக்குப்பிறகு, ஆரிஃபின் அம்மா கையில் ஜெப மணிகளுடன் நடைபாதையில்

நடந்தபடி இருந்ததை ஆரிஃப் கவனித்தான். காலையில் அவள் அறை ஜன்னலில் காகம் ஒன்று இடையறாது கரைந்துகொண்டிருந்ததைப் பார்த்திருந்தாள். அது ஒரு கெட்ட சகுனம் என்று ஆரிஃபிடம் கூறினாள். 'அல்லாவே, எங்க குடும்பத்து மேல சாபம் விழாம காப்பாத்து,' பிரார்த்தனைக்கான பாயை விரித்தபடி அவள் முனுமுனுத்ததை ஆரிஃப் கேட்டான்.

ஜாகிர் அழைக்கவோ மின்னஞ்சல் அனுப்பவோ இல்லை. அவனுடைய நண்பன் ரஜீப் மீண்டும் மின்னஞ்சலில் ஜாகிர் நன்றாக இருக்கிறான் என்று உறுதிசெய்த பின்பும் அவன் சமாதானமாகவில்லை. *ஜாகிர் ஏன் பேச மாட்டேங்கறான்? இந்த தடவ அப்பா லீவுக்கு வீட்டுக்கு வந்தா அவர்கிட்ட அனுமதி வாங்கிட்டு பாம்பேக்கு போகனும்.* அப்பாவைப் பற்றி நினைக்கவும் ஒரு பதட்டமான சூழலுக்கு மத்தியில் அவர் வாழ வேண்டிய நிலையை நினைத்து வருந்தினான்.

அப்பா போனதிலிருந்து அம்மா ஒழுங்காகத் தூங்கவில்லை. தொடர்ந்து கவலைப் பட்டு அவளும் பாட்டியுடன் சேர்ந்து தஹாஜுத், நள்ளிரவு தொழுகை செய்ய ஆரம்பித்தாள். ஒரு நாள் இரவு ஆரிஃப் தனது அறையில் படித்துக்கொண்டிருக்க அம்மாவும் பாட்டியும் தொழுகை செய்துகொண்டிருந்ததைப் பார்த்தான். தூரத்தில் மணி பனிரெண்டடித்து இரவின் நிசப்தத்தைக் கலைத்தது.

அவருடைய இரண்டு பிள்ளைகளும் உதவாக்கரையாதலால் அப்பா இத்தனை ஆபத்தை எதிர்கொள்ள வேண்டியிருக்கிறது. எங்கள் குடும்பத்திற்காக நாங்கள் சம்பாதிக்க முடிந்திருந்தால், அப்பா இந்த மோசமான வேலையிலிருந்து எப்பொழுதோ ஓய்வு பெற்றிருக்கலாம். எட்டு மணி நேரம் கோச்சிங் வகுப்புகள் எடுத்தாலும் நான் சம்பாதிப்பதென்னவோ அற்பம்தான். இந்த முறை இன்னும் கூடுதலாக முயற்சி செய்து சிவில் சர்வீஸ் பரீட்சையில் தேற வேண்டும். அப்பாவுக்காகவும் அம்மாவுக்காகவும். ஆரிஃப் நினைத்துக்கொண்டே அலமாரியிலிருந்து *அட்மினிஸ்டிரேடிவ் திங்கர்ஸ்* என்ற புத்தகத்தை எடுத்தான். அன்றைய தினம் அதிலிருந்து ஹெர்பர்ட் சைமனின் *டெசிஷன் மேகிங்* என்ற தலைப்பிட்ட பகுதியை படித்து முடிக்க வேண்டியிருந்தது.

ஒரு கப் டீ போட்டுக் குடிக்க கிச்சனுக்குச் சென்றான். பாத்திரத்தில் பால் கெட்டுவிட்டிருந்தது. குளிர்சாதனப் பெட்டி இல்லாமல் இந்த சூட்டிற்குப் பாலை வெகு நேரம் கெடாமல்

வைத்திருக்க முடியவில்லை. அம்மாவால் என்ன செய்ய முடியும்? நாள் முழுவதும் மூன்று நான்கு முறை பாலை கொதிக்க வைக்கிறாள். அவர்களுக்கு ஃப்ரிட்ஜ் வாங்கும் வசதியில்லை.

மேஜையில் ஒரு துண்டு எலுமிச்சை இருந்ததைப் பார்த்தான். லெமன் டீ போட்டுக் குடித்து சமாளிக்கலாம் என்று முடிவெடுத்தான்.

அவன் டீயைக் குடித்து முடிக்க, பாட்டியும் தன் தொழுகையை முடித்து தன் அறைக்குத் திரும்பியிருந்தாள். அம்மா இன்னும் தொழுகைப் பாயில் அமர்ந்து கண்கள் மூடியிருந்தாள்.

ஆரிஃப் தன் அறைக்குத் திரும்பியதுமே அழைப்பு மணி இரண்டு முறை தொடர்ந்து அடித்தது.

இந்த நேரத்தில் யாராக இருக்கும்? ஆரிஃப் வியந்தான். அவன் வாசலுக்கு வேகமாகச் செல்ல அம்மா ஒரு கான்ஸ்டபிளிடம் பேசிக்கொண்டிருந்ததைப் பார்த்தான். அப்பாவின் படை இருந்த ஜெஹனாபாதில் மாவோயிஸ்ட் தாக்குதல் நடந்திருக்கிறது. எத்தனை போலீசார்கள் காயப்பட்டார்கள் அல்லது கொல்லப்பட்டார்கள் என்பது குறித்து சரியான தகவல் இல்லை. வந்திருந்த கான்ஸ்டபிள் தகவல் சொல்ல வேண்டுமே என்று நடு நடுவே கொட்டாவிவிட்டுக்கொண்டே சொன்னான். தூங்காமல் இருக்க அவன் பெரிதும் பிரயத்தனப்பட்டான். அம்மா அவன் செல்வது வரைக் காத்திருந்து பின்பு கதறினாள். வீடு முழுவதும் விழித்தது. பாட்டி, ரபியா, நஸ்னீன், மற்றும் ஹுமா அவளுடன் இணைந்து அழுதனர்.

ஆரிஃப் செயலிழந்து போனான். அவனால் சில நிமிடங்கள் எதுவும் பேச முடியவில்லை. பின்பு அவனும் அழத் தொடங்கினான். அருகிலிருந்தவர்கள் வர ஆரம்பித்தார்கள். மற்ற வீடுகளிலிருந்தும் பெண்கள் கதறியழுததைக் கேட்க முடிந்தது.

‘அம்மா, அழாதீங்க. அப்பாக்கு ஒன்னும் ஆகியிருக்காது. நான் போலீஸ் ஹெட்குவார்டர்ஸ் போய் என்ன நடந்ததுனு கேட்டுட்டு வரேன்,’ ஆரிஃப் கூறிவிட்டு பாட்டியிடம் திரும்ப, அவள் விசும்பிக்கொண்டிருந்தாள். ‘பாட்டி அல்லாகிட்ட வேண்டிக்கோங்க. உங்க மகன் பத்திரமா திரும்ப வருவாரு.’

போலீஸ் காலனிக்குள்ளிருந்த சாலையில் பல ஆண்களும் பெண்களும் நடந்த தாக்குதல் குறித்து பயத்துடன் தங்களுக்குள் கிசுகிசுப்பாகப் பேசிக்கொண்டிருந்தனர். ஒரு ஜீப்பில் இரண்டு

பேர் போலீஸ் தலைமையகம் செல்வதற்காக ஏற, ஆரிஃப் அவர்களுடன் இணைந்து கொண்டான். ஆரிஃப் அவன் குடும்பத்தை சமாதானம் செய்திருந்தாலும் அவனுக்கு வயிற்றில் என்னவோ செய்தது. வாந்திவரும்போல் உணர்ந்தான். ‘அல்லாவே, அப்பாக்கு ஒன்னும் ஆகியிருக்கக்கூடாது,’ அமைதியாகப் பிரார்த்தித்தான்.

இரண்டு மணி நேரம் கழித்து, தப்பித்த சில போலீசார்களில் அப்பாவும் ஒருவர், ஆனால் ஒரு குண்டு அவரது தோளை லேசாக உராய்த்திருக்கிறது என்ற தகவல்களுடன் திரும்பினான். அவரை பாட்னா மருத்துவக் கல்லூரி மற்றும் ஆஸ்பத்திரிக்கு சிகிச்சைக்காகக் கொண்டுவரப்போகிறார்கள். அம்மா உடனேயே மண்டியிட்டு அல்லாவிடம் தன் கணவனின் உயிரைக் காப்பாற்றியதற்காக நன்றி தெரிவித்தாள். பாட்டி, மற்றும் தங்கைகளும் தங்கள் பாயை விரித்து அல்லாவுக்கு நன்றி தெரிவித்தனர்.

அப்பாவுக்கு ஒன்றுமில்லை என்று தெரிந்தாலும் பக்கத்து வீடுகளிலிருந்து வந்த அழுகைக் கூக்குரல் அவனைத் தொந்தரவு செய்தது.

நாளை நிறைய ஈமைச் சடங்குகளை அவன் காண வேண்டியதிருக்கும்.

‘தம்பி, நாம எப்ப ஹாஸ்பிடலுக்குப் போகனும்? ஜாகிருக்கும் தகவல் சொல்லனுமே,’ அம்மா கூறினாள்.

★★★

அடுத்த நாள் அப்பா ஹாஸ்பிடலை அடைந்தார். ஆரிஃப் வீட்டிற்கும் ஆஸ்பத்திரிக்குமாக பிஸியானான். மூன்று நாட்கள் கழித்துதான் அவனால் ஜாகிருக்கு எழுத முடிந்தது. அடுத்த நாளே ஜாகிரின் பதிலுக்காக ஈமெயிலைப் பார்க்க, அவன் பதிலெழுதியிருந்தது ஆரிஃபிற்கு ஆறுதலாக இருந்தது. வரும் ஞாயிற்றுக்கிழமை அவன் பாட்னா வந்துவிடுவான்.

ஓர் இரண்டு மாதங்கள் முன்பு ஷாருக் கான் படம் ஒன்றில் அவன் ஜாகிரைப் பார்த்தான். ஒரு பிச்சைக்கரனாக கிழிந்த துணியுடன் அழுக்கான கதாபாத்திரம் ஒன்றைச் செய்திருந்தான். ஒரு நிமிடம்கூட அவன் திரையில் தோன்றவில்லை. ம்ருத்யுஞ்சய் கூறியபிறகு ஆரிஃப், ஜாகிர் நடித்த மற்றொரு திரைப்படத்தைப் பார்த்தான். ஜாகிர் அதில் வில்லனின் அடியாளாக ஓர் ஐந்து

நிமிடம் திரையில் தோன்றினான். ரஜீப் மொஹந்தி கூறியது சரிதான். நடிப்புத் துறையில் மிகக் கீழாகப் பார்க்கப்பட்ட எக்ஸ்ட்ரா நடிகனாக, ஜூனியர் நடிகனாக ஆகியிருந்தான் ஜாகிர். அதை நினைக்க நினைக்க ஆரிஃபிற்கு துக்கம் அதிகமாகியது.

ஜாகிர் இப்பொழுது எப்படி உணர்வான்? ஆரிஃப், கலெக்டரேட் ஆஃபீசில் ஐ.ஏ.எஸ் ஆஃபீசர் ஒருவரின் கேபினை சுத்தம் செய்யும் பியூன் போல் தன்னை நினைத்துப் பார்த்தான். அதனால்தான் ஒருவேளை ஜாகிர் அழைப்பதை நிறுத்திவிட்டானோ? பாம்பேயில் ஜெயிக்க முடியாத அவமானத்துடன் பாட்னாவிற்கு வெறும் கையாகத் திரும்ப அவன் விரும்பவில்லை.

ஞாயிறன்று ஆரிஃப் ஸ்டேஷனை அடைய, ட்ரெயின் தாமதமாக வரும் என்று அறிவிக்கப்பட்டது.

இரண்டு மணி நேர தாமதத்திற்குப் பிறகு ஒருவழியாக ட்ரெயின் வந்து சேர்ந்தது. ஆரிஃபால் அவன் சகோதரனை உடனே அடையாளம் காண முடியவில்லை. ஜாகிர் ஒல்லியாக, கண்கள் குழிவிழுந்து காணப்பட்டான்.

ஆரிஃப் எதுவும் கேட்காமல் அவனை அணைத்துக்கொண்டான்.

ஹாஸ்பிடலில் ஒருவாரம் இருந்தபிறகு அப்பா வீட்டிற்குத் திரும்பியிருந்தார். ஆனால் அவரது தோள் வலி குறைய சிறிது காலம் தேவைப்படும் என்று டாக்டர் கூறியிருந்தார்.

அந்த சம்பவத்திற்குப் பிறகு அப்பா நக்ஸலைட் ஊடுறுவியிருந்த இடத்திற்கு அனுப்பப்பட்ட மாட்டார் என்று ஆரிஃப் நம்பினான். ஆனால், மீண்டும் வேலையில் சேர டாக்டர் சான்றிதழ் வழங்கிய அன்றே மாவோயிஸ்டுகள் ஆதிக்கம் செலுத்திய பலமு மாவட்டத்திற்குச் செல்ல அவருக்கு ஆர்டர் வழங்கப்பட்டது. அம்மா வேண்டிக்கொண்டதற்கு இணங்க அவர் ஆரிஃபின் துணையுடன் படாலியன் கமாண்டண்டிடம் இத்தகைய மாற்றல் குறித்துப் பேசச் சென்றார்.

'ரஷீத், நக்ஸலைட் ஏரியாக்கு உங்கள திருப்பி அனுப்பறதுல எனக்கு விருப்பம் இல்ல. ஆனா இது புது டி.ஐ.ஜி ஷேஸத் அலி சாஹப்போட ஆர்டர். நீங்க அவர்கிட்டதான் பேசனும்.'

'ஓகே சார்,' அவர் கூறினார்.

ஷேஸத் அலி அப்பாவை ஏன் குறிவைக்கிறார் என்று ஆரிஃபிற்குத் தெரியும்.

சில வருடங்கள் முன்பு, ஹஸாரிபாகில் அப்பொழுது போலீஸ் சூப்பரிண்டெண்டெண்டாக இருந்த ஷேஸத் அலி பாலியல் துன்புறத்தல் வழக்கு ஒன்றில் குற்றம் சாட்டப்பட்டார். அப்பா அவருடைய கேஸ் ஃபைலைப் பார்த்ததால் அவரிடம் உதவிக்கு வந்தார் ஷேஸத் அலி. அப்பா அவர் எந்த மாதிரியானவர் என்று அறிந்திருந்ததால் அப்பட்டமாக உதவ மறுத்துவிட்டார்.

இப்பொழுது அதற்குப் பழிவாங்குகிறார் ஷேஸத் அலி.

அப்பா விருப்ப ஓய்விற்கு விண்ணப்பித்தார். அவருக்கு அதில் விருப்பமில்லையென்றாலும் அம்மாவும் பாட்டியும் வற்புறுத்தினர்.

விருப்ப ஓய்வு எடுப்பதை மிகப்பெரும் பிழையாக நினைத்து அப்பா மனவேதனையடைந்தார். அவருடைய முழு சம்பளத்தை வைத்துக்கொண்டே குடும்பத்தின் அடிப்படைத் தேவைகளைக்கூடப் பூர்த்தி செய்ய முடியவில்லை. இப்பொழுது பாதி சம்பளத்தை வைத்துக்கொண்டு என்ன செய்வார்? ஐம்பதுகளில் இருந்த ஒருவருக்கு மறு வேறு வேலை வாய்ப்பு என்பது நடக்காத காரியம்.

‘என் குடும்பம் பட்டினிக் கிடக்கறதப் பாக்கறதவிட மாவோயிஸ்ட் படையால சாகறது எவ்வளவோ மேல்,’ ஆரிஃபிடம் ஒருநாள் இவ்வாறு கூறினார்.

என்ன பதிலளிப்பது என்று தெரியாமல் ஆரிஃப் அமைதியாக இருந்தான். அப்பா மீண்டும் பணியில் சேர்ந்து பலமு செல்வதை அவன் விரும்பவில்லை. அப்பா தன்னுடைய ஓய்வு விண்ணப்பத்தைத் திரும்பப் பெற முயன்றார், ஆனால் அதற்குள் அது முன்னகர்த்தப்பட்டு ஷேஸத் அலியால் உடனே ஒப்புதல் வழங்கப்பட்டது.

★★★

அம்மா, பால்கனி கைப்பிடிச்சுவற்றில் கவலையுடன் சாய்ந்தபடி நின்றுகொண்டிருந்தாள்.

‘ஏம்மா கவலையா இருக்கீங்க?’ ஆரிஃப் கேட்டான்.

‘அப்பாவோட பென்ஷன்ல இந்த குடும்பத்த எப்படி நடத்தனு எனக்குத் தெரியலப்பா. நஸ்னீனுக்கு எம்.ஏ பண்ணனுமாம். பி.ஏவே ஒரு பொண்ணுக்கு போதும்தான்...’ அம்மா நிறுத்தினாள், ரபியாக்கு ஏற்கெனவே இருபத்தஞ்சாச்சு. கல்யாண

செலவு அது இதுனு... அல்லாவே! இன்னும் ரெண்டு மூனு மாசத்துல இந்த குவார்டர்ஸ காலி பண்ணனும். அதுக்கப்புறம் மாச வாடக வேற தரனும்.'

'கவலப்படாதீங்க அம்மா. நான் இன்னும் நிறைய கோச்சிங் க்ளாசஸ் எடுக்கறேன். ஜாகிரும் வேலைக்கு ட்ரை பண்றான்.'

'ஆனா அது உன் ஐ.ஏ.எஸ் பரீட்சைக்கு தடையா இருக்காதா. ஏற்கெனவே நீ பாதி நாளு கோச்சிங் க்ளாஸுக்குனு செலவழிக்கிற.'

'ரெண்டும் ஒன்னா பண்ணலாம் அம்மா,' கோல்டன் கோச்சிங்கில் பகுதி நேர வேலை ஏற்கெனவே அவனது தயாரிப்புகளை வெகுவாகப் பாதித்திருந்ததை உணர்ந்தே கூறினான் ஆரிஃப்.

அது அவனுடைய நான்காவது மற்றும் கடைசி முயற்சி. குடும்பத்தின் கனவுகளை நிறைவேற்ற என்ன ஆனாலும் இந்த வருடம் அவன் வென்றாக வேண்டும். இன்ஷால்லாஹ்!

ஆனால் இந்த முறையும் அவன் தோற்றால் என்ன செய்வது?

சிவில் சர்வீஸ் பரீட்சையில் தேர்வாகாததால் பக்கத்துக் காலனியில் ஒரு பையன் கங்கையில் விழுந்து தற்கொலை செய்துகொண்டான். மூன்று நாட்கள் கழித்து ஊதிப்போன அவன் உடல் மீட்கப்பட்டது.

ஆரிஃபும் அதை நோக்கித்தான் செல்கிறானா?

'என்ன நினைக்கற பவ்வா?' என்று அவன் அம்மா கேட்டது காதில் விழாமல் சிந்தனையில் இருந்தான்.

'ஒன்னும் இல்ல அம்மா.' ஆரிஃப் அவன் அம்மாவைப் பார்த்து தனது தற்கொலை சிந்தனையைக் களைந்தான். பாட்டியும் அங்கிருந்தாள் ஆனால் அவள் அம்மாவும் ஆரிஃபும் பேசிக்கொண்டிருந்ததில் கலந்துகொள்ளவில்லை. அவளது சிறிய அழகிய மூக்கின் மீது கண்ணாடி உட்கார்ந்திருக்க, சோஃபாவில் அமர்ந்தவாறு முகம்மது நபிகள் மற்றும் அவரது தோழர்கள் குறித்து உருதுவில் புத்தகம் ஒன்றை வாசித்துக்கொண்டிருந்தாள். சில நிமிடங்களுக்குப் பிறகு புத்தகத்தை மூடிவைத்துவிட்டு அவள் உள்ளே சென்றுவிட்டாள்.

அழைப்பு மணி அடித்தது.

‘அப்துல் ரஷீத் வீட்டுல இருக்காரா?’ ஆரிஃப் அந்தக் குரலை அடையாளம் கண்டுகொண்டான். அம்மாவின் இரண்டாவது ஒன்றுவிட்ட சகோதரர் ஷமிமுல்லா கானின் குரல் அது. பிஹார் அரசாங்கத்தின் ஓய்வுபெற்ற மூத்த கணக்காளர், சமன்புராவில் வசித்து வருகிறார்.

‘உள்ள வாங்க அண்ணா!’ அம்மா, தன் புடைவைத் தலைப்பை தலையில் போர்த்திக்கொண்டே சொன்னாள்.

‘அப்துல் ரஷீத் எங்க?’ ஷமிமுல்லா கான் கேட்டார்.

‘ஆரிஃபோட அப்பா ராஜா பஜாருக்குப் போயிருக்காரு.’

ஷமிமுல்லா கான் பால்கனியில் இருந்த சோபாவில் அமர்ந்துகொண்டார்.

‘அண்ணா, லெமன் டீ குடிக்கிறீங்களா?’

‘வேணாம் தங்கச்சி. டீ வேணாம். டயபடீஸ் திரும்ப வந்து உடம்ப படுத்துது. சக்கர இல்லாம எனக்கு டீ குடிக்கப் பிடிக்கிறதில்ல. டீலாம் போட வேணாம்மா,’ கூறிவிட்டு ஒரு மஞ்சள் உறையை தடுமாற்றத்துடன் திறந்தார். அதில் போஸ்ட்-கார்ட் அளவில் ஓர் இளைஞனின் புகைப்படம் இருந்தது.

‘யார் இந்த அழகான பையன்?’ அம்மா கேட்டாள்.

‘அஸாத் கான். என் ஃப்ரெண்ட் காசிம் கானோட ஒரே பையன். எஸ்.பி.ஐ பேங்க்ல ப்ரொபேஷனரி ஆஃபீஸரா இருக்கான். என் பொண்ணு கல்யாணத்தப்போ ரபியாவ அஸாதோட அம்மா பாத்திருக்காங்க. அவங்களுக்கு ரபியா மருமகளா வரனும்னு விருப்பம்,’ ஷமிமுல்லா கான் கூறினார்.

‘அல்லாவே! உன் கருணையே கருணை,’ அம்மா முனுமுனுத்ததை ஆரிஃப் கேட்டான்.

‘அப்புறம்... வரதட்சணை?’ அம்மா கேட்டாள்.

‘இல்ல தங்கச்சி. அவங்க அல்லாவுக்குக் கட்டுப்பட்டவங்க. நீங்க என்ன தரீங்களோ அத வாங்கிப்பாங்க.’

ஆரிஃப் புன்னகைத்தபடி அம்மாவின் பிரகாசமடைந்த முகத்தைப் பார்த்தான்.

எதிர்பாராத இந்த நல்ல செய்தி குடும்பத்தில் பல காலங்களுக்குப் பிறகு மகிழ்ச்சியைக் கொண்டு வந்தது.

மருமகனுக்கு மரியாதை கொடுக்கும் விதத்தில் ஊர் கூட்டி பெரிய அளவில் கல்யாண விருந்து தரப்போவதாக அப்பா பெருமையாக அறிவித்தார். உடனே அம்மாவின் முகத்தில் மகிழ்ச்சி. பாட்டியால் புன்னகைக்காமல் இருக்க முடியவில்லை. ரபியா, மாப்பிள்ளையின் புகைப்படத்தை வைத்துக்கொண்டு கண்களில் கனவுடன் சுற்றிச் சுற்றி வர அவளை நஸ்னீனும் ஹுமாவும் கிண்டல் செய்தார்கள்.

திருமண நாள் நெருங்கி வர, ஆரிஃபின் உறவினர்கள் வரத் தொடங்கினர். வீடே அடைத்திருந்தது. இன்னும் நிறைய உறவினர்கள் தங்க போலீஸ் காலனிக்கு வெளியே ஓர் இரண்டு மாடி வீடு ஒன்று ஒரு வாரத்திற்கு வாடகைக்கு எடுக்கப்பட்டது.

திருமணத்திற்கு நான்கு நாட்கள் முன்பு ஆரிஃப், அப்பா மற்றும் ஜாகிருடன் விருந்திற்கான பட்டியல் குறித்து பேசிக்கொண்டிருக்க, ஒரு நடுத்தர வயது ஆள் மாப்பிள்ளையின் அப்பாவிடமிருந்து கடிதம் ஒன்றை எடுத்துக்கொண்டு அப்பாவைப் பார்க்க வந்தார். வெள்ளை உறையை அப்பாவிடம் கொடுத்துவிட்டு, அப்பா மதிய உணவிற்கு இருக்க அழைத்தும்கூட இருக்காமல் சென்றுவிட்டார்.

உறையைப் பிரித்துக் கடிதத்தை வாசிக்க அவர் முகத்தில் பேரதிர்ச்சி.

வரதட்சணைக்கான பெரிய பட்டியல். ஒரு காரும் சேர்த்து இருந்தது.

குடும்பத்தில் மகிழ்ச்சி வடிந்தது. ரபியாவின் உடலில் மஞ்சள் மற்றும் சந்தனக் குழைவைத் தேய்த்துவிட்டுக்கொண்டிருந்த பெண்கள் குழப்பமாகப் பார்த்துவிட்டு தங்களுக்குள் கிசுகிசுத்துக்கொண்டார்கள். அம்மா அழுதாள். பாட்டிக்கு என்ன செய்வதென்று தெரியவில்லை.

அப்பா கோபப்பட்டு, உறவினர்கள் மற்றும் விருந்தினர்கள் முன்பு இந்தத் திருமணத்தை நிறுத்த தான் முடிவெடுத்துள்ளதாக அறிவித்துவிட்டார்.

'அவங்க கேக்கறதையெல்லாம் தரனும்னா என் வாழ்நாள் சேமிப்பையே கொடுக்கனும். எனக்கு இன்னும் ரெண்டு பொண்ணுங்க இருக்காங்க. எல்லாத்துகும் மேல இந்த மாதிரி பேராச புடிச்சவங்க என் சம்பந்தியாக வேண்டாம்,' அப்பா உறுமினார்.

அம்மா எதுவும் பேசவில்லை. ஏதாவது செய்ய வேண்டி பாட்டியைப் பார்த்தார்.

‘அப்பா, இந்த நேரத்துல போயி நிச்சயத்த நிறுத்தினா அது சரி கிடையாது. நம்ம குடும்பத்துக்குக் கெட்ட பேராயிடும். வேற வரன் எதுவும் ரபியாக்குக் கிடைக்கறது கஷ்டமாகிடும்,’ ஆரிஃப் வாதாடினான்.

ஜாகிரும் அண்ணா சொன்னதை வழிமொழிந்தான்.

‘ஆனா...’ அப்பா தயங்கினார்.

ஜாகிர் அவரிடம், ‘உங்க பசங்கள நம்புங்க அப்பா. மத்த சிஸ்டர்ஸுக்கு நாங்க நிச்சயமா ஏதவாது செய்வோம். அப்படி எதுவும் முடியலைனாலும் நிலம், வீடு எல்லாத்தையும் வித்துடலாம்.’

‘ஆமாம் ரஷீத். ஆரிஃபும் ஜாகிரும் சொல்றதுதான் சரி. இது ரபியாவோட எதிர்காலம் சம்பந்தப்பட்டது,’ பாட்டி கூறினாள்.

அப்பா இந்த நிச்சயத்தை நிறுத்தவில்லை என்று சொன்னதும் அம்மா கண்ணீரைத் துடைத்துக்கொண்டு புன்னகைத்தாள்.

‘அல்லா கருணையானவர். நமக்கு மூணு பெண் பிள்ளைங்கள கொடுத்திருக்காருன்னா, அவங்க மூணு பேருக்கு செய்யறதுக்கும் கொடுப்பாரு,’ பாட்டி கூறினாள்.

அப்பாவிற்கு சம்மதிப்பதைத் தவிர வேறு வழியில்லை.

நிலைமை சமாதானமானதும், அம்மா அல்லாவுக்கு நன்றி சொல்ல சிறப்புத் தொழுகை செய்யப் போய்விட்டாள்.

★★★

ரபியாவின் திருமணம் முடிந்து பத்து நாட்கள் கழிந்திருக்க, ஆரிஃப் தனது டெக்சேரில் அமர்ந்து முக்திபோத்-இன் *சந்த் கா முன்ஹ் தேதா ஹை* வாசித்துக்கொண்டிருந்த பொழுது நஸ்னீன் சிரிக்கும் சத்தத்தைக் கேட்டான். திரும்பிப் பார்க்க, அவள் கட்டிலில் உட்கார்ந்து சிரித்துக்கொண்டிருந்தாள். அம்மாவும் ஹுமாவும் அவளருகில் குழப்பமாக உட்கார்ந்தனர். பைத்தியமாகிவிட்டதுபோல் அவள் சிரிப்பு அதிகரித்துக்கொண்டே போனது. பின்பு, ஓலமிட்டு அழுதாள்.

அம்மா அவளது தோள்களைப் பிடித்துக் குலுக்கினாள். 'நஸ்னீன் கொழந்த!'

'அக்கா என்ன ஆச்சு?' ஹுமா பயந்தாள்.

நஸ்னீன் தொடர்ந்து ஓலமிட்டாள்.

புத்தகம் தரையில் விழ, ஆரிஃப் அவர்கள் இருந்த அறைக்கு ஓடினான்.

'என்ன ஆச்சு?' ஆரிஃப் அவனது தங்கையின் கன்னத்தை மெதுவாகத் தட்டினான்.

நஸ்னீன் அழுதுகொண்டிருந்தாள்.

'ஆரிஃப், போய் டாக்டர கூட்டிட்டு வா,' அம்மா கூறினாள்.

போலீஸ் ஹாஸ்பிடலிலிருந்து டாக்டருடன் திரும்பி வந்தபொழுது, நஸ்னீன் அழுவதை நிறுத்தியிருந்தாள். நினைவில்லாமல் படுக்கையில் கிடந்தபடி கனமாக மூச்சுவிட்டுக்கொண்டிருந்தாள். அம்மா, பத்திரிகை ஒன்றை வைத்து அவளுக்கு விசிறிவிட்டுக்கொண்டிருந்தாள். பாட்டி குரான் ஓதியவாறு அவளுக்கு ஊதிவிட்டு ஆசீர்வாதம் வழங்கினாள்.

டாக்டர் அவளது மணிக்கட்டைப் பிடித்து நாடியைப் பார்த்தவாறு, ஸ்டெதஸ்கோப்பினால் இதயத் துடிப்பைப் பரிசோதித்தார்.

'ஒன்னும் பிரச்சனையில்ல. கவலப்பட வேணாம். ஏதாவது பாத்து பயந்திருக்கலாம்,' டாக்டர் கூறினார். மேஜையில் இருந்த கிளாசை எடுத்து அதிலிருந்த தண்ணீரை அவள் முகத்தில் தெளித்தார்.

நஸ்னீன் கண்களைத் திறந்தாள்.

'என்னாச்சும்மா,' சுற்றியிருப்பவர்களைப் பார்த்து நடந்ததை அறிய முற்படுபவளாகக் குழப்பமாகக் கேட்டாள்.

'ஒன்னும் இல்லம்மா. சூட்டுல மயங்கி விழுந்திருப்ப.'

டாக்டர் கிளம்புவதற்காக எழுந்தார். ஆரிஃபும் அம்மாவும் வழியனுப்பி வைக்க அவரைப் பின்தொடர்ந்தனர். அம்மாவிடம் டாக்டர் ஒரு நல்ல சைக்கியாட்ரிஸ்டைப் பார்க்கச் சொன்னார்.

அம்மா ஆரிஃபிடம் அவர் 'சைக்காஸ்ட்' என்று என்ன சொன்னார் என்று கேட்டாள்.

ஆரிஃப் அவர் சொன்னதை விளக்கவும் அம்மாவுக்குக் கடும் கோபம் வந்தது.

'என்ன தைரியம் இருந்தா என் பொண்ண பைத்தியம்னு சொல்லுவாரு,' அவள் பொங்கியெழுந்தாள்.

'இந்த மாதிரி அடிக்கடி நடக்குது ஹமீதா,' பாட்டி குறுக்கிட்டாள். 'கடைசியா இவளுக்கு இந்த மாதிரி இழுப்பு வந்தப்ப உன்னோட அண்ணா ஹகிம் சாஹப் இருந்தாரு. அவரு பாத்துட்டு அவளுக்கு அது ஏதோ...'

'ஹிஸ்டீரியா,' ஆரிஃப் நினைவூட்டினான்.

'இந்த வியாதி தன்னோட உடல் ஆசைகள நிறைவேத்திக்க முடியாத பொண்ணுக்கு வருமாம். இதுக்கு ஒரே மருந்து இவள கல்யாணம் பண்ணிக்கொடுக்கறதுதான்,' அவன் மாமா சொல்லியிருந்தார். டாக்டர்கள் ஹிஸ்டீரியாவை வியாதி என்று அங்கீகரிக்கவில்லை என்பதை ஆரிஃப் அறிந்திருந்தான்.

'பைத்தியங்களுக்கு வைத்தியம் பாக்கற டாக்டர்ஸ விட யுனானி டாக்டர பாக்கறது பெட்டர்,' பாட்டி கூறினாள்.

அம்மா, இனிமையான தன் மகளுக்கு மனநலம் எதுவும் பாதிக்கக்கப்படவில்லையென்றும், அவளை எது பாதித்திருக்கிறதோ அதைக் குணப்படுத்த ஹகிம் சாஹபால் முடியும் என்றும் நம்பினாள்.

இரண்டு நாட்களுக்குப் பிறகு ஹகிம் சாஹப் பாட்னா வந்தவர் அவரும் நஸ்னீனுக்குத் திருமணம் புரிவதுதான் ஒரே தீர்வு என்று வலியுறுத்தினார். அம்மா தன் சகோதரனுடன் உடனே உடன்பட்டாள். ஆனால் அப்பாவிற்கு அதில் சந்தேகமிருந்தது. சைக்கியாட்ரிஸ்ட் மருத்துவரைத் தானே அவர்கள் முதலில் பார்க்க வேண்டும்?

'இல்ல!' அம்மா உறுதியாகக் கூறினாள். 'ஹகிம் சாஹப் சொல்றத செய்யுங்க. எப்படியிருந்தாலும் நஸ்னீனுக்கும் இருபத்தி மூணு வயசாகுது.'

'ஹமீதா தங்கச்சி சொல்றதுதான் சரி. கடவுள் புண்ணியத்துல கல்யாணத்துக்கு அப்புறம் எல்லாம் அவளுக்கு சரியாகும். இப்போதைக்கு இந்த மருந்து கொடுங்க,' ஹகிம் சாஹப் சொல்லிவிட்டு தனது லெதர் பேகிலிருந்து ஒரு ஜாடியை எடுத்தார். உருதுவில் அதில் எழுதப்பட்டிருந்ததை ஆரிஃபால் வாசிக்க முடிந்தது: கமிரா கௌஸபான் அம்பாரி ஜத்வர் உத் சலீப்.

‘ரபியா கல்யாணத்துக்கு என்னோட எல்லா சேமிப்பையும் செலவழிச்சுட்டேன். நஸ்னீன் கல்யாணத்துக்கு வரதட்சணை ஏற்பாடு பண்ண எனக்கு டைம் வேணும்,’ அப்பா, தனது கன்னத்தை விரல் நகங்களால் சொறிந்துகொண்டே கூறினார்.

‘ஆரிஃப் அப்பா, ரபியாக்கு செஞ்ச மாதிரி இவளுக்கு சடங்கு செய்ய முடியாது. நல்ல குடும்பத்துலேருந்து ஒரு நல்ல பையன பாத்து கல்யாணம் பண்ணி வெக்கறதுதான் சரியா இருக்கும்.’

அப்பா தலையசைத்தார், அவரது முகத்தில் கவலை ரேகை படிந்ததை ஆரிஃப் கவனித்தான்.

நஸ்னீனுக்கு நல்ல மாப்பிள்ளையைப் பார்க்க வேண்டுமென்றால் டௌரி இருந்தால்தான் முடியும் என்று ஆரிஃப் உணர்ந்தான். தன்னால் உதவ முடியாததைக் குறித்து தன் மீதே அவனுக்கு வெறுப்பு வந்தது.

★★★

எவ்வளவு கடினமாக முயன்றும் ஆரிஃபால் அந்த வருடம் சிவில் சர்வீஸ் பரீட்சையில் தேற முடியவில்லை. கடைசி முயற்சியில் தன் மகன் பாஸாகிவிடுவான் என்று அவன் அப்பா நம்பிக்கொண்டிருந்தார்.

அம்மா, நஸ்னீன் மற்றும் ஹுமா தங்கள் ஏமாற்றத்தை அமைதியாக இருந்தவாறு உணர்த்தினர்.

‘நம்ம தலையெழுத்துல ஏற்கெனவே எல்லாம் எழுதியிருக்கு,’ பாட்டி அவனை சமாதானம் செய்யும் விதத்தில் கூறினாள். ‘அல்லா செய்யறது எல்லாத்துக்கும் ஒரு காரணம் இருக்கும்.’

ஜாகிர் அவனுக்கு ஆறுதல் தெரிவித்தான், ‘உன் கனவ குழிதோண்டி புதைக்கனும்னா எவ்ளோ கஷ்டமா இருக்கும்னு எனக்குத் தெரியும் அண்ணா.’

கோச்சிங் க்ளாஸ் சென்று வகுப்பெடுக்க ஆரிஃபால் முடியவில்லை. வீட்டில் சுற்றியவாறு ஒன்றும் செய்யாமல் தன் அறையில் நேரத்தைக் கழிப்பது அல்லது வானத்தை வெறித்துப் பார்த்துக்கொண்டு தனியாக பால்கனியில் அமர்வது என்று இருந்தான். அவன் வாழ்க்கையில் இனி செய்ய உருப்படியாக எதுவும் இல்லை என்று நினைத்தான்.

சிவில் சர்வீஸ் எக்ஸாம் ஏன் நான் பாஸாகவில்லை. இந்த வருடம் எல்லா பேப்பர்ஸூம் நன்றாக செய்திருந்தேன். நேர்முகத் தேர்வும் நன்றாகத்தான் சென்றது. யாராவது ஏதாவது விளையாடியிருக்கலாம், என்று சந்தேகப்பட்டான். ஒருவேளை நான் முஸ்லிமாக இருப்பது காரணமாக இருக்கலாம்.

அவன் நண்பன் ம்ருத்யுஞ்சயின் புகைப்படத்தை முதல் பக்க டைம்ஸ் ஆஃப் இந்தியாவில் பார்த்தபொழுது அவன் வேதனை அதிகரித்தது. அவன் ஏழாவது ரேங்க் எடுத்திருந்தான், ஐ.ஏ.எஸ் ஆவது உறுதி.

மாலையில் ம்ருத்யுஞ்சய்க்கு வாழ்த்துத் தெரிவிக்க அவனை அழைத்தான். இருவரும் நெடுநேரம் உரையாடினார்கள். ம்ருத்யுஞ்சய், ஆரிஃபிடம் அவன் பிஹார் பொதுப் பணித் துறையில் சேர்வதைக் குறித்து யோசனை வழங்கினான்.

'சிவில் சர்வீஸ்ல ஸ்டேட் கவர்மெண்ட்ல வேலைப் பாத்தேனா, நீயும் ஏழுலேருந்து பத்து வருஷத்துக்குள்ள ஐ.ஏ.எஸ் காடர்க்கு வந்துடுவ,' ம்ருத்யுஞ்சய் கூறினான்.

ம்ருத்யுஞ்சய்க்கு படிப்பில் உதவிய நாட்களை ஆரிஃப் நினைத்துப் பார்த்தான். குறிப்பாக பப்ளிக் அட்மினிஸ்ட்ரேஷன் பாடத்தில் ம்ருத்யுஞ்சய் பலவீனமாக இருந்தான். அவன் தன்மீது கழிவிரக்கம் கொண்டான்.

★★★

ஓரிரு மாதங்கள் கழிந்து ஒரு வெள்ளிக்கிழமையன்று மசூதித் தொழுகைக்கு ஆரிஃப் செல்கையில் அவன் அப்பா அவனிடம், 'மனச தளரவிடாதப்பா. சிவில் சர்வீஸ் எக்ஸாம் பாசாகறது ரொம்ப கஷ்டமானது. ஆயிரத்துல ஒருத்தருதான் செலக்ட் ஆகறாங்க. எந்த வசதியும் இல்லாம நீ இவ்ளோ தூரம் செஞ்சதே பெருசு. ஐ.ஏ.எஸ்ஸோட லைஃப் முடிஞ்சுடறதில்ல. வேலை கிடைக்க எத்தனையோ வழிகள் இருக்கு.'

ஆரிஃப், அப்பாவை பாசத்துடன் பார்த்தான் ஆனால் எதுவும் சொல்லவில்லை. எதுவும் புதிதாக முயற்சி செய்ய அவனிடம் சக்தி இல்லை.

ஆனால் என் குடும்பத்திற்காக நான் நிச்சயம் ஸ்டேட் சிவில் சர்வீஸ் ட்ரை பண்ணுவேன், ஆரிஃப் ஆறுதல் படுத்திக்கொண்டான்.

16

இஸ்லாமியர்களுக்கு என்று பாட்னாவில் இருக்கும் கல்யாண தகவல் மையம் ஒன்றிலிருந்து நஸ்னீனுக்காக மணமகனின் புகைப்படங்கள், மற்ற அடிப்படை விபரங்கள் அடங்கிய பட்டியல் ஒன்று பெறப்பட்டது. அதிலிருந்து மூன்று பேரை அப்பா தேர்ந்தெடுத்தார். முஸாஃபர்பூரில் பேங்க் மேனேஜராக இருந்தான் முதலாமவன். ஆனால் அவன் அப்பா நிறைய வரதட்சணை எதிர்பார்த்தார்.

'இந்தளவுக்கு டௌரி நம்மால கொடுக்க முடியாது. ப்ராஃபிடண்ட் ஃபண்ட், க்ராச்யூடிலேருந்து வந்த பணத்தையெல்லாம் ரபியா கல்யாணத்துக்கு செலவழிச்சாச்சு. ஜமால்புரால இருக்குற குடும்ப வீட்ட வித்தாலும் அவங்க கேக்கறத செய்ய முடியாது. இந்த தர்பாங்கா, முஸாஃபர்பூர் ஆளுங்க ரொம்ப பேராச பிடிச்சவங்க. அவங்க கேக்கற டௌரி ரொம்ப ஜாஸ்தி. அவங்க பையன் கேஷியரா இருக்குறதால அஞ்சு லட்சம் கேஷ் கேக்கறாங்க போல. ரபியா கல்யாணத்துக்கே நாம இந்தளவுக்கு பணம் செலவழிக்கல,' அப்பா சொல்லிவிட்டு, அவனது புகைப்படத்தை தள்ளி வைத்தார்.

அடுத்த பையன் கயாவைச் சேர்ந்தவன். கொஞ்சம் குண்டாக இருந்தாலும் பார்க்க நன்றாக இருந்தான். நீர் பாசனத் துறையில் உதவியாளராக இருந்தான். பையனின் அப்பா பெரிதாக எதுவும் எதிர்பார்க்கவில்லை. ஆனால் அங்குதான் ஒரு பிரச்சனை. அவன் அப்பா ஒரு பதானாக இருந்தாலும் அவன் அம்மா பதான் இல்லை. அவள்

கீழ்ச்சாதியைச் சேர்ந்தவள். நெசவாளர் சமூகமான ஜுலாஹா என்ற சாதியைச் சேர்ந்தவள் என்று பேசிக்கொண்டார்கள்.

'சாதிலாம் இன்னிக்கு யாரு பாக்கறாங்க அப்பா. இது நல்ல வரன். ப்ளீஸ் ஒத்துக்கோங்க,' ஜாகிர் வாதிட்டான். ஆரிஃப் அவன் தம்பியை ஆமோதித்தான்.

'நான் இந்த சமூகத்துலதான் வாழ்ந்தாகனும். அதனால சில சட்டதிட்டங்களுக்கு உட்பட்டுதான் ஆகனும். கல்யாணம் பண்ணிக்கொடுக்க எனக்கு இன்னொரு பொண்ணு இருக்கா,' அப்பா மறுத்துவிட்டார்.

அம்மா இதில் தலையிடவில்லை.

மூன்றாவது வரன் பதானேதான். அவன் அப்பா யூசுஃப்ஸய், சிவான் மாவட்டத்தைச் சேர்ந்தவர், தர்பாங்காவின் செர்வானியைச் சேர்ந்தவர் அம்மா. பையனின் அம்மா வழி தாத்தாவை அப்பாவுக்குத் தெரிந்திருந்தது. தர்பாங்காவின் அரசக் குடும்பத்தைச் சேர்ந்த தர்பாங்கி கானின் உறவுக்காரர். பிஹார் சட்டக் கல்லூரியில் எல்.எல்.பி முடித்துவிட்டு பாட்னா உயர்நீதிமன்றத்தில் பிரபலமான ஒரு வழக்கறிஞருக்கு உதவியாளராக இருந்தார்.

'பையன் கொஞ்சம் கருப்பா இருக்கான்,' அப்பா தான் தேர்ந்தெடுத்த வரனை வேண்டாம் என்று சொல்வதாக நினைத்துக்கொள்வாரோ என்ற யோசனையுடன் அம்மா சற்று நிதானமாகக் கூறினாள்.

'பசங்க மாநிறமா இருக்குறது ஒன்னும் பிரச்சனையில்லை.' அப்பா அதிகாரமாகக் கூறிவிட்டு மேற்கொண்டு விவாதிப்பதற்கு வழியில்லாமல் செய்தார்.

ஆரிஃப் அந்த போட்டோவைப் பார்த்து பயந்துவிட்டான். பையன் பார்ப்பதற்கு அசிங்கமாக இருந்தான். வழுக்கை விழுந்து, கருப்பாக அடர் மீசை மற்றும் தொப்பையுடன் முப்பதுகளில் கடைசியில் அல்லது நாற்பதுகளின் தொடக்கத்தில் இருந்தான்.

ஜாகிர் பார்ப்பதற்காக அவனிடம் புகைப்படம் கொடுக்கப்பட அதைப் பார்த்துவிட்டு ஜாகிர் கோபப்பட்டான், 'இந்த பையனுக்கு நஸ்னீன கல்யாணம் பண்ணிவெக்கறதுக்கு பதிலா நீங்க அவள கங்கைலயே தள்ளிவிட்டுரலாமே?'

‘நீ ஒன்னும் இந்தக் குடும்பத்தோட பாதுகாவலன் கிடையாது. உன் சிஸ்டரோட டௌரிக்கு ஒரு ரூபா உன்னால கொடுக்க முடியுமா? அர்த்தமேயில்லாம எதையெதையோ செய்யறத் தவிர இந்தக் குடும்பத்துக்காக இது வரைக்கும் என்ன செஞ்சிருக்க? என் பொண்ணுக்கு என்ன செய்யனும்னு எனக்குத் தெரியாதுனு சொல்றியா? என்னால சில விஷயங்கள் செய்ய முடியாதுதான் ஆனா உன்ன மாதிரி உக்காந்து பகல் கனவு காணறவன் நான் இல்ல,’ அப்பா பதிலுக்கு எகிறினார்.

ஜாகிர் பேச்சற்றுப்போனான். அப்பா இந்த அளவிற்குக் கோபப்படுவார் என்று ஆரிஃப் நினைக்கவில்லை. ஜாகிர் எழுந்து அறையிலிருந்து வெளியேறினான். திடீரென்று அப்பா இரும ஆரம்பித்தார். அம்மா, ஹுமாவிடம் தண்ணீர் கொண்டுவரச் சொன்னாள். அவரது முதுகைத் தட்டிவிட்டு இரண்டொரு வாய் தண்ணீர் அருந்தக்கொடுத்தாள். பக்கத்து அறையிலிருந்து நஸ்னீன் ஓடிவந்தாள். இந்த உரையாடல்களை அவள் கேட்டிருக்க வேண்டும்.

ஆரிஃப் எதுவும் பேசாமலிருப்பதே நல்லது என்று அமைதியாக இருந்தான்.

‘அப்பாவோட முடிவ எதிர்க்க யாருக்கும் உரிமை இல்ல. அவரு எனக்கு நல்லதுதான் செய்வாருன்னு எனக்குத் தெரியும். அவர் என்ன முடிவெடுத்தாலும் எனக்கு அதுல சம்மதம்தான்,’ நஸ்னீன் கண்களில் கண்ணீருடன் உரைத்தாள்.

ஜாகிரைத் தேடி ஆரிஃப் போக அவன் வாசிப்பறை ஜன்னலின் திட்டில் உட்கார்ந்தவாறு வெளியில் பார்த்துக்கொண்டிருந்தான். ஆரிஃப் அவன் தோள்களை இதமாகத் தட்டினான்.

‘அப்பா சொல்றது சரிதான் அண்ணா. நஸ்னீன் இப்படி ஆனதுக்கு நமக்கும் பொறுப்பு இருக்கு,’ ஜாகிர் தொண்டை அடைக்கக் கூறினான்.

ஆரிஃப் ஜாகிரை அணைத்துக்கொண்டான். தனக்குள் ஏதோ ஒன்று உறுத்த அவனுக்குக் குரல் எடுத்துக் கதற வேண்டும்போல் இருந்தது. வாழ்க்கையில் தோற்றது போதாதென்று இப்பொழுது ஓர் அண்ணனாகவும் தோல்வியடைந்துவிட்டான்.

★★★

ஒரே வாரத்தில் ஆரிஃபும் ஜாகிரும் நஸ்னீன் திருமணம் குறித்த தங்கள் இயலாமையை ஏற்றுக்கொண்டனர். அப்பாவிற்கு கல்யாண வேலைகளில் உதவத் தொடங்கினர். சில வருடங்கள் முன்பு ஜமால்புராவின் மிக அழகானப் பெண்ணான நக்மா, அவள் குடும்பம் டௌரி கொடுக்க முடியாமல் மனைவியை இழந்த நடுத்தர வயது ஆணுக்கு அவளைத் திருமணம் செய்துவைத்தபொழுது ஆரிஃப் தான் கூறியதை நினைவுகொண்டான். ‘கூடப்பொறந்தவங்கனு சொல்லிக்க வெக்கமா இல்ல. அவளவிட ரெண்டு மடங்கு வயசு பெரியவனுக்குக் கல்யாணம் பண்ணித் தர எப்படி அனுமதிக்கறாங்க? நான் மட்டும் அவளோட அண்ணனா இருந்திருந்தா இந்த மாதிரி நிச்சயம் நடக்க விட்டிருக்க மாட்டேன்.’ ஆனால் இப்போதோ நஸ்னீனுக்கு அவளைவிடவும் மோசமான மாப்பிள்ளையைப் பார்த்திருக்கிறார்கள். ஆரிஃப் அதை அமைதியாகப் பார்த்துக்கொண்டிருக்கிறான். அவன் வார்த்தைகளே அவனைக் காயப்படுத்தத் தொடங்கின.

அந்த வழுக்கைத் தலை மாப்பிள்ளையுடன் நஸ்னீனின் திருமணத்திற்கு இன்னும் மூன்று நாட்களே இருக்க, பிஹார் மிலிட்டரி போலீஸ்-5, பாட்னாவின் கமாண்டண்டிடமிருந்து ஒரு நோட்டீஸ் வந்தது. அவர்கள் குடியிருந்த கவர்மெண்ட் குவார்டர்ஸை காலி செய்வதற்கான கடைசி அறிவிப்பு. அப்பா ரிடையராகி ஒரு வருடத்திற்கு மேல் ஆகியிருந்தது. விதிப்படி, ஓய்வு பெற்றவர்கள் அலுவலகக் குடியிருப்பில் ஆறு மாதங்கள் வரை மட்டுமே தங்க முடியும். இதற்கு முன்பும் அவர்களுக்கு சில நோட்டீஸ்கள் வந்திருக்கின்றன.

நிறைய பேர் இதை மீறினாலும், பெரும்பாலானோருக்கு பெரிய இடத்துடன் தொடர்பு இருந்தது. மூன்று வருடங்கள் முன்பு ரிடையர் ஆன சப்-இன்ஸ்பெக்டர் பப்பன் யாதவ் இன்னும் கவர்மெண்ட் குவார்டர்ஸில்தான் இருக்கிறார். இதற்குக் காரணம் முதலமைச்சர் அவையில் அவருக்கிருந்த தொடர்புகள். முங்கருக்கு மாற்றலான பிறகும் கடந்த ஒன்றரை வருடங்களாக ராஜ்நாத் சிங் அலுவல் குடியிருப்பிலிருந்து போகவில்லை. அவரும் ராஜ்புத், கமாண்டண்டும் ராஜ்புத்.

அப்பாவுக்கு முதலமைச்சர் அலுவலகத்திலும் தொடர்பில்லை அவர் ஒரு ராஜ்புத்தும் இல்லை. ஆகையால் கமாண்டண்ட் அலுவலகத்திற்குச் சென்று அவரிடம் இறைஞ்சி குடியிருப்பை காலி செய்ய இன்னும் சில காலம் அவகாசம் கேட்க வேண்டும். ஆரிஃப் அவருடன் சென்றான்.

கமாண்டண்ட் கடுமையாகப் பேசினார். 'ஒவ்வொரு தடவ நோட்டீஸ் வரும்போதும் ஏதாவது காரணத்த எடுத்துட்டு வரீங்க. மொதல்ல உங்க வொயிஃபுக்கு உடம்பு சரியில்ல. அப்புறம் உங்க டாட்டருக்குக் கல்யாணம். இப்ப என்னடான்னா உங்களோட ரெண்டாவது பொண்ணுக்குக் கல்யாணம் முடிஞ் சவுடன ஃப்ளாட்ட காலி பண்ணுவேனு சொல்றீங்க. மிஸ்டர், அப்துல் ரஷீத் கான், சட்டதிட்டம், ஒழுங்கு எல்லாம் எல்லாரும் பின்பற்றத்தான். உங்களுக்கு இனிமே டைம் கொடுக்கறதில்லனு முடிவுபண்ணிட்டேன். இன்னும் ரெண்டு நாள்ல நீங்க வீட்ட காலி பண்ணலேன்னா, உங்கள காலி பண்ண வெக்க வேண்டியதுதான்.'

இதே ஆள்தான் ஒரு காலத்தில் அப்பாவை பாய் என்று அழைத்தவன். அவன் மீது ஊழல் வழக்குப் பதியப்பட்டவுடன் அப்பாவிடம் உதவிக்கு ஓடி வந்தான். டி.ஜி.பியிடம் அப்பாவிற்கு நன்மதிப்பு இருந்ததையும் அவர் கருத்துக்கென்று ஒரு மரியாதை இருந்ததையும் கமாண்டண்ட் தெரிந்து வைத்திருந்தார்.

'சார், ப்ளீஸ் இன்னும் ஒரு வாரம் டைம் கொடுங்க. பொண்ணு கல்யாணம் முடிஞ்ச உடனே நான் காலி பண்ணிடறேன். ப்ளீஸ் சார்,' அப்பா கெஞ்சினார்.

அப்பா கமாண்டண்டிடம் இறைஞ்சுவதைப் பார்த்து ஆரிஃப் தன் இதயம் சிறு துண்டுகளாக வெட்டப்படுவதைப் போல் உணர்ந்தான்.

'ரூல்ஸ்னா ரூல்ஸ்தான்,' கமாண்டண்ட் சுருக்கமாகக் கூறினார்.

அப்பா ஏமாற்றமாகத் திரும்பினார்.

'அப்துல் ரஷீத் கொஞ்சம் நில்லுங்க!' இது கமாண்டண்ட் தான்.

'இன்னும் மூனு மாசம் டைம் தரேன். ஆனா உங்களுக்கு இன்னொரு நோட்டீஸ் அனுப்பற அளவுக்கு வெச்சுடாதீங்க,' கமாண்டன்ட் இறுதியாகக் கூறினார்.

'தேங்க்யூ சார்,' அப்பா கூறினார். 'மூனு மாசம் நிச்சயமா போதும். அதுக்கு முன்னாடியே நான் ஃப்ளாட்ட காலி பண்ணிடறேன்.'

காபினிலிருந்து வெளியேறிக்கொண்டே மீண்டும் மீண்டும் அவருக்கு நன்றி தெரிவித்தபடி வந்தார் அப்பா. கமாண்டண்ட் அலுவலகத்திலிருந்து வெளியே வரும்பொழுது, கதவில் சிவப்பு மற்றும் நீலத்தில் 'ஆர்.பி.சிங், ஐ.பி.எஸ்' என்ற பலகையை

ஆரிஃப் பார்த்தான். ஒரு கூரான வலி ஒன்று ஆரிஃபின் இதயத்தைத் துளைத்தது. அவனும் ஓர் ஐ.ஏ.எஸ் அல்லது ஐ.பி.எஸ் ஆஃபீசராக இருந்திருந்தால் அந்த கமாண்டண்டிற்கு அப்பாவிடம் அப்படிப் பேச தைரியம் இருந்திருக்காது. அவன் கைகளைக் கோபமாகத் தேய்த்துக்கொண்டான்.

கிரவுண்டில், ஓர் ஐம்பதடி தள்ளி, புதிதாக வேலைக்கு எடுக்கப்பட்ட கான்ஸ்டபிள்களின் அணிவகுப்பு வெளியே சென்றுகொண்டிருந்தது. ஷூக்கள் அணிந்த நூற்றுக்கணக்கான கால்கள் சீரான இடைவெளியில் நிலத்தை மிதித்தன. 'லெஃப்ட்-ரைட்-லெஃப்ட்' என்ற கோரஸ் காற்றில் எதிரொலித்தது. பரேட் கிரவுண்டச் சுற்றியிருந்த மரங்களிலிருந்து வந்த ஆயிரக்கணக்கான பறவைகளின் கரகரப்பான கூக்குரல் ஆரிஃபிற்கு எரிச்சலைத் தந்தது. அப்பா பழைய நண்பர் ஒருவருடன் பேச நிற்க, ஆரிஃப் வேகமாக போலீஸ் குவார்ட்டர்ஸை நோக்கி நடக்க தொடங்கினான்.

★★★

எதிர்பார்த்தபடி ரபியாவின் திருமணத்தைப் போல் அத்தனை சிறப்பாக இந்தத் திருமணம் இருக்கவில்லை. குடும்ப நிலத்தில் பாதிக்கு மேல் அப்பா விற்றுவிட்டார். ஆரிஃப், தான் கோச்சிங் கற்றுக்கொடுக்கும் பயிற்சி நிறுவனத்திடமிருந்து சம்பளத்தில் முன்பணமாக எப்படியோ இருபதாயிரம் ரூபாய் வாங்கியிருந்தான். அப்பா நெருங்கிய உறவினர்களை மட்டுமே திருமணத்திற்கு அழைத்திருந்தார். ரபியா, தன் கணவனுடன் திருமணத்திற்கு இரண்டே தினங்கள் முன்பு வந்தாள். அவளுடைய கணவன் ஆஸாத் உதவ முன்வந்தும் அப்பா மறுத்துவிட்டார்.

ம்ருத்யுஞ்சயும் திருமணத்திற்கு வந்திருந்தான். பனாரஸ் பட்டுப்புடவை ஒன்றைப் பரிசளித்தான். நஸ்னீன் திருமணத்திற்கு போலீஸ் காலனியிலிருந்து வந்திருந்த பெரும்பாலானோருக்கு ம்ருத்யுஞ்சய் ஐ.ஏ.எஸ் தேர்வாகியிருந்தது குறித்துத் தெரிந்திருந்ததால் அவனுக்கு வாழ்த்து தெரிவித்தனர். ஐ.ஏ.எஸ் பரீட்சைக்கு தயாராகிக்கொண்டிருந்தவர்கள் டிப்ஸ் கேட்க அவனைக் குழுமியிருந்தனர். ஆரிஃபின் அப்பாவும் ம்ருத்யுஞ்சயைக் கட்டிக்கொண்டு திருமணத்திற்கு வந்ததற்காக அவனுக்கு நன்றி கூறினார். அப்பா, ஆரிஃபிடம் திரும்ப அந்த முகத்தில் தோல்வியடைந்த ஒரு தந்தையின் வலியை அவன்

பார்த்தான். ம்ருத்யுஞ்சயின் வருகை ஆரிஃபின் தோல்வியை மீண்டுமொருமுறை அவருக்கு நினைவூட்டியதை ஆரிஃப் அறிந்துகொண்டான்.

திருமணம் முடிந்தவுடனேயே ம்ருத்யுஞ்சய் கிளம்பிவிட்டான்.

'பிஹார்லேருந்து தேர்வாகியிருக்குற ஐ.ஏ.எஸ் ஆஃபீசர்ஸுக்கு அடுத்த மாசம் மௌரியா ஹோட்டல்ல விருந்து இருக்கு. எல்லாரும் அவங்க ஃப்ரெண்ட்ஸோட வரலாம். நீ நிச்சயமா வரனும். எக்ஸாட் டேட்டும் டைமும் நான் உனக்கு அப்புறமா சொல்றேன்,' ம்ருத்யுஞ்சய் காரில் ஏறும்பொழுது ஆரிஃபிடம் கூறினான்.

'நிச்சயமா.'

★★★

தன் கனவில் ஆரிஃப் ஒரு பறவையாகப் பறந்தான். ஆனால் விநோதமாக அவனிடம் சிறகுகள் இல்லை. சந்திரன் ஒரு பெரிய விளக்கைப் போல் எரிவதையும், நட்சத்திரங்கள் முடிவுறா ஒரு பெரிய மாடத்தில் பதிக்கப்பட்டு சொர்க்கத்தில் எரியும் விளக்குகள் போல் மினுங்குவதையும் கண்டான். திடீரென்று வினோதமான பயம் ஒன்று அவனைக் கவ்வியது. மூச்சடைக்க வானத்திலிருந்து குதிப்பவன்போல் கீழே விழுந்துகொண்டிருந்தான். ஆனால் அவன் பின்னால் பாராசூட் இல்லை. தரையை நெருங்க நெருங்க கீழே விழாமல் அந்தரத்திலேயே மிதக்க எவ்வளவோ முயன்றும் அவனால் முடியவில்லை. இறுகிய தரையில் தட்டென்ற சத்தத்துடன் விழுந்தான்.

தூக்கிவாரிப்போட தூக்கத்திலிருந்து வியர்வை வழிய எழுந்தான் ஆரிஃப். தெருவிளக்கு ஜன்னல்வழி ஊடுறுவியதைத் தவிர அறையில் வேறு வெளிச்சம் இல்லை. விளக்கைப் போட்டுவிட்டு கண்ணாடியில் தன் முகத்தைப் பார்த்தான். அவனது கண்கள் குடிகாரனின் கண்களைப்போல் சிவந்திருந்தன. ஜன்னலுக்குச் சென்று அங்கிருந்த ஜாடியிலிருந்து தண்ணீரைக் குடித்தான். தெரு விளக்கைப் பூச்சிகள் சுற்றிக்கொண்டிருந்தன.

மூச்சை வெளியேவிட்டு மீண்டும் ஆழமாக இழுத்துக்கொண்டான். நஸ்னீனை அவர்கள் என்ன செய்துவிட்டார்கள்? அவளைவிடக் குறைந்தது பதினைந்து வயது அதிகமானவனுக்குத் திருமணம் செய்து கொடுத்திருக்கிறார்கள்.

தன்னுடைய பத்தாம் வகுப்பில் 'பியூட்டி அண்ட் த பீஸ்ட்' கதையைப் படித்திருக்கிறான். அதில் அந்த அழகானப் பெண் மிருகத்தை முத்தமிட, அது அழகான இளவரசனாக மாறிவிடும். இதைப்போல் ஒன்றும் தன் தங்கைக்கு நடக்கப்போவதில்லை. அவனது தந்தையின் வெளிறிய முகம் அவன் நினைவிற்கு வந்தது. குடும்பத் தலைவனாகத் தான் செய்ய வேண்டிய கடமைகளை பொருளாதார வசதியின்றி செய்யமுடியாததன் விளைவே அவரது பதட்டத்திற்குக் காரணம். அந்தப் பதட்டமே ரத்தக் கொதிப்பிலிருந்து காஸ்ட்ரிடிஸ் வரை அவருக்குத் தந்திருக்கிறது.

ஒரே சிந்தனையா சிவில் சர்வீஸ் பத்தி மட்டும் யோசிக்காம வேற ஏதாவது முயற்சி பண்ணியிருந்தா அப்பாக்கு உதவ முடிஞ்சிருக்கலாம், ஆரிஃப் வருந்தினான்.

மேஜையில் நஸ்னீனின் திருமணப் புகைப்படங்கள் இருந்தன. அவற்றைப் பார்த்தான் ஆரிஃப். சரியாக திருமணத்திற்கு முன்பு எடுக்கப்பட்ட ஒரு புகைப்படத்தில் நஸ்னீனும் அவள் கணவனும் இருந்தனர். அவளது கணவன் மகிழ்ச்சியாக, தனது கருப்பான தடித்த உதடுகளுக்கிடையில் பற்கள் பளீரிட சிரித்துக்கொண்டிருந்தான். தனது தங்கை இவனுடன் தன் வாழ்நாளைக் கழிக்க வேண்டியிருந்ததை நினைக்க அவனுக்கு வாந்தி வரும்போல் இருந்தது. மற்றொரு புகைப்படத்தில் ரபியாவும் அவள் கணவன் ஆஸாத்தும். ஒருவருக்கொருவர் ஏற்ற தம்பதியினர் அவர்கள். க்ரீம் நிறத்தில் தைக்கப்பட்ட சூட்டில் ஆஸாத் ஒரு திரைப்பட நடிகன் போல் இருந்தான்.

ஆரிஃப் மோசமாக உணர்ந்தான்.

அடுத்த புகைப்படத்தில் ஜாகிருக்குப் பக்கத்தில் ம்ருத்யுஞ்சய், முகத்திலும் உட்கார்ந்த விதத்திலும் நம்பிக்கை மிளிர, அல்லது தன்னைக் குறித்த பெருமிதத்துடன் அமர்ந்திருந்தான்.

அல்லா என் பாவங்களுக்கு எனக்கு தண்டனை அளித்துவிட்டார். அதுவும் திருமணமான பெண்ணுடன் காதல் கொண்டதற்காக.

★★★

அடுத்த நாள் சுமித்ராவைப் பார்க்க ஆரிஃப் சென்றான். முஸ்லிம் பையனுடனான கவிதாவின் உறவு குறித்து விவாதித்த அன்றிலிருந்து இருவரும் ஒழுங்காக சந்தித்துக்கொள்ளவில்லை. இரண்டு மாதங்கள் முன்பு கவிதாவிற்கு அமெரிக்க

மாப்பிள்ளையுடன் திருமணம் நடந்ததைக் குறித்துக் கேள்விப்பட்டான். ம்ருத்யுஞ்சய் மூலம் அவனுக்குப் பத்திரிகை அனுப்பியிருந்தாள், ஆனால் அவன் செல்லவில்லை.

நஸ்னீனின் திருமணத்தன்று சுமித்ராவைக் கூட்டத்தில் பார்த்தான். பெரியதாக 'சாரி' என்று எழுதப்பட்ட துண்டு காகிதத்தை அவனிடம் தர, அவள் அவனருகில் ஒரு நொடிபோல் வந்தாள்.

அவளை அவனால் மன்னிக்காமல் இருக்கமுடியவில்லை.

கருப்பான வழுக்கைத் தலை வக்கீலுக்குத் தன் தங்கையைத் திருமணம் செய்துகொடுத்தது குறித்து ஆரிஃப் இன்னும் குற்றவுணர்ச்சியில் இருந்தான். சுமித்ராவின் அருகாமை அவனைத் தேற்றும் என்று நம்பினான். சுமித்ராமீது நான் கொண்ட காதலை என் தோல்விகளுக்குக் காரணமாக்கும் அதே வேளையில் அவளிடமே தஞ்சமடைய ஏங்குகிறேன், ஆரிஃப் நினைத்தான். என்ன ஒரு முரண்! என்னவொரு அவமானம்!

அவளது உடலின் நறுமணம், நீண்ட முடியின் வழவழப்பு, இனிமையாகப் பதமாக உணரவைக்கும் அவள் தொடுகை. கட்டிலின் மீது சுமித்ராவை முத்தமிட்டுக் கொஞ்சியபடி இருப்பதாக நினைத்துக்கொண்டான் ஆரிஃப்.

இல்லை! இல்லை! இதில் சுமித்ராவின் தவறொன்றும் இல்லை. வாழ்க்கையில் ஜெயிக்க கடின உழைப்பைக் கொடுக்க அவள் எப்போதும் தூண்டியிருக்கிறாள். எப்பொழுதும் என்மீது எதிர்பார்ப்பற்ற அன்பைப் பொழிந்திருக்கிறாள். அவளுடைய அருகாமையில் எப்பொழுதும் அமைதியடைந்திருக்கிறேன்.

ஆரிஃப் தனது சைக்கிளை வேகமாக மிதித்துக்கொண்டே மெதுவாகப் புன்னகைத்தபடி சென்றான்.

பேங்க் காலனியை அடைந்தபொழுது அவனுடைய சைக்கிள் டயரில் ஒன்று பஞ்சராகியது. அருகிலிருந்து சைக்கிள் ரிப்பேர் கடைக்கு அதைத் தள்ளிகொண்டுச் சென்றான். கடை மெக்கானிக் பிஸியாக இருந்ததால் அவனைக் காத்திருக்கச் சொன்னார். அருகிலிருந்த டீக்கடை ஒன்றில் ஹிந்தி நியூஸ்பேப்பரை எடுத்துக்கொண்டு டீ ஒன்றை ஆர்டர் செய்தபடி அமர்ந்தான்.

'அவ செம்ம டைப்பான ஆண்டி.'

இந்த வார்த்தைகள் அவன் கவனத்தை ஈர்த்தன. இடதுபக்கம் தன் பார்வையை செலுத்தினான். பெஞ்சில் மூன்று இளம்வயது பையன்கள் கிசுகிசுத்துக்கொண்டிருந்தனர்.

‘நெஜமாவா,’ குண்டாக, தடிமனான கண்ணாடி அணிந்திருந்த பையன் சிரித்துக்கொண்டே கேட்டான்.

‘முஸ்லீம் பையன் ஒருத்தன் அவளப் பாக்க அடிக்கடி போயிட்டிருந்தான்,’ சுருட்டைமுடி கொண்ட பையன் சொன்னான். ‘ ஆனா இப்ப சில மாசமா அவன நான் பாக்கல.’

‘புதுசா யாராவது லவ்வர புடிச்சிருப்பா. நீ வேணா உன் லக்க ட்ரை பண்றியா?’

அனைவரும் சிரித்தனர்.

‘அவ புருஷன் ஒரு பாவப்பட்ட ஜென்மம்டா. அவன் பேரு என்ன? ஆங், ரமேஷ் குமார். அந்தாளு வீட்டுல இல்லாதப்போ அவன் வொயிஃப் செய்யற இந்த மாதிரி வேலைலாம் அவருக்கு சுத்தமா தெரியல.’

தன் கையிலிருந்த சூடான டீக்கோப்பையை அவர்கள் முகத்தில் ஊற்ற வேண்டும்போலிருந்தது ஆரிஃபிற்கு. *என்ன தைரியம் இருந்தா சுமித்ராவப் பத்தி இந்த மாதிரி பேசுவாங்க?* அமைதியாகக் கோபத்தைத் தன்னுள் அடக்கிக்கொண்டே குமுறினான்.

அந்த பையன்கள் தங்கள் கிசுகிசுப்பைத் தொடர்ந்தனர்.

‘ஹாங்... அவள நான் வேற சில ஆளுங்களோட கூட பாத்திருக்கேன். இன்னிக்குக்கூட ஒருத்தன் அவ ஃப்ளாட்டுக்குப் போனான்.’

‘புது லவ்வரா இருக்கும்.’ மூவரும் சேர்ந்து சிரித்தனர்.

‘அர்ரே, வாங்க போலாம். இந்தியாவோட இன்னிங்க்ஸ் ஆரம்பிச்சிருக்கும்.’

அவர்கள் அவனைக் கடந்துசெல்ல, ஆரிஃப் தன் முகத்தை நியூஸ்பேப்பரால் மறைத்துக்கொண்டான்.

அவர்கள் பேசிய ஒவ்வொரு வார்த்தைக்கும் ஆரிஃபின் கோபம் அதிகரித்தது. ஆனால் அவன் சிந்தனைகள் வேறுவிதமாக அலையத் தொடங்கின. அவர்களுக்கு சுமித்ராவுடனான தன் ரகசிய உறவு குறித்துத் தெரிந்திருப்பது உண்மையென்றால் அவளுக்கு மற்றவர்களுடனான உறவு குறித்து அவர்கள் கூறியதும் உண்மையாக இருக்கலாம். சுமித்ரா இத்தனை மோசமானவளா? அத்தனை அன்பான கணவனுக்கு துரோகம்

இழைக்க முடிந்தவளால் தன் காதலர்களுக்கும் துரோகம் இழைக்க முடியும்.

சில மாதங்கள் முன்பு ம்ருத்யுஞ்சயின் அம்மாவும் அவனுக்குப் பரிச்சயமில்லாத மற்றொரு பெண்ணும் பேசிக்கொண்டது காதில் விழுந்ததை நினைவுகூர்ந்தான். 'அண்ணி, நான் சுமித்ராவோட பக்கத்துவீட்டுலதான் குடியிருந்தேன். அங்கிருந்த எல்லாருக்குமே மாயா நல்ல பொம்பள இல்லனு தெரியும். மாயாவ பத்தி சுமித்ராகிட்டயும் வார்ன் பண்னேன் ஆனா அவ அத காதுலயே வாங்கல. அப்புறம்தான் தெரிஞ்சது இவளும் அவள மாதிரி பொம்பளதானாம்.'

ஆனால் சுமித்ரா அவனிடம் மாயா குறித்து ஏற்கெனவே சொல்லியிருந்தாள்.

சுமித்ரா மீதான தன் கண்மூடித் தனமான நம்பிக்கை மற்றும் அவளுக்கு மற்ற ஆண்களுடன் தொடர்பிருக்கும் சாத்தியம் இரண்டுக்குமிடையில் அலைந்தபடி ஆரிஃப் டீக்கடையைவிட்டுக் கிளம்பினான். அதற்குள் அவன் சைக்கிள் தயாராகியிருந்தது.

ஐந்து நிமிடத்தில் சுமித்ராவின் வீட்டு முன்பு நின்றான். கதவு விரிந்திருந்தது. அதைத் தள்ளியபடி உள்ளே நுழைந்தான். ஒரு சேரில் பிங்க் நிற உறை ஒன்றும், டயரி ஒன்றும், ஒரு ஹெல்மெட்டும் இருந்தன.

அப்படியென்றால் வீட்டில் யாரோ இருக்கிறார்கள். ஆரிஃப் மெதுவாக அடியெடுத்து வைக்க பக்கத்து அறையிலிருந்து ஒருவனின் சிரிப்புச் சத்தம் கேட்டது. அது ரமேஷுடையது இல்லை. முகத்தைத் திருப்பி, ஜன்னலில் இருந்த கண்ணாடிச் சட்டகத்தில் பார்த்தான். சுமித்ரா ஆண் ஒருவனை அணைத்துக்கொண்டிருப்பதைக் கண்டான். டீக்கடையில் அந்த பையன்கள் பேசிக்கொண்டிருந்தது எதிரொலித்தது. சுமித்ரா இப்பொழுது காதல்கொண்டிருக்கும் ஆண் இவன்தான். அவள் வீட்டிலிருந்து வெளியேறிய ஆரிஃபின் முகம் கோபத்தில் சிவந்திருந்தது. அந்த ஆள் வெளியே வருவதற்காக சாலையில் காத்திருந்தான். இந்தியா-ஆஸ்திரேலியா க்ரிக்கெட் மேட்சினால் சாலை வெறிச்சோடியிருந்தது. வீடுகளிலிருந்து மக்கள் கூக்குரலில் கத்துவது கேட்டது. இந்தியா நான்கு அல்லது ஆறு ரன்கள் அடித்திருக்க வேண்டும்.

சில நிமிடங்களில் அடர் மீசையும் சுருள் முடியும் கொண்டிருந்த நாற்பதுகளிலிருந்த ஓர் ஆண் அவள் வீட்டிலிருந்து வெளியே வந்தான். நல்ல உயரமாக சிவப்பாக இருந்தான். சாலையில் மாம்பழ மரத்தின் கீழ் நிறுத்தியிருந்த தன் ஸ்கூட்டரை எடுக்க அவன் ஆரிஃபைக் கடக்கையில் ஏதோ பாலிவுட் பாடல் ஒன்றை முனுமுனுத்தது இவன் காதில் விழுந்தது.

கோபமும் பொறாமையும் ஆரிஃபைப் பைத்தியமாக்கின. ஆரிஃபின் மனதில் சுமித்ராவின் நடத்தைக் குறித்தும் அவனும் அவளது மற்ற காதலர்களில் ஒருவன் என்பதைக் குறித்தும் எள்ளளவும் சந்தேகமிருக்கவில்லை. அவளிடம் இப்பொழுதே இது குறித்துக் கேட்க வேண்டும். அவள் வீட்டிற்குச் செல்லத் திரும்ப, இரண்டு பெண்மணிகள் அவள் வீட்டிற்குள் நுழைவதை ஆரிஃப் கவனித்தான். அவர்கள் வெளியே வருவதற்காக சாலையில் நடைபோட்டபடியிருக்க அவர்கள் வெகு நேரமாகியும் வரவில்லை. கடைசியில் அந்த இடத்தைவிட்டுக் கிளம்பினான்.

வீட்டிற்குத் திரும்பும் வழியில் ஒரு போன் பூத்தில் சைக்கிளை நிறுத்தினான். பூத் ஓனர் கருப்பு-வெள்ளை டிவி ஒன்றில் மேட்சை ஆர்வமாகப் பார்த்துக்கொண்டிருந்தார். அஸாரும் மெக்ரெத்தும் விளையாடிக்கொண்டிருந்தார்கள். ஷார்ட் ரைசிங் பந்தை பேட்டின் நுனியில் அடிக்க, ஸ்டீவ் வாக் எந்த சிரமுமின்றி பந்தைப் பிடித்தான்.

'ஃபக்!' ஆரிஃப் அனிச்சையாகச் சொன்னான்.

இந்தியா 17/4 எடுத்திருந்தது.

'இந்த மேட்ச்ல நிச்சயம் ஜெயிக்க முடியாது,' பூத் ஓனர் பெருமூச்சுடன் கூறிக்கொண்டே டிவியை அணைத்தார்.

'லோகல் கால்,' ஆரிஃப் கூறினான்.

அவர் சிறிய கண்ணாடியறையைக் கைக்காண்பித்தார்.

ஆரிஃப், சுமித்ராவின் எண்ணிற்கு அழைத்தான்.

'ஹலோ!' அவளது இனிமையான குரல் அவன் கோபத்தை ஒரு நிமிடம் மறக்கடித்தது.

பின்பு, கடந்த இரண்டு மணிநேரங்களாக தான் பார்த்ததும் கேட்டதும் அவன் நினைவிற்கு வந்தன. அவனது கோபத்தை அவை மீட்டெடுத்தன. அவளிடம் கூறியவை அவனுக்கே ஆச்சரியமூட்டின. மிக மோசமான வார்த்தைகளைத்

தேர்ந்தெடுத்து அவளைத் திட்டினான். அந்த மனிதன் யாரென்று கேட்கவோ, தன் கோபத்திற்கான காரணத்தை விளக்கவோ அவன் முயலவில்லை.

முதலில் 'ஏன்', 'என்னாச்சு', என்று கேட்டவள் பின்பு அழத் தொடங்கினாள். அவளது அழுகை ஆரிஃபை அசைக்கவில்லை. பெண்களின் கண்ணீர்தான் அவர்களது கடைசி ஆயுதம் என்றும் அவர்கள் அதை ஆண்களை ஏமாற்றவும், தோற்கடிக்கவும், ஜெயிக்கவும், கீழ்ப்படியவைக்கவும் உபயோகப்படுத்துவார்கள் என்றும் பலர் கூறக் கேட்டிருக்கிறான். 'தேவடியா!' போனை வைப்பதற்குமுன் கூறிவிட்டு வைத்தான்.

தொண்டையில் ஏதோ அடைப்பட்ட வலியை உணர்ந்தவன் தன் தாடையை இறுக்கிக்கொண்டான். நகரத்தை இருள் சூழ அவன் தன் சைக்கிளை மிதித்தான். அரச மரத்திற்கு அருகே சைக்கிளை நிறுத்தி, ஏதோ இந்த ஏமாற்று விளையாட்டில் அதற்கும் பங்கிருப்பதைப் போன்று தன் பார்வையால் அதைக் குற்றம் சாட்டினான். தன் பர்ஸை எடுத்து, அதன் உள்ளறையில் வைத்திருந்த சுமித்ராவின் இரண்டு புகைப்படங்களை வெளியில் எடுத்து அவற்றைத் துண்டு துண்டாகக் கிழித்து அருகிலிருந்த குட்டையில் விட்டெறிந்தான்.

17

2000-மாவது ஆண்டின் ஃபிப்ரவரி மாதத்தின் ஒரு வெள்ளிக்கிழமை மாலை ஆரிஃப் பயிற்சி நிலையத்திலிருந்து தாமதமாக வீடு திரும்ப, நஸ்னீனின் சிரிப்பு சத்தத்தைக் கேட்டு ஆச்சரியமடைந்தான். வழுக்கைத் தலைக் கணவனுடனான தன் திருமணத்திற்குப் பிறகு அவள் எப்பொழுதும் வருத்தமாக இருப்பாள் என்றே நினைத்திருந்தான். அறைக்குள் நுழைய நஸ்னீன் அவனைப் பூரிப்புடன் வரவேற்றாள். அவளை அணைத்துக்கொண்டு அவள் நெற்றியில் இதமாக முத்தமிட்டான் ஆரிஃப்.

'என் தங்க எப்படி இருக்கா?'

'நல்லா இருக்கேன் அண்ணா.'

'ரெண்டு நல்ல செய்தி அண்ணா,' ஹுமா, அறைக்குள் லட்டுகளுடன் நுழைந்துகொண்டே கூறினாள்.

'அப்படியா?'

'சீக்கிரமே நீங்க மாமுவாகப் போறீங்க. நஸ்னீன் அக்கா இப்ப குடும்பத்தலைவியாகப் போறாங்க,' ஹுமா கூறினாள்.

நஸ்னீன் வெட்கப்பட்டாள்.

'அத்தான் பிஹார் ஜுடீஷியல் சர்வீஸ்ல செலக்ட் ஆகிட்டாரு. இப்ப நஸ்னீன் அக்கா ஒரு ஜட்ஜோட வொயிஃப்,' ஹுமா பெருமையுடன் கூறினாள்.

‘மாஷால்லாஹ்! மாஷால்லாஹ்!’ ஆரிஃப் மீண்டும் நஸ்னீனை அணைத்துக்கொண்டான். தன் கண்ணீரைப் புறங்கையால் துடைத்துக்கொண்டே, ‘என் ஸ்டடி ரூமுக்கு வா நஸ்னீன். நாம கொஞ்சம் பேசலாம்.’

அண்ணனும் தங்கையும் தனியாகப் பேச அந்த அறைக்குள் நுழைந்தனர்.

‘ஷஃபீக்குக்கு என்ன கல்யாணம் பண்ணி கொடுத்ததுல உனக்கு வருத்தம்தான்னு எனக்கு தெரியும் அண்ணா. அவரு எனக்கு ஏத்த ஜோடி இல்லனு நினைக்கறீங்க. வெளி அழகுல என்ன இருக்கு அண்ணா? அவரு ரொம்ப நல்லவரு,’ நஸ்னீன் கூறிவிட்டு, ‘என்னோட மாமனார் மாமியார் என்ன அவங்க சொந்த பொண்ணு மாதிரி நடத்தறாங்க. அதுவும் என் மாமனார் என் சம்மதம் இல்லாம எந்த முடிவும் எடுக்க மாட்டாரு. அவரோட தம்பி ரஃபீக் கூட....’

நஸ்னீன் கூறிமுடித்தபொழுது ஆரிஃபின் குற்றவுணர்வு கரைந்திருந்தது. அவன் உடல் முழுதும் திடீரென்று லேசாகியதுபோல் உணர்ந்தான்.

‘அஸலாம் அலைக்கும் அண்ணா.’ அவனது மைத்துனன் கதவருகில் இருந்தான். கல்யாண நாளை விடவும் இன்று சற்று மெலிந்திருந்தான். மீசையை மழித்து, பார்ப்பதற்கு இன்னும் இளமையாகத் தோன்றினான்.

‘வாலைக்கும் அஸலாம். வாலைக்கும் அஸலாம். மெனி மெனி கங்கிராஜுலேஷன்ஸ்,’ ஆரிஃப் கூறிவிட்டு எழுந்து நின்று அவனை அணைத்துக்கொண்டான். ‘என் சிஸ்டர சந்தோஷமா வெச்சிருக்குறதுக்கு ரொம்ப ரொம்ப தேங்க்ஸ்.’

ஹுமாவின் கையில் இருக்கும் போனைப் பார்த்து ஆச்சரியமாக ஆரிஃப் கேட்டான், ‘யாரோட போன் இது?’

‘அத்தான் நமக்காக பெங்களூருலேருந்து வாங்கிட்டு வந்திருக்காரு.’

அது நோக்கியா 3515 மாடல் போன்.

‘ஷஃபீக் பாபு, இவ்ளோ காஸ்ட்லியான போன் வாங்கனும்னு எந்த அவசியமும் இல்ல,’ ஆரிஃப் கூறினான்.

‘அர்ரே பைஜான், இது காஸ்ட்லிலாம் இல்ல,’ ஷஃபீக் பதிலுரைத்தான்.

‘சரி, தேங்க்ஸ்.’ ஆரிஃப் தன் கையில் நீலம் மற்றும் சில்வர் கலர் போனை வைத்துக்கொண்டு புன்னகைத்தான். தன் நண்பன் ம்ருத்யுஞ்சயை அழைக்க நினைத்தான். ஆனால் அழைக்கவில்லை.

★★★

சிவில் சர்வீஸ் எக்ஸாமில் தோல்வியுற்றதும், சுமித்ரா தன்னை ஏமாற்றியதுமே தன் வாழ்க்கையின் வலி மிகுந்த நிகழ்வுகளாக நினைத்திருந்தான் ஆரிஃப். ஆனால் விதி இன்னும் கபடமாகத் திட்டம் தீட்டியது. ஜாகிர் வேலை விஷயமாக டெல்லிக்குச் சென்றது அவன் குடும்பத்தின் கஷ்டத்தை இன்னும் அதிகரித்தது.

நஸ்னீன் திருமணம் முடிந்த கையோடு, ஜாகிர் தன் வேலை நிமித்தமாக டெல்லி செல்லவிருப்பதாக அறிவித்தான். ஜமால்புராவின் பால்ய கால நண்பனொருவன் அங்கு இருந்தான். அப்பா சம்மதித்தார். பாம்பேயில் தான் எதிர்கொண்ட தோல்விகளைக் கடந்து புதிதாக தன் எதிர்காலத்தைத் தொடங்க ஜாகிருக்கு நல்லதொரு வாய்ப்பாக ஆரிஃபும் இதைப் பார்த்தான். ஜாகிர் படிப்பில் பெரிதாக சாதிக்காததால் அவனை மேற்கொண்டு கல்வித் துறையில் ஈடுபடுத்துவது உதவப்போவதில்லை என்றும் உணர்ந்தான்.

வேறு ஒரு கோச்சிங் சென்டரில் வேலைக்குச் சேர்ந்தான் ஆரிஃப். அவர்களைவிட நிறைய சம்பளமிருந்தாலும் அதிக நேரம் பயிற்சி கொடுக்கவேண்டியிருந்தது. குடும்பத்திற்கு மூத்த மகனாக அப்பாவின் பொருளாதாரச் சுமையில் பங்கெடுப்பது அவனுக்குக் கடமையில்லையா? ஐ.ஏ.எஸ் சேரும் தன்னுடைய சிறு வயது கனவு இறந்துவிட்டது. முப்பத்தியோரு வயதில் வேறு வேலைவாய்ப்புகள் குறித்தும் நிச்சயமில்லை.

‘அண்ணா! இங்க வாங்கியிருக்குற கம்ப்யூட்டர் அப்ளிகேஷன் டிப்ளமோவ வெச்சு ஏதாவது நல்ல வேலை வாங்கிடுவேன். ஹுமா கல்யாணத்துக்கு அப்பாக்கு ஹெல்ப் பண்ணவேன்,’ ஜாகிர் கூறினான். ‘நீ கோச்சிங் க்ளாஸுல இவ்ளோ டைம் போடாத அண்ணா. அதுக்கு பதிலா பிஹார் சிவில் சர்வீஸ்ல கான்ஸண்ட்ரேட் பண்ணு. எனக்கு என்னவோ இந்த டைம் நீ ஜெயிச்சிடுவேனு தோணுது.’

ஜாகிர் தலைநகருக்குச் சென்று சேர்ந்த இரண்டு மாதங்களில் டெல்லியில் தொடர் குண்டு வெடிப்புகள் நிகழ்ந்தன. கரோல்

பாகின் காஃபர் மார்கெட்டில் ஒரு ஸ்கூட்டர் வெடித்து பத்துப் பனிரெண்டு கடைகளை சிதைத்ததுடன் ஐம்பது உயிர்களை எடுத்தது. புதுதில்லி ரயில்வே ஸ்டேஷனுக்கு வெளியே ஒரு காரில் வெடிகுண்டுகள் வைக்கப்பட்டது. இருபத்தைந்து பேர் பாதிப்படைந்தனர். நேரு ப்ளேஸில் குண்டு வெடிப்பு இருபத்தியோரு பேர்களைக் கொன்றது. தில்லி போலீஸின் குண்டுவெடிப்பு எதிர்ப்புப் படை இந்தியா கேட்டில் ஒரு குண்டையும் பாலிகா பஸாரில் ஒரு குண்டையும் செயலிழக்கச் செய்தது.

ஜாகிரின் பாதுகாப்பு குறித்து ஆரிஃபின் குடும்பம் கவலையடைந்தது. அப்பா, ஜாகிரின் நண்பனுக்குத் தொடர்புகொள்ள முயன்றார். ஆனால் லட்சக்கணக்கான நண்பர்கள் மற்றும் உறவினர்களின் அழைப்புகளால் தில்லியில் போன் நெட்வொர்க் பாதிப்படைந்தது.

அன்றிரவு, இணைப்புக் கிடைத்தவுடன் ஜாகிர் அவர்களை அழைத்தான். ‘நான் என் ஃப்ளாட்லதான் இருக்கேன் அப்பா. கவலைப்பட வேண்டாம்.’

நள்ளிரவு கடந்து அரை மணி நேரம் சென்றிருக்கும். மொபைல் மீண்டும் அடித்தது. ஆரிஃப் எழுந்து போனை எடுத்தான். ஜாகிர்தான் அழைத்தான்.

‘அண்ணா. போலீஸ் என்னையும் என் ரூம் மேட்ஸ் மத்த ஃப்ரெண்ட்ஸ் எல்லாரையும் தூக்கிட்டு வந்திருக்காங்க. சிடில நடந்த பாம்ப் ப்ளாஸ்டுக்கு நாங்கதான் காரணமாம். எங்கயோ மெஹ்ரௌலி பக்கத்துல இருக்குற ஃபார்ம் ஹவுஸ்ல எங்கள வெச்சிருக்காங்க. எங்கள கொன்னுடுவாங்க. அப்பாகிட்ட சொல்லி எப்படியாவது எங்கள காப்பாத்த சொல்லு.’

ஜாகிர் கத்துவது ஆரிஃபிற்குக் கேட்டது. தொடர்ந்து, ஹர்யான்வி உச்சரிப்புடன் கரகரப்பான ஒரு குரல். ‘டேய் தஹியா! இந்த பசங்களோட உடம்ப சோதன பண்ணியா இல்லியா? ஓத்தா, எங்க எல்லாரையும் நீ பிரச்சனைல மாட்டிவிடப்போற. பாரு, இந்த பையன் மொபைல் போன்ல பேசிட்டிருக்கான்.’ பின்பு, கடுமையான ஒரு சத்தத்திற்குப் பிறகு போன் அணைந்துவிட்டது.

திடீரென்று கைகால் செயலிழந்தவன் போல் போனை காதில் வைத்தவாறே ஆரிஃப் அசையாமல் நின்றான். அவன் ஏதாவது சொல்வான் என்று காத்திருந்த அப்பா அவனை அதிர்ச்சியிலிருந்து உலுக்கினார். அழுதுகொண்டும்

விக்கிக்கொண்டும் ஜாகிருக்கு நடந்ததை ஆரிஃப் விவரித்தான். அதற்குள் குடும்பத்தில் அனைவரும் விழித்துக்கொண்டனர். அப்பா சில மணி நேரங்களுக்கு எதுவும் பேசவில்லை.

ஜாகிர் போன்று இத்தனை மென்மையானவனை தீவிரவாதி என்று எப்படி குற்றம் சாட்ட முடிந்தது? வன்முறையையும், மதத் தீவிரவாதத்தையும் எதிர்த்தவன் அவன்.

ஆனால் இந்தியாவில் ஒருவன் தீவிரவாதியாக எதையும் பெரிதாக செய்யத் தேவையில்லை. எப்பொழுது தீவிரவாதத் தாக்குதல் நடந்தாலும் நிறைய முஸ்லிம் இளைஞர்கள் போலீஸால் கொண்டு செல்லப்பட்டனர். அவர்களில் சிலர் எந்தச் சுவடும் இல்லாமல் மறைந்தனர். பலர், நீதிமன்றத்தில் கடுமையாகப் போராடிய பிறகு வெளியேவிடப்பட்டனர்.

இஸ்லாமியர்களுக்கு எதிரான போலீஸின் பாரபட்சத்திற்கு ஜாகிரும் ஒரு பலிகடாவாகிவிட்டான், ஆரிஃப் நினைத்தான்.

அடுத்தநாள் காலை அவனும் அப்பாவும் ஷ்ரம்ஜீவி எக்ஸ்பிரஸில் காத்திருப்புப் பயணச்சீட்டில் தில்லிக்குப் புறப்பட்டனர்.

கூட்ட நெரிசலான ரயிலுக்குள்ளே அப்பா, டாய்லெட் செல்லும் நடைபாதையில் தான் கொண்டுவந்திருந்த பெட்ஷீட்டை விரித்தார். பதைபதைப்புடனும் வதையுடனும் சென்ற பதினாறு மணி நேரப் பயணத்தை இருவரும் பெரும்பாலும் அமைதியில் கழித்தனர்.

டெல்லியை அடைந்தவுடன் இருவரும் நேராக ஜாகிர் தங்கியிருந்த ஷாஹீன் பாகிற்குச் சென்றனர். அந்த மூன்று மாடிக் குடியிருப்புக் கட்டிடம், குறுகிய தெருவொன்றில் இரண்டு பக்கமும் ஓடிய சாக்கடை மற்றும் குடியிருப்புகளிலிருந்து கொட்டப்படும் கழிவுகள் புடைசூழ அதன் நடுவில் இருந்தது.

கட்டிடத்தின் சொந்தக்காரரர் தரைத் தளத்தில் இருந்தார். அவர் வீட்டில் இல்லை, அவரது மனைவி இருந்தார். அப்பா தன்னையும் ஆரிஃபையும் அறிமுகப்படுத்தியதும் அவள் வீட்டின் முன்னறையில் இருந்த சிறிய சோஃபாவில் அவர்களை அமரச் சொன்னாள். இரண்டு நாட்கள் முன்பு நள்ளிரவையொட்டி ஒரு வண்டி அருகில் வந்து நின்ற சத்தம் கேட்டு தான் விழித்ததாகக் கூறினாள். அவர்களது குடியிருப்பில் முதல் மாடியில் தங்கியிருந்த நான்கு இளைஞர்களை போலீஸ் தங்களது வெள்ளை நிற காரில் இழுத்துக்கொண்டு போனதைப் பார்த்திருந்திருக்கிறாள்.

‘நான் என் பொண்ணுங்ககூட வீட்டுல தனியா இருந்தேன். அதனால ரூம விட்டு வெளிய வரல,’ திரைக்குப் பின்னால் நின்றவாறு அந்தப் பெண் கூறினாள். ‘ஒரு போலீஸ் ஆஃபீசரோட முகத்த பாத்தேன். அவரு கன்னத்துல ஒரு தழும்பு இருந்துச்சு.’

‘எந்த போலீஸ் ஸ்டேஷனுக்கு அவங்கள கூட்டிட்டுப் போனாங்க?’ அப்பா கேட்டார்.

‘எனக்குத் தெரியல. ஆனா அவங்க பேசறத கேட்டா ஜமையா நகர் தானானு நினைக்கறேன்,’ அவள் கூறினாள். ‘ஜாகிர் ரொம்ப நல்ல பையன். ஏதோ தப்பு நடந்திருக்குனு நினைக்கறேன். கொஞ்சம் கேள்வி கேட்டுட்டு விட்டுடுவாங்கனு தோணுது. இன்ஷால்லாஹ்.’

அவள் கூறியது அப்பாவிற்கும் ஆரிஃபிற்கும் சமாதானமாகவில்லை. அப்பா போலீஸில் முப்பத்தைந்து வருடங்கள் இருந்திருக்கிறார். அவர்கள் என்ன செய்யக்கூடும் என்பதை அறிந்தவர் அவர். நக்ஸலைட் தொடர்பு இருப்பதாகக் குற்றம் சாட்டப்பட்டு எத்தனையோ பழங்குடி இளைஞர்களை பதக்கங்களுக்காகவும் பதவிகளுக்காகவும் பொய்யான என்கவுண்டரில் போலீஸ் சுட்டுக் கொன்ற கதைகளை அப்பாவிடமிருந்து ஆரிஃப் அறிந்திருந்தான்.

‘நான் உங்க ஹஸ்பண்ட் கூட பேசலாமா?’ அப்பா கேட்டார்.

‘அவரு இன்னிக்கு நைட்டு வந்திடுவாரு. நீங்க நாளைக்குக் காலைல வாங்க, பேசலாம்,’ அவள் கூறினாள்.

‘ஜாகிரோட ரூம காமிக்கிறீங்களா?’ அப்பா கேட்டார்.

‘வாங்க,’ அவள் கூறினாள்.

படுக்கையறைக்குச் சென்று கொத்துச் சாவிகளை எடுத்து வந்தாள். குறுகலான மாடிப்படிகளில் அவர்களை அழைத்துச் சென்று மொட்டைமாடியில் இருந்த சிறிய அறையைத் திறந்தாள். பத்துக்கு பதினைந்து அடி அறையில் நெருக்கமாக நான்கு மரக்கட்டில்கள் இடப்பட்டிருந்தன. பொருட்கள் அதனதன் இடத்தில் இருந்தன. போராட்டம் நடந்ததற்கான அறிகுறியில்லை. அறையின் ஒரு மூலையில் படுக்கைக்குப் பக்கத்தில் இருந்த மேஜையில் அமீர் கான் மற்றும் சல்மான் கானின் அந்தாஸ் அப்னா அப்னா திரைப்படத்தின் புகைப்படங்கள் இருந்தன. அதுதான் ஜாகிரின் படுக்கை என்று ஆரிஃப் அறிந்துகொண்டான். அப்பா கட்டிலில் அமர்ந்து

மேஜையில் இருந்த பொருட்களை ஆராய்ந்தார். ஆனால் அவற்றில் ஒன்றும் இல்லை.

மற்ற படுக்கைகளின் பக்கத்திலிருந்த சுவர்களில் அராபிய மொழியில் எழுதப்பட்ட போஸ்டர்கள் இருந்தன. அதில் ஒன்றில் 'நஸ்ரும் மினல்லாஹி வா ஃபாதும் கரீப்' (அல்லாவிடமிருந்து வரும் உதவியும் வெற்றியும் அண்மையிலுள்ளன) என்று இருந்தது.

அப்பா கட்டிலிலிருந்து எழுந்திருக்க, 'பாய் சாஹப், டிஃபன் சாப்பிட்டுட்டுப் போகலாம்,' அந்தப் பெண் கூறினாள்.

'நன்றி தங்கச்சி. ஆனா நாங்க இப்பவே போகனும்,' அப்பா பதிலளித்தார்.

இருபது நிமிடங்களுக்குப் பிறகு அவர்கள் ஜமையா நகர் காவல் நிலையத்தை அடைந்தனர். காவல் நிலைய அதிகாரி (SHO) பார்ப்பதற்கே பயங்கரமாக இருந்தார். அவரது இடது கன்னத்தில் ஒரு தழும்பு. இரண்டு நாட்கள் முன்பு கைது செய்யப்பட்ட ஜாகிரைக் குறித்து அப்பா விசாரிக்கவும் அவர் விந்தையாக நடந்துகொண்டார். அப்பா அவரிடம் தான் ஒரு ரிடையர்ட் போலீஸ் ஆஃபீஸர் என்று கூறி தனது டிபார்ட்மெண்ட் ஐடி கார்டை எடுத்துக் காண்பித்தும் அவரிடம் எந்த மாற்றமும் இல்லை. கடைசியாக அந்த வீட்டு ஓனர் பெண்மணியுடன் பேசியதையும் அவள் ஒரு போலீஸ் ஆஃபீசருக்குத் தழும்பு இருந்ததைச் சொன்னதையும் குறிப்பிட்டார். தன்னிச்சையாக அவரது கைகள் தழும்பை மறைத்தன.

'வெளிய போ,' அந்த அதிகாரி கத்தினார்.

போலீஸ் ஸ்டேஷனிலிருந்து வெளியே வந்து அப்பா ஆரிஃபிடம், 'ஜெயின் சாஹப்ப பாத்து ஹெல்ப் கேக்கனும்,' என்றார்.

ஓர் ஆட்டோரிக்‌ஷாவில் ஏறி, பிஹாரின் முன்னாள் டி.ஜி.பியைப் பார்க்க நோய்டா சென்றனர். அப்பா அவருடன் ஏறத்தாழ ஐந்து வருடங்கள் வேலைப்பார்த்திருக்கிறார்.

அப்பாவும் ஆரிஃபும் மிஸ்டர் ஜெயினின் துணையுடன் மீண்டும் போலீஸ் ஸ்டேஷனுக்குச் சென்றனர். மிஸ்டர் ஜெயின் தன்னை அந்த அதிகாரியிடம் அறிமுகப்படுத்திக்கொண்டார். அவர் தன்மையாகப் பேசினாலும் ஜாகிரின் மறைவுக்கும் போலீஸுக்கும் எந்தத் தொடர்பும் இல்லை என்று வலியுறுத்தினார். ஜாகிர் இருந்த இடத்திற்கு அப்பா, ஆரிஃப்

மற்றும் ஜெயின் சாருடன் அந்த அதிகாரி சென்றார். அந்த வீட்டு உரிமையாளர் டூரிலிருந்து திரும்பியிருந்தார். சிறிய உடலில் ஒட்டக் கத்தரித்த தாடி வைத்துக்கொண்டிருந்த அவர், ஜாகிரையோ மற்றவர்களையோ போலீஸ் அழைத்துக்கொண்டு சென்றதைக் குறித்து தனக்கும் தன் மனைவிக்கும் எதுவும் தெரியாது என்று சாதித்தார்.

அப்பா அவரிடம் அவர் மனைவியிடத்தில் இதுகுறித்துப் பேசியதைக் குறிப்பிட, அவர் பதிலுக்கு, ‘பாய்சாஹப், இதுல ஏதோ நீங்க தவறா புரிஞ்சிட்டிருக்கனும். என் வொயிஃப் ஒரு பர்தனாஷீன். அவ தெரியாதவங்ககிட்ட என்னிக்கும் பேச மாட்டா.’

‘ஏன் உண்மைய சொல்ல மாட்டேங்கறீங்க? கடவுளுக்கு பயப்படுங்க. போலீஸுக்கு இல்ல.’ அப்பா அழத் தொடங்க ஆரிஃப் அவர் தோள்களைப் பிடித்துக்கொண்டான்.

ஸ்டேஷன் அதிகாரி ஜெயின் சாரிடம் திரும்பி, ‘இந்த மாதிரிலாம் எதுவும் நடக்கலனு எனக்குத் தெரியும். ஆனாலும் உங்க திருப்திக்காக நான் இங்க வந்தேன் சார்,’ என்றார். மேலும், ‘மிஸ்டர். கான், உங்களுக்கு என்னோட அனுதாபம். உங்க மகனக் காணோம்னா ஒரு எஃப்.ஐ.ஆர் ஃபைல் பண்ணுங்க. நாங்க அவன கண்டுபிடிக்க முயற்சி செய்யறோம்,’ என்று சொல்லிவிட்டு அந்த அதிகாரி சென்றுவிட்டார்.

‘அப்துல் ரஷீத், நான் இப்ப கிளம்பனும். போலீஸ் கமிஷனர்கிட்ட பேச முயற்சி பண்றேன். நான் ஒரு ரிடயர்ட் போலீஸ் ஆஃபீசர். என்னோட லிமிடேஷன்ஸ் என்னனு உங்களுக்குப் புரியும்னு நினைக்கறேன்,’ மிஸ்டர் ஜெயின் சொல்லிவிட்டு, சாலைக்கு எதிர்ப்புறம் பார்க் செய்திருந்த தனது கார் டிரைவருக்குக் கையசைத்தார்.

அப்பாவும் ஆரிஃபும் அடுத்த நான்கு நாட்களுக்கு போலீஸ் கமிஷனர் அலுவலகம், ஊடக அலுவலகங்கள், சிறுபான்மையினர் நல மன்றம், மற்றும் என்.ஜி.ஓக்கள் என்று அலைந்தனர். ஆனால் யாரையும் ஜாகிர் காணாமல் போனதற்கு போலீஸ் காரணம் என்று நம்பவைக்க முடியவில்லை.

நான்காவது நாள் ஜமா மசூதியிலிருந்து வந்த விடிகாலை தொழுகைக்கான அழைப்புக் குரல் ஆரிஃபை எழுப்பியது. தொடர்ந்து மற்ற மசூதிகளின் தொழுகைக்கான அழைப்பும்

கேட்டன. அப்பா தொழுகைக்காகத் தன்னை சுத்தம் செய்துகொண்டிருந்ததை ஆரிஃப் பார்த்தான்.

'நீயும் தொழுகைக்கு வரியா?' தன் கண்களை சிவப்பு மற்றும் நீல நிறத்தாலான துண்டால் துடைத்துகொண்டே அப்பா கேட்டார்.

'ஆமாம் அப்பா,' ஆரிஃப் தொண்டை அடைபட, உதட்டைக் கடித்துக்கொண்டே கூறினான்.

நாள் ஒன்றுக்கு ஐம்பது ரூபாய் வாடகைக்குத் தங்கியிருந்த அல் மதீனா லாட்ஜின் செங்குத்தான படிக்கட்டுகளில் இறங்கினார்கள். வரலாற்று சிறப்புமிக்க ஜமா மஸ்ஜித் நடந்துசெல்லும் தூரத்தில் இருந்தது. தினமும் அப்பா அங்கு நாளின் முதல் தொழுகைக்குச் சென்றார். அரியப்பட்ட மாட்டுக்கறி வறுபடுவதை ஆரிஃப் பார்த்தான். குர்தா பாக்கெட்டிலிருந்த கர்சீப்பை எடுத்து தன் மூக்கை மூடிக்கொண்டான்.

அப்பா நியூஸ் பேப்பர் ஸ்டேண்டிலிருந்து ஹிந்தி நியூஸ் பேப்பர் ஒன்றை எடுத்துக்கொண்டார். முதல் பக்கத்தைப் பார்க்கப் பார்க்க, அவர் கண்கள் பயத்தால் விரிந்தன. தில்லியில் மூன்று வெவ்வெறு இடங்களில் மூன்று பிணங்கள் கண்டெடுக்கப்பட்டிருந்தன. கொலைக்கான காரணம் இன்னும் அறியப்படவில்லையென்றும் இறந்தவர்களின் பெயர்களும் கொடுக்கப்பட்டிருந்தன: அல்தாஃப், கமீல் மற்றும் அப்துல் வஹாப். ஜாகிரின் அறை நண்பர்கள் மூன்று பேர்.

'ஜாகிரையும் கொலை செய்துவிட்டார்களா?' வயிறு மடங்க நடு ரோட்டில் உட்கார்ந்து அப்பா அழுதார். ஆரிஃபிற்கு எல்லாமே முடிந்துவிட்டதுபோல் தோன்றியது. செய்தித்தாளை சுக்குநூறாகக் கிழித்து ரோட்டில் எறிந்து, அப்பாவைக் கைகளைப் பிடித்துத் தூக்கினான். அப்பாவும் மகனும் ஒருவரையொருவர் தாங்கியபடி அழுதார்கள். பாதசாரிகள் சாலையைக் கடக்குமுன் அவர்களை இரக்கத்துடன் பார்த்தார்கள்.

மாலையில் அவர்கள் மீண்டும் ஜமையா நகர் காவல் நிலையத்திற்குச் சென்று அந்த அதிகாரியுடன் பிரச்சனை செய்தனர். அப்பா போலி என்கவுண்டர் குறித்து ஊடகத்தில் சொல்லப்போவதாக மிரட்டினார்.

அந்த அதிகாரி கோபமாகக் கேட்டார், 'மிஸ்டர் கான். நீங்க உங்களோட இன்னொரு மகனோட பாதுகாப்ப பத்தி கவலப்படனும். போலீஸ் கூட தேவையில்லாம தகராறு பண்ணா என்ன ஆகும்னு தெரியும் இல்ல?' சிறிது நிறுத்திவிட்டு

மேலும், 'மன்னிக்கனும் நீங்களே ஒரு ரிடையர்ட் போலீஸ் ஆஃபீசர்தான்னு நான் மறந்துட்டேன். என்னவிட உங்களுக்கு நிச்சயமா இதோட விளைவுகள் என்னனு தெரியும்.'

அப்பா மேற்கொண்டு எதுவும் பேசாமல் ஸ்டேஷனைவிட்டு வெளியே வந்தார்.

'அப்பா, இப்ப என்ன பண்ணலாம்? நிச்சயமா சொல்றேன் இந்த ஆளு நம்மகிட்ட எதையோ மறைக்கறான்.'

'நான் ஷஃபீக்குகு கால் பண்றேன்,' அப்பா கூறிவிட்டு அருகிலிருந்து தொலைபேசிச் சாவடிக்குச் சென்றார். ஆரிஃப் வெளியில் காத்திருந்தான்.

அப்பா பத்து நிமிடத்தில் வெளியில் வந்து, 'ஷஃபீக் பாபு பாட்னால இல்ல. ஜாகிர் தொலைஞ்சத பத்தி நஸ்னீன் நிறைய கேள்வி கேட்டுட்டிருந்தா. அதையெல்லாம் சமாளிச்சு ஜாகிர் இன்னும் ரெண்டு நாள்ல திரும்ப வந்திருவான்னு சொல்லியிருக்கேன்,' என்று கூறினார்.

'அப்புறம்?'

'பாட்னா ஹை கோர்ட்ல எனக்கு தெரிஞ்ச லாயர் ஒருத்தர்கிட்ட பேசியிருக்கேன். மனித உரிமைகளுக்கான தேசிய சட்ட மையத்துல இருக்கற மஹ்தப் ஆலம் கிட்ட போகச் சொல்லி அட்ரெஸ் கொடுத்திருக்காரு.'

இருவரும் ஆட்டோவில் கொடுக்கப்பட்டிருந்த முகவரிக்குச் செல்ல, அந்த அலுவலகம் சிறியதாக, தெற்கு தில்லியின் சிதிலமடைந்த கட்டிடம் ஒன்றில் இருந்தது. மஹ்தபும் பிஹாரிதான் என்று தெரிந்தது. முப்பதுகளின் இறுதியில், ஒட்ட வெட்டப்பட்ட தாடியில் எப்பொழுதும் தீவிரமான முகவெளிப்பாடுடன் காணப்பட்டார். அப்பாவிடமும் ஆரிஃபிடமும் கவனமாக விஷயங்களைக் கேட்டுக் குறிப்பெடுத்துக்கொண்டார். முடித்தவுடன், மஹ்தப் அவர்களிடம் ஜாகிரைக் கண்டுபிடிக்க தன்னால் முடிந்ததை நிச்சயம் செய்வதாகக்கூறி வாசல்வரை வந்து அவர்களை வழியனுப்பிவைத்தார்.

மாலையில் மஹ்தப் அவர்களை லாட்ஜில் அழைத்தார். அப்பாவிடம், அவர் போலீஸ் ஸ்டேஷன் சென்றதாகவும் அந்த அதிகாரியுடன் கோபமாகப் பேசியதாகவும் சொன்னார். ஜாகிர் காணாமல் போனதற்கு அவருக்கு சம்பந்தமிருப்பதாக

சந்தேகப்பட்டார். அவருடன் வேலைப் பார்ப்பவர்களுடன் மேற்கொண்டு செய்வது குறித்துப் பேச வேண்டும் என்றார்.

இருவருக்கும் சாப்பிட உணவு வாங்குவதற்காக ஆரிஃப் லாட்ஜைவிட்டுக் கிளம்பினான். மெயின் ரோட்டில் பத்து அடி தூரம் நடப்பதற்குள் ஒரு கார் அவனருகில் நிற்க, அதற்குள் இருந்த யாரோ அவனைப் பெயர் சொல்லி அழைத்தனர். வியப்பாகத் திரும்ப, அங்கே உயரமாக குளிர்க்கண்ணாடியணிந்து ஒருவன் இருந்தான். காருக்குள் இழுக்கப்பட்டு, வாய்மீது ஏதோ பொத்தப்படுவது மட்டுமே கடைசியாக அவன் நினைவில் இருந்தது.

ஆரிஃப் மீண்டும் கண் விழிக்க, பாத்ரூம் இணைக்கப்பட்ட ஒரு சிறிய அறையில் தான் இருந்ததை உணர்ந்தான். ஒரு மரக் கட்டிலும் தலையணை மற்றும் போர்வையும் இருந்தன. அறையின் ஒரே கதவும் வெளியிலிருந்து பூட்டப்பட்டிருந்தது. பயத்தில் கதவை வெறிகொண்டவன்போல் வேகமாகத் தட்டிக்கொண்டேயிருந்தான் ஆனால் அது திறக்கவில்லை. அறையில் சிறிய ஜன்னல் ஒன்று இருந்ததைக் கவனித்தான். கொக்கியை நீக்கி பலம்கொண்ட மட்டும் அதைத் திறக்கப் பார்த்தான். அது திறக்கவில்லை. மனமுடைந்து தரையில் அமர்ந்து அழத் தொடங்கினான். ஒரு மணி நேரம் கழித்து, கதவு திறக்கப்பட்டு, ஒரு ஸ்டீல் தட்டு உள்ளே தள்ளப்பட்டது. அதில் மூன்று தந்தூரி ரொட்டிகளும் ஆலுகோபியும் இருந்தன.

நாட்கள் இதேபோல் செல்ல, தனிமையில் சிறைப்படுத்தப்பட்ட ஆரிஃப் தன் நிலையிழந்தான். நேரம் காலம் எதுவும் தெரியாமல், ஒரு வாரமா அல்லது மாதமா என்றும் தெரியாமல் இருந்தான்.

ஒரு நாள், ஸ்டீல் தட்டு மட்டும் டம்ளர் வைக்கத் திறக்கப்படுவதைவிட கதவு சற்று அதிகமாகத் திறக்க, முகமூடி அணிந்த இருவர் உள்ளே நுழைந்தனர். ஆரிஃப் கட்டிலிலிருந்து எழுந்து, கத்தத் தொடங்குவதற்குமுன் அவர்கள் அவனருகே வந்து ஏதோ ஒரு திரவியத்தில் தோய்க்கப்பட்ட நாற்றமடித்த கைக்குட்டையை அவன் முகத்தில் வைத்து அழுத்தினர். அடுத்தநொடி எல்லாம் மறைந்து இருள் சூழ்ந்தது.

★★★

ஆரிஃப் கண்விழித்தபோது ஏதோ ஒரு ரோட்டின் நடைபாதையில் கிடந்ததை உணர்ந்தான். இரவு, சுற்றி ஆளரவமற்று இருந்தது.

அவன் தலை கனத்தது. எதுவும் விளங்கவில்லை. மூக்கில் ஏதோ மோசமான நாற்றம் இன்னும் இருந்தது. அருகிலிருந்த சாராயக் கடையின் போர்டை எப்படியோ கஷ்டப்பட்டுப் படித்தான். இது சாத்தியமேயில்லை.

அதன் முகவரி, ‘ஃப்ரேஸர் ரோடு, பாட்னா 800 001’ என்றிருந்தது.

சில அடிகள் தள்ளி பொதுக்குழாய் ஒன்று கண்ணில்பட, எப்படியே எழுந்து தன் பலவீனமான கால்களால் அதை நோக்கி தத்தித் தத்தி நடந்தான். முகத்தில் தண்ணீரை அறைந்துகொண்டு, கொப்பளித்துவிட்டு, மூக்கில் தண்ணீர்விட்டுக் கழுவிக்கொண்டான். எப்படி இங்கு வந்தான்? அப்பா எங்கே போனார்? ஜாகிருக்கு என்ன ஆயிற்று? எதையும் யோசிக்க முடியவில்லை. அவனுக்கு அழுகைவரும்போல் இருந்தது. குழப்பமாக சுற்றிப் பார்க்க, ஒரு சைக்கிள்ரிக்ஷா கண்ணில் பட்டது.

ரிக்ஷாக்காரன் அசந்து தூங்கிக்கொண்டிருந்ததால் ஆரிஃப் அவனை வேகமாக உலுக்கி எழுப்பினான். எங்கேயும் சவாரிக்கு வர முடியாது என்று சொன்னவன், ஆரிஃப் நூறு ரூபாய் தருவதாகச் சொன்னதும் ராஜா பஜாருக்கு வர சம்மதித்தான்.

கால்நடை மருத்துவக் கல்லூரி மசூதி, காலைத் தொழுகைக்கு இறை நம்பிக்கையாளர்களை அழைத்த நேரம் ஆரிஃப் தனது போலீஸ் காலனி ஃப்ளாட்டின் முன்பு இருந்தான். ரிக்ஷாக்காரன் பணம் வாங்குவதற்காக அவனைத் தொடர்ந்து மாடிக்கு ஏறினான். ஆரிஃப் கதவைத் தட்டியதும், அந்தப் பக்கம் யாரோ இதற்காகவே காத்துக்கொண்டிருந்ததுபோல் உடனே கதவைத் திறந்தார்கள். அப்பாதான் அது.

ஆரிஃபைப் பார்த்தநொடி அப்பா அவனைக் கைகளில் ஏந்தி குரலெடுத்து அழுதார். விரைவில் அம்மா, பாட்டி, ஹுமா அனைவரும் வெளியில் வந்து அவனைத் தழுவிக்கொண்டனர்.

ரிக்ஷாக்காரன் எதுவும் பேசாமல் அவர்களைத் தனிமையில் விட்டான். பின்பு கதவில் தட்டி பணத்தைக் கேட்டான். ஆரிஃப் அப்பாவிடம் அவனுக்கு நூறு ரூபாய் தரச் சொன்னான். அப்பா அவனிடம் பணத்தைத் தர, அவன் அதில் பாதியை மட்டும் பெற்றுக்கொண்டு அவர்களுக்கு நல்ல காலம் பிறக்க வாழ்த்திவிட்டுச் சென்றான். அவன் சொல்லிவிட்டுச் சென்ற வார்த்தைகள் மொத்தக் குடும்பத்தையும் கட்டுப்படுத்த முடியாமல் அழ வைத்தது.

சிறிது நேரம் கழித்து அவர்கள் அழுவதை நிறுத்திவிட்டு படுக்கையில் அமர்ந்தனர். அம்மா அவனுக்கு ஏதாவது சாப்பிட எடுத்துவர கிச்சனுக்குள் ஓடிச்சென்றாள். ஆரிஃப் மறுத்தாலும் அவள் கேட்கவில்லை. அப்பா அமைதியாக அவன் சொல்லப்போவதை எதிர்பார்த்தபடி அமர்ந்திருந்தார். அவரது கைகள் நடுங்கிக்கொண்டிருந்தன. பாட்டி அவனருகில் அமர்ந்து முடியைக் கோதிவிட்டபடி அழுதுகொண்டிருந்தாள். ஹுமா அவனுக்கு எதிரே நின்றபடி அவன் கைகளைப் பிடித்துக்கொண்டிருக்க, அதில் அவளது கண்ணீர்த் துளிகள் சத்தமின்றி விழுந்துகொண்டிருந்தன.

'அவங்க உன்ன அடிச்சாங்களா? ஏதாவது உன்ன ஹர்ட் பண்ணாங்களா?' இறுதியில் அப்பா கேட்டார்.

'யாரு அப்பா? உங்களுக்கு எப்படி...' ஆரிஃப் வார்த்தைகளின்றித் தடுமாறினான்.

'எனக்குத் தெரியும்,' அப்பா அமைதியாகக் கூறினார். 'சொல்லு, உன்ன எந்த விதத்துலையும் அவங்க துன்புறுத்தலையா?'

'இல்ல அப்பா. நான் ஹோட்டல்லேருந்து வெளிய வந்ததுமே யாரோ என்ன காருல கடத்திட்டுப் போயிட்டாங்க. ஏதோ மயக்க மருந்து கொடுத்து என்ன அன்கான்ஷியஸ் ஆக்கிட்டாங்க. நினைவு திரும்பினப்போ நான் ஒரு பூட்டின ரூமுல இருந்தேன். கதவுல இருந்த சின்ன கேப் வழியா சாப்பாடு கொடுத்தாங்க. நான் யாரையும் பாக்க முடியல. அங்கதான் இத்தன நாளா... ஆமா, எவ்ளோ நாள் ஆச்சு?'

'பதினஞ்சு நாள்,' அப்பா கூறிவிட்டு ஆரிஃபிடமிருந்து பார்வையை விலக்கினார்.

'யாரு என்ன கூட்டிட்டுப் போனாங்கனு உங்களுக்குத் தெரியுமா அப்பா? என்ன நடக்குது? ஜாகிர் எங்க? பாட்னாக்கு நீங்க எப்ப திரும்ப வந்தீங்க? ஜாகிர் எங்க அப்பா?'

அப்பாவின் கண்களில் இப்போது கண்ணீர். தலையிலும் மார்பிலும் அடித்துக்கொண்டு சத்தமாக அழுதார். பாட்டியும் ஹுமாவும் உடைந்திருந்தாலும் அப்பாவை சமாதானம் செய்ய முயன்றனர். அம்மா கிச்சனிலிருந்து ஓடி வந்தாள். மொத்தக் குடும்பமும் மீண்டும் அழுதது. ஆரிஃபும் அழுதாலும் அவனுக்கு ஜாகிர் எங்கே என்பதைக் குறித்துக் குழப்பமாக இருந்தது. ஜாகிர் எங்கிருக்கிறான் என்று அவனுக்குத் தெரிய வேண்டும். அப்பா

அழுகையை நிறுத்தும்வரை அவன் அவரது தோள்களைப் பிடித்துக்கொண்டான்.

‘என்ன ஆச்சுனு சொல்லுங்க, அப்பா.’

‘நீ கீழ போயி ஒரு பதினஞ்சு நிமிஷத்துக்கப்புறம் நம்ம ஹோட்டல் ரூமுக்கு ஒரு கால் வந்துச்சு. போன்ல பேசின ஆளு நீ அவனோட கஸ்டடில இருக்கனு சொன்னான். ஜாகிர் எங்கனு நான் தேடினா உன்ன ஏதாவது செஞ்சிடுவேனு என்ன பயமுறுத்தினான். மஹ்தப்கிட்டேருந்து உதவி கேக்கக்கூடாதுனு வார்ன் பண்ணான். நான் கேஸ் போடாம உடனே பாட்னாக்கு திரும்பிட்டேன்னா உன்ன ஒன்னும் செய்யாம விட்டுடுவேனு ப்ராமிஸ் பண்ணான்.’

‘அப்புறம்?’

‘எனக்கு என்ன பண்றதுன்னு தெரியல. என் ரெண்டு புள்ளைங்களையும் காணோம். தெரியாத ஊருல இருந்துட்டு யாருகிட்ட ஹெல்ப் கேக்கறதுன்னு புரியல. போலீஸ்கிட்ட போகவும் தயக்கமா இருந்துச்சு. மஹ்தப்கு போன் பண்ணேன். அவரு உடனே எஃப்.ஐ.ஆர் போடச் சொன்னாரு. அப்பதான் உன்ன கடத்தினது, எனக்கு போன் வந்தது எல்லாம் ரெகார்டுல இருக்கும்னு சொன்னாரு. நானும் உடனே போலீஸ் ஸ்டேஷன் போயி எஃப்.ஐ.ஆர் ஃபைல் பண்ணிட்டேன். அடுத்தது என்ன பண்ண, எங்க போகன்னு தெரியாம திரும்ப ஹோட்டலுக்கு வந்தேன். எனக்குக் கால் பண்ணனும்னா மஹ்தப் அங்க பண்ணுவாரு. ரூமுக்குள்ள வந்ததும் திரும்ப அதே ஆளுகிட்டேருந்து இன்னொரு போன் வந்துச்சு. போலீஸ்கிட்டேருந்து ஏதவாது உதவி வாங்கியாச்சுன்னா உன்ன கொன்னுடுவேனு சொன்னான். அவங்க என்ன வாட்ச் பண்ணிட்டிருந்திருக்காங்க. அவங்க போன் பண்ணதுக்கப்புறம் மஹ்தப் கால் பண்ணாரு. அவர்கிட்ட நானே அப்புறமா கான்டாக்ட் பண்றேனு சொல்லிட்டு போன வெச்சுட்டேன். என்னோட இன்னொரு மகனையும் நான் இழக்க விரும்பல. நான் போலீஸ் ஸ்டேஷன் திரும்பப் போயி, நீ வந்துட்டேனு பொய் சொல்லி எஃப்.ஐ.ஆர திரும்ப வாங்கிட்டேன்.

‘பாட்னாக்கு உடனே திரும்பிட்டேன். நாளாக ஆக எங்களோட இன்னொரு மகனையும் இழந்துட்டோம்னு நெனைச்சேன். மஹ்தபுக்கு கால் பண்ணலாம்னு தோணுச்சு. என்ன பண்றதுன்னு தெரியல. ஒருவேளை எஃப்.ஐ.ஆர திரும்ப

வாங்கியிருக்கக்கூடாதோனு நினைச்சேன். என் குழந்தைங்கள என்ன செஞ்சிருக்காங்க? என் ஜாகிருக்கு என்ன ஆச்சு?'

'அப்பா, நான்தான் வந்துட்டேன்ல. அழாதீங்கப்பா. ஜாகிர் எங்க? போன்ல பேசினவன் ஜாகிர் பத்தி எதுவும் சொன்னானா?'

'நாம அவன இழந்துட்டோம்னு தோணுது. நான் உன்னையும் இழக்க விரும்பல,' அழுகைக்கு நடுவே, உடல் நடுங்க அப்பா கூறினார். ஆரிஃப் அப்பாவின் தோள்களையணைத்து அவர் அழுகையைக் கட்டுப்படுத்த முயன்று தோற்றான். உணவை மறந்த அம்மா அருகில் வந்து அவனையும் அப்பாவையும் அணைத்துகொண்டார்.

'ஹமீதா,' அப்பா கண்ணீரைக் கட்டுப்படுத்தி குரல் நடுங்க அழைத்தார். 'நாம நம்ம புள்ளைய இழந்துட்டோம். போலீஸ் அவனக் கொன்னுட்டாங்க. நம்ம நாட்டுல நீதி செத்துப்போச்சு. அவன கடைசியா ஒருதடவ பாக்கக்கூட விடல. நம்மளால இனி ஒன்னும் பண்ண முடியாது. அல்லாக்கு நன்றி, ஆரிஃபயாவது நமக்குத் திரும்பிக் கொடுத்ததுக்கு.'

அம்மா, அப்பாவைக் கைகளில் தாங்கியபடி தன் வாயை இறுக மூடிக்கொண்டிருந்தாள். அவள் கண்கள் உலர்ந்து இருந்தன.

பாட்டி இப்பொழுது அவர்களிடமிருந்து சற்று நகர்ந்து மரக்கட்டிலில் அமர்ந்தபடி குரானிலிருந்து ஓதிக்கொண்டிருந்தாள். அவள் கண்ணீர் புனித புத்தகத்தை நனைத்தபடி இருந்தது.

ஹுமா தரையில் அமர்ந்து தன் முழங்கால்களைக் கட்டியபடி தனக்குள் அழுதுகொண்டிருந்தாள்.

பித்தநீர் தொண்டையில் ஏறுவதை உணர்ந்தான் ஆரிஃப். வயிற்றைக் கலக்கியது. பாத்ரூமுக்குள் ஓடிச்சென்று மஞ்சள் நிறத்தில் வாந்தியெடுத்தான்.

அடுத்த ஒரு மாதத்திற்கு உறவினர்கள் குவிந்தபடி இருந்தனர். யாரோ ஒருவர் ஜாகிருக்கு ஈமைச் சடங்கு செய்யுமாறு ஆலோசனை வழங்கினார். அம்மா அடிவயிற்றிலிருந்து அலறியபடி அழ, அப்பாவும் ஆரிஃபும் அவளை அறைக்குள் அழைத்துச் சென்றனர். ஜாகிர் இறந்துவிட்டான் என்று நம்பினாலும் அவனுக்கு இறுதிச் சடங்கு செய்து அதை உறுதிப்படுத்த அவர்கள் விரும்பவில்லை. அவனுடைய இழப்பிற்கான நியாயம் கிடைக்காமல் அவர்களால் முழுதாக துக்கம்கூட அடையமுடியவில்லை.

டெல்லி போலீஸிற்கு எதிராக வழக்குப் பதிய ஷஃபீக் பரிந்துரைத்தான். ஆனால் அப்பாவிற்கு அதில் விருப்பமில்லை. பணமும், நேரமும், சக்தியும்தான் வீணாகச் செலவாகும் என்று அவருக்கு நன்றாகத் தெரியும்.

★★★

ஒரு நாள் கமாண்டண்ட் அலுவலகத்திலிருந்து ஓர் அறிவிப்பு வந்திருந்தது:

வணக்கம் திரு. கான்,

உங்களுடைய குடியிருப்பை இன்னும் பனிரெண்டு மாதங்களுக்கு நீட்டிருப்பதை உங்களுக்குத் தெரிவித்துக்கொள்வதில் மகிழ்ச்சியடைகிறோம். அதற்கான அடையாளத் தொகையாக மாதம் ரூ 100/– வாடகை தர வேண்டும். உங்களது குடியிருப்பை 30 ஏப்ரல் 2001–க்கு முன்பு நீங்கள் காலி செய்ய வேண்டும்.

அன்புடன்

ஆர்.பி.சிங்

11.04.2000

18

வாரங்கள், மாதங்கள் என்று மந்தமாகக் கடந்தாலும் இன்னும் ஜாகிரின் இழப்பு ஆரிஃபின் குடும்பத்தில் இருள் மேகமாகச் சூழ்ந்தது.

2000 ஆம் ஆண்டு நவம்பர் மாதம் பிஹார் இரண்டாகப் பிரிக்கப்பட்டது. புதிய மாநிலமான ஜார்கண்டைக் கொண்டாட அதன் தலைநகராக அறிவிக்கப்படவிருந்த ராஞ்சியில் மக்கள் நடனமாடிக் கொண்டாடினர். போர்வைக்குள் படுத்தபடி, கருப்பு-வெள்ளை டி.வியில் நடப்பவற்றைப் பார்த்துக்கொண்டிருந்த ஆரிஃப், பிஹார் பிரிவதை வலுவாக எதிர்த்த ஜாகிரை நினைத்துக்கொண்டான்.

சிறுவயதில் ஜமால்புராவில் அவனும் ஜாகிரும் அதிகாலைக் குளிரில் எழுந்து வீட்டில் யாருக்கும் தெரியாமல் ஊருக்கு வெளியே சென்று வடக்கு திசையில் சூரியோதயத்திற்கு முந்தைய வெளிச்சத்தில் எவரெஸ்ட் சிகரம் ஒளிர்வதைப் பார்த்து ரசித்த தினங்களையும் நினைத்துப் பார்த்தான். அவன் ஊரிலிருந்து வெகு தொலைவில்தான் சிகரம் இருந்தது, ஆனால் குளிர் காலங்களின் காலையில் மலைச் சிகரம் வானத்தை முத்தமிடும் காட்சியை நிழலோவியமாகப் பார்க்கலாம்.

‘இந்த மலை எவ்ளோ பெருசு அண்ணா?’ ஜாகிர் கேட்பான். ஆரிஃப் பதிலளிப்பதற்கு முன் அவனே, ‘அல்லா இந்த எவரெஸ்டவிட பெரியவரா இருக்கனும். ஏன்னா அவர்தான இத உருவாக்கினாரு.’

ஜாகிர் தனக்காக சப்-இன்ஸ்பெக்டருடன் சண்டையிட்டு தன் உயிருக்கே ஆபத்து வரவழைத்துக்கொண்டது ஆரிஃபிற்கு நினைவுக்கு வந்தது. ஆரிஃபைப் பொறுத்தவரை ஜாகிர் ஒரு சகோதரனுக்கும் மேல். ஒரு நண்பனுக்கும் மேல்.

ஆரிஃப் தனது மேஜை டிராயரைத் திறந்து சிறிய மாத்திரைகளைக் கொண்ட பட்டியை எடுத்தான். அதிலிருந்து ஒன்றை எடுத்து விழுங்கினான். இரவில் தூங்க இப்போதெல்லாம் மாத்திரையின் உதவி தேவைப்பட்டது.

பாட்டி பிரார்த்தனையிலும் புனித நூலிலும் தஞ்சம் புகுந்தாள். அழுகையை நிறுத்தவே முடியாமல் குரானை வாசித்தாள். எப்பொழுதாவதுதான் பேசினாள். பெயருக்கு ஏதோ சாப்பிட்டாள். சமயத்தில் அதுவும் இல்லை.

ஆரிஃப் நாள் ஒன்றுக்கு ஐந்துமுறை தொழுதான். மசூதிக்குத் தவறாமல் செல்வது அவனுக்குள் ஏதோ ஓர் அமைதியைத் தந்தது.

ஒரு வெள்ளிக்கிழமை மசூதியில் இமாம் மனித வாழ்க்கை எத்தனை நிச்சயமற்றது என்பது குறித்தும் விரும்பியவர்களை இழந்தபின் ஏற்படும் துக்கம் எத்தனை அர்த்தமற்றது என்பது குறித்தும் ஆன்மீகச் சொற்பொழிவு ஒன்றை வழங்கினார். ‘Kullo nafsin zaikatul maut.’ *(ஒவ்வொரு உயிரும் இறப்பைச் சந்தித்தே தீர வேண்டும்.)*

மசூதியிலிருந்து திரும்பிய ஆரிஃப் படுக்கையில் கிடந்தவாறு சிந்தித்தான், *ஜாகிர் போயே போய்விட்டான். அவனையே நினைத்துக்கொண்டிருப்பது எதையும் மாற்றப்போவதில்லை. நான் அப்பாவைப் பற்றி நினைக்க வேண்டும். ஹுமாவை நினைக்க வேண்டும். அவள் கல்யாண வயதில் இருக்கிறாள். வரதட்சணைக்கு இன்னும் அதிக பணம் தேவைப்படும். எனக்கு ஒரு நல்ல வேலை கிடைக்க வேண்டும். மாநில சிவில் சர்வீஸுக்கு விண்ணப்பிக்கும் அதே வேளையில் மற்ற வேலைகளும் தேட வேண்டும்.*

என்ன செய்வது என்ற தீர்மானம் திருப்தி அளிக்கவும், அமீர் சுபானியின் அட்டைப்படத்துடன் இருந்த ஒரு பழைய *காம்படிஷன் சக்சஸ் ரிவ்யூ* இதழை எடுத்தான். அமீர் சுபானிதான் 1986ஆம் வருடம் சிவில் சர்வீஸ் தேர்வில் முதல் ரேங்க் பெற்று நூற்றுக்கணக்கான பிஹாரி முஸ்லிம் இளைஞர்களுக்கு பெரிய கனவுகளைக் காண உந்துதலாக இருந்தவன்.

அப்பா முன்பு சொல்வார், 'அமீர் சுபானியும் நம்மள மாதிரி சாதாரண குடும்பத்துலேருந்து வந்தவன்தான். ஆனா இவ்ளோ பெரிய வெற்றி கிடைக்கறதுக்கு அவனோட உழைப்புதான் காரணம்.' இனி எப்பொழுதுமே *காம்படிஷன் சக்சஸ் ரிவ்யூ* இதழில் ஆரிஃபின் புகைப்படம் வராது. நம்பிக்கையிழந்து, காலத்தில் பின் நோக்கிச் சென்று சிவில் சர்வீஸில் முயற்சி செய்ய இன்னொரு வாய்ப்பு கிடைக்காதா என்று ஏங்கினான். ஆனால் ஜாகிரின் நினைவு வந்து அவனை இழந்த வலியில் துடித்தான். 'அல்லாவே,' அவன் வேண்டினான், 'எனக்கு இந்த வாழ்க்கைல எதுவுமே வேண்டாம். என் தம்பிய எனக்குத் திருப்பிக் கொடுத்துடு.' அவனது மேஜைக்குப் பக்கத்துச் சுவரில் ஒட்டியிருந்த புகழ்பெற்ற தத்துவஞானி மற்றும் கவிஞரான அல்லாமா இக்பாலின் கவிதை ஒன்றை வாசித்தான். நம்பிக்கையிழக்கும்போதெல்லாம் இதைப் படிப்பது வழக்கம். இன்றும் மீண்டும் ஒருமுறை சத்தமாக அதை வாசித்தான்.

> உன்னை மிக உயர்வாக மேம்படுத்திக்கொண்டால் உன் தலையெழுத்தின் தீர்ப்பை வழங்குவதற்கு முன்
>
> கடவுள் ஒருவேளை உன்னிடம் கேட்கலாம், உன் ஆசை என்ன?

இன்று இது ஊக்கமளிக்கவில்லை. ஆரிஃப் தனக்குத் தானே பேசிக்கொண்டான். 'எல்லா துயரங்களையும் மறந்திடு. எல்லா இழப்புகளையும் மறந்திடு. எல்லா கனவுகளையும் மறந்திடு. நீ வாழறதும், உன் குடும்பத்துக்காக உழைக்கிறதும்தான் முக்கியம்.'

வாசிப்பு மேஜையில் தன்னை கட்டாயமாக அமர்த்திக்கொண்டு ஜெனெரல் ஸ்டடீஸ் புத்தகம் ஒன்றை எடுத்தான். புத்தகத்தின் இடையில் சுமித்ரா தந்த பரிசு, வெள்ளையில் அடர் பழுப்பு நிற கட்டங்களாலான கைக்குட்டை ஒன்று இருந்தது. அவன் மனம் மீண்டும் அலைபாய புருவங்கள் கசப்பால் சுருங்கின. எழுந்து நின்றுகொண்டு அந்தக் கைக்குட்டையை ஜன்னலுக்கு வெளியே தூக்கியெறிந்தான். *ஆனால் என் மனதிலிருந்து அவளைத் தூக்கியெறிய முடியுமா?* அவனுக்கு சுமித்ராவை உடனடியாகப் பார்க்க வேண்டும் போலிருந்தது. அவளது தோள்களில் தலைசாய்த்து அழ வேண்டும் போலிருந்தது.

ஜன்னல் வழியாக முன்னாள் முதலமைச்சர்களான லாலு பிரசாத் யாதவ் மற்றும் ஜகந்நாத் மிஸ்ரா இருவரும் போலீஸ் கெஸ்ட்

ஹவுஸின் புல்வெளியில் நடையிட்டுக்கொண்டிருப்பதைப் பார்த்தான். 950 கோடி மாட்டுத் தீவன ஊழல் வழக்கில் இருவரும் கைதாகி கெஸ்ட் ஹவுஸில் தங்க வைக்கப்பட்டிருந்தனர்.

படிக்கத் தொடங்கும்முன் அவன் கதவுகளை அடைத்துக்கொண்டான். மாலை வரை எந்தத் தடங்கலும் இல்லாமல் படிக்க விரும்பினான். அவனது நினைவுகளிலிருந்து சுமித்ராவையும் விரட்ட விரும்பினான். புத்தகத்தை அளைந்துகொண்டிருக்க, கதவு வேகமாகத் தட்டப்பட்டு தொடர்ந்து ஹுமாவின் குரல் கேட்டது, 'அண்ணா, கதவ திறங்க. பாட்டி என்னவோ மாதிரி நடந்துக்கறாங்க.' அம்மா கத்தும் குரலும் தொடர்ந்து கேட்டது.

ஆரிஃப் பயந்துபோய் கதவைத் திறந்து பாட்டி அறைக்கு வேகமாகச் சென்றான். பாட்டி அசையாமல் கட்டிலில் படுத்திருந்தாள். அம்மா அவளை வேகமாக உலுக்கினாள். அவளது மணிக்கட்டைப் பிடித்து நாடியைப் பரிசோதித்தாள்.

'அம்மாஜி! அய்யோ அம்மாஜி! ஏன் எங்கள விட்டுட்டு போனீங்க?' அம்மா கதறினாள். ஹுமாவும் அவளுடன் இணைந்துகொண்டாள். ஆரிஃபின் இதயத்தை கூரான வலி ஒன்று தைத்தது.

ராஜா பஜாரிலிருந்து திரும்பிய அப்பா பாட்டியின் கால்களைப் பிடித்துக்கொண்டு அவளருகில் மண்டியிட்டு அமர்ந்தார். அம்மா அவரது தோள்களை அணைத்தவாறு அவரை சமாதானப்படுத்தினாள்.

போலீஸ் காலனியில் இருந்தவர்கள் ஆரிஃபின் வீட்டில் கூடத் தொடங்கினார்கள். இந்து பெண்கள் சிலர் பாட்டிக்கு மரியாதை செலுத்தும் வண்ணம் கைகள் கூப்பி வணங்கினர். சுமித்ராவை அந்தக் கூட்டத்தில் தேடினான். *எனக்கும் சுமித்ராவுக்கும் நடுவுல என்ன நடந்திருந்தாலும் பாட்டி இறந்துபோன தகவல் கேள்விப்பட்டிருந்தா அவ நிச்சயம் வருவா,* ஆரிஃப் நினைத்தான்.

அவள் வரவில்லை.

சுமித்ரா குறித்த சிந்தனைகளைப் புறந்தள்ளிவிட்டு பாட்டியின் முகத்தைப் பார்த்தான். அத்தனை அமைதியாக அவள் முகம் உறங்குவது போலவே இருந்தது. திடீரென்று ஒரு பெண்ணின்

பழைய நினைவுகள் இதயத்தைக் கனக்கச் செய்தன. அவனுடைய பாட்டி தனக்கு மிகவும் விருப்பமான மசூதியின் தோற்றம் குறித்த கதையைச் சொல்வதை அவனால் கேட்க முடிந்தது. பாட்டியையும் தம்பியையும் நினைத்தவாறே கண்களை மூட, அசதியில் தூங்கிவிட்டான்.

'உன்ன நான் ரெண்டு மணி நேரமா தேடிக்கிட்டிருக்கேன். வீட்டுக்கு வந்து ஏதவாது சாப்பிடு. ரெண்டு நாளா எதுவுமே சாப்பிடலையேப்பா,' அப்பா, கைக்குட்டையில் தன் மூக்கைச் சிந்தியவாறு கூறினார். ஆரிஃபைப் பார்த்துப் புன்னகைத்தார். ஆரிஃப் பதிலுக்குப் புன்னகைத்தான். வலியால் நிறைந்த புன்னகை. அவன் எழுந்துகொள்ள இருவரும் ஒன்றாக வீடு நோக்கி நடந்தனர்.

★★★

பாட்டியின் காரியத்திலிருந்து திரும்பிய பிறகு, ஆரிஃபின் குடும்பம் சமன்புராவில் ஒரு வாடகை வீட்டிற்குக் குடியேறியது. போலீஸ் காலனி வீடு நல்ல காற்றோட்டமாக, இரண்டு பெரிய பால்கனிகளுடன் கேம்பஸ் மர நிழல்களுடன் இருந்தது. கோடைக்கால காலைகளில் மெல்லிய காற்று அனைத்து அறைகளுக்குள்ளும் ஊடுறுவும். குளிர்காலங்களில், காலையில் சூரிய வெளிச்சம் வீட்டுக்குள் பாயும். பால்கனியின் சேரில் இளஞ்சிவப்பு நிற சூரியனுக்குக் கீழ் அமர்ந்தவாறு ஆரிஃப் திளைத்திருக்கிறான். வராந்தாவில் நின்றவாறு மழைத்துளிகள் முகத்தை நனைக்க பலமுறை அனுமதித்திருக்கிறான்.

சமன்புரா வீட்டில் இரண்டு அறைகளே இருந்தன. இரண்டு கட்டில்கள் மட்டுமே போட போதுமானவையாக இரண்டு அறைகளும், ஒரு சிறிய வராந்தா, திரையைப் போட்டு வரவேற்பு அறையாகவும் பயன்படுத்தப்பட்டது. வீட்டிலிருந்து முக்கியச் சாலைக்குச் செல்லும் சந்து இரண்டு பக்கமும் நிரம்பி வழியும் திறந்த சாக்கடைகளைக்கொண்டு இருந்தது. சமயங்களில் சாக்கடையிலிருந்து வெளிப்படும் நாற்றம் கடந்து செல்பவர்களுக்கு குமட்டும் அளவிற்குத் தூக்கலாக இருந்தது. வீட்டு உரிமையாளருக்கு முக்கிய சாலை இருந்த பக்கம் நுழைவாயில் இருந்தது. தரைத் தளத்தில் இருந்த வீட்டின் வலது பக்கம் மூன்று மாடிக் கட்டிடம் ஒன்று பகல் வேலைகளில் சூரிய வெளிச்சத்தை மறைத்துக்கொண்டிருந்தது. வீட்டில் நல்ல

காற்று வருவதற்கான வழி இல்லை. அம்மா, வீட்டில் அறைகள் சிறியதாகவும் அடைத்துக்கொண்டிருப்பதாகவும் புகாரளித்தாள்.

‘ஆயிரத்தி எண்ணூறு ரூபாய்க்கு வீடு இப்படித்தான் கிடைக்கும். பங்களா கிடைக்காது,’ அப்பா எரிச்சலாகச் சொன்னார்.

சிறியதாக இருந்தாலும், அந்த கட்டிடத்தில் பெருமளவு வீடுகள் நிறைய பேரை எதிர்பார்த்து காலியாகவே இருந்தன. ஜாகிர் மற்றும் பாட்டியின் இழப்பு வீட்டை நிறைத்தது. அப்பா அற்ப விஷயங்களுக்கெல்லாம் கோபமடைந்தார். தங்களுடைய துக்கத்தைக் கடக்க அம்மாவும் ஹுமாவும் அமைதியை நாடினர். மாலைகளில் சாப்பிட என்ன வேண்டுமென்று ஹுமா ஆரிஃபிடம் கேட்பதில்லை. படிப்பில் கவனம் செலுத்தாததற்கு அப்பா ஆரிஃபைக் கத்துவதில்லை.

ஆரிஃப், ராஜா பஜாரில் இருந்த கோச்சிங் செண்டரில் கற்றுக்கொடுக்க பெரும்பாலான நேரத்தை செலவிட்டான்.

19

2001, டிசம்பர் மாதம் பதினாறாம் தேதி ரமலான் புனித மாதம் மாலையில் பிறை தெரிய நிறைந்தது. அடுத்த நாள் ஈத்-உல்-ஃபிதர் நாடு முழுக்கக் கோலாகலத்துடன் கொண்டாடப்பட்டது. ஆனால் ஆரிஃபின் வீடு கொண்டாட்டத்திற்கான எந்தக் களையும் அற்றிருந்தது.

ஆரிஃப், பழைய வெள்ளை குர்தா, மற்றும் தளர்வான பைஜாமா, அரைக்கை கம்பளிச் சட்டை அணிந்திருந்தான். பல வருடங்கள் முன்பு வாங்கியிருந்த குர்தா-பைஜாமா ஒன்றை அப்பா அணிந்திருந்தார். அது ஜாகிர் அவருக்காக சப்ஸி பாகிலிருந்து வாங்கியது. அம்மாவும் ஹுமாவும் இன்னும் உடை மாற்றவில்லை.

அவர்களுக்கு இது பாட்டியும் ஜாகிரும் இல்லாத முதல் ஈத் பண்டிகை. வீட்டில் அனைவருக்கும் ஈகைப் பெருநாள் வாழ்த்துகள் கூறினாலும் ஆரிஃபின் குரலில் எந்த உற்சாகமும் இல்லை. அம்மாவின் கண்கள் சிவந்து வீங்கியிருந்தது. காணாமல் போன மகனை நினைத்து நிறைய நேரம் அவள் அழுதிருக்க வேண்டும்.

'ஈத் முபாரக் பேட்டா.' அப்பா தாழ்ந்த குரலில் சொன்னார். அவர் மஜ்முவா 96 சிறிய குப்பியை வெளியில் எடுத்து அதிலிருந்து ஒரு துளி திரவத்தைத் தன் ஆள்காட்டி விரலில் எடுத்து அதை ஆரிஃபின் உள்பக்க மணிக்கட்டில் தடவிவிட்டார். இன்னொரு துளி இத்தாரை ஆரிஃபின் காதுகளுக்குப் பின்புறம் தடவினார். காட்டமான வாசனைகளில்

ஒவ்வாமை கொண்டிருந்த ஆரிஃபிற்கு வாசனை திரவியம் அணிய விருப்பமிருந்ததில்லை. ஆனால் இன்று ஈத் ஆதலால் அப்பாவை அவன் தடுக்கவில்லை. ஜாகிர் இருந்திருந்தால் மஜ்முவா 96 அல்லாத ஏதாவது ஒரு நவீன வகை கொலேனில் குளித்திருப்பான். அம்மா அவனிடம் இதுபோன்ற திரவியங்களில் மதுவகைகள் கலக்கப்பட்டிருக்கலாம் என்று அடிக்கடி எச்சரிப்பாள். ஜாகிர் அவள் பேச்சைக் கேட்டதேயில்லை.

ஏனோ ஆரிஃபிற்கு, ஜாகிர் பாத்ரூமிலிருந்து எட்டிப்பார்த்து இடுப்பில் துண்டுடன், 'அம்மா, என்னோட குர்தா பைஜாமாவ கொடுங்க. நமாஸுக்கு இன்னும் அரைமணி நேரம்தான் இருக்கு. லேட்டா போனா இட்காக்குள்ள உக்கார இடம் கிடைக்காது,' என்று கத்துவான் என்று தோன்றியது. ஈகைத் தொழுகைக்கு எப்பொழுதும் கடைசியாளாகத் தயாராவது ஜாகிர்தான். அவனது சகோதரனை நினைத்துகொண்டு புன்னகைத்த ஆரிஃபின் கண்களுக்குள் நீர் சேர்ந்தது. 'ஜாகிர், ஈத் முபாரக்,' அமைதியாகக் கூறிக்கொண்டு தன் புறங்கையால் கண்ணீரைத் துடைத்துக்கொண்டான்.

'போலாம் வாப்பா.' அப்பா ஆரிஃபிடம் தொழுகைக்கான வெள்ளை நிறத் தொப்பியைக் கொடுத்தார்.

மசூதியிலிருந்து திரும்பிய பிறகு, அப்பா, ஆரிஃப் மற்றும் குடும்பத்தினர், வீட்டில் செய்த பாயாசம், சிக்கன் கறி மற்றும் புலாவ் உண்ணுவதற்காக தரையில் அமர்ந்தனர். சாப்பிட்டபிறகு, அருகிலிருந்தவர்கள் அழைப்பை ஏற்க மறுத்து ஆரிஃப் தன் கட்டிலில் சாய்ந்து படுத்திருந்தான். அப்பா வராந்தாவில் அன்றைய செய்தித்தாளை வைத்துகொண்டு அமர்ந்திருந்தார்.

ஆரிஃப் தூக்கத்தில் விழ, ஜாகிர் திரும்பி வந்ததுபோலவும், அம்மா, அப்பா மற்றும் தங்கைகள் ஒருவர் பின் ஒருவராக அவனை அணைத்துக்கொள்வது போலவும் கனவு கண்டான். ஆரிஃப் அவர்களை அறையின் ஒரு மூலையிலிருந்து தள்ளி நின்று பார்த்துக்கொண்டிருந்தான். பின்பு, அப்பா அவனை அழைத்தார். திடுக்கிட்டு கனவிலிருந்து எழுந்திருக்க, அப்பா உண்மையில் அவனை அழைத்துக்கொண்டிருந்தார். கண்களை கசக்கிக்கொண்டு படுக்கையைவிட்டு எழுந்து, காலனிகள் அணிந்துகொண்டு வராந்தாவிற்குச் சென்றான்.

அப்பா, போலீஸ் துறையில் அவருடைய முன்னாள் சக ஊழியரான ஜனார்தன் குப்தாவுடன் பேசிகொண்டிருப்பதை ஆரிஃப் பார்த்தான். மிஸ்டர் குப்தா நல்ல நிறமாக,

தொப்பையுடன் காணப்பட்டார். அவரின் முன்பு காலியான சைனா கோப்பையும், அதனுள் ஒரு ஸ்பூனும், பாதியளவு தண்ணீர் இருந்த கிளாசும் பிளாஸ்டிக் மேஜை மீது இருந்தன.

'வணக்கம் அங்கிள்,' ஆரிஃப் அவரை இரு கைகூப்பி வணங்கினான்.

'நல்லா இரு, தம்பி,' மிஸ்டர் குப்தா கூறினார்.

'படிப்புலாம் எப்படி போகுது?'

'நல்லா போகுது அங்கிள்.'

'இந்த வருஷம் பிஹார் சிவில் சர்வீஸுக்கு ப்ரிபேர் பண்றியா?'

'ஆமா அங்கிள்.'

'குட் குட். என் பையனும் பிபிஎஸ்சி-ல அவனோட ஃபர்ஸ்ட் அடெம்ப்ட் ட்ரை பண்ணறான்.'

'நல்லது,' ஆரிஃப் தன்னுடைய பின் பக்கத் தலையை சொறிந்தவாறே கூறினான்.

'கான் சார். அப்ப நான் கிளம்பறேன்.' மிஸ்டர் குப்தா அப்பாவுடன் கைகுலுக்கி விடைபெற்றார்.

அவர் கிளம்பிய பிறகு, அப்பா அவருக்கு அருகில் இருந்த ஒரு சேரில் ஆரிஃபை அமரச் சொல்லி மேஜை மீது வெளிர் நீல நிற உறை ஒன்றை வைத்தார்.

'இது என்ன லெட்டர்னு பாரு. என் கண்ணாடிய எங்கயோ வெச்சுட்டேன்,' அப்பா கூறினார்.

ஆரிஃப் லெட்டரைப் பிரித்து சத்தமாக வாசித்தான்:

அன்புள்ள கான் சார்,

உங்கள் மகன் ஜாகிர் பத்திரமாக இருக்கிறான். கடவுளின் கிருபையால் அடுத்த ஆறேழு மாதங்களுக்குள் அவன் வீடு வந்து சேர்வான். அவன் ஏன் திடீரென்று காணாமல் போனான் என்று நான் உங்களிடம் சொல்ல முடியாது. இக்கடிதத்தில் இருக்கும் விஷயத்தை உங்கள் குடும்ப உறுப்பினர்கள் தவிர்த்து வேறு யாரிடம் பகிர வேண்டாம்.

உங்கள் நலம் விரும்பி

கடிதம் தேதியிடப்படவில்லை. தபால் முத்திரை அழிந்திருந்தாலும் அது டெல்லியின் ஹௌஸ் காஸிலிருந்து அனுப்பப்பட்டது என்று ஆரிஃப்பால் கூற முடிந்தது. அந்தக் கடிதம் அனுப்பப்பட்டு சில மாதங்கள் ஆனதுபோல் இருந்தது.

அப்பா மகிழ்ச்சியில் கூவி அம்மாவையும் ஹுமாவையும் அழைத்தார்.

ஆரிஃப் என்ன செய்வதென்று தெரியாமல் எந்த உணர்ச்சியும் வெளிப்படுத்தாமல் நின்றான். மூக்கைத் தேய்த்து, தலையை சொறிந்துகொண்டான். அந்தக் கடிதம் குறித்து அவனுக்கு சந்தேகம் இருந்தது. *யாரோ விளையாடுகிறார்கள் என்று நினைக்கிறேன். யாராவது இப்படி ஏன் எங்களுக்குச் செய்ய வேண்டும்? இந்தக் கடிதம் யார் அனுப்பியது? ஜாகிர் திரும்ப வருவான் என்பது அவர்களுக்கு எப்படித் தெரியும்?* ஆனாலும், அக்கடிதம் தந்த நம்பிக்கையை அவனால் புறக்கணிக்க முடியவில்லை.

அம்மாவுக்கும் ஹுமாவுக்கும் அப்பாவின் கட்டுப்படுத்த முடியாத சிரிப்பு ஆச்சரியமளித்தது. ஆரிஃப் திகைப்பிலிருந்து மீண்டு, கடிதத்தில் எழுதப்பட்டவற்றை அவர்களிடம் தெரிவித்தான்.

இறுதியாக ஆரிஃப் புன்னகைத்தபடி அம்மா, ஹுமா மற்றும் அப்பாவைப் பார்த்தான். கண்கள் பனிக்க அவர்களும் புன்னகைத்தார்கள். காலடி ஓசை கேட்டு வாசல் பக்கம் அவன் பார்வை திரும்பியது. அறுபதுகளில், தாடி வைத்திருந்த வயதானவன் ஒருவன், தோள்களில் அழுக்குப் பையுடன் இவர்கள் வீட்டிற்குச் செல்லும் குறுகிய சந்தில் நுழைந்துவிட்டிருந்தான்.

'அல்லா உங்கள் ஆசைகளை நிறைவேற்றுவார். அல்லா உங்கள் வீட்டை மகிழ்ச்சியால் நிரப்புவார்,' அந்த வயதான பிச்சைக்காரர் கத்தினார். ஆரிஃப் பாக்கெட்டில் துழாவி, மூன்று ஐந்து ரூபாய் நாணயங்களை எடுத்தான். அவற்றை பிச்சைக்காரரின் அலுமினியத் தட்டில் வைத்தான். தட்டில் அவை விழும்பொழுது கலகலவென்று சத்தம் எழுப்பின.

'கொஞ்சம் இருங்க,' அவர் திரும்பிப் போகப் பார்க்க, அம்மா அவரிடம் கூறினாள். உள்ளே சென்று திரும்பிய பொழுது ஒரு எவர்சில்வர் தட்டில் சிக்கனும் புலாவும் வைத்து, ஒரு டம்ளர் தண்ணீரும் கொண்டு வந்தாள்.

அந்தப் பிச்சைக்காரர் வராந்தாவின் தரையில் அமர்ந்து பத்து நிமிடங்களில் தட்டை காலி செய்து 'அல்லா' என்று கூறிக்கொண்டே ஏப்பம் விட்டார். செல்வதற்கு முன் ஆரிஃபின் குடும்பம் செழிக்க பிரார்த்தனை செய்தார்.

அவருடைய பிரார்த்தனை எல்லாம் வல்லவனால் நிறைவேற்றப்பட ஆரிஃப் விரும்பினான்.

அம்மாவைத் திரும்பிப் பார்த்து ஆரிஃப் புன்னகைத்தான். அவளும் கண்களில் கண்ணீர் மின்ன பதிலுக்குப் புன்னகைத்தாள். பல மாதங்களுக்குப் பிறகு, எங்கிருந்தோ வந்த கடிதம் ஆரிஃபின் குடும்பத்தில் மகிழ்ச்சியைக் கொண்டுவர ஒரு காரணமாக இருந்தது. ஆரிஃபின் இதயக் கோயிலில் ஒரு சிறு நம்பிக்கை ஒளியை அது ஏற்றி வைத்தது.

அன்றிலிருந்து தன் தம்பி ஜாகிர் திரும்பி வர ஆரிஃப் காத்திருந்தான். அவன் குடும்பமும் காத்திருந்தது.

எதிர்காலம்

படிக்க அவனுக்குள் உறுதியோ தெம்போ இல்லை, ஆனாலும் தன்னை நிர்பந்தித்துக்கொண்டான். முப்பது வயதை எப்போதோ கடந்துவிட்டிருந்ததால் பெரும்பாலான அரசாங்க வேலைக்கு அவனால் விண்ணப்பிக்க முடியவில்லை. ராஜா பஜாரில் இருந்த பயிற்சி மையத்தில் காலையில் வகுப்புகள் எடுத்தும், மதியம் வீட்டிற்கு அருகில் இருந்த பசங்களுக்கு தனிப்பட்ட வகுப்புகள் எடுத்தும் மாதம் ஐயாயிரம் ரூபாய் சம்பாதித்தான். அவன் சம்பளமும் அவனது அப்பாவின் ஓய்வூதியமும் பாட்னாவில் கீழ் நடுத்தர வர்க்க வாழ்க்கை வாழப் போதுமானதாக இருந்தது.

ஆனால், வேறு செலவுகளும் இருந்தன. ஹுமாவை மேற்கொண்டு படிக்க வைக்க முடியாததால் அவள் படிப்பை நிறுத்த வேண்டியிருந்தது. இரண்டு வருடங்கள் முன்பு அம்மாவிற்கு உடம்பு சரியில்லாமல் போனபோது அவளிடம் மீதி இருந்த நகைகளை விற்று தனியார் மருத்துவமனையில் சிகிச்சையளிக்க வேண்டியிருந்தது. பிறகு, ஹுமாவின் திருமணமும் இருக்கிறது. கௌரவமாக அவள் திருமணத்தை நடத்த குறைந்தது மூன்றிலிருந்து நான்கு லட்ச ரூபாய் தேவைப்படும்.

நான் ஹுமாவின் திருமணத்திற்கு வரதட்சணை கொடுக்க எப்படியாவது பணம் ஏற்பாடு செய்ய வேண்டும், ஆரிஃப், 2005-இன் சூடான மே மாத மாலையில் ஐக்தியோ பாத்தின் ராஹுல் மேகசின் சென்டரில் வெவ்வெறு வேலை வாய்ப்புகளுக்கான நிறைய விண்ணப்பப் படிவங்களைப் பார்த்தவாறு யோசித்தான்.

பாட்னா கலெக்டரேட்டில் அக்கவுண்ட் கிளர்க்குகளுக்கான வேலை வாய்ப்பு விளம்பரத்தைப் பார்த்தபொழுது ஆரிஃப் விண்ணபங்களைக் களைந்துகொண்டிருந்ததை நிறுத்தினான். அந்த வேலைக்கு விண்ணப்பிக்க அதிகபட்ச வயது வரம்பு முப்பத்தி ஐந்து. ஆரிஃப் இரண்டு ரூபாய் கொடுத்து விண்ணபத்தை வாங்கினான். அடுத்த நாளே விண்ணப்பித்தான்.

'உனக்கு வேலை கிடைக்க எதுவும் வாய்ப்பு இருக்கானு தெரியலப்பா. வேலைக்கு ஆளெடுக்குற நிறுவனம் நடத்தற என் பழைய ஃப்ரெண்ட் ஒருத்தர்கிட்ட பேசினேன். ஒன்னு மினிஸ்டரோட ரெகமண்டேஷன் இருக்கனும், இல்ல, லஞ்சம் கொடுக்க ஒரு ரெண்டு மூனு லட்சமாவது தேத்தனுங்கறாரு,' அப்பா களைப்பாகக் கூறினார்.

கோச்சிங் மையத்திலிருந்து வேலை முடித்து அப்பொழுதுதான் திரும்பியிருந்தான் ஆரிஃப். *ஹிந்துஸ்தான்* நியூஸ் பேப்பரின் ஒரு பிரதி அவன் கைகளில் இருந்தது.

'பாக்கலாம் அப்பா. நல்லதே நடக்கும்னு நம்புவோம்,' ஆரிஃப் கூறிக்கொண்டே நியூஸ் பேப்பரை அப்பா கையில் கொடுக்க, மின்விசிறி சுழல்வது மெதுவானது.

'திரும்பவும் லோட்-ஷெட்டிங்கா!' ஆரிஃப் தன் சட்டையைக் கழற்றி கொடியில் மாட்டியவாறே கூறினான்.

'இந்த நியூஸ் படிப்பா,' அப்பா உற்சாகமாகக் கூறினார்.

ஆரிஃப் நியூஸ் பேப்பரை வேகமாக வாங்கினான். ஆர்ரா-வில் இதுவரை மாநில ஆட்சியாளராக இருந்த அவனுடைய நண்பன் ம்ருத்யுஞ்சய் பாட்னாவிற்கு மாற்றலாகியிருந்தான்.

'அவன் உன்னோட பழைய ஃப்ரெண்டுதான. போய்ப்பாரு. அவன் உனக்கு ஏதாவது உதவலாம்,' அப்பா கூறினார்.

ஆரிஃப் பதிலளிக்கவில்லை. ம்ருத்யுஞ்சயைப் பார்க்கப் போக வேண்டுமா? அவன் என்ன செய்துகொண்டிருக்கிறான் என்று ம்ருத்யுஞ்சய் கேட்டால் என்ன பதிலளிப்பது? அவனுடைய மனைவியிடம் இவனை என்னவென்று அறிமுகப்படுத்துவான்? 'இதுதான் என் ஃப்ரெண்ட் ஆரிஃப். இவன் வேலைல எதுவும் இல்ல,' என்றா?

ஐந்து வருடங்கள் முன்பு மௌரியா ஹோட்டலில் பார்ட்டிக்குச் சென்றபொழுது அவனைப் பார்த்ததுதான் கடைசி. அவனுக்கு அந்த மாலை இன்னும் தெளிவாக நினைவிருக்கிறது. பெரிய சங்கடத்துடன் முடிந்தது அது.

ஆரிஃப், ஜீன்ஸ் மற்றும் சர்ட் அணிந்து பார்ட்டி நடந்த ஹோட்டலுக்கு சரியான நேரத்திற்குச் சென்றுவிட்டிருந்தான். பார்ட்டி ஹாலுக்கு உள்ளே பார்க்க ம்ருத்யுஞ்சய் இன்னும் வந்திருக்கவில்லை என்று தெரிந்தது. பதட்டமாக சுற்றிப் பார்க்க, ஆண்கள் கோட்-சூட்களிலும், பெண்கள் உயர்தர புடவைகளிலும் சிரித்துப் பேசியபடி மது அருந்திக்கொண்டிருந்தனர். ஆரிஃப் வெளுத்துப் போன ஜீன்ஸும், மலிவான கட்டம்போட்ட சட்டையும், ரெக்சின் செருப்பும் அணிந்திருந்தான்.

வெயிட்டர்கள் வெள்ளை சட்டை மட்டும் கருப்பு மேற்சட்டை அணிந்து மது பானங்கள் மற்றும் சிற்றுண்டிகளை பரிமாறிக்கொண்டிருந்தார்கள். அவன் ஆரஞ்ச் ஜூஸ் ஒரு

ஸ்ரீ கிருஷ்ணா அறிவியில் மையத்திற்கு அருகில் ஆட்டோவில் இறங்கி, பிஸ்கோமான் டவர் நோக்கி நடந்தான் ஆரிஃப். பாட்னாவின் மிக உயரமான கோபுரத்திலிருந்து நூறு அடிகளுக்கும் குறைவாக, செயிண்ட் ஸேவியர் உயர்நிலை பள்ளிக்கு அருகிலிருந்த பிரமாண்டமான காந்தி மைதானின் மேற்கு புறமாக இருந்தது மாவட்ட ஆட்சியாளர் அல்லது சுருக்கமாக டி.எம் என்றழைக்கப்பட்டவரின் வீடு. முன்பக்கம் பெரிய சாலையுடன் கூடிய பெரிய பங்களா அது. பெரிய இரும்பு கேட்டிற்கு அருகே உயரமாக, ஒல்லியாக ரஜினிகாந்த் மீசையுடன் சென்ட்ரி நின்றுகொண்டிருந்தான். ஆரிஃப் அவனிடம் டி.எம்மைப் பார்க்க வேண்டும் என்று கூறினான். சென்ட்ரியிடம் பேசும்பொழுது அவனுக்குத் திக்கியது. அங்கே சென்றிருக்கவே கூடாது என்று நினைத்தான்.

'இன்னிக்கு டி.எம் சார் நல்ல மூடுல இல்ல. இன்னிக்கு யாரையும் பாக்கப்போறதில்லனு எனக்கு ஆர்டர் கொடுத்திருக்காரு,' சென்ட்ரி கூறினான்.

'நான் அவரோட ஃப்ரெண்டுதான்,' அவன் கூறினான்.

சென்ட்ரி அவனை நம்பாமல் பார்த்தான்.

'அதாவது, அவருக்கு என்ன தெரியும்,' ஆரிஃப் உடனடியாக தான் சொல்லவந்ததை மாற்றிக்கூறினான். என்ன மாதிரி அசிங்கமா இருக்குற ஏழை ஒருத்தன் எப்படி ஐ.ஏ.எஸ் ஆஃபீஸருக்கு ஃப்ரெண்டா இருக்க முடியும்? தான் கண்ணாடி முன்பு நிற்பது போன்ற பிம்பத்தை மனதில் நினைத்துப் பார்த்தான் ஆரிஃப். பாக்கெட்டிலிருந்து ஒரு பேனாவும் பேப்பரும் எடுத்து அவன் பெயரை அதில் கிறுக்கினான்.

'இத டி.எம் சார்கிட்ட கொடுக்கறீங்களா?' சென்ட்ரியிடம் கேட்டான்.

சென்ட்ரி அதை வாங்க மறுத்தான். 'கலெக்டரேட்டுக்கு போயி மனு கொடுங்க.'

'ப்ளீஸ் அவருக்கு இன்ஃபார்ம் பண்ணுங்க. அவருக்கு நான் யாருனு தெரியும்,' ஆரிஃப் கடைசியாக ஒருமுறை அவரை சம்மதிக்க வைக்க முயன்றான். சென்ட்ரி பிடிவாதமாக மறுத்துவிட்டான்.

கார் ஒன்று கேட்டின் முன் ஹார்ன் அடித்தது. சென்ட்ரி கேட்டைத் திறக்க ஓடினான். வெள்ளை நிற அம்பாஸடர் கார் கண்ணில்

பட்டது. ம்ருத்யுஞ்சய் தன்னை ஒருவேளை பார்க்கலாம் என்று எதிர்பார்த்து ஆரிஃப் காரை எட்டிப்பார்த்தான்.

'தள்ளி போங்க. டி.எம் சார் கார் வருது,' சென்ட்ரி கத்தினாலும் ஆரிஃப் நகரவில்லை. சொல்லப்போனால் அவனுக்கு சென்ட்ரி சொன்னது காதில் விழவில்லை. கேட்டிலேயே அவன் பார்வை நிலைகொண்டிருந்தது. சென்ட்ரி அவனைப் பிடித்துத் தள்ளிவிட்டான். ஆரிஃப் நிலை தடுமாறி கட்டாந்தரையில் விழுந்தான்.

சென்ட்ரி கேட்டைத் திறந்தான். கார் அவனைக் கடக்க, சல்யூட் ஒன்றை வைத்தான். திடீரென்று கார் அவர்களருகில் நின்றது. ம்ருத்யுஞ்சய் தன்னை அடையாளம் கண்டுகொண்டு ட்ரைவரிடம் வண்டியை நிறுத்தச் சொல்லியிருப்பான் என்று ஆரிஃப் நம்பினான். அவனுக்கு என்னைத் தெரியாதா? அவன் என்னுடைய பழைய நண்பனல்லவா? எத்தனை வருடங்கள் ஒன்றாகக் கழித்திருக்கிறோம். ம்ருத்யுஞ்சய் கதவைத் திறந்து ஆரிஃபிடம் ஓடி வருவது போலவும், அவனைக் கைப்பிடித்துத் தூக்கி அணைத்துக்கொள்ள, சென்ட்ரி அவனை நம்ப முடியாமல் பார்ப்பது போலவும் ஆரிஃப் கற்பனை செய்தான்.

ஆரிஃப் எழுந்துகொண்டு, தன் கைகளிலிருந்த மணலைத் தட்டிவிட்டு ஏதோ ஒரு நம்பிக்கையில் புன்னகைத்துக்கொண்டே ம்ருத்யுஞ்சயைக் காருக்குள் பார்த்தான்.

ஆனால் ம்ருத்யுஞ்சய் அவனைக் கவனிக்கவில்லை. அவன் காருக்கு வெளியேகூட பார்க்கவில்லை. பின்பக்க இருக்கையில் அமர்ந்து புத்தகம் படித்துக்கொண்டிருந்தான். தோள்வரை முடிகொண்ட ஓர் அழகான பெண் அவனருகில் அமர்ந்திருந்தாள். அவள் பார்ப்பதற்கு பதட்டமாக இருந்தாள். ஆரிஃப், ம்ருத்யுஞ்சயைப் பேர் சொல்லி அழைக்க நினைத்தான், ஆனால் வாயிலிருந்து எந்த சத்தமும் வெளிவரவில்லை.

ஆரிஃப் கடந்த கால சிந்தனைகளில் ஆழ்ந்தான். ம்ருத்யுஞ்சய் போல் அவனும் டெல்லிக்கு சென்றிருந்தால், ம்ருத்யுஞ்சய் போல் அவனும் கோச்சிங் கிளாஸ் சேர்ந்திருந்தால் அவனாலும் அந்தப் பரீட்சைகளில் வென்றிருக்க முடியும். அவனுக்கும் இப்படி ஒரு பங்களா இருந்திருக்கும். அவனையும் கேட்டில் ஒரு சென்ட்ரி சல்யூட் வைத்து வணங்கியிருப்பான். ஆரிஃப் தனக்குள்ளேயே மீண்டும் மீண்டும் பேசிக்கொண்டு புன்னகைத்தான். சோகத்தில் நனைந்த புன்னகை. ம்ருத்யுஞ்சயின் அப்பாவைப்போல்

ஆரிஃப் அவர் தந்த கார்டை பாக்கெட்டில் வைக்கவும் அவர்களை நோக்கி ஒருவர் வந்துகொண்டிருந்ததைப் பார்த்தான்.

'போலாம் ரமேஷ்,' வந்தவர் ரமேஷின் முதுகில் தட்டியவாறு கூறினார்.

பல வருடங்கள் முன்பு சுமித்ரா இதே மனிதனை அணைத்துக்கொண்டிருந்ததைத்தான் ஆரிஃப் பார்த்தான். அவனால் அந்த மீசையை மறக்க முடியவில்லை.

இங்க இவன் ரமேஷ்கூட என்ன பண்றான்? இவன் யாரு என்னனு ரமேஷுக்கு தெரியுமா? ஆரிஃப் தனக்குள் நினைத்துக்கொண்டான்.

ரமேஷ் அந்த மனிதனை ஆரிஃபிடம் அறிமுகப்படுத்தி வைத்தான். 'இதான் என்னோட மச்சான் கியான் பிரகாஷ், சுமித்ராவோட அண்ணா.'

★★★

ரமேஷும் அவரது மைத்துனனும் சென்று நீண்ட நேரத்திற்குப் பிறகும் ஆரிஃப், சுமித்ராவுடன் தன் தொடர்புகளை ஒட்டுமொத்தமாக அறுத்துக்கொண்ட அன்று நடந்தவைகளைக் குறித்து யோசித்தபடி அங்கேயே நின்றான்.

அன்று சுமித்ரா தன் அண்ணனை அணைத்துக்கொண்டிருந்ததைப் பார்த்து பொறாமையில் வேறு யாரோ என்று நினைத்துவிட்டேன்.

சுமித்ராவை பல வருடங்களுக்கு முன்பு இந்தளவிற்குக் காயப்படுத்தியதை நினைத்து வருந்தினான் ஆரிஃப். அவனுக்கு அவளிடம் எப்படியாவது பேசியாக வேண்டும். அவளை வேசி என்றழைத்ததற்காக அவனை அவள் மன்னிப்பாளா? சுமித்ராவுடன் பேசுவது சரியாக இருக்குமா? அவளுடனான தொடர்பை மீண்டும் புதுப்பிக்க வேண்டுமா? அதனால் அவர்களுக்கு ஏதாவது நல்லது நடக்குமா?

★★★

அடுத்து வந்த வாரத்தில் மூன்று முறை பொதுத் தொலைபேசிச் சாவடிக்குச் சென்றான், ஆனால் ரிசீவரை எடுத்த நொடி அவன் தைரியம் மறைந்தது. 'சுமித்ரா கிட்ட போகாத.

அவளை அண்ணி என்று கூறியது அவனுக்கே ஆச்சரியமாக இருந்தது.

'உன் டிக்கெட் எங்க?' டிடிஆர் எரிச்சலாகக் கேட்டார்.

தன் பாக்கெட்டிலிருந்து சிறிய வெள்ளை-பழுப்பு டிக்கெட் ஒன்றை ஆரிஃப் வெளியில் எடுத்தான்.

'இது ஜெனெரல் டிக்கெட். நீ ஏஸி டூ-டயர் கம்பார்ட்மண்ட்ல ஏறியிருக்க. இது ரெண்டுத்துக்கும் உனக்கு வித்தியாசம் தெரியல?' அவர் கத்தினார்.

'சார்...'

'கேபின்ல இருந்து நகந்துபோ. கதவு பக்கத்துல நில்லு. அடுத்த ஸ்டேஷன்ல இறங்கிடு. எங்கிருந்துதான் கிளம்பி வரானுங்களோ.'

ஆரிஃப் அங்கிருந்து கிளம்புவதற்காகத் திரும்ப, சுமித்ரா அவன் முன்பு பைகளுடன் நின்றுகொண்டிருந்தாள். கருப்பில் மஞ்சள் மற்றும் சிவப்பு டிசைன் கொண்ட புடவையில் அதற்குத் தோதான முழுக்கை ரவிக்கை அணிந்திருந்தாள். இன்னும் பார்ப்பதற்கு ஈர்ப்புடன் இருந்தாள். அவள் முகத்தில் சில சுருக்கங்கள் நாற்பதின் இறுதிகளில் இருந்த அவளுடைய வயதைக் காட்டிக் கொடுத்தன.

'என்ன பிரச்சன?' அவள் டிடிஆரிடம் கேட்டாள்.

'ஒன்னும் இல்ல மேடம். இந்த பையன் ஜெனெரல் டிக்கெட் வாங்கிட்டு ஏஸி கம்பார்ட்மண்ட்ல ட்ராவல் பண்றான்,' சுருக்கமாகப் பிரச்சனையைக் கூறினார்.

'அவரு என்கூடதான் ட்ராவல் பண்றாரு. ஏஸி டிக்கெட்டுக்கு என்ன பணம் ஆகுமோ அத வாங்கிட்டு அவருக்கு ஒரு டிக்கெட் கொடுத்திடுங்க. சீட் நம்பர் 36 காலியாதான் இருக்குனு நினைக்கறேன்.' சுமித்ராவின் குரலில் அதிகாரம் தொனித்தது.

டிடிஆர் உடனேயே சம்மதித்தார். தன் அட்டவணையையும் சிறிய கால்குலேட்டரையும் வெளியில் எடுத்தார். கணக்குப் பார்த்துவிட்டு அவளிடம் கூச்சமாக சிரித்துக்கொண்டே கூறினார், 'நீங்க டிக்கெட் வாங்கினீங்கன்னா காஸ்ட்லியா இருக்கும். ஆனா வெறும் இருநூறு ரூபாய் கொடுத்தீங்கன்னா உங்க மச்சுனன் இந்த கம்பார்ட்மெண்டுல ட்ராவல் பண்ண நான் அலவ் பண்றேன்.'

‘இல்ல பரவால்ல, கரெக்டான டிக்கெட்டே கொடுத்திடுங்க. டிக்கெட் என்ன விலையானாலும் பரவால்ல, கொடுத்திடறோம்,’ சுமித்ரா கூறினாள்.

‘நான்தான் இந்த கோச்சுக்கு இன்சார்ஜ் மேடம். பாட்னா வரைக்கும் நான்தான் இருப்பேன். உங்களுக்கு எதுவும் சிரமம் இருக்காது. இந்த மாதிரிதான் ஏற்கெனவே நிறைய பேசஞ்சர்ஸ் ட்ராவல் பண்றாங்க. உங்களுக்காக நூத்தி ஐம்பது ரூபாய்க்கு பண்ணித்தரேன்.’ அவர் முகத்தில் அச்சு அசலாக புத்தரின் புன்னகை.

‘இல்ல, டிக்கெட் கொடுங்க ப்ளீஸ்.’

‘நீங்க வற்புறுத்தினா நான் டிக்கெட் தரேன். ஆனா அதனால உங்களுக்கோ எனக்கோ பிரயோஜனமில்ல. எல்லா பணமும் கவர்மெண்ட்டுக்கு தான் போகும்,’ அவர் கூறினார்.

‘உங்க ஆஃபருக்கு நன்றி. ஆனா எனக்கு பிராபர் ரெஸிப்ட் வேணும். உங்களுக்கு டீக்குடிக்க அது இதுனு டிக்கெட் பணத்துக்கு மேல ஏதாவது வேணும்னா, அதையும் நான் தரேன்.’

‘வேணாம் மேடம். நான் அப்படிப்பட்டவன் இல்ல. நீங்க முழுப் பணம் கொடுத்து டிக்கெட் வாங்கினா நான் வேற எதுவும் எக்ஸ்ட்ரா சார்ஜ் பண்ண மாட்டேன்.’

‘உங்க ஹெல்புக்கு ரொம்ப நன்றி,’ சுமித்ரா கூறிவிட்டு அவளது நீல கைப்பையைத் திறந்தாள்.

‘நான் கொடுக்கறேன்,’ சொல்லிவிட்டு, ஆரிஃப் தன் பர்ஸை பாக்கெட்டிலிருந்து வெளியில் எடுத்தான். பின்புதான் அவனுக்கு பர்ஸில் வெறும் இருநூறு ரூபாய்தான் இருக்கிறது என்று உரைத்தது. ஏஸி இரண்டாம் வகுப்பில் பாட்னாவிற்குச் செல்ல அந்தப் பணம் பத்தாது.

‘இல்ல,’ சுமித்ரா சொல்லிவிட்டு உடனேயே டிடிஆரிடம் ஐநூறு ரூபாய் நோட்டை நீட்டினாள்.

‘ஓகே,’ ஒரு பெரிய அவமானத்திலிருந்து தன்னைக் காப்பாற்றியதற்காக கடவுளிடம் நன்றி தெரிவித்துக்கொண்டான்.

டிடிஆர் புன்னகையுடன் பணத்தைப் பெற்றுக்கொண்டார். கோச் உதவியாளிடம் திரும்பி ஆரிஃபிற்கு போர்வை மற்றும் தலையணை கொண்டுவர பணித்தார்.

அந்த கம்பார்ட்மெண்டில் பயணிகள் அவ்வளவாக இல்லை. சுமித்ராவிற்கு அருகிலிருந்த இருக்கைகள் அனைத்தும் காலியாக இருந்தன. ட்ரெயின் நகரத் தொடங்கவும் ஆரிஃபும் சுமித்ராவும் ஒரே பெர்த்தில் அமர்ந்துகொண்டனர்.

அடுத்த ஒன்றரை மணி நேரத்திற்கு ஆரிஃப் அவளிடம் கடந்த ஐந்து வருடங்களில் தான் அனுபவித்த வேதனையைப் பகிர்ந்துகொண்டான். ஜாகிரைக் குறித்து அவள் ஏற்கெனவே கேள்விப்பட்டிருந்தாலும், ஆரிஃப் அவளிடம் அவன் எந்த சூழலில் டெல்லி செல்ல வேண்டியிருந்தது என்று விளக்கியபோது அவனுக்காக வருந்தினாள். அவளுக்கு பாட்டி இறந்தது பற்றி தெரிந்திருக்கவில்லை.

'நான் அப்ப பாட்னால இல்ல. ரமேஷுக்கு பெகுசராய்க்கு ட்ரான்ஸ்ஃபர் ஆகியிருந்தது. இல்லேன்னா, நிச்சயமா நான் ஃப்யுனரல்கு வந்திருப்பேன். அவங்க எவ்ளோ அருமையான மனுஷி. அத்தன கடவுள் பக்தியோட பாசத்தோட இருப்பாங்க,' சுமித்ரா தன் கண்ணீரைத் துடைத்துக்கொண்டே கூறினாள்.

அடுத்த பத்து பதினைந்து நிமிடங்களில், தானா பிஹ்பூர் ஜங்ஷனைக் கடந்ததும் திடீரென்று ரயில் நின்றது. கோச் உதவியாளர் அவர்களிடம் இஞ்சினில் ஏதோ பழுதாகியிருப்பதாகவும், ககாரியா அல்லது கதிஹாரிலிருந்து மாற்று வந்த பிறகுதான் ட்ரெயின் மீண்டும் கிளம்பும் என்று கூறினான்.

அந்த உதவியாளால் உணவு கொண்டுவர முடியவில்லை. 'மேடம், இந்த ட்ரெயின்ல சாப்பாடு எதுவும் இல்ல. நாராயண்பூர், தானா பிஹ்பூர் ரெண்டு ஸ்டேஷனும் ரொம்ப தள்ளி இருக்கு,' அவன் கூறினான்.

ஆரிஃபிற்கு பசியில் லேசாக ஆரம்பித்த தலைவலி விரைவில் முழுதாகப் படர்ந்தது.

'என்ன ஆச்சு ஆரிஃப்?' சுமித்ரா கேட்டாள்.

'ரொம்ப தல வலிக்குது!' தன் தலையை இரண்டு கைகளாலும் பிடித்துக்கொண்டு ஆரிஃப் கூறினான்.

சீட்டுக்கடியிலிருந்த பயணப்பையை வெளியில் எடுத்து அதன் பக்கவாட்டு அறையிலிருந்த ஜண்டு பாம் பாட்டிலை வெளியில் எடுத்தாள்.

'பெர்த்துல படுத்துக்கோ, நான் கொஞ்சம் பாம் தடவி விடறேன்.'

ஆரிஃப் கால்களை நீட்டி படுத்துக்கொள்ள, சுமித்ரா அவனருகில் அமர்ந்து புதினா வாசனைகொண்ட களிம்பை அவன் முன்னந்தலையில் தடவிவிட்டாள். ஜாகிர் காணாமல் போன பிறகு, பாட்டி மறைந்த பிறகு ஆரிஃப் தன் ஆசைகளை எங்கோ தனக்குள் புதைத்து வைத்திருந்தான். இப்பொழுது சுமித்ராவின் தொடுகையால் அது அவன் தலைக்குள் மீண்டும் உயிர்பெற்றது.

சில நிமிடங்களுக்குப் பிறகு சுமித்ராவும் ஆரிஃபும் ஒருவரையொருவர் அணைத்துக்கொண்டும் வருடிக்கொண்டும் அமர்ந்திருந்தனர். சுமித்ரா கூறினாள், ‘உனக்கு தெரியுமா ஆரிஃப். நம்ம காதல் எப்பவும் நிலைச்சு இருக்கும்னு நான் நம்பினேன். ஆனா நீ என்னோட எல்லாத் தொடர்பையும் அறுத்துட்டுப் போனப்போ மனசு உடஞ்சு போயிட்டேன். உன்னோட இருக்குறதுக்கு ரொம்ப பிடிச்சிருந்தது ஆனா எப்படியோ நீ இல்லாம வாழ பழகிட்டேன். இப்ப நீ திரும்பி வந்திருக்க, மறுபடியும் உன்ன இழந்திடுவேனோனு பயமாயிருக்கு.’

‘கவலப்படாத சுமித்ரா. என்னாலையும் நீ இல்லாம இருக்க முடியாது. நான் கல்யாணம் பண்ணிக்க வேணாம்னு முடிவு செஞ்சுட்டேன்,’ ஆரிஃப் உணர்ச்சிவயப்பட்டுக் கூறினான். ‘உன்கூட மட்டும்தான் மனசால வாழனும்னு நினைக்கறேன்.’

சுமித்ரா மீண்டும் தொடர்ந்து பேச, ஆரிஃப் அவளது புடவைத் தலைப்பைப் பிடித்துக்கொண்டான். ‘ஆரிஃப், என்கிட்ட ஒரு பிளான் இருக்கு. சித்ராகர் நகர் மார்கெட்ல நீ ஏன் ஒரு புக் அண்ட் ஸ்டேஷனரி கடை திறக்கக்கூடாது? அங்க பக்கத்துல நிறைய ஸ்கூல்ஸ் இருக்கு. பிஸ்னஸ் நல்ல லாபமா இருக்கும். நீ தப்பா நினைக்கலேன்னா, நான் உனக்கு ஐம்பதாயிரம் ரூபாய் தரேன். இது நடந்தா நாம டெய்லி சந்திக்கலாம். அஃப் கோர்ஸ், நீ பிஹார் சிவில் சர்வீஸ் எக்ஸாம் பாஸாகலேனாதான் இத ஒரு ஆப்ஷனா நான் சொல்றேன்.’

‘சுமித்ரா, என் வாழ்க்கைல உன்ன தவிர வேற எந்தப் பெண்ணையும் என்னால நினைச்சுப் பாக்க முடியல,’ ஆரிஃப், அவள் உள்ளங்கையை தன் மூக்கருகில் கொண்டு வந்து அதன் வாசத்தை முகர்ந்துபார்த்துக்கொண்டே சொன்னான்.

ரயில் விசிலடித்துக் கிளம்பியது. காலடி ஓசை கேட்கவும் இருவரும் வேகமாக விலகினார்கள்.

ஏறத்தாழ நள்ளிரவு ஒரு மணிக்கு, பெகுசராய் ஸ்டேஷனில் ஆரிஃபிற்கு மென்மையான முத்தம் ஒன்றைத் தந்துவிட்டு

விடைபெறுகையில் சுமித்ரா அவன் கைகளைப் பிடித்துக்கொண்டு கூறினாள், 'ரமேஷ் அடுத்த ரெண்டு மூணு மாசத்துல பாட்னாக்கு ட்ரான்ஸ்ஃபர் ஆர்டர் வாங்கிட்டு வந்திடுவாரு. அப்ப நாம அடிக்கடி சந்திக்கலாம். அதுக்கு நடுவுல எனக்கு கால் பண்ணு, ப்ளீஸ்!'

கண்ணாடி ஜன்னல் வழி, சுமித்ரா ரயிலிலிருந்து கீழிறங்கி, சில அடிகள் தள்ளி காத்திருந்த அவள் கணவனுக்குக் கையசைத்தபடி சென்றதைப் பார்த்தான்.

தன் மனைவியின் குரல் கேட்டதும் ரமேஷ் குமார் விரைந்து வந்து அவள் கைகளில் இருந்த பயணப்பையை வாங்கிக்கொண்டார். வெளியே செல்லும் கேட்டைக் கடந்து அவள் சென்று மறையும்வரை அவளையே பார்த்தபடி இருந்தான். ஆரிஃப் வெறுமையாக உணர்ந்தான்.

ரயில் மீண்டும் நகரத் தொடங்க, ஆரிஃப் ஜன்னலில் தலைசாய்த்து, கண்மூடி அமர்ந்தபடி சுமித்ராவை மீண்டும் சந்தித்தது தவறோ என்று யோசித்தான். அவர்களுக்கிடையேயான ரகசிய உறவை புதுப்பிப்பது இரண்டு பேருக்கும் பெரிய பிரச்சனையில் முடியலாம். ரமேஷிற்குத் தெரியவந்தால் என்னவாகும்?

சுமித்ராவிடம் உணர்ச்சிவேகத்தில் தான் செய்துகொடுத்த சத்தியத்தைத் தன்னால் காப்பாற்ற முடியுமா என்று சந்தேகித்தான். அவளிடம் வாழ்நாளுக்கும் நான் இப்படி அர்ப்பணிப்புடன் இருக்கப்போவதாக சொல்லியிருக்க வேண்டுமா?

மறுநாள் காலை ஆரிஃப் பாட்னாவை அடைந்தான்.

சமன்புரா வீட்டில் அவன் தங்கை ஹுமாவைத் தவிர வேறு யாரும் இல்லை. அவள் அழுதுகொண்டிருந்தாள்.

'ஹுமா, என்ன ஆச்சு?' ஏதாவது கெட்ட செய்தியாக இருக்குமோ என்று ஆரிஃப் பயந்தான்.

'அண்ணா! அப்பாக்கு திடீர்னு ரொம்ப உடம்பு சரியில்லாம போச்சு.' ஹுமா அழுதாள். 'அம்மாவும் ஜமீல் மாமாவும் அவர ஹாஸ்பிடல் கொண்டு போகியிருக்காங்க.'

'எந்த ஹாஸ்பிடல்? அவர ஹாஸ்பிடலுக்கு எப்படி கூட்டிட்டுப் போனாங்க?'

'ஜமீல் மாமா ஆட்டோரிக்‌ஷா கூட்டிட்டுவந்தாரு. கெட்வெல் க்ளினிக்தான் போயிருக்காங்க.'

தன் பயணப் பையை தரையில் கிடாசிவிட்டு, ராஜா பஜாரில் இருந்த க்ளினிக்கிற்கு ஓடினான்.

க்ளினிக் வரவேற்பறையில் அப்பா ஒரு பெஞ்சில் அமர்ந்திருந்ததைப் பார்த்தான். அம்மா அவருக்கு அருகில் பதட்டமாக அமர்ந்திருந்தாள். அவர்களுடைய பக்கத்து வீட்டுக்காரர், அப்பாவின் முன்னாள் சக ஊழியர் ஜமீல் கான் தன் கையில் தண்ணீர் டம்ளருடன் நின்றுகொண்டிருந்தார். பாக்கெட்டிலிருந்து ஒரு மாத்திரையை எடுத்து கிளாசில் இட்டார். ஆரிஃப் குனிந்து மாத்திரையின் அட்டையை எடுத்துப் பார்த்தான். அது பெப்ஃபிஸ் என்ற பெயர்போன அமிலநீக்கி மருந்து.

அப்பா அவனைப் பார்த்து, 'எனக்கு ஒன்னும் இல்லப்பா. சாதாரண வாயு தொல்லதான். அல்லா பாத்துப்பாரு.'

ஆனால் அது வெறும் வாயுத்தொல்லையாக இருக்கவில்லை. மூன்று நாட்களுக்குப் பிறகு மீண்டும் நடு ராத்திரியில் அவரது நெஞ்சில் வலி ஏற்பட்டு இதயத்துடிப்பு சீரற்ற மூச்சை ஏற்படுத்தியது. இரண்டு முறை வாந்தியெடுத்தார். அப்பாவை எவ்வாறு ஹாஸ்பிடல் அழைத்துச் செல்வதென்று ஆரிஃபிற்குத் தெரியவில்லை. பாட்னாவில் ஒரு ஆம்புலன்ஸ் வருவதற்கு யுகங்கள் ஆகும். ஃபிரோஸ் டாக்ஸி சர்வீஸ் எண்ணை அழைத்தால் அது அணைத்து வைக்கப்பட்டிருந்தது. அவர்களுடைய சொந்தக்காரர்களுக்கோ தெரிந்தவர்களுக்கோ யாரிடமும் கார் இல்லை. அவர்களுடைய வீட்டு உரிமையாளர் ஷபீர் அலியிடம் ஒரு பழைய பஜாஜ் ஸ்கூட்டர்தான் இருந்தது. ஜமீல் கானோ சைக்கிள் ஓட்டுவதே சிறந்தது என்று நம்பியதால் அவர் இரண்டு சக்கர வாகனம் வாங்குவதைப் பற்றி கவலைப்படவில்லை.

'பிஷம்பர் அண்ணா!' அவனுக்குள் ஓர் யோசனை தோன்றவும் இந்தப் பெயரை முனுமுனுத்துக்கொண்டான். பிஷம்பர் அவன் நண்பன் ம்ருத்யுஞ்சயின் ஒன்றுவிட்ட சகோதரன். பி.என். கல்லூரியில் பப்ளிக் அட்மினிஸ்ட்ரேஷன் லெக்சரராக இருந்தார். சில வருடங்கள் முன்பு, ம்ருத்யுஞ்சய் ஆரிஃபை சிவில் சர்வீஸ் பரீட்சை சம்பந்தமான வழிகாட்டுதல் பெற இரண்டுமுறை அழைத்துச் சென்றிருக்கிறான். முதல் சந்திப்பிலேயே ஆரிஃப் அவர் தாராள குணமுடையவர் என்பதை அறிந்துகொண்டான். பின்பு அவனே தனியாக பிஷம்பரைச் சந்திக்க ஆறேழு முறைகள் சென்றிருக்கிறான். ஒவ்வொருமுறையும் ஆரிஃபை அவர் மிகுந்த பாசத்துடன் நடத்தியிருக்கிறார். கடைசி சந்திப்பில்

அவருடைய மொபைல் எண்ணை ஆரிஃபிடம் தந்திருந்தார். ‘எப்ப பாக்கனும்னாலும் என்கிட்ட முன் கூட்டியே தகவல் சொல்லிட்டு நீ வரலாம்,’ அவர் கூறியிருந்தார். அது நடந்து இரண்டு வருடங்கள் ஆகியிருந்தன. அச்சமயம்தான் அவர் வெள்ளை நிற மாருதி 800 வாங்கியிருந்தார்.

அப்பா மீண்டும் வாந்தியெடுத்தார். அவஸ்தி அண்ட் அவஸ்தி வெளியிட்ட பப்ளிக் அட்மினிஸ்ட்ரேஷன் புத்தகத்தின் பின்புற அட்டையில் பிஷம்பரின் எண்ணைக் குறித்துக்கொண்டது நினைவிற்குவர ஆரிஃப் அந்தப் புத்தகத்தை பரபரப்பாகத் தேடினான். புத்தகமும் அதன் பின் அட்டையில் எண்ணும் கிடைத்தன. தலையணைக்குக் கீழிருந்த மொபைலை எடுத்து அவர் எண்ணிற்கு அழைத்தான்.

‘ஹலோ,’ ஒரு பெண்ணின் குரல் தூக்கக்கலக்கத்துடன் பதிலளித்தது.

‘பிஷம்பர் அண்ணா!’ ஆரிஃப் கூறினான். அடுத்த நொடி அவர் லைனிற்கு வந்தார். ஆரிஃப் அவரிடம் அப்பாவை ஹாஸ்பிடலுக்கு கொண்டுபோக உதவி வேண்டுமென்று கேட்டான்.

‘உன் வீடு எங்க?’

‘ஷபீர் அலி சாஹபோட வீடு. சமன்புரால பழைய மாஸ்க் பக்கத்துல இருக்கு. நம்பர் 786 கிரானா கடைனு ஒரு பழைய மளிகைக் கடைக்கு எதிர்ல இருக்கு.’ ஆரிஃப் அவன் வீட்டிற்கு வரும் வழியை விளக்க நினைப்பதற்குள் அழைப்பு துண்டிக்கப்பட்டது. அவன் மீண்டும் அழைக்க யாரும் எடுக்கவில்லை. மூன்று நான்கு முறை மீண்டும் அழைத்துவிட்டு, அவருக்கு உதவ விருப்பமில்லை என்று நினைத்தான். அப்பாவை ஹாஸ்பிடலுக்கு எப்படி அழைத்துக்கொண்டு போவது என்று நினைக்க பயமாக இருந்தது. பின்பு டைரியை எடுத்து ஆம்புலன்ஸிற்கு அழைக்க போன் நம்பர் தேடினான்.

பதினைந்து நிமிடங்களுக்குப் பிறகு அவன் வீட்டிற்கு வெளியே கார் வந்து நிற்கும் சத்தம் கேட்டது. அதிலிருந்து பிஷம்பர் இறங்குவதைப் பார்த்தான். அவர் இரவு உடையுடனேயே வந்திருந்தார்.

★★★

பைலி சாலை வெறிச்சோடியிருந்தது. வருமான வரி சாலைப் பிரிவை அடைய பத்து நிமிடங்கள் எடுத்தது. மியூஸியம் சாலைக்குச் செல்லத் திரும்ப, சஜ்ஜு பாக்கிலிருந்த பாப்டிஸ்ட் தேவாலயத்தை நெருங்கும் சமயம் நடு ரோட்டில் இரண்டு ஆண்கள் நின்றுகொண்டிருக்கும் நிழலுருவம் தெரிந்தது. அவர்கள் வண்டியை நிறுத்தச் சொல்லி கையசைத்தார்கள்.

'அவங்களப் பாத்தா திருடங்க மாதிரி தெரியுது,' பிஷம்பர் ஆங்கிலத்தில் கூறினார்.

'இப்ப என்ன பண்ண?' ஆரிஃப் பயந்துபோய் அப்பாவைப் பார்த்தான். அவர் அமைதியாக கண்களை மூடி அமர்ந்திருந்தார். அம்மா அவரைப் பிடித்துக்கொண்டிருந்தாள். குரானிலிருந்து ஜபித்துக்கொண்டு அவருக்கு ஊதிவிட்டுக்கொண்டிருந்தாள்.

'ஒன்னும் பயப்படாம அமைதியா இரு,' பிஷம்பர் கூறிவிட்டு காரை மெதுவாக செலுத்தினார். பின்பு அம்மாவிடம் திரும்பி ஹிந்தியில், 'சாச்சிஜி, மாமாவ பத்திரமா பிடிச்சுக்கோங்க. இனி ரோடெல்லாம் குண்டும் குழியுமா இருக்கும்.'

அவர்களை நெருங்கும்போதுதான், வண்டியின் ஹெட்லைட் வெளிச்சத்தில் அவர்கள் இருவர் இல்லை ஐந்து பேர் என்று பார்க்க முடிந்தது. ஒவ்வொருவரும் முகத்தை துண்டால் மறைத்திருந்தார்கள். அவர்கள் கையில் ஹாக்கி குச்சிகள் இருந்தன.

அவர்களது கார், முகமூடி அணிந்திருந்தவர்களுக்கு அருகில் பத்தடி தூரத்திற்கு வரவும் பிஷம்பர் கூறினார், 'அவங்க நிச்சயமா கார் திருடறவங்களோ இல்ல கொள்ளையடிக்கறவங்களோதான்.'

எதிர்பாராமல் பிஷம்பர் கியரை மாற்றி ஆக்ஸிலரேட்டரை மிதிக்கவும் கார் வேகமெடுத்தது. காரை நிறுத்துவதற்காக நடுரோட்டில் நின்றிருந்த இருவர் மீது கார் மோதியிருக்கக்கூடும். பின்னாலிருந்து பிஹாரி கெட்ட வார்த்தைகளில் உரக்கத் திட்டிய குரல்களை ஆரிஃப் கேட்டான்.

'அவங்க பின்னாடி வராங்களா?' காந்தி மைதானை அடைந்தவுடன் பிஷம்பர் கேட்டார்.

'இல்ல!' ஆரிஃப் கூறினான்.

அலறல் சத்தம் கேட்கவும் அம்மா எச்சரிக்கையாகி, 'என்ன ஆச்சு?' என்று கேட்டாள்.

'தெரு நாய்தான்,' பிஷம்பர் கூறினார்.

‘ஹாஸ்பிடல் போக இன்னும் எவ்ளோ நேரமாகும்?’ அப்பா இருமத் தொடங்கவும் அம்மா கவலையாகக் கேட்டாள்.

‘பத்து நிமிஷம் சாச்சிஜி,’ பிஷம்பர் கூறினார்.

★★★

பாட்னா மருத்துவக் கல்லூரி மற்றும் மருத்துவமனையின் அவசர பிரிவில் டாக்டர்கள் யாரும் இல்லை. குள்ளமாக குண்டாக டியூட்டியில் இருந்த நர்ஸ் ஒருவர் டாக்டர் இன்னும் இரண்டு நிமிடங்களில் வந்துவிடுவார் என்றார். பதினைந்து நிமிடங்களுக்குப் பிறகும் டாக்டர் யாரும் வராமல் போகவே பிஷ்மபருக்குக் கோபம் வந்தது. அவர் நர்ஸைப் பார்த்துக் கத்தினார்.

நர்ஸ் கடுப்பாகக் கூறினாள், ‘என் டியூட்டி டாக்டருக்கு இன்ஃபார்ம் பண்றதுதான். அத நான் செஞ்சுட்டேன். டாக்டர் வர்றாரா இல்லையானு எனக்குத் தெரியாது.’

பிஷம்பர் தன் மொபைலிலிருந்து ஓர் எண்ணிற்கு அழைத்தார். ‘மினிஸ்டர் த்விவேதிஜி கிட்ட பேச முடியுமா...’

அவசர பிரிவிலிருந்து போனில் பேசியவாறே வெளியில் சென்றார் பிஷம்பர். இன்னும் இருமிக்கொண்டும் ஏப்பம்விட்டுக்கொண்டும் இருந்த அப்பாவை ஆரிஃப் பார்த்தான். ‘அல்லாவே,’ அம்மா பிரார்த்தித்ததைக் கேட்டான்.

பத்து நிமிடங்கள் கழிந்து ஒரு வயதான மனிதர் வார்டுக்குள் நுழைய நர்ஸ் உடனே எழுந்து நின்றாள். இந்த நேரத்தில் அவரை அங்கு பார்த்ததில் அதிர்ச்சியடைந்தாள்.

‘ஜூனியர் டாக்டர்ஸ் எல்லாம் எங்க?’ அந்த வயதானவர் நர்ஸிடம் கோபமாகக் கேட்டார்.

‘ஜூனியர் டாக்டர்ஸ் எல்லாம் ஸ்டிரைக்ல இருக்காங்க சார்,’ அவள் குரல் நடுங்கக் கூறினாள்.

‘யாராவது டாக்டர்ஸ் எமெர்ஜென்ஸி வார்ட்ல இருக்கனுமே,’ அவர் கேட்டார்.

‘டாக்டர் சின்ஹா டியூட்டில இருக்காரு,’ அவள் கூறினாள்.

‘அவர் எங்க? அவர கூப்பிட்டு நான் வந்திருக்கேன்னு சொல்லு.’

அந்த நர்ஸ் கைகள் நடுங்க ஓர் எண்ணிற்கு அழைத்தாள்.

‘யாரு மிஸ்டர் மிஷ்ரா?’ அவர் திரும்பி மீண்டும் நர்ஸிடம் கேட்டார். அவள் பதில் தருவதற்குமுன் பிஷம்பர் முன் வந்தார்.

‘நான் தான் பிஷம்பர் மிஷ்ரா.’

‘மிஷ்ராஜி, உங்களுக்கு சிரமம் கொடுத்ததுக்கு மன்னிக்கனும். இப்பதான் ஹெல்த் மினிஸ்டர் கிட்டேருந்து போன் வந்தது. எமர்ஜென்ஸி வார்ட்ல ஒரு டாக்டரும் இல்லனு தெரிஞ்சுதும் எனக்கு ஷாக் ஆகிடுச்சு. நான்தான் டாக்டர் தாகுர். உங்க பேஷண்ட் எங்க?’

காலையில் அப்பாவை டிஸ்சார்ஜ் செய்யும்வரை பிஷம்பர் அவர்கள் கூடவே இருந்தார். கெட்டுப்போன தண்ணீரால் உணவு விஷமாகி அவருக்கு உபாதையை ஏற்படுத்தியிருக்கிறது என்று சொன்னார்கள். அவருக்கு இரைப்பை அழற்சி இருப்பதாகவும் அதற்கு நீண்ட காலம் தொடர்ந்து சிகிச்சையளிக்க வேண்டும் என்றும் சொன்னார்கள். பிஷம்பர் காஸ்ட்ரிடிஸ் பிரச்சனைக்கு பாட்னாவின் மிகச்சிறந்த டாக்டரான ஏ.கே.தத்தாவைப் பார்க்குமாறு பரிந்துரைத்தார்.

★★★

டாக்டர் தத்தா மறுநாளே ஆரிஃபிடம் அப்பாயிண்ட்மெண்ட் தந்தார்.

எழுபது வயதுக்கும் அதிகமான டாக்டர் தத்தா கோபக்காரராக இருந்தார். அப்பா அவரிடம் வியர்வை அதிகமாக இருப்பதாகவும், வேகமான இதயத்துடிப்புடன் ஒன்று மயக்கமோ அல்லது மூச்சிரைப்போ இருப்பதாகவும், தாங்க முடியாத நெஞ்சுவலியும், வயிற்றுவலியும் இருப்பதாகவும், வயிற்றுப்போக்கு துர்நாற்றத்துடன் இருப்பதாகவும் தன்னுடைய பிரச்சனைகளைக் கூற, டாக்டருக்கு உடனேயே அது என்னவென்று தெரிந்துபோனது.

அவர் கோபமாக, ‘மிஸ்டர் கான், போலீஸ் வேலைல அதிகப்படியா உங்க உடம்ப வருத்தியிருக்கீங்க. இப்ப நீங்க ரெஸ்ட் எடுக்கனும். ரெஸ்டுனா கம்ப்ளீட் ரெஸ்ட். உங்களுக்கு டயட்டும் தரப்போறேன். அத நீங்க கண்டிப்பா ஃபாலோ பண்ணனும். இல்லேன்னா உங்க குடல அறுத்துப்போடறதுக்கு ரெடியாகிடுங்க.’ பின்பு அம்மாவிடம் திரும்பி, ‘அடுத்த மூணு நாலு மாசத்துக்கு உங்க ஹஸ்பண்ட் கம்ப்ளீட் ரெஸ்ட் எடுக்கனும். அது உங்க பொறுப்பு. நான் சாப்பிடக்கூடாதுனு

சொன்ன எதையும் அவருக்குக் கண்டிப்பா தராதீங்க,' என்று கூறினார்.

'சரிங்க டாக்டர் சார்!' அம்மா கூறிவிட்டு புடவைத் தலைப்பின் நுனியை இழுத்து தன் முகத்தின் ஒரு பகுதியை மறைத்துக்கொண்டாள்.

★★★

தொடர்ந்த உடல் உபாதைகளாலும் வீட்டிற்குள்ளேயே அடைபட்டுக் கிடந்ததாலும் அப்பா மிகவும் பலவீனமடைந்தார். அவர் வீட்டிலேயே இருந்ததன் ஒரே நல்ல விஷயம் ஆரிஃப்பால் அவருடன் நிறைய நேரத்தை செலவழிக்க முடிந்தது.

காலையில் வெகு சீக்கிரமாக கோச்சிங் வகுப்புகளுக்குச் சென்றுவிட்டு மதியத்திற்கு மேல் வீடு திரும்பபினான். இன்னும் கொஞ்சம் அதிகம் சம்பாதிக்க, கூடுதல் வகுப்புகளை எடுத்தான். அப்பாவின் சிகிச்சைக்காகக் தேவைப்படலாம்.

மாலையில் அப்பாவுடன் அமர்ந்து கேரம், செஸ், சீட்டு என்று விளையாடினான். ஒரு மகன் தன் தந்தையிடம் என்னவெல்லாம் பகிர முடியுமோ அனைத்தையும் தன் அப்பாவிடம் பகிர்ந்தான் ஆரிஃப். சில சமயம், அப்பா தன் பால்ய கால கதைகள் சொல்வார்; பஞ்சத்தில் இருந்த நாட்கள், பதினோறாம் வகுப்புவரை படிப்பை முடிக்கப் போராடியது என்று. அவர் கூறும் கதைகளைக் கேட்கக் கேட்க பாட்டியின் நினைவு வரும். தன் குடும்ப வரலாற்றிலிருந்து அவர் கூறும் கதைகள் மிகவும் சுவாரசியமாக இருந்தன.

'1930-கள்ல, என்னோட அப்பா லாபகரமா மர வியாபாரம் செஞ்சதுல நிறைய சொத்து சேர்த்தார். ஜமால்புரா, மோதிஹாரி, பாட்னால அவருக்கு பெரிய பெரிய வீடுங்க இருந்தது. ஜமால்புரால, ஜனாப் அலிகானோட அரண்மனை ரொம்ப பிரசித்தி பெற்றது. கதவுக்கு பக்கத்துல ரெண்டு யானைகள் நிக்கும். குடும்பத்துல இருந்த பெண்கள் பயணம் செய்ய இரண்டு குதிரைகள் பூட்டப்பட்ட வண்டி இருந்தது. டஜன் கணக்குல வேலையாட்களும், பணிப்பெண்களும் இருந்தாங்க. உன்னோட பெரியப்பாவோட அம்மா, அதாவது அவரோட முதல் மனைவி இறந்ததுக்கப்புறம் அவர் உன் பாட்டிய திருமணம் செஞ்சுகிட்டாரு. அவரோட சகோதரர்கள்ல அவர்தான் மூத்தவர். 1945ல திடீர்னு என்னோட சித்தப்பா ஒருத்தர் இறந்துட்டாரு.

அந்த இழப்புலேருந்து அப்பா வெளிய வரதுக்குள்ள திரும்பவும் ஒரு இடர் வந்தது.

'அந்த காலத்துல, சீக்கிரமாவும் பணம் குறைவாவும் பயணம் செய்ய ஆறுதான் ஒரே வழி. மரக் கட்டைங்கள ஒன்னா சேத்துக் கட்டி மேடை அமைப்பாங்க. அதுல உட்கார்ந்து துடுப்பு போட்டு கங்கை ஓடற திசைல பயணம் செஞ்சு தான் போக வேண்டிய இடத்துக்குப் போவாங்க. ஆறுக்கு எப்ப வேணா கோபம் வந்து என்ன வேணா நடக்கலாம். தன்னோட அண்ணன்கள் சொன்னத கேக்காம என்னோட சித்தப்பா ஒருத்தரு யாருக்கும் தெரியாம பணியாளோட அந்த மரக்கட்டைல பயணம் செஞ்சாரு. அவரு, அந்த பணியாள் ரெண்டு பேரும் மூழ்கிட்டாங்க. அவர் பிணம்கூட கிடைக்கல. மூணு மாசம் கழிச்சு, பாக்கியிருந்த என்னோட ஒரே சித்தப்பாவும் ஜமால்புரால மதம் பிடிச்ச யானை மிதிச்சு இறந்துட்டாரு.

'தன்னோட மூணு சகோதரர்களும் இத்தன குறுகிய காலத்துல இறந்தத தாங்க முடியாத எங்க அப்பா உடம்பு சரியில்லாம போயி படுத்த படுக்கையாகிட்டாரு. இந்த சமயத்துலதான் இந்தியா பாகிஸ்தான் பிரிவினை நடந்தது. எங்களோட சொந்தக்காரங்க நிறைய பேரு அப்பாவ இங்க இருந்தா இந்துக்கள் வெட்டிப்போட்டுடுவாங்க, பாகிஸ்தானுக்கே போயிடலாம்னு கூப்பிட்டாங்க. ஆனா அப்பா அதுக்கு சம்மதிக்கல. தன்னோட மூதாதையர்களோட இங்கேயே தன்ன புதைக்கனும்னு ஆசைப்பட்டாரு.

'ஆனா விதி வேற மாதிரி யோசிச்சது. என்னனு தெரியாத ஏதோ வியாதி அவருக்கு வர, சமஸ்திபூர்ல இருந்த ஹகிம் கிட்ட சிகிச்சை எடுத்துக்க போனபோது அங்கேயே இறந்துட்டாரு. அவர அதனால அங்கேயே புதைச்சுட்டாங்க.

'அவருக்கு அப்புறம் குடும்பத்துல, வளர்ந்த ஆண்கள் யாருமே இல்ல.

'உங்க பாட்டி நிலமைய சமாளிக்க நினைச்சாலும், அவங்க கட்டுப்பெட்டியா இருந்ததால உலக விஷயங்கள் எதுவும் தெரியல. தன்னோட நிலத்துல இருந்து கொஞ்சம் வித்தாங்க. யாரும் கவனிச்சுக்க இல்லாததால உறவுக்காரங்க பக்கத்து கிராமங்கள்ல இருந்த நிலத்த அபகரிச்சுட்டாங்க. இதையெல்லாம் தாண்டி நான் படிப்ப முடிக்க நினைச்சேன். சின்ன வயசுல அப்பா என்கிட்ட சொன்னத என்னிக்கும் நான் மறக்க மாட்டேன். அவரு நான் நல்லா படிச்சு இந்திய சிவில் சர்வீஸ் தேர்வு எழுதி

மாவட்ட ஆட்சியாளரா ஆகனும்னு கனவு கண்டாரு. அம்மாவும் சொல்லிச் சொல்லி, பல வருஷம் அந்தக் கனவு எனக்கும் இருந்தது. ஃபர்ஸ்ட் கிளாஸ் மார்க் எடுத்தும் வசதி இல்லாததால மேற்கொண்டு படிக்க முடியாம போலீஸ் டிபார்ட்மெண்ட்ல சேர வேண்டியிருந்தது. உன்னோட பாட்டி ஒரு இரும்பு மனுஷி. தனி ஆளா அண்ணாவையும் என்னையும் வளத்தாங்க.'

தன் அம்மாவைப் பற்றி பேசியபோதெல்லாம் அவர் கண்கள் பழைய நினைவுகளில் பனிக்கும்.

அப்பா அவனிடம் அவன் அம்மாவை மணம் புரிந்த கதையையும் சொன்னார்.

'எனக்கு அப்போ பதினெட்டு வயசு. காலேஜ்லேருந்து அப்பதான் வீட்டுக்கு வந்தேன். உன் பாட்டி என்கிட்ட இனயத் நகர்ல இருந்த ஃபேமஸான ஹகிம் ஒருத்தர்கிட்ட இருந்து அவர் பொண்ணுக்கு மாப்பிள்ள கேட்டு செய்தி வந்திருக்கறதா சொன்னாங்க. அந்த நேரம் உன்னோட மாமா ஹகிம் சாஹப் டிப்பியா அலிகர் முஸ்லிம் யுனிவர்சிடி காலேஜ்ல படிச்சிட்டுருந்தாரு. அவருக்கும் தன் அப்பா மாதிரி ஒரு நல்ல ஹகிமா ஆகனும்னு ஆசை. மேரேஜ் நல்ல பெருசா கிராண்டா நடந்துச்சு. ஆனா உன்னோட அம்மாக்கு எங்களோட பழைய குடும்ப வீட்ட பாத்ததும் ஏமாற்றமாகிடுச்சு. அவ புகழ்பெற்ற, வசதியான ஹகிமோட பொண்ணா ஒரு பெரிய வீட்டுல வாழ்ந்து பழகினவ. ஆனா அன்னிக்கு மட்டும்தான் அவ அந்த மாதிரி நினைச்சா. அப்புறம் என் வீட்டோட அவளுக்குப் பழகிடுச்சு. எங்களுக்குப் பிறந்த முதல் குழந்தை இறந்தே பிறந்துச்சு. அப்புறம் பிறந்த ரெண்டாவதும் ஆறு மாசத்துல செத்திருச்சு. மூனாவத பிறந்த பெண் குழந்தை ஒண்ணு ரெண்டு மாசத்துலயே இறக்கவும் ஹமிதாக்கு பைத்தியமே பிடிச்சிடுச்சு. அப்பப்ப ரூமுலேருந்து எங்க பெண் குழந்தைய புதைச்ச கல்லறைக்கு ஓடிப் போயிடுவா. அவள மறுபடியும் பழைய நிலமைக்குக் கொண்டு வரது ரொம்ப கஷ்டமா இருந்துச்சு. சொல்லப்போனா நீ பொறந்ததுக்கப்புறம்தான் எல்லாம் சரியாச்சு. ஹமிதா உன்கூட பிஸியாகிட்டா. அவ முகத்துல புன்னகைய பாக்க முடிஞ்சது. எனக்கும் நிம்மதியாச்சு. அந்த வருஷமே எனக்கும் அசிஸ்டெண்ட் சப் இன்ஸ்பெக்டரா ப்ரமோஷன் கிடைச்சது.' அப்பா திரும்பி கிச்சனிலிருந்த தன் மனைவியின் முகத்தை இன்னும் சரியாகப் பார்த்துகொண்டார். அப்பாவின் முகத்தில் அம்மா மீதான காதல் ஒளிர்ந்ததை ஆரிஃபால் பார்க்க முடிந்தது.

'வாழ்க்கை என்னிக்கும் எனக்குக் கனிவா இல்ல. நான் சின்ன குழந்தையா இருந்தப்பவே அப்பாவ இழந்துட்டேன். ஆனா எனக்கு ஒரு கனவு இருந்துச்சு மகனே. உன்ன ஐ.ஏ.எஸ் ஆஃபீசரா பாக்கனுங்கறதுதான் அது. இனி அது வெறும் கனவாதான் இருக்கும். எல்லாம் என் தப்புதான். உன்ன நான் நல்ல ஸ்கூலுக்கு அனுப்பல. கோச்சிங் கிளாஸ் சேர பணம் கொடுக்கல. என் சம்பளம் இந்தக் குடும்பத்துக்கு சாப்பாட்டுக்குக் கொடுக்கதான் சரியா இருந்துச்சு.'

'இல்ல அப்பா. உங்க மேல பழி போட்டுக்காதீங்க. இது என்னோட தவறுதான்,' ஆரிஃப் கூறினான். 'நான் இன்னும் கொஞ்சம் நல்லா படிச்சிருக்கனும்.'

'நீ எவ்ளோ நல்ல பையன். உன் அப்பா மேல உனக்கு எந்த புகாரும் இல்ல. என் ஃப்ரெண்ட்ஸோட பசங்க மாதிரி எப்பவும் அவங்க அப்பா மேல ஏதாவது குத்தம் சுமத்திட்டு நீ இல்ல,' குரலில் உணர்ச்சி மேலிட அவர் கூறினார்.

இது போன்ற உரையாடல்களில் ஜாகிரின் பெயர் எப்பொழுதும் நினைவிற்கு வரும். அப்பொழுதெல்லாம் அப்பாவின் முகம் தாங்க முடியாத வலியில் சுருங்கி கண்களில் கண்ணீர் முட்டும். ஆரிஃப் அப்பாவின் கண்ணீரைத் துடைத்துவிடுவான். அவன் கண்களும் அப்பொழுது ஈரமாகும்.

மூன்று வருடங்கள் முன்பு பி.ஏ டிஸ்டிங்ஷனில் பாஸ் செய்திருந்த ஹுமா, தனக்கு மேற்கொண்டு எம்.ஏ படிக்க விருப்பம் என்று அப்பாவிடம் கூறினாள். அப்பா ஆரிஃப் முன்னிலையிலேயே இனி தனக்கு அவளை மேற்கொண்டு படிக்க வைக்கும் சக்தியில்லை என்று கூறினார்.

ஆரிஃபும் தன்னால் ஹுமாவிற்கு எதுவும் செய்ய முடியாது என்று உணர்ந்தான். அவன் சம்பளத்தில் இருந்து அவள் கல்யாணத்திற்காக சேர்த்துக்கொண்டிருந்தார்கள். அவளுக்கு ஏற்கெனவே இருபத்தியாறு வயசாக, வம்பு பிடித்த உறவினர்கள் அம்மாவிடம் அவளது இளைய மகளின் திருமணம் எப்பொழுது என்று விசாரிக்கத் தொடங்கிவிட்டார்கள்.

இதற்கெல்லாம் இடையில் அப்பாவிற்கு உடல் நலம் சரியில்லாத செய்தி அவர்களின் உறவினர்களுக்குத் தெரிய வந்தது. அவரைப் பார்க்க நிறைய பேர் வந்தார்கள். அம்மா, சோறு, பருப்பு, கறி என்று விருந்தினர்களுக்கும் சேர்த்து பெரிய பெரிய பாத்திரத்தில் சமைத்தாள்.

‘அல்லாக்குதான் நன்றி சொல்லனும். நல்லவேளை ஹமிதா சமைக்க கேஸ் அடுப்பு இருக்கு,’ அப்பா கூறுவதை ஆரிஃப் கேட்டான்.

ஹகிம் சாஹப் தன் மகள் ஃபர்ஸானா மற்றும் மனைவியுடன் வந்தார்.

‘ஃபர்ஸானா இனி இங்கயே தங்கி ரஷீத் சாஹப்புக்கு குணமாகற வரைக்கும் ஹமிதா அக்காக்கு வீட்டு வேலைகள்ல உதவியா இருக்கட்டும்,’ ஹகிம் சாஹப் கூறினார்.

★★★

ஒரு ஞாயிறு மாலை ஆரிஃப் அவன் அறையில் அமர்ந்து செய்தித்தாள் படித்துக்கொண்டிருக்க, அம்மா பேசியது காதில் விழுந்தது.

அம்மாவும் அப்பாவும் வராந்தாவில் இருந்தார்கள்.

‘ஆரிஃபோட அப்பா!’ அப்பாவை எப்பொழுதும் அழைப்பதுபோல் அழைத்து பேசத்தொடங்கினாள். கணவனை பெயர் சொல்லி அழைக்கக்கூடாது என்ற பழைய மரபை பின்பற்றுபவள்.

‘ஹகிம் சாஹபும் அவர் மனைவியும் திரும்ப போன் பண்ணாங்க. ஆரிஃப் கிட்ட கல்யாணத்த பத்தி உங்கள பேசச் சொல்றாங்க. அவங்களால இனிமே காத்திருக்க முடியாது.’ ஃபர்ஸானா, டாக்டர் தத்தா கொடுத்த மருந்துகளையும் தண்ணீரையும் எடுத்துக்கொண்டு வராந்தாவிற்கு வர அவர்கள் பேசுவதை நிறுத்தினார்கள்.

இந்த முறை ஃபர்ஸானா வந்திருந்தபொழுது அம்மாவிற்கு அடுப்படியில் உதவுவதோடல்லாமல் வீட்டை பராமரிப்பதிலும் துணிமணிகளைத் துவைப்பதிலும்கூட உதவியதை ஆரிஃப் கவனித்தான். ரபியாவும் நஸ்னீனும் திருமணம் செய்துகொண்டு போனதிலிருந்து வீடு இத்தனை சுத்தமாக இருந்ததில்லை. அம்மாவிற்கு இந்த வயதில் தனியாக வீட்டு வேலைகள் அனைத்தையும் கவனிக்க பலம் இல்லை. வீட்டு வேலைகளைத் தவிர்ப்பதற்காக ஹுமா புத்தகங்களுக்குள் புகுந்துகொண்டாள். மாதம் ஐநூறு ரூபாய் கொடுத்து பணிப்பெண்ணை நியமிக்க அவர்களுக்கு வசதியில்லை. அன்று இரவு மதக் கலவரத்தின் போது அவனும் ஃபர்ஸானாவும் தப்பித்து வந்ததை ஆரிஃப் நினைத்துப் பார்த்தான். அவனது மனக் கண்களில் ஃபர்ஸானா

பயந்துபோய் அவன் நெஞ்சில் தஞ்சம் புகுந்த காட்சி அவனுக்குக் கிளர்ச்சியளித்தது. அவன் ஃபர்ஸானாவை விரும்பத் தொடங்கினான். கொஞ்சம் கொஞ்சமாக ஃபர்ஸானா, ஹுமாவையும் வீட்டு வேலைகளில் ஈடுபடுத்தத் தொடங்கினாள்.

அவள், அப்பா மீது மிகுந்த கவனம் எடுத்துக்கொண்டது அவனுக்கு ஃபர்ஸானாவிடம் மிகவும் பிடித்திருந்தது. டாக்டர் தத்தா கூறியது போலவே அவள் சமைத்த உணவு காரம் கம்மியாக இருந்தது. எந்த வேளை என்ன மருந்து அப்பாவிற்குத் தர வேண்டும் என்பதை துல்லியமாகத் தெரிந்து வைத்திருந்தாள். ஆரிஃப் காலையில் கோச்சிங் கிளாஸ் கிளம்பும்பொழுது அவனுக்கான சிற்றுண்டியைத் தயாராக வைத்திருந்தாள் ஃபர்ஸானா. ஒவ்வொரு நாளும் புதிய பதார்த்தங்களை சமைத்தாள். ஃபர்ஸானா குறித்து தீவிரமாக யோசிக்கத் தொடங்கினான் ஆரிஃப். அவள் நல்ல மனைவியாக இருப்பாள். இனி ஃபர்ஸானாவை அறைகுறையாகப் படித்த மாமன் மகளாக ஆரிஃப் பார்க்கப்போவதில்லை. பெரிய மையிட்ட விழிகளுடைய, அடர் பட்டு கருங்கேசத்தைக்கொண்ட, பெரிய மார்புகளைக்கொண்ட வளர்ந்த பெண்ணாகத்தான் பார்த்தான்.

ஒரு வாரம் முன்பு டாக்டரிடம் கடைசி பரிசோதனை செய்துகொள்வதற்காகச் செல்லவிருந்த அப்பா ஆரிஃபை அழைத்தார். மரக்கட்டிலில் தன் அருகே அவனை அமர வைத்து, தொண்டையை செருமிக்கொண்டு பேச ஆரம்பித்தார், ‘ஆரிஃப், உனக்கு அப்பானா அன்பும் மரியாதையும் ரொம்ப இருக்குனு எனக்குத் தெரியும். உன்கிட்ட ஒன்னு கேட்டா மறுக்க மாட்டதான?’

‘நான் என்ன செய்யனுமோ சொல்லுங்க அப்பா,’ ஆரிஃப் கூறினான்.

‘ரொம்ப வருஷம் முன்னாடி ஹகிம் சாஹப் கிட்ட ஃபர்ஸானாதான் இந்த வீட்டு மருமகள்னு நான் வாக்கு கொடுத்துட்டேன். என் வார்த்தைய காப்பாத்த ஃபர்ஸானாவ உன் மனைவியா ஏத்துப்பியா ஆரிஃப்?’ பேசும்பொழுது அவர் குரல் நடுங்கியது. ‘ஃபர்ஸானா உனக்கு ஏத்த வாழ்க்கை துணையா இருப்பானு நீ நம்பினா மட்டும் சம்மதம் சொல்லு.’

‘எனக்குக் கட்டளையிடுங்க அப்பா,’ ஆரிஃப் கூறினான்.

‘உண்மையிலேயே உனக்கு ஃபர்ஸானாவ கல்யாணம் பண்ணிக்க சம்மதமா?’ அப்பா கேட்டார்.

‘ஆமாம் அப்பா. எனக்கு உங்க சந்தோஷம்தான் முக்கியம்,’ அவன் கூறினான்.

‘உண்மையாவா?’ அப்பா மீண்டும் கேட்டார்.

‘ஆமாம் அப்பா. ஆனா...’ ஆரிஃப் தயங்கினான். ‘ஒரே ஒரு விஷயம்.’

‘என்னது?

‘ஒரு குடும்பத்த நடத்தற அளவு நான் ஒன்னும் பெருசா சம்பாதிக்கல.’

‘அதப் பத்தி கவலப்படாத. நான் உன் அம்மாவ கல்யாணம் பண்ணப்போ எனக்கும் வேலை இல்ல. அல்லா இந்த உலகத்துல பிறந்த எல்லாரையும் காப்பாத்துவாரு.’

ஆரிஃபின் சம்மதம் அப்பாவை குஷிப்படுத்தியது. கட்டிலிலிருந்து எழுந்திருந்து அம்மாவை அழைத்து இந்தச் செய்தியைப் பகிர்ந்தார். மாலையில் அப்பா ஹகிம் சாஹபை அழைத்தார்.

அடுத்த நாளே ஹகிம் சாஹப் பாட்னாவிற்கு வந்தார்.

ஆரிஃப், ஹகிம் சாஹபை அஸலாம் அலைக்கும் சொல்லி வணங்கியபோது அவர் அவன் வலது உள்ளங்கையில் ஐநூறு ரூபாய் நோட்டு ஒன்றை வைத்து அழுத்த, அதை தயக்கத்துடன் பெற்றுக்கொண்டான்.

‘அப்ப, ஆரிஃபுக்கு முதல் மொய் கிடைச்சிடுச்சு,’ அம்மா புன்னகையுடன் கூறினாள். அவள், ஆரிஃப் அவனுடைய வருங்கால மாமனார் ஹகிம் சாஹபிடமிருந்து வாங்கிய பணத்தைக் குறிப்பிட்டாள்.

‘உன் மொய்ப்பணத்துல என் பங்கு எங்க?’ ஹுமா கைகளை நீட்டிக்கொண்டே கேட்டாள்.

அப்பா ஹகிம் சாஹபை அணைத்துக்கொண்டார். ‘மனமார்ந்த வாழ்த்துகள் சம்மந்தி,’ அப்பா சற்று உரக்கக்கூறிவிட்டு சிரித்தார்.

அப்பாவின் முகத்தில் இருந்த மலர்ச்சியான புன்னகை ஆரிஃபை மகிழ்வித்தது.

★★★

அடுத்த நாள் மாலை ஆரிஃப் வீட்டிற்கு வர, நன்கு பரிச்சயப்பட்ட குடிகுரா பவுடரின் மணம் சுமித்ரா அங்கு வந்திருப்பதை அவனுக்கு உணர்த்தியது.

அறைக்குள் சேரில் அமர்ந்தபடி கைகளில் டீக்கோப்பையுடன் அம்மாவுடன் பேசிக்கொண்டிருந்தாள். அவளை கவனிக்காததுபோல் *டைம்ஸ் ஆஃப் இந்தியா* இதழை எடுத்துக்கொண்டு மடக்கு நாற்காலியில் வராந்தாவில் அமர்ந்தான். சுமித்ராவைப் பற்றிய சிந்தனைகளால் கவனம் கலைக்கப்பட அவனால் செய்தித்தாளை வாசிக்க முடியவில்லை. அவளுடைய வருகையால் தான் மகிழ்ச்சியடைவதை உணர்ந்தான். சில நிமிடங்களுக்குப் பிறகு அம்மா அவளை வழியனுப்ப வெளியே வந்தாள். சுமித்ரா, ஆரிஃப் அமர்ந்திருந்த இடத்தில் நின்றாள். ஆரிஃப் அவளை சம்பிரதாயத்திற்கு வணங்க அவள் பதிலுக்குப் புன்னகைத்தாள்.

தன் பின்னால் நின்றிருந்த ஆரிஃபின் அம்மாவிடம் திரும்பிய சுமித்ரா, ‘அக்கா, உங்க ரூம்ல என் மொபைல விட்டுட்டேனானு கொஞ்சம் பாக்கறீங்களா?’

‘இந்தா பிடி,’ அம்மா உள்ளே சென்றவுடன் அவன் மீது ஒரு கடிதத்தை எறிந்தாள் சுமித்ரா. அம்மா அவளது மொபைலுடன் திரும்புவதற்குள் ஆரிஃப் அதைப் பிடித்து, தன் பாக்கெட்டில் போட்டுக்கொண்டான்.

பிறகு அந்தக் கடிதத்தைப் பிரித்துப் படித்தான்.

டியர் ஆரிஃப்,

நீ என்னை அழைக்கவில்லை என்றதும் நான் மிகவும் வருந்தினேன். ஆனால் முந்தாநாள் நான் உன் அம்மாவையும் ஹுமாவையும் ராஜா பஜாரில் சந்திக்க அவர்கள் உன் அப்பாவின் உடல்நலக்குறைவு பற்றி சொன்னார்கள். பின்புதான் நீ ஏன் அழைக்கவில்லை என்பது எனக்குப் புரிந்தது. உன் அப்பா இப்பொழுது நன்றாக இருப்பதைப் பார்க்க மகிழ்ச்சியாக இருக்கிறது.

முன்பே சொன்னதுபோல், நான் பாட்னாவிற்கே வந்துவிட்டேன். சித்ராகா் நகரில் கட்டிய புது வீட்டில் கே பிளாக்கில் நாங்கள் வசிக்கிறோம்.

நாம் இருவரும் சேர்ந்து கழித்த பொழுதுகளை நான் இன்றும் நினைத்துப் பார்த்து மகிழ்கிறேன். நாம் ரயிலில் ஒன்றாகக் கழித்தத் தருணங்களையும் நினைத்து மகிழ்கிறேன். இன்னொரு விஷயத்தை

உன்னிடம் மனம் திறந்து கூற வேண்டும். இந்த முறை உன்னை என் உடலைத் தொட அனுமதித்ததற்கோ முத்தம் கொடுக்கவிட்டதற்கோ எனக்குத் துளியும் குற்றவுணர்வு ஏற்படவில்லை. எனக்கு அவை மீண்டும் வேண்டும். நாம் நம் உறவை அடுத்த தளத்திற்கு எடுத்துச் செல்ல விரும்புகிறேன். புனிதக் காதல் தெய்வீகமான காதல் என்ற பொய்களை நான் விட்டொழிக்க விரும்புகிறேன்.

24ஆம் தேதி நான் வீட்டில் தனியாக இருப்பேன். ரமேஷ் ஒரு பயிற்சிக்காக ஹைதராபாத் செல்லவிருக்கிறார்.

அந்த இரவு நம் வாழ்நாள் முழுவதும் நினைத்துப் பார்ப்பதற்கான ஒன்றாக இருக்கும் என்று உனக்கு உறுதியளிக்கிறேன். ஒரு கணவன் தன் மனைவியிடம் எதிர்பார்க்கும் அனைத்தையும் உனக்குத் தருகிறேன். ஒரு மனைவி கணவனிடம் எதிர்பார்க்கும் அனைத்தையும் நீ எனக்குத் தா. அன்றிரவு நாம் நமக்கிடையில் இருக்கும் அனைத்துத் தடைக்கற்களையும் உடைப்போம். பாவமோ தீயச்செயலோ செய்ததாக எந்த பயமும் இருக்காது. அன்றைய இரவு நமது வாழ்க்கை குறித்த தீர்மானத்தை எடுக்கட்டும். நான் உனக்காகக் காத்திருப்பேன்.

என்றென்றும் உன்

சுமித்ரா

ஆரிஃபிற்கு அதிர்ச்சியாக இருந்தது. சுமித்ரா இதுபோல் எழுதுவாள் என்று அவன் எதிர்பார்க்கவில்லை. அவன் ஒருமுறை அத்துமீறியபொழுது அவள் எவ்வளவு வருந்தினாள் என்று அவனுக்கு நினைவிருந்தது.

சுமித்ராவின் அழைப்பு ஆரிஃபைத் தூண்டியது. அவளுடன் இருக்கப்போகும் மகிழ்ச்சியான தருணங்களை நினைத்துப்பார்த்தபொழுது அவன் உடலில் மகிழ்ச்சி ஊடுறுவியது. ஆனால் ஒரு நிமிடம் நிதானமாக யோசித்துப்பார்த்தான். இந்த ரகசிய உறவை இன்னும் எத்தனை நாட்களுக்கு அவன் உலகத்திடமிருந்து மறைக்க முடியும்?

இந்த உறவிலிருந்து வெளியேறி ஃபர்ஸானாவை திருமணம் செய்துகொள். இல்லையெனில் உன் வாழ்க்கை நாசமாகும். சுமித்ராவின் வாழ்க்கையும் பாழாகும், ஆரிஃப் நினைத்தான். தன்னுடைய வாழ்க்கை முழுவதும் ஒரு பாவப்பட்ட உறவில் கழிய அவன் விரும்பவில்லை.

‘தீர்ப்பு நாளில் ஒவ்வொரு மனிதனும் அவன் செய்த நல்லவை கெட்டவைகளுடன் எதிர்கொள்ளப்படுவார்கள். அதற்குத் தகுந்தாற்போல், அவர்கள் செல்ல வேண்டியது சொர்க்கமா நரகமா என்பது தீர்மானிக்கப்படும்,’ பாட்டியின் வார்த்தைகள் அவன் நினைவிற்கு வந்தன.

‘நான் ஒரு பாவியாக சாக விரும்பவில்லை.’ நடுத்தர வர்க்க இஸ்லாமிய வளர்ப்பு அவனை மீண்டும் மீண்டும் சோதித்து, தீய வழியில் செல்ல வேண்டாம் என்று அறிவுறுத்தியது. நஃப்ஸ்-எ-அம்மாராவிடம் சரணடைய வேண்டாம் என்றது.

சமன்புராவில் இருந்த பழைய மசூதியிலிருந்தும் ஹை மெடிகேர் ஆராய்ச்சி நிறுவனத்தின் உள்ளிருந்த மசூதியிலிருந்தும் மாலை தொழுகைக்கான அழைப்பு ஒலித்தது. ஹை நிறுவனத்தின் உள்ளிருந்த மசூதியில் தொழுகை செய்ய முடிவு செய்தான்.

அன்றிரவு முடிவெடுக்க முடியாமல் தவித்தான். சுமித்ராவின் கடிதத்தை சுக்குநூறாகக் கிழித்து சாக்கடையில் எறிந்தான். கழிவு நீர் அவற்றை அடித்துக்கொண்டுச் சென்றது. ஆனால் கடிதத்தில் இருந்த ஒவ்வொரு வார்த்தையும் அவன் மனதில் மேலெழும்பியது.

மறுநாள் காலை, சீக்கிரமாக எழுந்த ஆரிஃப் பழைய மசூதிக்குச் சென்று தொழுதான். மீண்டும் வீட்டிற்குத் திரும்புகையில் அவனுடைய எதிர்கலாம் குறித்து முடிவெடுத்தான். சுமித்ரா அவன் வாழ்க்கையிலிருந்து என்றென்றைக்குமாக விலகிச் செல்லவேண்டும். ஃபர்ஸானாதான் இனி அவன் எதிர்காலம். அப்பா கூறியதுபோல், பிபிஎஸ்சி பரீட்சை முடிவுகளுக்காகக் காத்திருக்கப்போகிறான். ஒருவேளை அது நடக்கவில்லையென்றால், இனயத் நகரில் அவனே சொந்தமாக பயிற்சி வகுப்புகள் தொடங்குவான்.

சுமித்ராவிடமிருந்து பிரிவது வலி மிகுந்ததுதான், ஆனால் அவன் அந்த வலியை ஏற்றுக்கொள்ளத் தயாராக இருந்தான்.

21

ஆரிஃப், பிபிஎஸ்சி தொடக்கத் தேர்வில் தேறவில்லை. எங்கு தவறியது என்று அவனுக்குத் தெரியவில்லை.

வராந்தாவில் அமர்ந்துகொண்டு செய்தித்தாளில் வெளியாகியிருந்த ரிசல்டை மீண்டும் மீண்டும் படித்தான், ஆனால் அவனுடைய பதிவு எண் இல்லை. பேப்பரை அருகிலிருந்த ஸ்டூலின் மீது வைத்துவிட்டு கால்களை நீட்டி உட்கார்ந்து கண்களை மூடிக்கொண்டான். கடந்த ஆறு மாத காலமாக அவனிடமிருந்த நம்பிக்கை சூரியனில் கரையும் பனித்துளியாகக் கரைந்தது. மறுபடியும் அவன் தனிமையாகவும், மனச்சோர்வாகவும் உணர்ந்தான். அவனுடைய மனதில் ஒரு வெறுமை பரவியது.

'அண்ணா!' ஹுமா அழைத்தாள்.

ஆரிஃப் கண்களைத் திறந்து மெல்லிய சோகம் இழையோட புன்னகைத்தான். அவள் கைகளில் ஒரு டீ கப் இருந்ததைப் பார்த்தான். அதை வாங்கிக்கொண்டு அதிலிருந்து ஓரிருவாய் அருந்திவிட்டு தன் முன்னால் இருந்த பிளாஸ்டிக் ஸ்டூல் மீது அதை வைத்தான். எதையோ நினைத்தவாறு பேப்பரை மீண்டும் எடுத்துப் படிக்கத் தொடங்கினான். கடைசி பக்கத்தில் வேறொரு பரீட்சையின் முடிவு வெளியாகியிருந்தது.

பிஹார் மாநில துணைச் சேவை தேர்வு வாரியம்

கீழ்நிலை உருது மொழிபெயர்ப்பாளர்களின் இறுதிப் பட்டியல்

(மதிப்பிற்குரிய உச்ச நீதிமன்றத்தின் உத்தரவுபடி தேர்வு செய்யப்பட்டு வெளியிடப்பட்டுள்ளது)

தலைப்பிற்குக் கீழ் வெற்றிபெற்றவர்களின் பெயர்களும் பதிவு எண்களும் கொடுக்கப்பட்டிருந்தன. வேகமாகத் துடிக்கும் இதயத்துடன் ஆட்காட்டி விரலை வைத்து ஒவ்வொரு பெயர்களாகப் பார்த்துக்கொண்டு வந்தான். ஆயிஷா பர்வீன், அப்துல் ஹமீத், அப்துல் ஹக் அன்சாரி, அதில் சித்திக், ஆரிஃப் கான்... ஆரிஃபின் பெயர் வரிசை எண் ஐந்தில் இருந்தது. அவன் உதடுகள் புன்னகையில் விரிந்தன. அவன் பேச முற்பட, குரல் அடைத்ததால் இருமத் தொடங்கினான். கொடியிலிருந்து துணிகளை எடுத்துக்கொண்டிருந்த ஹுமா திரும்பி தன் அண்ணனை ஆச்சரியமாகப் பார்த்துவிட்டு, உள்ளே ஓடிச்சென்று ஒரு கிளாஸ் தண்ணீர் கொண்டுவந்தாள்.

ஐந்து வருடங்கள் முன்பு, எலெக்ஷன் சமயத்தில் முதலமைச்சரின் சமூக ஒன்றிணைப்பு நிரலில் முஸ்லிம்-யாதவ் (MY) சமன்பாட்டில் இருக்கும் முஸ்லிம்களைத் திரட்டுவதற்காக உருது மொழிபெயர்ப்பாளர்களுக்கு புதிய வேலைவாய்ப்பு ஒன்றை அறிவித்திருந்தது.

பிரிவினைக்குப் பிறகு, உருது கிட்டத்தட்ட வடக்கு இந்திய முஸ்லிம்களின் மொழியாகிவிட்டது. பிஹாரில் இருந்த இளநிலைப் பட்டம் வாங்கிய வேலையற்ற முஸ்லிம் இளைஞர்கள் அனைவருமே வாரிய அலுவலகத்தில் தங்கள் விண்ணப்பத்துடன் வரிசையில் நின்றார்கள்.

ஐ.ஏ.எஸ் பரீட்சை தோல்வியடைந்திருந்த நேரம், அப்பா ஆரிஃபை நிர்பந்தித்து இந்த பரீட்சையை எழுத வைத்தார். தேர்வில் ஊழல் இருப்பதாகக் குற்றம் சாட்டி சில மாணவர்கள் பாட்னா உயர்நீதிமன்றத்தில் ரிட் மனு தாக்கல் செய்திருந்தபடியால் தேர்வு முடிவுகள் வெளியிடப்படாமல் இருந்தன. இறுதியாக, இத்தனை வருடங்களுக்குப் பிறகு, வழக்கு உச்ச நீதிமன்றத்தால் முடிவுக்குக் கொண்டுவரப்பட்டு முடிவுகள் வெளியிடப்பட்டிருந்தன.

ஐ.ஏ.எஸ் பதவியைத் தவிர வேறொன்றையும் ஆரிஃப் ஏற்றுக்கொண்டிராத காலம் ஒன்று இருந்தது. ஆனால் இன்று

நிலைமை மாறிவிட்டது. இந்தச் சிறிய வேலை கூட கடவுளின் கிருபையாகத் தோன்றியது. கடக்கும் காலத்தாலும் மாறும் சூழல்களாலும்தான் கனவுகள் எப்படியெல்லாம் மாறுகின்றன!

பல வருடங்கள் முன்பு ஆரிஃப் தான் எழுதிய கவிதையை நினைவுகூர்ந்தான்.

சாத்தியமான கனவு

நினைவுகளின் படகில்
கற்பனைகளின் கடலில்
எத்தனையோ வருடங்கள்முன்பு மூழ்கிய
என் கனவுகளைத் தேடிப் பயணிக்கிறேன்

நிச்சயமற்ற மேகங்கள்
சூறாவளியாகச் சுழலும் நம்பிக்கையின்மை
பய அலைகள் என்னை
மேற்கொண்டு போகவிடாமல் தடுக்கின்றன.

தைரியத்தின் துடுப்பு
என் கைகளிலிருந்து நழுவுகிறது
நம்பிக்கை என களங்கரை விளக்கின்
ஒளியை நான் காண்கிறேன்

அது ஒரு தீவின் கரை
ஆசைகளையும் விருப்பங்களையும் கொண்ட தீவு
கற்பனைகளின் மரங்களுடன் அடர்த்தியாய்
அதில் ஒரு காடு

இந்த விநோதத் தீவில்
இழந்த என் கனவுகள் கிடைக்காமல் போகலாம்
ஆனால் புதிய ஒரு கனவை கண்டடைய முடியும்
சிறிய ஆனால் சாத்தியமான ஒன்று

ஆரிஃப், சிறிய ஆனால் சாத்தியமான கனவு ஒன்றைக் கண்டடைந்தான். அந்த நல்ல செய்தியை அவன் குடும்பத்துடன் பகிர்ந்துகொண்டான்.

அப்பா அவனை அணைத்துக்கொண்டார். அம்மா, அல்லாவுக்கு நன்றிதெரிவிக்கும் வகையில் மண்டியிட்டு தொழுதாள். விநோதமாக, ஹுமா, பல காலங்களுக்குப் பிறகு அவள் அண்ணனுக்கு வாழ்த்து தெரிவித்தபொழுது சத்தமாகச் சிரித்தாள். அச்செய்தி இனயத் நகரை அடைய, ஹகிம் சாஹபும் அவரது மனைவியும் தொலைபேசியில் வாழ்த்துத் தெரிவித்து ஆசீர்வாதம் வழங்கினர். ஃபர்ஸானா அதிசுவையான சிக்கன் பிரியாணி செய்தாள். அவளும் அவனுக்கு வாழ்த்துத் தெரிவித்தாள் ஆனால் ஆரிஃப் அவள் குரல் உற்சாகமற்றிருந்ததைக் கவனித்தான்.

‘ஃபர்ஸானா கைல மந்திரக் கோல்தான் வெச்சிருக்கா,’ அம்மாவின் தட்டில் இன்னுமொரு கரண்டி பிரியாணியை ஃபர்ஸானா வைக்க, அம்மா இவ்வாறு கூறினாள். ‘ஆரிஃபோட அதிர்ஷ்ட தேவதை இவ. ‘நிச்சயம்’ நடந்த பதினைஞ்சு நாளுல ஆரிஃபுக்கு அரசாங்க வேலை கிடைச்சிடுச்சு.’

அப்பா புன்னகையுடன் கூறினார், ‘அல்லா கருணையானவர்.’

ஆரிஃப் அவனது மகிழ்ச்சியை சுமித்ராவிடம் பகிர நினைத்தான், ஆனால் தன்னைக் கட்டுப்படுத்திக்கொண்டு ஃபர்ஸானாவுடன் அவன் சிந்தனைகளை நிறுத்திக்கொண்டான்.

அடுத்த நாள் காலை முதல் வேலையாக சுமித்ராவிற்கு ஒரு கடிதம் எழுதி அதை அவள் கைகளில் கொடுக்க முடிவுசெய்தான்.

அன்புள்ள சுமித்ரா,

உனக்கு இந்தக் கடிதம் ஆச்சரியமளிக்கலாம். எனக்கும் இதை எழுதுவது வியப்பளிக்கிறது என்பதை நீ நம்ப வேண்டும். இந்த உறவு எனக்குத் தீராத துயரத்தைத் தந்திருக்கிறது. இது தொடர்ந்தால் உன் குடும்பத்தையும் இது பாதிக்கலாம். நம்மைப் பற்றி உன் பிள்ளைகளுக்குத் தெரியவந்தால் என்னவாகும் என்று நினைத்துப்பார். அவர்கள் எவ்வாறு வினையாற்றுவார்கள்? இதைச் சொல்வதற்காக மன்னிக்கவும், உன் கணவன் அதிர்ச்சியில் இறக்கக்கூடும். அவர் உன்னை எவ்வளவு நேசிக்கிறார் என்று நான் அறிவேன்.

24–ஆம் தேதி உன்னை சந்திக்க வேண்டாம் என்று முடிவெடுத்திருக்கிறேன். நான் என் கஸின் ஃபர்ஸானாவை திருமணம்

செய்யவிருக்கும் செய்தி உனக்கு உவப்பளிக்காது என்று எனக்குத் தெரியும். ஆனால் என் பெற்றோர்களை மகிழ்விக்க எனக்கு வேறு வழி தெரியவில்லை.

பிஹார் அரசாங்கத்தில் உருது மொழிபெயர்ப்பாளராக எனக்கு வேலை கிடைத்திருக்கும் செய்தி உன்னை நிச்சயம் மகிழ்விக்கும். இன்னும் சில தினங்களில் பாகல்பூர் செல்லவிருக்கிறேன். அதன் பின்பு நாம் ஒருவரையொருவர் இனி வாழ்நாளில் சந்திக்காமலே போகக்கூடும். நம்முடைய இந்தப் பிரிவு இருவருக்கும் நல்லது. என் குடும்பம் மொத்தமும் ஜமால்புராவிற்குச் செல்லவிருக்கிறது.

நான் உனக்காக சில சிறிய பரிசுகளை வாங்கியிருக்கிறேன். உனக்கு அவை பிடிக்கும் என்று நம்புகிறேன். ஒரு சிறிய கொலுசு, அதன் கொஞ்சும் ஒலியைக் கேட்க நான் அங்கு இருக்கப்போவதில்லை. ஒரு சிறிய மூக்குத்தி. மூக்குத்தியில் உன் அழகு மேலும் ஒளிரும்.

இந்தக் கடிதம் மூலம் நான் உன்னைக் காயப்படுத்தியிருந்தால் என்னை மன்னித்துவிடு. நான் உனக்குக் கடமைப்பட்டிருக்கிறேன். அதை ஒரு நாளும் என்னால் திரும்பத் தரவியலாது.

உன் இழப்பால் வாடும்

என்றென்றும் உன்

ஆரிஃப்

★★★

தன்னுடைய அனைத்து சான்றிதழ்களையும் நகலெடுத்து கெஸெடட் அதிகாரியிடம் கையொப்பம் வாங்க பிஹார் மிலிட்டரி போலீஸ் காலனிக்கு ஆரிஃப் வந்தான். பாகல்பூரில் வேலைக்குச் சேரும் தினம் இவையனைத்தும் கடிதத்துடன் இணைக்கப்படவேண்டும். ஆரிஃப் திரும்பி வந்தபொழுது ஃபர்ஸானா வீட்டில் தனியாக இருந்தாள். அப்பாவுடன் அம்மாவும் ஹுமாவும் ஆஸ்பத்திரி சென்றிருப்பதாகத் தெரிவித்தாள். இன்னும் சில தினங்களில் ஜமால்புராவிற்குச் செல்வதற்கு முன் கடைசி செக்கப் செய்யவேண்டியிருந்தது.

அதற்கு முந்தைய வாரம் அப்பா, ஜமால்புராவில் காற்றோட்டமான இரண்டடுக்கு வீடு இருக்கையில் இனி பாட்னாவில் எலிப்பொந்தில் வாழ்வதில் எந்தப் பயனும் இல்லையென்று முடிவெடுத்தார். ஜமால்புராவிற்குச் சென்றுவிட்டால் மாதம் இரண்டாயிரம் வாடகைப் பணமும்

மிச்சமாகும். ஹுமாவின் திருமணமும் நிச்சயமாகியது. விவசாய நிலத்திலிருந்து ஒரு பகுதியை வரதட்சணைக்காக விற்க அப்பா முடிவு செய்தார். ஜமால்புராவிற்குச் சென்றவுடன் ஒரு நல்ல வரனை அப்பா பார்க்கத் தொடங்கிவிடுவார். ஆரிஃபாலும் அந்த வருடம் ஏதாவது பணம் சேமிக்க முடியும்.

கடந்த பதினெட்டு வருடங்களைக் கழித்த பாட்னா நகரத்தின் கடைசி நாள் வெகுதூரத்தில் இல்லை. வராந்தாவில் நின்றுகொண்டு ஆரிஃப் நினைத்தான். இந்த நகரத்திலிருந்து விலகிப் போவதை நினைக்க வலி அதிகமாகியது. சுமித்ராவிடமிருந்து விலகிப் போவதை நினைக்க வலி அதிகமாகியது.

பாட்டியையும் ஜாகிரையும்கூட நினைத்துப் பார்த்தான். அவனுக்கு அது வருத்தமளித்தது. கடந்தகால கசப்பான அனுபவங்களை எல்லாம் பின்னுக்குத் தள்ளி தனக்கும் ஃபர்ஸானாவிற்கும் நடக்கவிருந்த திருமணத்தைக் குறித்து யோசிக்க முயற்சித்தான்.

ஃபர்ஸானா அறைக்குள் பழைய இதழ் *கிருஹ் ஷோபா*-வை வைத்துக்கொண்டு அமர்ந்திருந்தாள். அவள் துப்பட்டா நழுவியிருக்க, ஆரிஃபிற்கு அவளது மார்புப் பிளவு தெரிந்தது. தன் வாழ்க்கையில் முதன் முறையாக அவனுக்கு ஃபர்ஸானா மீது ஆசை வந்தது. ஃபர்ஸானா பத்திரிகையிலிருந்து தலை நிமிர்த்திப் பார்க்க, ஆரிஃப் வெட்கத்தில் தன் கண்களை வேறு திசையில் செலுத்தினான்.

இரண்டு பேண்டுகளும் ஒரு சட்டையும் வாங்க வேண்டியிருந்தது நினைவிற்கு வர வெளியே கிளம்புவதற்காக எழுந்தான்.

‘நான் ராஜா பஜாருக்குப் போறேன். கிச்சனுக்கு ஏதாவது வேணும்னா சொல்லு.’ ஆரிஃப் கேட்டான்.

‘இல்ல அண்ணா,’ அவனைப் பார்க்காமலேயே பதில் கூறினாள்.

மதராஸா ரோட்டிற்குச் செல்லக்கூடிய பின் தெருவில் நடந்து கிட்டத்தட்ட மகத் விக்ரம்ஷீலா குடியிருப்புகளை அடைந்துவிட்ட தருணத்தில்தான் அவனுக்கு தன் பர்ஸ் இல்லாதது தெரிந்தது. வீட்டில் மறந்து விட்டிருக்க வேண்டும் என்று தனக்குள் கூறிக்கொண்டே திரும்பி நடந்தான். கதவு திறந்து கிடக்க வராந்தாவிலோ பக்கத்து அறையிலோ யாரும் இல்லை. ரூமிற்குள் செல்ல கட்டில் மீது தன் பர்ஸ் இருந்ததை ஆரிஃப் பார்த்தான். பக்கத்து அறையில் யாரோ அழும் சத்தமும்,

தொடர்ந்து கிசுகிசுப்பாகப் பேசுவதும் கேட்டது. ஃபர்ஸானா யாருடனோ கைப்பேசியில் பேசிக்கொண்டிருந்தாள்.

'உங்களுக்குப் புரியல. எல்லாரும் சந்தோஷமா இருக்காங்க. ஆரிஃப் அண்ணாவ கல்யாணம் பண்ணிக்க விருப்பம் இல்லனு சொல்ல முடியாது. எப்படி நான் அத சொல்லுவேன்?'

எதிர் முனையில் இருந்தவர் ஏதோ பேச இந்தப் பக்கம் சிறு இடைவெளி.

'அவருக்கு ஆரிஃப் அண்ணா மேல ரொம்ப மரியாதையாம். அவரோட சந்தோஷத்துல குறுக்கிட விரும்பலையாம்.' ஃபர்ஸானா மீண்டும் அழ ஆரம்பித்தாள். 'எனக்கு ஆரிஃப் அண்ணாவ கல்யாணம் பண்ணிக்கிட்டு வாழறத தவிர வேற வழி தெரியல. வாழ்நாளைக்கும் நான் இப்படி துன்பத்துலயே இருந்திடறேன்.'

திடீரென்று தன்னை ஏதோ இடி தாக்கியதுபோல் உணர்ந்தான் ஆரிஃப். வராந்தாவிற்குத் திரும்பிச் சென்று கட்டிலின் முனையில் உட்கார்ந்தபடி தலையில் கைவைத்துக்கொண்டான்.

'எனக்கு ஏன் இப்படி நடக்குது?' வானத்தைப் பார்த்துக்கொண்டே முனுமுனுத்தான். 'வாழ்க்கையோட எப்ப சமாதானமா போக நினைச்சாலும் புதுசா ஏதாவது பிரச்சனைய கொண்டுவந்து என்ன திரும்பவும் துன்பத்துலயே தள்ளிடுதே.' ஃபர்ஸானா யாருக்கும் தெரியாமல் அவனைக் காதலித்ததாகவும், அவளைத் திருமணம் செய்துகொள்வதன்மூலம் அவளுக்கு நல்லது செய்வதாகவும் நினைத்திருந்தான் ஆரிஃப்.

ஆனால், ஃபர்ஸானா சொன்ன அந்த 'அவன்' யார்? ஃபர்ஸானாவின் காதலன் யாரென்று தெரிந்துகொள்ள ஆர்வம் கொண்டான்.

இருட்டாகிக்கொண்டிருந்தது. ஆரிஃப் சாலையில் இறங்கி நடக்க கொசுக்கள் காற்றில் ரீங்காரமிட்டுக்கொண்டிருந்தன. மணிக்கணக்காக எதை நோக்கி நடக்கிறோம் என்று தெரியாமல் நடந்துகொண்டிருந்தான். பின்பு அவன் கண் முன்பு அந்த அரச மரம் தெரிந்தது. அவனுடைய கனவுகளுக்கு, அவன் சுமித்ராவுடன் காதலில் விழுந்ததற்கு, அவன் வாழ்க்கையில் தோற்று நிற்பதற்கு என்று எல்லாவற்றுக்கும் சாட்சியாய் நின்றுகொண்டிருக்கிறது இந்த போதி மரம். இரண்டாயிரத்து ஐநூறு வருடங்களுக்கு முன்பு சித்தார்த்த கௌதமன் ஞானம் பெற்றான். இந்தப் புனித மர நிழலின் அடியில் ஆரிஃபும்

தன் வாழ்க்கைப் புதிருக்கான விடையைக் கண்டடைவானா? வெற்றுப் புன்னகையில் அவன் உதடுகள் விரிந்தன.

வீட்டில், அப்பா டாக்டரிடமிருந்து திரும்பி வந்திருந்தார். டாக்டர் அப்பாவிற்கு இனி ஒன்றுமில்லை என்று சொல்லியது ஆறுதலாக இருந்தது.

★★★

பாட்னாவிலிருந்து இனயத் நகருக்கு நேரடியாக ரயில் கிடையாது. மேலும் பஸ் பயணம் மிகுந்த களைப்பாக இருக்கும். அடுத்தநாள் காலை ஆரிஃபின் குடும்பத்தை பக்கத்து டவுனான ஹஜிபூருக்கு ஏற்றிச் செல்ல ஓர் ஆட்டோ ரிக்‌ஷா ஏற்பாடு செய்யப்பட்டிருந்தது. அங்கிருந்து அவர்கள் இனயத் நகர் செல்லும் ரயிலைப் பிடிக்க வேண்டும். பயணச் சாமான்கள் மற்ற வீட்டுப் பொருட்கள் எல்லாம் ஏற்கெனவே சிறிய டிரக் ஒன்றில் அனுப்பப்பட்டுவிட்டன. அப்பா டிரைவருக்கு அருகில் இருந்த இடத்தில் அமர்ந்துகொண்டார். பின் பக்கம், அம்மா, ஹுமா மற்றும் ஃபர்ஸானா அமர்ந்திருந்தனர். ஆரிஃப், ஃபர்ஸானாவின் கண்கள் வீங்கியிருந்ததைப் பார்த்து இரவெல்லாம் அழுதிருக்க வேண்டும் என்று நினைத்துக்கொண்டான்.

அப்பாவிற்கு திருப்தியாக இருந்தது.

ஆரிஃப் ஆட்டோரிக்‌ஷாவின் அருகில் வர, அப்பா அவரது பாக்கெட்டிலிருந்து போனை எடுத்து அவன் கைகளில் வைத்தார்.

'அப்பா, வீட்டுல ஒரு போன் இருக்கனும். எனக்கு இந்த மொபைல் போன் வேணாம். ஏதாவதுன்னா என் ஆஃபீஸுக்கு போன் பண்ணுங்க,' ஆரிஃப் கூறினான்.

'ஜமால்புரால எந்த நெட்வொர்க்கும் கிடைக்காது. இது அங்க இருந்து எந்த பிரயோஜனமும் இல்ல,' அப்பா புன்னகைத்தார். மேலும், 'இதுதான் முதல் தடவ நீ வீட்ட விட்டு தனியா போற. உன்ன நல்லா பாத்துக்கோ. ஹான்! பாகல்பூருக்கு போன உடனே எனக்கு கால் பண்ணு. ஹகிம் சாஹப் நம்பருக்கு கால் பண்ணு. இனயத் நகர்லதான் அடுத்த நாலஞ்சு நாளைக்கு இருப்போம்.'

'சரிங்க அப்பா.'

'பவ்வா, நான் உனக்காக வீட்டுல செஞ்ச கொஞ்சம் ஸ்வீட்டும் காரமும் கட்டி வெச்சிருக்கேன்,' அம்மா கூறினாள்.

வீட்டின் உரிமையாளர், நீர்ப்பாசனத் துறையிலிருந்து ஓய்வுபெற்ற கனிவுமுகம் கொண்ட ஷபீர் அலி மற்றும் அப்பாவின் முன்னாள் சக உத்தியோகஸ்தர் ஜமீல் கான் இருவரும் அவர்களை வழியனுப்ப அங்கு வந்திருந்தனர்.

'ரஷீத் பாய், என்னோட இந்த சின்ன வீட்டுல தங்கியிருந்த காலத்துல உங்களுக்கு ஏதாவது சிரமம் ஏற்பட்டிருந்தா அதுக்கு என்ன மன்னிக்கனும்,' அப்பாவின் கையைக் குலுக்கியவாறு ஷபீர் அலி கூறினார்.

'எஞ்சினீயர் சார், நீங்க ரொம்ப நல்ல மனுஷர். உங்க வீட்டுல தங்கின இந்த காலத்த எப்பவும் நாங்க சந்தோஷமா நினைச்சுப் பாப்போம்.'

'நன்றி! ரொம்ப நன்றி!' ஷபீர் அலி கூறினார்.

'அப்புறம், ஆரிஃப் வேலைல சேர நாளைக்கு ஈவினிங் பாகல்பூர் கிளம்பிடுவான். அப்ப உங்களுக்கு வீட்டு சாவி கிடைச்சிடும்.'

'ஒன்னும் பிரச்சனையில்ல ரஷீத் பாய்,' ஷபீர் அலி பதிலுரைத்தார்.

அப்பா தன் கைக்கடிகாரத்தைப் பார்த்துவிட்டு கூறினார், 'ஹஜிபூர்லேருந்து இனயத் நகருக்கு ட்ரெயின் பதினோரு மணிக்குக் கிளம்பிடும். நாங்க இப்பவே கிளம்பனும். காந்தி சேது பிரிட்ஜுல ட்ராஃபிக் எப்படினு உங்களுக்கே தெரியும்.' மீண்டும் ஒருமுறை அப்பா ஷபீர் அலி மற்றும் ஜமீல் கானுடன் கைகுலுக்கினார்.

'ஃபை அமானுல்லாஹ்,' ஷபீர் அலி கூறினார்.

'குதா ஹஃபீஸ்,' ஜமீல் கான் சொன்னார்.

அப்பாவும், 'குதா ஹஃபீஸ்,' என்றார்.

ஆட்டோ முன்னோக்கி வேகமாகச் சென்று தெருவிலிருந்து மறைந்த பின்னும் ஆரிஃப் அங்கேயே இன்னும் கொஞ்ச நேரம் நின்றவாறு சாலையையே தீவிரமாகப் பார்த்துக்கொண்டிருந்தான். எதையோ தொலைத்துவிட்டுத் தேடுபவன்போல. தொலைந்த மகிழ்ச்சியைத் தேடுகிறானா? சோக அலை அவனைத் தாக்கியது.

தன் அறையின் தனிமைக்குத் திரும்பி வந்தவன் ஒரு பயணப் பையில் தன் பொருட்களைக் கட்ட ஆரம்பித்தான். பழைய டைரி ஒன்றை எடுக்க அதிலிருந்து கருப்பு-வெள்ளை புகைப்படம் ஒன்று நழுவியது. ஆரிஃபும் ஜாகிரும் சிறுவர்களாக இருந்தபோது

எடுக்கப்பட்டது. ஆரிஃபிற்கு பத்து வயது, ஜாகிருக்கு ஒன்பது. மொஹரம் முடிந்து பத்தாவது நாள் நாஸோ மாமாவால் எடுக்கப்பட்டது. புகைப்படம் கருப்பு-வெள்ளையில் இருந்தாலும் தான் அன்று சிவப்பு நிற உடையும் ஜாகிர் பச்சை நிற உடையும் அணிந்திருந்தது இன்னும் தெளிவாக அவனுக்கு நினைவிருந்தது.

தம்பியின் கையைப் பிடித்துக்கொண்டு, ஊருக்கு வெளியே திறந்த வெளியில் ஹஸ்ரத் ஹுஸைனின் வீர மரணத்தை நினைவுகூறும் வகையில் அவரது நினைவுக்கூடமாக அறியப்படும் டஸியாக்கள் அருகிலிருந்த நான்கு கிராமங்களிலிருந்து கொண்டுவந்து வைக்கப்பட்ட கர்பாலாவை நோக்கிச் சென்றான். கர்பாலாவிற்கு அவர்களாகச் செல்ல அனுமதியில்லாததால் அம்மாவிடம் பெரியப்பாவுடன் போவதாகப் பொய்யுரைத்தான். கர்பாலா கூட்டமாக இருந்ததால் தன் தம்பியின் கையைப் பிடித்தவாறு சற்றுத் தள்ளி நின்றுகொண்டான். இஸ்லாமியர்கள் கத்தியுடனும், கோடாரியுடனும், வாட்களுடனும் ராகமாக ஒப்பாரி வைத்தபடி அல்லா ஹு அக்பர் என்றும் யா ஹுஸைன் யா ஹுஸைன் என்றும் கத்தியதைப் பார்த்தான்.

ஜமால்புரா மற்றும் ஷம்ஷத் நகர் இரண்டிற்கும் இடையே கலவரம் ஏற்பட்டது. இரண்டு பக்கமும் ஒருவர் மீது ஒருவர் கற்களையும் செங்கற்களையும் எரியத் தொடங்கினர். மக்கள் அங்கும் இங்குமாக பீதியில் ஓடத்தொடங்கினர். கர்பாலாவிற்கு அருகிலிருந்த மாம்பழத் தோட்டத்தை நோக்கி ஆரிஃபும் ஓடினான். பின்புதான் ஜாகிர் தன்னுடன் இல்லை என்று அவனுக்குத் தெரிந்தது. பீதியில் தன் தம்பியின் பெயரைக் கத்தக் கத்த அவனிடமிருந்து பதிலில்லை. சுற்றிமுற்றிப் பார்த்தும் அவன் பார்வையில் எங்கும் தட்டுப்படவில்லை.

ஒரு மணி நேரம் கழித்து போலீஸ் தலையிட்டு, கலவரம் செய்த கும்பலை விரட்டி அடித்தது. கர்பாலாவின் மூலையில் நின்றுகொண்டு ஆரிஃப் அழுதுகொண்டே தீவிரமாகத் தன் தம்பி ஜாகிரைத் தேடினான். அருகிலிருந்த போலீஸ்காரர் ஒருவர் அவனைத் திட்டிவிட்டு வீட்டிற்குப் போகச்சொன்னார். புனித குரானிலிருந்து ஓதியபடி அழுதுகொண்டே திரும்பி நடக்க ஆரம்பித்தான் ஆரிஃப். தன் தம்பி திரும்ப கிடைத்தால் சிறப்புத் தொழுகை செய்வதாக வேண்டிக்கொண்டான். ஒரு நிமிடம்கூட கடந்திருக்கவில்லை, மாம்பழத் தோட்டத்துக்குள்ளிருந்த மூங்கில் தோப்பிற்குப் பின்னாலிருந்து ஜாகிர் வெளியே வந்தான். அவன் தன் தம்பியை அணைத்துக்கொண்டு வீறிட்டு அழுதான். சத்தமாக

அல்லா என்ற கருணைமிகுந்தவருக்கு நன்றி சொல்லியவாறு பிரார்த்தித்தான்.

தன் தம்பியைத் தழுவியவாறு ஒன்றும் பேசாமல் அழுத நொடியை ஆரிஃப் நினைவுகூர்ந்தான்.

குழம்பிய ஜாகிர் அவனிடம் கேட்டான், 'என்னாச்சு அண்ணா?'

ஜாகிரின் வார்த்தைகளை அன்றிலிருந்து ஆரிஃப் கேட்கிறான். இன்றும் பிரார்த்தித்தவாறு தன் தம்பி எங்கிருந்தோ தன் கண்முன் தோன்றுவான் என்று நம்பினான். திரும்பவும் அவனை அணைத்துக்கொண்டு நெஞ்சு நிறைய அழ விரும்பினான்.

★ ★ ★

அடுத்த நாள் மாலை ஆரிஃப் பாகல்பூருக்குக் கிளம்பும் நேரம் புயல் ஒன்று பாட்னாவைத் தாக்கியது. நிலத்திலிருந்து புழுதி பறந்து காற்றில் அலைந்துகொண்டிருந்தது. பின்பு சிறிய மழை ஒன்று வானத்தைக் கழுவி சுத்தமாக்கியது. ஆரிஃப், ரயில் நிலையம் செல்வதற்காகத் தன் அறையிலிருந்து வெளியே வர, வானிலை இனிமையாகவும் குளிர் காற்று தொடர்ந்து வீசியபடியும் இருந்தது. ஆனால் அவை எதுவும் அவனை மகிழ்விக்கவில்லை. அவன் முகம் முழுவதும் சோகம் படர்ந்திருந்தது.

ஆரிஃப் தன் தம்பி ஜாகிரைக் குறித்து மீண்டும் நினைத்துப் பார்த்தான். வட்டமான ஆனால் அழுத்தமான முகம், செதுக்கியது போன்ற தாடை, அகண்ட தோள்களை முத்தமிடும் சுருண்ட கேசம் இவையெல்லாம் அவன் நினைவிற்கு வந்தன. தன் உதடு துடிக்க, கண்ணீர் சூடாகக் கன்னத்தில் இறங்க ஆரிஃப் பெருமூச்சுவிட்டான். வெள்ளைக் கைக்குட்டையில் கண்ணீரைத் துடைத்துக்கொண்டு வீட்டு உரிமையாளரிடம் சாவியைத் திருப்பித் தருவதற்காகச் சென்றான்.

அவர் இரவு தொழுகைக்காக மசூதிக்குச் சென்றிருந்தார். தெருவில் நின்றுகொண்டு இன்னும் இரண்டு பையன்களுடன் சேர்ந்து வம்பு பேசிக்கொண்டிருந்த அவரது மகனிடம் சாவியைக் கொடுத்தான் ஆரிஃப். சாவியை வாங்கி பாக்கெட்டில் போட்டுக்கொண்டு ஆரிஃபைக் கண்டுகொள்ளாமல் மீண்டும் வம்பளக்கத் தொடங்கினான் அவன்.

பாட்னா ரயில் நிலையத்திற்கு ராஜா பஜாருக்குச் சென்று ஆட்டோ பிடிக்க நினைத்த ஆரிஃப், ஷாமியானா போடப்பட்டிருந்த மகத் விக்ரம்ஷீலா குடியிருப்பில் நின்றான். விதானத்தின் இரண்டு ஓரங்களிலும் இரண்டு ஹாலோஜன் விளக்குகள் ஒளிர்ந்தன. ஆண்களும் பெண்களுமாக நூற்றுக்கும் மேற்பட்ட நாற்காலிகளில் அமர்ந்திருந்தனர். விதானத்தின் முடிவில், மேடை அமைக்கப்பட்டு பச்சை நிற கம்பளம் விரிக்கப்பட்டிருந்தது. பாட்னாவின் புகழ்பெற்ற அறுவை சிகிச்சை நிபுணரான டாக்டர் அப்துல் ஹாய் மேடையில் ஒலிவாங்கியுடன் நின்றிருந்தார்.

'நம் சமுதாயத்திற்கு பெருமை சேர்த்திருக்கும் ஷாஹ்லா கானை கௌரவிக்க நாம் இங்கு குழுமியிருக்கிறோம்...'

சமன்புரா மற்றும் ராஜா பஜாரிலிருந்த இஸ்லாமியர்கள் ஷாஹ்லா கானை கௌரவிக்க இந்த நிகழ்வை ஏற்பாடு செய்திருந்தார்கள் என்பதை ஆரிஃப் அறிந்திருந்தான். அவளும் அதே குடியிருப்பில் தான் வாழ்ந்து வந்தாள். அந்த வருட சிவில் சர்வீஸ் பரீட்சையில் முதலாவதாக வந்திருந்தாள். ஐ.ஏ.எஸ்-ஸில் முதலாவதாக வந்த ஓர் இஸ்லாமியப் பெண். ஷாஹ்லா, மேடையில் ஒரு சேரில் கடல் பச்சை நிற சுடிதார் அணிந்து முகத்தில் சாதித்த திருப்தியுடன் அமர்ந்திருந்தாள். ஆரிஃப் தன்னுடைய ஐ.ஏ.எஸ் கனவுகளைக் குறித்து நினைத்துப் பார்த்தபொழுது, அவனது இதயத்தில் ஒரு வலியை உணர்ந்தான். அவளது இடத்தில் தான் இருந்திருந்தால் எப்படி இருந்திருக்கும் என்று நினைத்துப்பார்த்தான். அவனால் அங்கு நீண்ட நேரம் நிற்க முடியவில்லை. ஒலிபெருக்கியிலிருந்து வந்த ஒவ்வொரு வார்த்தையும் அவனது தோல்வியைக் கிண்டல் செய்வதுபோல் இருந்தது.

22

பாட்னா ஜங்ஷனின் கழிவறையிலிருந்த கண்ணாடியில் ஆரிஃப் தன்னைப் பார்க்க, யாரோ ஒரு புதியவனை எதிரில் பார்த்ததுபோல் இருந்தது. வீங்கிய கண்கள், வழுக்கை விழுந்த முன்னந்தலை அவனை வயதானவன்போல் காண்பித்ததோடல்லாமல் அவன் அணிந்திருந்த பழைய தொள தொள ஜீன்ஸும் முழுக்கை நீலச்சட்டையும் பார்க்க சகிக்கவில்லை என்று நினைத்தான். எந்தவித உணர்வையும் வெளிக்காட்டாமல், தன்னையே மீண்டும் வெறிக்கத் தொடங்கினான்.

பிளாட்ஃபார்ம் எண் 1-ற்கு மீண்டும் வந்து, தன் பையை தரையில் வைத்துவிட்டு, ஒரு பெருமூச்சுடன் தூசு படிந்திருந்த ஸ்டீல் பெஞ்சில் அமர்ந்தான். அதில் சாய்ந்துகொண்டு கண்களை மூடியவன் தன் பால்ய காலத்திற்குத் திரும்பச் சென்றான். பதிமூன்று வயதான ஆரிஃப், ஜமால்புரா பரம்பரை வீட்டில் நுழைவாயிலில் வராந்தாவில் அமர்ந்திருக்கிறான். பாட்டி தாழ்ந்த மர ஸ்டூலில் அமர்ந்திருக்கிறாள், அற்புதமான கதை ஒன்றை சொல்லத் தயாராக. அவளுக்கு அருகில் ஜாகிர் எதிர்பார்ப்புடன் நின்றிருக்கிறான்.

திடீரென்று ஓர் இடிச்சத்தம் ஆரிஃபை திடுக்கிட வைத்தது.

ரயில் நிலையத்தில் மின்சாரம் உடனே துண்டிக்கப்பட்டது. தன் பயணப்பையை இருளில் தட்டுத் தடுமாறித் தேடினான் ஆரிஃப். இந்த

நகரத்தில் பிக்பாக்கெட் அடிப்பவர்களும், திருடர்களும் மற்றவர்களின் பொருளை எப்பொழுது பறித்துக்கொண்டு ஓடுவார்கள் என்று யாருக்கும் தெரியாது.

கடந்த இரண்டு நாட்களில் நடந்த சம்பவங்கள் அவனை நிலைகுலையச் செய்திருந்தன. ஃபர்ஸானாவின் போன் பேச்சு அவனைக் குழப்பியிருந்தது. சுமித்ராவின் அழைப்பு அவனைத் தூண்டியது. அப்பாவின் நம்பிக்கை கிடைத்ததை அமைதியுடன் ஏற்றுக்கொள்ள அவனை நிர்பந்தித்தது.

ஆரிஃப், தன் மூளை இறகைப் போல் மென்மையாக ஆனதாக உணர்ந்தான்.

அவன் பையில் அமர்ந்த நெருப்புப்பூச்சி ஒன்று அவன் கவனத்தை சிதறடித்தது. அது பறந்து அவன் தோள்களில் அமர, வாழ்க்கை அவனை கேலிசெய்வதைக் குறித்து அவனுக்கு அது ஆறுதலளிப்பதுபோல் இருந்தது. ஒரு நொடி நன்றாக உணர்ந்தான். மின்சாரம் திரும்ப வர, நெருப்புப்பூச்சியின் ஒளி மறைந்துவிட, அவன் மீண்டும் சோகமானான்.

பெஞ்சில் கால்களை நீட்டிப் படுத்துக்கொண்டு, தலைக்கு அருகில் பையை வைத்துக்கொண்டான். இதமான குளிர் காற்று அவனை உறக்கத்திற்கு இட்டுச் சென்றது.

சுமித்ரா நிர்வாணமாக இருந்தாள். கழுத்தில் தாலி, கண்களில் மை, உதட்டில் சிவப்புப் பூச்சு, இடுப்பில் கருப்புக் கயிறு இவற்றைத் தவிர அவள் உடலில் வேறெதுவுமில்லை. புதிதாக நீர்ப்பாய்ச்சப்பட்ட நெல் வயல்களுக்கு நடுவில், இளங்கன்றுகள் நீரில் மூழ்கியிருக்க, சுமித்ரா நடந்துகொண்டிருந்தாள். வயலின் சேற்றில் அவள் பாதங்கள் பதிந்து சுவடுகளை உருவாக்கியது.

முகமூடி அணிந்து, நிறைய ரோமங்களைக் கொண்டு, மார்பில் துணியற்று, இடுப்பில் சிவப்புக் கோவனம் அணிந்திருந்தவன் எங்கிருந்தோ தோன்றினான். அவன் சுமித்ராவின் கையைப் பிடித்திழுத்துக்கொண்டு போனான். சுமித்ரா மற்றொரு கையை நீட்டி ஆரிஃபை அழைத்தாள். ஆரிஃப் அவர்களிடம் ஓடிச்சென்று முகமூடி மனிதனை நிறுத்த நினைத்தான். ஆனால் அவன் பலமானவனாக இருந்தான். அவன் ஆரிஃபை தரையில் தள்ள ஆரிஃபிற்கு தன் தலையில் தாங்க முடியாத வலி ஏற்பட்டது.

ஆரிஃப் கண் விழிக்க, பிளாட்ஃபார்மின் சிமெண்ட் தரையில் தான் இருப்பதைக் கண்டான். அவனுக்குத் தலை சுற்றியது.

தலையைப் பிடித்துக்கொண்டு பெஞ்சின் நுனியில் அமர்ந்தவாறு தான் கண்ட கனவு என்னவிதமானது என்று வியந்தான்.

க்வாப்-இ-ரஹ்மானி, தெய்வீகக் கனவா?

க்வாப்-இ-ஷைதானி, துர் கனவா?

அல்லது

க்வாப்-இ-ஜெஹானி, உளவியல் கனவா?

எதுவாக இருந்தாலும், கனவின் தாக்கம் அவனுக்கு சுமித்ரா மீதான மோகத்தைத் தூண்டியது. அவளை இறுக்கி அணைத்து, அவள் உடைகளைக் கிழித்து, கட்டிலில் எறிந்து, சோர்ந்துபோகும்வரை அவளுடன் உடலுறவு கொள்ள விரும்பினான்.

சுமித்ராவிடம் திரும்பச் செல்ல வேண்டுமா? இதைக் குறித்து யோசித்துக்கொண்டிருக்கையில், நல்லதுக்கும் கெட்டதுக்கும் இடையில் ஒன்றைத் தேர்ந்தெடுக்க வேண்டிய மனிதனைக் குறித்த கலீபின் கவிதை ஒன்று அவன் நினைவில் மேலெழும்பியது.

> *நம்பிக்கை என்னைத் தடுத்து நிறுத்துகிறது, ஆசைகள் என்னை கவர்ந்திழுக்கின்றன*
>
> *புனித கபா என் பின்னிற்க என் முன்னால் இருப்பவைகளோ சிலைகள்தான்*

அப்பாவிடம் எனக்குத் திருமணத்தில் விருப்பமில்லை என்று தெரிவிக்க வேண்டுமா? அல்லது, அவரிடம் எனக்கு ஃபர்ஸானாவைத் திருமணம் செய்ய விருப்பமில்லை ஏனெனில் அவளுக்கு என்னைத் திருமணம் செய்ய விருப்பமில்லை என்று சொல்ல வேண்டுமா? அல்லது ஃபர்ஸானாவைத் திருமணம் செய்துகொண்டு எதுவும் தெரியாததுபோல் இருக்க வேண்டுமா?

மூன்று தேர்வுகளும் கடினமாகத்தான இருந்தன, ஆனால் அதில் ஒன்றை அவன் தேர்ந்தெடுத்தாக வேண்டும். சிவில் சர்வீஸ் தேர்வுகளில் வருவதுபோல் ‘இவை எதுவும் இல்லை’ என்ற பதிலைத் தரும் வசதி இல்லை.

என்ன செய்வதென்று தெரியாமல், ஆரிஃப் கை முட்டிகளில் சொடுக்கு எடுத்தான். திடீரென்று தன் பையை எடுத்துக்கொண்டு

ஜங்ஷனிலிருந்து வெளியேறினான். வெளியில் காற்று குளிர்ச்சியுடன் வீசியது. நகரமே இருளில் இருக்க, தெரு விளக்குகளுக்கு அருகில் மட்டும் புள்ளி வெளிச்சம் தெரிந்தது.

தன் மொபைலைப் பார்த்தான். பனிரெண்டே கால் ஆகியிருந்தது. சுமித்ராவின் எண்ணை அழைக்க ஆவல் கொண்டான், ஆனால் அழைக்கவில்லை. ஹனுமன் கோயிலையும், பார்வைக்கு வைக்கப்பட்டிருந்த ரயில் இஞ்சினையும் கடந்து, சாலையைக் கடந்து ஆட்டோ நிறுத்தத்தை அடைந்தான். பிஹாரின் புதிய முதலமைச்சர் நிதிஷ் குமாரின் பெரிய கட்-அவுட்டிற்குக் கீழ் மூன்று ஆட்டோக்கள் நின்றுகொண்டிருந்தன. முதல் ஆட்டோவில் ஏறினான்.

'தொன்னூறு ரூபா,' ஆட்டோக்காரன் சொன்னான். அதிகம் கேட்கிறான் என்று தெரிந்தும் ஆரிஃப் சம்மதித்தான். பேரம் பேசி நேரத்தை வீணடிக்க அவன் விரும்பவில்லை.

திடீரென்று ஃபர்ஸானாவின் நினைவு வர, உள்ளுக்குள் அவனுக்கு ஆத்திரம் பொங்கியது.

தன் சஞ்சலத்தைப் போக்கிகொள்ள சுமித்ராவை நினைத்துக்கொண்டான். அவளை முதன் முதலில் சந்தித்த நாளை நினைத்துப் பார்த்தான். அவளுடன் ரயிலில் கழித்த இரவை நினைத்துப் பார்த்தான். விரைவிலேயே அவன் காதல், ஆசை, ஏக்கம் என்றச் சுழலுக்குள் சிக்கிக்கொண்டான். கண்களை மூடி, சுமித்ரா, கருப்பு உடையணிந்து, அழகான நகைகளை அணிந்து, அவளுக்கு விருப்பமான உருது கவிஞர் கலீபின் கவிதையை வாசிப்பதாக கற்பனை செய்தான்.

சுமித்ரா என்று தனக்குள் முனகியவாறு ஆட்டோ ஓட்டுனரிடம் வேகமாகப் போகச் சொன்னான்.

சித்ராகர் நகர் சாலையின் ஒருபுறம் டிரைவர் வண்டியை நிறுத்தினார்.

வண்டியின் வெளிச்சத்தில் சுமித்ரா வீட்டிற்குச் செல்லும் சாலை வெள்ளத்தில் இருந்ததைக் கண்டான். ஆட்டோவிற்குப் பணம் தந்துவிட்டு, சிறிய டார்ச்சை பாக்கெட்டிலிருந்து எடுத்துக்கொண்டு வெள்ளம் நிறைந்த சாலையின் ஓரத்தில் வரிசையாக வைக்கப்பட்டிருந்த கற்களில் ஜாக்கிரதையாக நடந்தான் ஆரிஃப்.

சுமித்ரா வீட்டிற்கு முன்பு வந்தவுடன் மெதுவாக இரும்பு கேட்டைத் தள்ளித் திறந்தான். அடுத்த சில நிமிடங்களுக்கு

அசையாமல் அங்கேயே நின்றான். பின்பு புதிதாகக் கட்டப்பட்ட சுமித்ராவின் வீட்டைப் பார்க்கத் திரும்பினான்.

அறைகளில் ஒன்றிலிருந்து, பாதி திறந்திருந்த ஜன்னல் வழி பால் வெள்ளை வெளிச்சம் ஒன்று தப்பித்து வந்தது. ஜன்னலுக்கு இன்னும் அருகில் சென்று அறைக்குள்ளே எட்டிப்பார்த்தான். உள்ளே கட்டிலில் ரமேஷ் படுத்திருந்தார், அவருடைய ஒரு காலில் மாவுக்கட்டு போடப்பட்டிருந்தது. அவருடைய முன்னந்தலையில் வெள்ளைப் பருத்தித் துணியில் கட்டுப்போடப்பட்டு அதன் மேலே கிருமிநாசினி திரவம் திட்டுத் திட்டாக பழுப்பு நிறத்தில் கசிந்திருந்தது. சுமித்ரா அவருக்கு அருகில் அமர்ந்து அவர் கைகளைப் பிடித்தவண்ணம் அழுதுகொண்டிருந்தாள்.

'எனக்கு எல்லாமே நீங்கதான், ரமேஷ்,' சுமித்ரா கூறினாள்.

'அழாத சுமித்ரா, ப்ளீஸ்,' ரமேஷ் மெதுவாகக் கூற, சுமித்ரா அவர் மார்பில் தலையை சாய்த்துக்கொண்டாள்.

அப்படியானால் எனக்கு சுமித்ராவும் இல்லை. ரமேஷ் நியாயமாகவே அவளை மீட்டெடுத்துக்கொண்டார். திரும்பிச் செல்ல முடிவெடுத்த ஆரிஃபை சோகம் தாக்கியது.

மீண்டும் தூர ஆரம்பித்தது. திரும்பி, கேட்டை விட்டு வெளியேறினான். அவனுடைய பை மிகவும் கனமாக இருந்ததைப் பொருட்படுத்தவில்லை. முக்கிய சாலையில் யாருமே இல்லை. அவனுக்கு இந்நேரத்தில் ஸ்டேஷனிற்குச் செல்ல சைக்கிள் ரிக்ஷாவோ, ஆட்டோவோ கிடைப்பது சாத்தியமில்லாதது. பேங்க் காலனி வழி நயா மோருக்கு குறுக்கு வழியில் சென்றுவிட்டால் அங்கிருந்து ஆட்டோ பிடித்துக்கொள்ளலாம் என்று முடிவெடுத்தான். தன் கையிலிருந்த சிறிய டார்ச்சின் வெளிச்சத்தில் குண்டு குழிகள், சேறுகளை கவனமாகக் கடந்து மெதுவாக நடந்தான். காலனியைக் கடந்து புல்வாரி ஷரீஃப் - நயா மோர் செல்லும் சாலையை நோக்கிச் செல்லும் பாதையில் நடந்தான்.

அந்த அரச மரம் சாலையில் வேருடன் விழுந்து கிடந்தது. ஆரிஃப் அங்கு நின்று அதன் மீது டார்ச் வெளிச்சத்தைப் பாய்ச்சி, அந்த மரத்தின் மரணத்திற்காக வருந்தினான். அவனுடைய நண்பன் ஒருவனை இழந்ததுபோல் தோன்றியது. சுமித்ராவுடனான அவனுடைய காதலுக்கு சாட்சியாக இருந்த

மரம், இன்று அவன் எல்லாம் இழந்து நிற்கும்போது அதுவும் இறந்துவிட்டது.

அவன் கைப்பேசி ஒலித்தது. மழைத் தூரல் நின்றிருப்பதைக் கவனித்தான். அப்பாதான் அழைத்தார்.

‘ஹலோ அப்...’

‘ஜாகிர் உயிரோட இருக்கான்!’ அவன் அப்பா உரக்கக் கத்தினார்.

ஆரிஃபின் பால்ய கால நண்பன் சதகத், பாம்பேயின் குர்லா ஜங்க்ஷனில் குர்லா-பாட்னா விரைவு ரயிலில் வெள்ளை குர்தா மற்றும் ஜீன்ஸில் ஜாகிர் ஏறியதைப் பார்த்திருக்கிறான்.

‘அப்படீன்னா, அத்தன வருஷம் முன்னாடி நமக்கு வந்த கடிதாசி உண்மைதான்.’

‘ஆமாம்பா. நீ எங்க இருக்க?’

‘பாட்னா ஜங்க்ஷனுக்கு வெளியதான்,’ ஆரிஃப் பொய் சொன்னான்.

‘சீக்கிரம் உள்ள போயி குர்லா-பாட்னா வண்டி வந்திருச்சான்னு பாரு. உடனே என்ன கூப்பிடு.’

‘சரி அப்பா!’ ஆரிஃப் சொல்லிவிட்டு, பைகளைத் தோளில் மாட்டிக்கொண்டு வேகமெடுத்து ஓடினான்.

ஆரிஃபிற்குத் தான் பறப்பதுபோல் இருந்தது.

⋆⋆⋆

ஜில்லென்றிருந்த பெஞ்சில் அமர்ந்திருந்த ஆரிஃப், நெளிகம்பி உத்திரத்திலிருந்து தொங்கிய கருப்பு நிற மின் கடிகாரத்தைப் பார்த்தான். அது ரத்தச் சிவப்பில் 2.43 என்று காண்பித்தது. எழுந்து விசாரணை சாவடிக்குச் சென்று அதன் கண்ணாடியில் தட்டினான். கவுண்டரில் இருந்த மனிதன், மேஜையில் தலையைக் கவிழ்த்து வாய் பிளந்து தூங்கிக்கொண்டிருந்தான். அவன் திரும்பவும் தட்ட அவன் திடுக்கிட்டு விழித்தான். தன் புறங்கையால் கண்களை கசக்கிக்கொண்டே, மற்றொரு கையால் தண்ணீர் பாட்டிலை எடுத்து அதிலிருந்து இரண்டு மடக்கு முழுங்கிவிட்டு ஆரிஃபைக் கோபமாகப் பார்த்தான்.

‘ஏங்க, நான் ஏற்கெனவே சொல்லிட்டேன். குர்லா-பாட்னா எக்ஸ்ப்ரெஸ் எப்ப வரும்னு எங்களுக்குத் தெரிஞ்சா உடனே

அனவுன்ஸ் பண்ணிடுவோம்.' ஆரிஃப் எதுவும் சொல்லாமல் அங்கிருந்து நகர்ந்து தான் உட்கார்ந்திருந்த அதே பெஞ்சிற்கு பெருமூச்சு விட்டுக்கொண்டே திரும்பச் சென்றான். இரண்டு ரயில்வே போர்டர்கள் பார்சல்கள் இருந்த வண்டியைத் தள்ளிக்கொண்டுச் சென்றனர்.

ஆரிஃபை பதட்டம் தொற்றிக்கொண்டது. *அல்லாவே! எனக்கு என் தம்பிய திருப்பிக் கொடுத்திடு. நான் வேற எதுவும் என்னிக்கும் உன்கிட்ட கேக்க மாட்டேன்,* அவன் அமைதியாகப் பிரார்த்தித்தான்.

கால்களை நீட்டி மீண்டும் பெஞ்சில் படுத்துக்கொண்டான். தன் பையை தலையணையாக்கி அதில் தலைசாய்த்து கண்களை மூடிக்கொண்டான். ஒரு துர்கனவு அவனை துன்புறுத்தியது: குண்டு பாய்ந்த தன் தம்பியின் உடல் கிடப்பதை ரயில் பெட்டியினுள் பார்த்தான். 'ஜாகிர், தம்பி!' கத்திக்கொண்டே பெஞ்சிலிருந்து குதித்து இறங்கினான்.

தான் எங்கிருக்கிறோம் என்ற உணர்வு வந்தவுடன் தலையைப் பிடித்துக்கொண்டு மீண்டும் பெஞ்சில் அமர்ந்தான்.

காலை 3.45 மணிக்கு முகல்சராய் வருவதற்கான பாதை திறக்கப்பட்டது என்ற செய்தி ஒலிபெருக்கியில் கேட்டது. பிறகு, அறிவிப்பாளர் சிறிது நிறுத்தி, பாட்னா-குர்லா விரைவு வண்டி தானாபூர் நிலையத்தை அடைந்ததாகவும், அந்த பிளாட்ஃபார்மில் முதல் ரயிலாக வரவிருப்பதாகவும் மேலும் அறிவித்தார். ஆரிஃப் தன் கண்ணீரைக் கட்டுப்படுத்த முயன்றுகொண்டே எழுந்து நின்றான். மேடையின் நுனிவரை சென்று மேற்கு நோக்கி ஏதாவது ரயில் வருகிறதா என்று பார்த்தான். தூரத்தில் சிக்னல் விளக்கு பச்சையாக மாறியது. வானம் இருளில் நட்சத்திரங்கள் அற்று வெறிச்சோடி இருந்தது. புனித குரானிலிருந்து இறையியல் மற்றும் கடவுளுடனான ஒருமையை விளக்கும் சுராஹ்-அல்-இக்லஸ் பாசுரத்தை ஜெபிக்கத் தொடங்கினான்.

அவனுக்குள் நம்பிக்கையும் ஏமாற்றமும் கண்ணாமூச்சி விளையாடின. ஜாகிர் உயிருடன் இருந்து, ஆரிஃப் அவனை எதிர்பார்த்திருக்கும் ரயிலுக்குள் ஏறிவிட்டானா? ஆரிஃபின் ஆன்மா எதிர்பாராத மகிழ்ச்சியை எதிர்பார்த்து எழும்பியது, பின்பு தன் தம்பியைக் குறித்த செய்தி தவறாக இருக்கலாம் என்று நினைத்து அதள பாதாளத்தில் விழுந்தது. ரயில் இஞ்சினின் ஹெட்லைட் தென்பட்டது. ரயிலின் விசில் சத்தம் ஆரிஃபிற்குக்

கேட்டது. அவன் இதயம் வேகமாகத் துடிக்க, அவனது பிரார்த்தனை இன்னும் தீவிரமானது.

ரயில் ஸ்டேஷனிற்குள் மெதுவாக நுழைந்து பின்பு நின்றது. ரயிலிலிருந்து பலதரப்பட்ட மக்கள் இறங்குவதை ஆரிஃப் பார்த்தான். ஸ்டேஷனிலிருந்து வெளியேறும் ஒவ்வொரு முகத்தையும் ஆராய்ந்தான். அதில் ஒருவரும் ஜாகிர் இல்லை. விரைவிலேயே பிளாட்ஃபார்ம், ரயில் வருவதற்கு முன்பு இருந்ததுபோல் காலியாகியது.

ஒருவேளை ஜாகிர் அந்தப் பக்கம் இருந்த கேட்டிலிருந்து ப்ளாட்ஃபார்மை விட்டு வெளியேறி சமன்புரா செல்ல ஆட்டோ பிடிக்க முயன்றுகொண்டிருக்கலாம். இது சாத்தியம் என்று நினைத்து ஆட்டோ நிலையத்தை நோக்கி வேகமாகச் சென்றான் ஆரிஃப்.

ஒரு மணி நேரம் கழித்து ஏமாற்றத்துடன் மீண்டும் பிளாட்ஃபாரத்திற்குத் திரும்பினான். அவன் தம்பி அங்கு எங்கேயோ இருக்கலாம் என்ற நம்பிக்கையை அவனால் கைவிட முடியவில்லை. பிளாட்ஃபார்ம் முழுவதும் ஒரு பைத்தியக்காரனைப்போல் வேகமாகச் சுற்றி வந்து ஜாகிரைத் தேடினான்.

ஒருவேளை சதகத் யாரையோ பார்த்து ஜாகிர் என்று தவறாக நினைத்துவிட்டானா? ஆரிஃப் தன் கால்கள் பலமிழந்து முட்டி பலவீனமாவதை உணர்ந்தான். தன் பையை தரையில் வைத்து அதில் அமர்ந்தான். வானத்தில் விடியலுக்கான அறிகுறி தென்பட்டது.

அவனுடைய ஏக்கமான கண்கள் பிளாட்ஃபார்ம் முழுக்கத் துலாவியது. அப்பாவிற்கு அழைக்க நினைத்து எண்ணை டயல் செய்கையில் பத்து பனிரெண்டு அடி தொலைவில் தாடி வைத்த ஒருவன் குடிநீர் குழாயிலிருந்து தண்ணீரைப் பிடித்து முகத்தில் அடித்துக்கொண்டதைப் பார்த்தான். அவனுடைய தம்பியைப் போலவே இருந்தான்.

அது ஜாகிரா? ஜாகிர் இல்லையா? ஒரு நொடி நம்பிக்கை ஏமாற்றத்தைப்போக்கி உற்சாகமாக உணர்ந்தான். எழுந்து, நிதானமின்றி துடிக்கும் இதயத்துடன் நடைபாதையில் படுத்திருந்த பிச்சைக்காரர்களை மிதிக்காமல் இருக்க ஜாக்கிரதையாக குதித்தபடி வேகமாக நடந்தான்.

தாடி வைத்திருந்தவன் ஆரிஃபிற்கு முன்னால் நிற்க, ஆரிஃபால் சரியாகப் பார்க்க முடியவில்லை. கண்ணீர் பார்வையை மறைத்தது. எப்படியோ அந்த மனிதன் வெள்ளை குர்தா மற்றும் ஜீன்ஸ் அணிந்திருக்கிறான் என்பதை கவனித்தான். அவன் முன்னெற்றியில் ஒரு தழும்பு இருந்தது. கலைந்த தலையில் சில நரைத்த மயிர்கள் தெரிந்தன. அது ஜாகிரேதான். அவன் எதுவும் சொல்லாமல் ஆரிஃபையே புதிராகப் பார்த்தான். பின்பு புன்னகைத்தான். ஆரிஃபிற்குப் பரிச்சயமான புன்னகை. அவன் ஆரிஃபை நோக்கி நடந்தான்.

ஆரிஃப் ஒழுகும் மூக்கை சிந்திவிட்டு, கண்ணீரைத் துடைத்துக்கொண்டான். அவனுக்குள் பெருகிய மகிழ்ச்சியை அவனால் கட்டுப்படுத்த முடியவில்லை. வயிற்றைப் பிடித்தபடி அடக்க மாட்டாமல் இருமியவன் அப்படியே மடங்கி அமர்ந்தான். அவனால் அவன் கண்களை நம்ப முடியவில்லை. அவன் உணர்வுகளை நம்ப முடியவில்லை. அது கனவா? அவன் கற்பனை செய்கிறானா? அவன் கால்கள் நடுங்க எழுந்து நிற்க முயன்றான். உலகமே அவனைச் சுற்றுவது போல் இருந்தது. கண்களை அழுத்தமாகத் தேய்த்துக்கொண்டான்.

ஆரிஃபைப் பார்த்து புன்னகைத்தபடி அவன் வந்துகொண்டிருந்தான்.

அது ஜாகிரேதான். அவன் தம்பியின் முகம் எப்படி மறக்கும்? தன் கன்னங்களை மெதுவாகத் தட்டிக்கொண்டு தான் பார்ப்பது கனவல்ல என்று உறுதிசெய்துகொண்டான். பின்பு தன் முகத்தில் விடாமல் அறைந்துகொண்டான். அவனுக்கு தான் என்ன செய்கிறோம் என்பது விளங்கவில்லை.

ஆரிஃபிடம் வேகமாக வந்த ஜாகிர் தன் சிறிய பையைத் தூக்கி எறிந்தான். ஆரிஃபின் கைகளைப் பிடித்தபடி, ‘அண்ணா, நான்தான் ஜாகிர். உன் தம்பி,’ என்று கத்தினான்.

‘ஜாகிர்! தம்பி!’ ஆரிஃப், ஜாகிரை அணைத்துகொண்டு அலறினான்.

★★★